காஃப்காவின் நாய்க்குட்டி

காஃப்காவின் நாய்க்குட்டி
நாகரத்தினம் கிருஷ்ணா (பி. 1952)

புதுச்சேரியைப் பூர்வீகமாகக்கொண்ட நாகரத்தினம் கிருஷ்ணா இருபத்தைந்து ஆண்டுகளாக பிரான்சு நாட்டின் கிழக்கில் ஸ்ட்ராஸ்பூர் நகரில் வசித்துவருகிறார். சமூகவியலில் முதுகலைப் பட்டம் பெற்ற இவர் சொந்தமாக வணிகம் நடத்திவருவதோடு, ஆங்கிலம் – பிரெஞ்சு மொழி பெயர்ப்பாளராகவும் செயல்பட்டுவருகிறார். நவீன பிரெஞ்சு இலக்கியத்தைத் தமிழுக்கு அறிமுகப்படுத்துவதில் ஆர்வம் கொண்டவர். தமிழில் மூன்று நாவல்கள், நான்கு சிறுகதைத் தொகுப்புகள், ஐந்து கட்டுரைத் தொகுப்புகள், பிரெஞ்சி லிருந்து ஆறு மொழிபெயர்ப்புகள் வெளிவந்துள்ளன.

முகவரி : 10, Rue Herschel, 67200 - Strasbourg, France.
மின்னஞ்சல் : nakrish2003@yahoo.fr

நாகரத்தினம் கிருஷ்ணா

காஃப்காவின் நாய்க்குட்டி

காலச்சுவடு பதிப்பகம்

காஃப்காவின் நாய்க்குட்டி ✦ நாவல் ✦ ஆசிரியர்: நாகரத்தினம் கிருஷ்ணா ✦ © கிருஷ்ணா நாகரத்தினம் ✦ முதல் பதிப்பு: மே 2015 ✦ வெளியீடு: காலச்சுவடு பப்ளிகேஷன்ஸ் (பி) லிட்., 669, கே.பி. சாலை, நாகர்கோவில் 629001

காலச்சுவடு பதிப்பக வெளியீடு: 656

kaafkaavin naaykkuTTi ✦ Novel ✦ Author: Nagarathinam Krishna ✦ © Krishna Nagarathinam ✦ Language: Tamil ✦ First Edition: May 2015✦ Size: Demy 1 x 8 ✦ Paper: 18.6 kg maplitho ✦ Pages: 312

Published by Kalachuvadu Publications Pvt.Ltd., 669, K.P.Road, Nagercoil 629001, India ✦ Phone: 91-4652-278525 ✦ e-mail: publications@kalachuvadu.com ✦ Wrapper printed at Print Specialities, Chennai 600014✦ Printed at Mani Offset, Chennai 600077

ISBN : 978-93-84641-21-4

05/2015/S.No. 656, kcp 1258, 18.6 (1) ILL

கடினமான எலும்புகளிலிருந்து தரமான மஜ்ஜையை அடைய, ஊரிலுள்ள அத்தனை நாய்களும் தங்கள் எல்லாப் பற்களையும் ஒன்றுதிரட்டிக் கடிக்க வேண்டும். இது சற்று அலங்காரமான, மிகைப்படுத்தப் பட்ட கூற்றென்பது உண்மை; எல்லாப் பற்களும் தயார் நிலையில் இருப்பதேகூட எலும்புகளில் விரிசலை ஏற்படுத்தலாம். எனவே ஒரு நோஞ்சான் நாய்கூட மஜ்ஜையை ருசிபார்க்க முடியும். இக் கற்பனை உருவகத்திடம் எனக்குள்ள விசுவாசம் தொடருமெனில், எனது குறிக்கோள்கள், கேள்விகள், விசாரணைகள் மற்றும் அவற்றின் முடிவுகள் அனைத்துமே பயங்கரமானவை என்றாகின்றன. எல்லா நாய்களும் ஒன்றிணைய வேண்டும் என வற்புறுத்துவதன் நோக்கம், அவற்றின் ஒன்றிணைந்த தயார்நிலை தரும் நெருக்கடிகளால் எலும்புகள் உடைபடும், அப்படி உடைந்ததும் அந்நாய்களை அவை நேசிக்கிற சாதாரண வாழ்க்கைக்குத் துரத்திவிட்டு, அவ்வளவு மஜ்ஜையையும் நான் ஒருவனே உறிஞ்ச வேண்டுமென்ற சுயநலமின்றி வேறில்லை என்றாகிறது. அப்படிப் பார்க்கிறபோது எலும்புகளின் மஜ்ஜையை மட்டுமல்ல இதன்மூலம் ஒட்டுமொத்த நாயினத்தையே உண்டு பசியாற நினைக்கிறேன் என்ற அர்த்தம் தொனிக்கிறது. இச்சிந்தனை கொடூரமானதுதான். ஒன்றை நீங்கள் மறந்துவிடக் கூடாது. ஏற்கெனவே கூறியது போல இதொரு கற்பனை. மஜ்ஜை என இங்கே நான் விவாதிப்பது நீங்கள் நினைப்பது போல உணவுப்பொருளே அல்ல; அதற்கு நேர்மாறானது, விஷம்.

பிரான்ஸ் காஃப்கா
(நாயொன்றின் புலனாய்வுகள்)

முன்னுரை

'காஃப்காவின் நாய்க்குட்டி' பிறந்த கதை

'காஃப்காவின் நாய்க்குட்டி' என்ற நாவலின் தலைப்பினைப் போலவே 'பிராஹா நகரப் பயணம்', 'பயணத்தின் மூன்றாம் நாள்' 'காஃப்கா பிறந்த இல்ல'த்தைக் கண்டது, 'நாவல் கருத்தரித்தது' அனைத்துமே தற்செயல் நிகழ்வுகள். திட்டமிடல்களைக் காட்டிலும் எதிர்பாராதவையே நமது வாழ்க்கையை அதிகம் தீர்மானிப்பவை என்பதை உறுதிசெய்த மற்றோர் சம்பவம். பொதுவாகக் கிழக்கு மற்றும் மத்திய ஐரோப்பாவின் தலைநகரங்கள் புகழ்வாய்ந்தவை, வரலாற்றுப் பெருமையும் கலை வளமும் கொண்டவை. மேற்கு ஐரோப்பாவில் பல நகரங்களைப் பார்க்கும் வாய்ப்பு கிடைத்தது; கிழக்கு மற்றும் மத்திய ஐரோப்பா நகரங்களைக் கண்டதில்லை. பிராஹாவிற்குச் செல்ல வேண்டும் என்ற எண்ணத்தை அதிகம் ஏற்படுத்தியவர் மார்கரெஃப் என்ற எங்கள் மருத்துவர். அவரிடம் செல்கிறபோகிறதெல்லாம் உடல் நலனைப் பற்றிய விசாரிப்புகள், அதுதொடர்பான தகவல் பரிமாற்றங்கள் என்பதைக் காட்டிலும், எங்கள் இரு குடும்பங்களைப் பற்றிய தகவல் பரிமாற்றங்கள், விடுமுறையைக் கழித்த இடம், உள்ளூர் அரசியலென இன்ன பிற தகவல்களாக இருக்கும். நோயாளிகள் அதிக எண்ணிக்கையில் காத்திருக்கிற நாட்களில் கூட ஓர் அரைமணி நேரமாவது உட்காரவைத்து இப்படி எதையாவது இறக்கிவைக்கவில்லையென்றால் அவர் தலைவெடித்துவிடும் என்பது முற்பிறப்புச் சாபமோ என்னவோ? பிராஹா நகரம் பற்றி அவர் எங்களிடம் பேசியது அதிகம். இந்நிலையில்தான்

9

சென்ற வருடம் (2014) ஜூன் மாதத்தில் திடீரென்று பாரீஸிலிருந்து தமிழ்ச் சங்கத்தைச்சேர்ந்த குழுவொன்று பிராஹா செல்ல இருக்கிறோம், வருகிறீர்களா என அழைத்தனர். உடன் வந்திருந்த புதுச்சேரி நண்பர்களைப் பற்றித் தெரியும் ஆதலால் காஃப்காவைப் பற்றித் துளியும் சிந்தனையில் இல்லை. எனினும் மூன்றாம் நாள் புகழ்பெற்ற வெல்ட்டாவா நதியில் படகில் காலை பதினொரு மணி அளவில் பயணித்தபோது காஃப்கா மியூசியம் என்றெழுதிய பெயர்ப் பலகை கண்ணில் பட்டது. நண்பர்களிடம் காஃப்கா மியூசியத்தைப் பார்க்கும் எனது ஆசையைப் பகிர்ந்துகொண்டேன்; ஆனால் அவர்கள் முகங்களில் வேறுவகையான பதில்களிருக்க அமைதியானேன். படகுப் பயணம் முடிந்ததும் பிற்பகல் நகரில் அவரவர் விருப்பம்போல் சுற்றிவிட்டுப் பேருந்து நிறுத்தத்திற்கு இரவு எட்டு மணிக்கு வந்துவிட வேண்டும் என்பது பயணத் திட்டம். படகுச் சவாரி மதியம் சுமார் பன்னிரண்டரை மணிக்கு முடிந்தது. கரை இறங்கியதும் உடன்வந்தவர்கள் சிறுசிறு குழுவாய்ப் பிரிந்து நடக்கத் தொடங்கினார்கள். பகலுணவின் தேவையை முடித்துக்கொண்டு காஃப்கா மியூசியத்தைப் பார்க்க முடியாததற்காக வருந்தியவாறு பழைய நகரைச் சுற்றிவந்தோம். மாலை ஐந்து மணி அளவில் காப்பி குடிக்காலாமென ஒரு ரெஸ்டாரெண்டிற்குள் நுழைந்தோம். கோடைக்காலம் என்பதால் சில நாற்காலிகளும் மேசைகளும் வெளியில் இருந்தன. ஒன்றில் அமர்ந்து காப்பி வரவழைத்துக் குடித்துவிட்டு உரையாடிக்கொண்டிருந்தபோதுதான் சற்றுத் தூரத்தில் மற்றொரு ரெஸ்டாரெண்ட் கட்டிடத்தின் முகப்பில் காஃப்காவின் மார்பளவுச் சிலையைப் பார்த்தேன். காஃப்காவிற்கும் அந்த இடத்திற்கும் சம்பந்தமிருக்கிறதென்று உள்ளுணர்வு தெரிவித்தது. நண்பர்களை இழுத்துக்கொண்டு ஓடினேன். அங்கிருந்தவர்களிடம் விசாரித்தேன். 'காஃப்கா பிறந்த இல்லம்' என்றார்கள். அனுபவத்தை விவரிக்க வார்த்தைகள் போதா. விடைபெற்றபோது அங்கிருந்த நாய்க்குட்டி என் கவனத்தைப் பெற்றது; கிழட்டு நாயொன்றை மையமாகக்கொண்ட காஃப்காவின் சிறுகதையொன்றும் நினைவுக்கு வந்தது. வெளியில் வந்தபோதும் பேருந்தில் பயணித்தபோதும் நாய்க்குட்டி திரும்பத்திரும்ப மனதை ஆக்ரமித்து அலைக்கழித்தது. இது 'காஃப்காவின் நாய்க்குட்டி' பிறந்த கதை.

இந்நாவல் கடந்த ஜனவரியில் வந்திருக்க வேண்டும், ஆறு மாதங்கள் கூடுதலாகப் பதிப்பகத்தார் எடுத்துக்கொண்டார்கள். ஆனால் அப்போதைக்கும் தற்போதைக்குமான இடைவெளியில் செய்தவை சிற்சில மாற்றங்கள் என்கிறபோதும் அப்பெருமை நண்பர் கண்ணனுக்கே உரியது. "அவசரப்பட வேண்டாம்" என்றார். அது நியாயமானதென்பதை இந்நாவலின் முதல் வாசகன் என்ற

வகையில் தெளிவாகப் புரிந்துகொண்டிருக்கிறேன். இந்நாவலை வாசித்துப் பார்த்து கவிஞர் மோகனரங்கன் சிற்சில கருத்துகளை முன்வைத்தார். அதன் அடிப்படையில் சில திருத்தங்களையும் கொண்டுவந்தேன். அவரைப் போலவே இந்நாவலின் ஆக்கத்திற்கு உதவிய வேறு மூன்றுபேர் இருக்கிறார்கள். ஒருவர் பாரீசிலுள்ள *உயிர்நிழல்* ஆசிரியை லட்சுமி. நாவலில் வரும் 90 விழுக்காடு ஈழத் தமிழ்ச்சொற்களைத் தந்து உதவியவர். மற்றவர் ஸ்ட்ராஸ்பூரிலுள்ள நண்பர் சூசை பாக்கியராஜ். இக்கதையில் வரும் பாரதி என்ற பெண்ணின் உண்மைப் பெயர் விமலினி. அவர் ஸ்ட்ராஸ்பூர் நகரில் வசிக்கிறார். கதையில் அதிகம் இடம்பெறுகிற 'நித்திலா', ஐந்து ஆண்டுகளுக்கு முன்பாக மொழிபெயர்ப்பு நிமித்தமாக சந்தித்த பெண். ஆக வழக்கம் போல உண்மையும் புனைவும் இடம்பெற்றிருக்கின்றன. நாவல் வரவேற்பைப் பெறுமென்ற நம்பிக்கை இருக்கிறது. நல்ல நாவல் என நீங்கள் நினைத்தால் மேலே சுட்டிய மனிதர்களுக்கெல்லாம் அப்பெருமையில் பங்குண்டு, நாவல் உங்களை ஏமாற்றினால் அதற்கு நான் மட்டுமே பொறுப்பு.

ஸ்ட்ராஸ்பூர் **நா. கிருஷ்ணா**
25 ஏப்ரல் 2015

குறிப்பு: நாவலில் இடம்பெறும் பல பிரெஞ்சு வாக்கியங்களுக்குரிய தமிழ் மொழிபெயர்ப்பு நூலின் கடைசியில் தரப்பட்டுள்ளது.

1

பிராஹா, செக் குடியரசு: 2013 ஏப்ரல் 6, சனிக்கிழமை

நோக்கமற்ற தேடுதல் இருக்கிறதா? அல்லது தேடுதல் இல்லாத மனிதர்கள் உண்டா? கண்ணுக்கெட்டியவரை மனிதர்கள் – ஒவ்வொரு நாளும் ஒன்றைத் தேடிக்கொண்டிருப்பவர்கள். உடமையாக்கிக்கொண்ட பிறகு, திருப்தியுறாமல் வேறொன்றைத் தேடுவார்கள். கண்டறிய வேண்டிய பொருள் அல்லது கைக்கு எட்டவேண்டிய பொருள் இவர்களுக்கோ, இவர்களின் சுற்றத்திற்கோ சில கணமேனும் மகிழ்ச்சி தரக்கூடியதென்கிற கனவில் பதற்றத்துடன் அலைபவர்கள். தேடும் இக்கணம்வரை கண்ணிற்படாமலேயே கைக்கு எட்டாமலேயே, பொருள் ஒளிந்து விளையாட லாம். அல்லது சற்று முன்பாக குழந்தையின் சிறுபொம்மைபோல அது கைநழுவி மேசைக்கு அடியிலோ, சோபாவிற்குக் கீழேயோ விழுந்து கிடக்கலாம். தன்னைக் கொண்டாடிய குழந்தையின் அரவணைப்பிற்காக பொம்மைக்கும் ஏக்கங்கள் உண்டு, தணியுமா என்பதைக் காலம் தீர்மானிக்க வேண்டும். அதுவரை குழந்தை தேடும், தேவை யெனில் பெற்றோர்களும் தேடலாம். தேடும் பொருள் எப்பொழுதும் நமது பார்வைப் பரப்பிற்கு வெளியிலிருக்கிறது. இருள் விலகி பொழுது புலர்ந்து தேடலை எளிதாக்கலாம். வயதுக்குரிய, உடலுக்குப் பொருத்தமான, மூளைக்குகந்த தேடுதல் இருக்கிறது. தேடுதல் எதுவாயினும் தேவையைக் காட்டிலும், அதன் பெறுமதி ஒரு குன்றிமணியேனும்

தூக்கலாக இருக்க வேண்டுமென்பது விதி. தேடலில் உள்ள சிக்கல், பெரும்பாலான நேரங்களில் நாம் தேடும் பொருள் மற்றவர் இடத்திலும், மற்றவர் தேடும்பொருள் நம்மிடத்திலும் இருக்கிறது. பிறர் தேடுகின்றார்களேயென்று தமக்கு வேண்டாத பொருளை ஒருவரும் விட்டுக்கொடுப்பதுமில்லை. அவள் சராசரி மனிதர்கூட்டத்தில் ஒருத்தி, தேடுவது பரம்பொருளுமல்ல, இருந்தும் தேடும்பொருள் இதுவரை கிடைக்கவில்லை.

பிராகு அல்லது பிராஹா (செக் மொழியில்) 'செக்' நாட்டின் தலைநகரம். செக் குடியரசைக் காட்டிலும் தலை நகரம் 'பிராஹா' அதன் குறுக்கே ஓடும் வெட்லாவா நதிபோல வயதில் மூத்தது, பல தலைமுறைகளைக் கண்டது. பொஹீமியப் பேரசு, ஜெர்மானியப் புனித ரோமப் பேரசு, அண்மைக்காலம் வரை செக்கோஸ்லோவோக்கியா ஆகியவற்றின் தலைநகரென்ற வரலாற்றைக் கொண்டது. மத்திய ஐரோப்பாவின் கலை வளத்தையும் பாரம்பரியத்தையும் பெற்றிருக்கிற பிராஹா நகரில்தான் பிற சுற்றுலாப் பயணிகளிலிருந்து வேறுபட்டவளாய் நித்திலா அலைந்துகொண்டிருக்கிறாள்.

'பிராஹா' நகரத்திற்கு நேற்றுமாலை வந்தாள். வாகீசனுடைய சினேகிதன் தெரிவித்த ஓட்டல் முகவரிக்குச் சென்று அவனைப்பற்றி விசாரித்தாள். அதுபோன்ற பெயரில் யாருமில்லை என்று ரிசப்ஷனில் கிடைத்த பதில், பாதி உற்சாகத்தைக் குறைத்துவிட்டது. தங்கள் ஓட்டலுக்கு வேறு சில கிளைகள் பிராஹாவில் இருப்பதாகவும் அங்கே சென்று விசாரிக்கும்படியும் ரிசப்ஷனிஸ்ட்டுகளில் ஒருத்தி கூறினாள். அவள் கூறியதைச் செயல்படுத்த பலமுறை யோசித்து பின்னர் தற்காலிகமாகக் கைவிட்டாள். அவள் கூறிய ஓட்டல்கள் திசைக்கு ஒன்றாய் புறநகர்ப் பகுதியில் இருந்தன. அங்கெல்லாம் சென்று தேடத் தற்போதைக்குத் துணிச்சலும் இல்லை, நேரமும் இல்லை. பாரீஸ் நகரில் பல இடங்களுக்குத் தனியே போஃய்வந்திருக்கிறாள், இருந்தபோதிலும் தனி ஆளாக இந்த ஊருக்குப் புறப்பட்டு வந்தது தவறு. தவிர பிரான்சு அரசாங்கம் தனது வதிவிடத்தை உறுதி செய்யாத நிலையில் அசட்டுத் தைரியத்துடன் பிராஹா புறப்பட்டு வந்திருக்கக்கூடாது. வறட்டு கௌரவம் பார்க்காமல் ஹரிணி அக்காளை அழைத்திருந்தால் வந்திருப்பாள் எனவும் நினைத்தாள். நீதிமன்றத்தில் வீராப்பாக அவரிடம் பேசிவிட்டு தற்போது அவரை அழைத்து வந்திருக்கலாமோ, இவரை அழைத்து வந்திருக்கலாமோ என்றெல்லாம் யோசித்துக் குழப்பிக்கொள்வது தேவையா என்றும் நினைத்தாள். வாகீசன் தன்னுடைய பொருள். அவனை உடமை ஆக்கிக்கொள்ளப்

போதாது தவறவிட்டவள் அவள். எனவே அவள்தான் அவனைத் தேடிக் கண்டெடுக்கவேண்டும், அதுதான் முறை. சோர்ந்து போகாதே தேடு! கிடைப்பார் எனத் தனக்குச் சமாதானம் கூறிக்கொண்டாள்.

தன்னைச் சுற்றிலும் பார்வையை ஓடவிட்டாள், 'இல்லை'. கடந்த இரண்டு நாட்களைப்போல இந்த 'இல்லை'யை அத்தனை சுலபமாக ஏற்க மனம் தயாரில்லை. கால்களிரண்டும் கனத்தன. காலையிலிருந்து எதுவும் சாப்பிடாததை வயிறு நினைவூட்டியது. அடி உதட்டை மடித்து பற்களை அழுந்தப் பதித்து வயிற்றை அலட்சியம் செய்தவளாகப் பார்வையின் பரப்பை அதிகரித்தாள். அவன் இல்லையென்றாலென்ன, அவனாக இருக்கலாமோ எனச் சந்தேகிக்க அவன் முகத்தின் சாயலில் அவள் இதயத் துடிப்பைச் சுண்டிவிட; முன்தலையையும் மார்பையும் வேர்வையால் நனைத்து அவளிடம் பதட்டத்தை உருவாக்கக்கூட ஒருவருமில்லை. பெருந்திரளாகக் கூடியும், வியந்தும், கலைந்தும் செல்கிற மனிதர் கூட்டத்திடை, அதிசயமாக இந்தியத் துணைக்கண்ட மனிதரினச் சாயலில் ஒரு ஜீவன்கூட கண்ணிற்படவில்லை, சலிப்புடன் கால்போனபோக்கிலே நடக்கிறாள்.

பிற்பகல் தனது, எல்லைக்கோட்டை நெருங்கிக்கொண்டிருக் கிறது. உள்ளூர்மக்கள் – வேலை முடிந்து வீடு திரும்புகிற வர்கள் – குறுக்கிடும் மனிதர்களில் சிலரிடம் ஒதுங்கியும், சிலரைத் தள்ளிக்கொண்டும் வேகமாய் நடக்கிறார்கள், பலர் நடப்பதுபோல ஓடுகிறார்கள். இரயிலையோ, பேருந்துகளையோ பிடிக்கும் அவசரம் கால்களில். சுற்றுலாப் பயணிகளுக்கு நேரமிருக்கிறது. கால்களைப் பிணைந்திருப்பதைப்போல அவர்கள் நடையில் தொய்வு. நேஷனல் மியூசியத்தின் முகப்பைப் படமெடுத்துக்கொண்டிருந்தவர்கள் போக மற்றவர்கள் வென்ஸ்லஸ் சதுக்கத்தில் கண்களையும் இறங்குவரிசையில் நீளமாக அமைந்த படிகளில் கால்களையும் வைத்து இறங்கிக்கொண்டிருக்கிறார்கள். எத்தனை மணிநேரமாக வெளியில் அலைகிறார்களோ? முகங்கள் கருத்திருக்கின்றன, விழிவெண்படலத்தில் அழுக்கும், கண்மணிகளில் அலுப்பும் தெரிகிறது. தங்கச் சரிகைபோல, சதுக்கத்தை வெயில் மூடியிருக் கிறது. சதுக்கத்தை மூடியதுபோக மிச்சமிருந்தவை மனிதர்களின் இமைகளிலும், தலைமுடிகளிலும் பொன் தூவிகள்போல ஒட்டிக் கிடக்கின்றன. அந்திக்காற்றோடு வெயிலும் சலசலக்கிறது. மனிதர் கையிலிருந்து நழுவி விழுந்ததைக் கொத்துவதற்கு தரை இறங்கிய புறாவொன்றை மனிதக் கால்கள் விரட்ட, அச்சமும் ஏமாற்றமுமாக இறக்கைகளைப் படபடவென்று அடித்துப் பறந்துபோகிறது. தலையில் கேப் அணிந்த இளம்பெண்ணொருத்தி நிழற்குடையின்

கீழ் ஐஸ் விற்றுக்கொண்டிருக்கிறாள். அவள் அணிந்திருக்கும் டெனிம் ஜாக்கெட் பெரிதாக இருக்கிறது, பொத்தானிடப்படாமல் திறந்து கிடக்கிறது. உள்ளே தெரிந்த பனியனில் 'ஐ லவ்' மட்டும் தெரிகிறது, 'பிராஹா' என்ற வார்த்தை டெனிம் ஜாக்கெட்டுக்குள் ஒளிந்திருக்க வேண்டும். இவள் நெருங்கி அவளைக் கடந்தபோது, பரபரப்பான தனது வியாபாரத்திற்கிடையிலும் இவளைப் பார்த்து முறுவலிக்கிறாள். காற்றில் அலையும் தனது குட்டைப் பாவாடை பற்றிய அக்கறையின்றி வியாபாரத்தில் மும்முரமாக இருக்கிறாள். சுற்றுலாப் பயணிகளின் கூட்ட வெள்ளம் அவளைத் தள்ளிக்கொண்டு போகிறது. பொஹீமிய வழித்தோன்றலான புனித வென்ஸ்லஸ் *(St. Wencesles)* குதிரையில் ஆரோகணித்திருக்கிற சிலை முன்னே சில நொடிகள் நிற்கிறாள்.

"மன்னிக்க வேண்டும், எங்கள் இருவரையும் சிலைமுன்னே வைத்து ஒரு படம் எடுக்க முடியுமா?"

திரும்புகிறாள்.

நடுத்தரவயது சீனத் தம்பதிகள்; தோல் நீக்கிய ஆல்மண்ட் பருப்புபோன்ற கண்களைச் சுருக்கிய, பல்வரிசைதெரியும் சிரித்த முகங்கள். கணவர் கையில் டி.எஸ்.எல்.ஆர் கனோன் புகைப்படக்கருவி கைமாறுவதற்குத் தயாராகக் காத்திருக்கிறது. நெற்றியில் விழுந்த கேசங்களை ஒதுக்கிவிட்டு தலையாட்டுகிறாள். கேமராவை இவளிடம் கொடுத்துவிட்டு அதைக் கையாளும் நுட்பத்தைச் சுருக்கமாக சீனஆங்கிலத்தில் தெரிவிக்கிறார். அருகிலிருந்த பெண்மணி (மனைவி?) எடுக்கவிருக்கும் நிழற் படத்திற்குத் தன்னைத் தயார்படுத்திக் கொண்டிருந்தவள், கழுத்தில் ஒதுங்கியிருந்த மணிமாலைக்கு மார்பிடையே இருந்த குழியில் இடமொதுக்கித் தந்து திருப்திப்பட்டவளாய் இவளைநோக்கிப் புன்னகைக்கிறாள். அப்புன்னகை, தம்பதிகள் இருவரும் சிலை அடிக்குச்சென்று சேர்ந்தாற்போல இவளைத் திரும்பிப் பார்த்தபோதும் அவளுடைய உதட்டுச் சாயத்தோடு ஒட்டியிருக்கிறது. தள்ளி நின்று கோணம் பார்க்கிறாள். பிற பயணிகள் இவர்கள் படம்பிடிப்பதற்கு 'தொந்தரவு ஆகிவிடக் கூடாது' என்பதுபோல ஒதுங்கி நடக்கிறார்கள். சீனர் விவரித்த வண்ணம் கிளிக் செய்த திருப்தியில், அவர்களிடம் கேமராவைத் திருப்பிக் கொடுக்கிறாள். வாங்கிய சீனர் எடுத்திருந்த படத்தை எல்.சி.டி. ஸ்க்ரீனில் கொண்டுவந்து இவளிடம் காட்டுகிறார். இவள் தலையை இலேசாகச் சாய்த்துப் படத்தைப் பார்த்து முறுவலிக்கிறாள். கேமராவைக் கையில் வாங்கிய தம்பதிகள் இருவரும் சேர்ந்தாற்போல தலைகளை இறக்கி நன்றிகூறி விலகி நடக்கிறார்கள்.

வென்ஸ்லஸ் சிலையிலிருந்து இருபது அல்லது இருபத்தைந்து மீட்டர் தூரத்தில் ஸ்லேட் நிறத்திலிருந்த சலவைக்கற்களில் இரண்டு இளைஞர்களின் மார்பளவு உருவங்கள், ஒற்றை ரோஜா கிளைகளும், ஒன்றிரண்டு மலர் வளையங்களும் அவற்றின் எதிரில் தரையிற் கிடக்கின்றன. மெழுகுவர்த்தியொன்றை கொளுத்தி நட்டுவிட்டு ஓர் இளம்ஜோடி படம்பிடித்துக் கொள்கிறது. எரியும் மெழுகுத்திரியின் சிறு தீ நாக்கு காற்றை ருசித்துக்கொண்டிருக்கின்றது. அருகிற் சென்று பார்க்கிறாள். செக் மொழியில் எழுதியிருக்கிறார்கள். ஓர் இளம்பெண், முடிந்தமட்டும் இவள் காதை நெருங்கி “சோவியத் யூனியன் ஆக்ரமிப்பின்போது அவ்விளைஞர்கள் இருவரும் உயிர்த் தியாகம் செய்தவர்கள்” என ஆங்கிலத்தில் விளக்கினாள். தலையாட்டல்மூலம் விளக்கத்தை அங்கீகரிக்கிறாள், தொடர்ந்து நன்றியைத் தெரிவிக்கும் வகையில் ஒரு முறுவல். சதுக்கத்தின் இரு பக்கமும் கார்ப்பொரேட் நிறுவனங்கள் ஆக்ரமித்திருக்கின்றன. நிதானமாகப் பார்வையை நான்குபக்கமும் ஓடவிட்டபடி நடக்கிறாள். பத்து அல்லது பதினைந்து நிமிடங்கள் கடந்திருக்கலாம். முடிச்சு முடிச்சாகத் திரளுகிற சுற்றுலாப் பயணிகள்; பெண்களைக் குறிவைத்து திறந்துள்ள படிகம் அல்லது பளிங்குக் கற்பொருள் விற்பனையகங்கள், தோல் பொருட்கள், நினைவுப் பொருட்கள் விற்கும் கடைகள்; மக்கள் கூட்டத்தால் நிரம்பிவழியும் காப்பி பார்கள், உணவகங்கள்; கவனத்தைச் செலுத்தாது தாண்டுகால் வைத்து ஒன்றிரண்டு குறுகலான தெருக்களில், திருப்பி எழுதிய ‘ட’ வடிவ வரைபாதையில் நடந்தபோது கண்ணுக்குப் புலனாகாத ஒரு குழலூதி அவளைக் கவர்ந்துசெல்வதுபோல இருக்கிறது.

ஒரு திறந்த வெளியில் மீண்டும் மனித சமுத்திரத்தில் விழுந்திருக்கிறாள். உயர்த்திப் பிடித்த சுருக்கிய குடைகள். சீருடைபோன்ற ஒற்றை வண்ண மழைக் காப்பு ஆடைகள். பிள்ளைகளுடன் வந்திருக்கிற தவிப்புடன் பொறுப்புமிக்க தம்பதிகள். இளம் காதலர்கள். தோழிகள். நண்பர்கள். அல்லது இவை எதுவுமே அற்ற மனிதக் கலவை. அபூர்வமான உடையணிந்து இசைக்கச்சேரி அல்லது நாடக விளம்பரத்திற்குத் துண்டுப் பிரசுரங்களை விநியோகித்த முகங்களுக்கிடையில் நடந்தபோது தன்னை ஓர் இம்ப்ரஸனிச ஓவியமாக உணர்ந்தாள். கூட்டம் அத்தனையும் அண்ணார்ந்து பார்த்துக்கொண்டிருக்கிறது. அவர்களுடைய அந்திவெயில் முகங்களில் செந்தூர நிழல்கள் ஏடுகள்போல மிதக்கின்றன. கும்பலை நெருங்காமல் தள்ளி நிற்கிறாள், நேர் எதிரே வானியல் கடிகாரம். கடிகாரத்துடன் இருக்கிற நான்கு பொம்மைகளும் பதினைந்தாம் நூற்றாண்டு பிராஹா மக்களின் மன நிலையை எதிரொலிக்கின்றனவாம்.

கூடியிருந்த பயணிகளின் எதிர்பார்ப்பை நிறைவேற்றுவதுபோல நான்கு பொம்மைகளில் ஒன்றான எலும்புக்கூடு, மணல் நிரம்பிய நாழிகைக் கண்ணாடிக் குடுவையை 'ணங்' என்று தட்டித் திருப்பி வைக்கிறது. பன்னிரண்டு அப்போஸ்தலர்களும் கடிகாரத்திற்கு மேலாக இருக்கிற இரண்டு சன்னல்களைக் கடந்து வரிசையாகக் கூட்டத்தைப் பார்த்து கை அசைத்தபடி கடந்து செல்கிறார்கள். இறுதியாக சேவற்கோழியின் கொக்கரிப் போடு காட்சி முடிவுக்கு வருகிறது. இதுகுறித்த அக்கறையின்றி தங்கள் அன்றையைப் பொழுதைக்குறித்த கவலையோடு ஜாஸ் இசைக்கும் ரோமா கலைஞர்கள். மெல்ல கூட்டம் கலையத் தொடங்கியது. பிரான்சு நாட்டில் ஸ்ட்ராஸ்பூர் நகரக் கதீட்ரலிலும் பார்த்திருக்கிறாள். எனினும் புதுநிலத்தில், தன்னை அறிந்திராத மனிதர்களிடை முகவரியின்றி ஒன்றை அறியநேர்வதும் பரவசப்படுவதும் சுகமாக இருக்கிறது.

ஓர் இளம்பெண் இவளை நெருங்கி, "யூரோ மாற்றணுமா ?", எனக் கேட்டபோது வேண்டாம் எனச் சொல்ல நினைத்து, முக இறுக்கத்துடன் தலையை இருமுறை ஆட்டுகிறாள். "என்ன சொல்கிறீர்கள், வேண்டுமா? வேண்டாமா?" என மறுபடியும் இளம்பெண் அவளை நடக்க அனுமதிக்காதவள்போல குறுக்கே நின்று கேட்கிறாள். கேட்டது மாத்திரமல்ல, சட்டென்று அவள் கைப்பையைத் தொடவும் செய்கிறாள். இவள் மூளை 'ஆபத்து, கவனமாய் இரு' என எச்சரிக்கவும், நிலைமை புரிந்து பெண்ணின் கையை வேகமாய்த் தட்டிவிட்டு மேலே நடக்கிறாள். திரும்பத் திரும்ப நடந்த வீதிகளிலேயே நடப்பதுபோலவும் கனவுலகில் சஞ்சரிக்கிற உணர்வும் வருகின்றன.

இவளைச் சுற்றியுள்ள மனிதர்களில் பெரும்பாலோர் ஆர்வத்துடன் நகரைச் சுற்றிப் பார்க்கிறார்கள். இவள் கண்கள் மட்டும், தேடலில் கழிகிறது. தேனீக்கள் போல கூட்டம் கூட்டமாக பிராஹா நகர சுற்றுலாத் தலங்களை மொய்க்கிற மனிதர்களிடை, பேருந்துகளில் பயணம் செல்வர்களிடை, உணவு விடுதி மேசைகளில், பூங்காவிலுள்ள இருக்கைகளில், கடைகளில் எதையோ வாங்குபவளாகவோ, அந்த முகத்தையும் அந்த முகத்துக்கு உடையவனையும் தேடுகிறாள். அவனைத் தேடி அலுத்த நேரங்களில் பிராஹா நகரத்தின் தெருக்களில் அலைகிறாள். நேற்று படகுபிடித்து வெட்லாவா நதியில் ஒரு மணிநேரம் பயணித்தது அலைச்சலின் வலியைக் குறைக்க உதவியது. நதிக்கரை ஓரமிருந்த பழமைவாய்ந்த பிராஹா நகரத்தில் கட்டிடங்கள், கலை அற்புதங்கள், பிராஹா கோட்டை, நேஷனல் தியேட்டர் எனப் பார்த்துக்கோண்டே போனபோது பத்தடி

நீளத்திற்கு ஒரு பெயர்ப்பலகை, அதில் ‘காஃப்கா மியூசியம்’ என்று எழுதியிருந்தது.

பிரான்சிலிருந்து புறப்படும்போது காஃப்காவோ, மிலென் குந்தெராவோ மனதில் இல்லை. வாகீசன் மாத்திரமே மனதில் இருந்தான். ஓர் இரவு வெகு நேரம் இலக்கிய உரையாடலை அவனுடன் நடத்தி அவள் தெரிந்துகொண்ட பெயர்கள் பிராஹா வாசிகளான குந்தெராவும் காஃப்காவும். வாகீசனைத் தேடி அலையும் கால்கள், காஃப்காவின் தடத்தைத் தேர்வுசெய்தபோதும் அதே ஆர்வத்துடன் நடந்தன. காஃப்கா பிறந்த வீட்டைப் பார்த்தாள். அவர் அடக்கம் செய்ததாக நம்பப்படும் யூதர்களின் புதிய கல்லறைக்கும் சென்றாள். யூதர்களின் பழைய கல்லறையில் காஃப்கா ஆவியாகத் திரிவதாகவும், ஆவியையேனும் சந்தித்துவிட வேண்டுமென்றும் ஒருமுறை பேச்சிடையே குறிப்பிட்டான், ஒருவேளை காஃப்காவைத் தேடி கல்லறைகளில் அலைந்து கொண்டிருப்பானோ?

எத்தனை நிமிடங்கள் நடந்திருப்பாள் அல்லது எவ்வளவு தூரம் நடந்திருப்பாள் என்று தெளிவாக உறுதிபடுத்தப் முடியவில்லை. யூதர்களின் பழைய கல்லறைக்கு முன்னால் நிற்கிறாள். கல்லறை நுழைவு வாயிலில் பெரிய இரும்புக்கதவு. ஓர் ஆள் உள்ளே நுழையலாம் என்பதுபோலத் திறந்திருக்கிறது. ‘இவ்வேளையில் திறந்திருக்கும் வழக்கமுண்டா?’ என்பதையெல்லாம் யோசிக்கும் மனநிலையிலில்லை. உள்ளே நுழைய முயன்றபோது, கதவு ‘கரகர’வெனக் கிறீச்சிட்ட சத்தம் அசாதரணமாக ஒலித்து நடுக்கத்தை ஏற்படுத்தியது. சற்றுமுன்புவரை அவளுடன் தொடர்ந்த வாசமும், வெப்பமும், மனிதர் குரல்களும் சட்டென்று அடங்கின. உறையவைக்கும் குளிரும், கல்லறை மணமும் இவளைச் சூழ்ந்தது. கண்ணெதிரே இருள் படுக்கைகளில் ஆழ்துயிலில் கல்லறைகள், ஒழுங்கற்ற வரிசைகளில் நேராகவும், சாய்ந்தும் கற்கள். மனிதர் வந்துபோகும் சுவடின்றி அநாதைகள் போலிருக்கின்றன. மெல்லிய இருளில் பொதிகள் குவித்திருப்பதுபோல புதர்களும் காட்டுச்செடிகளும். பராமரிப்பற்ற கல்லறை. கண்களை மூடித் தியானிப்பதுபோல நிற்கிறாள். காஃப்காவிற்காகவா, வாகீசனுக்காகவா எனக் குழம்பினாள். இமை மயிர்களில் மின்மினிப் பூச்சிகள் கரிய இருளின் சிலந்திக் கண்கள்போல ஒளிர்கின்றன. அச்சம் பிறாண்டியது, நாக்கு வறண்டு உடம்பு உதறி அடங்கியது. திரும்பி நடக்கலாம் என்று யோசித்தபோது ‘வள் வள்’ என்று சப்தம். எங்கிருந்து வந்ததெனப் பார்க்கிறாள். அவளைச்சுற்றி நான்கைந்து மீட்டர் தூரம்வரை மெலிந்த இருள். நாயின் தோற்றத்தில் எந்த ஜீவனுமில்லை. மெல்லிய

இருள்கூட்டிற்கு அப்பால் சற்றுத் தடித்த இருள், மரங்கள் அடர்ந்த புதர்களா வேறு ஏதேனுமா என விளங்கிக்கொள்ள இயலாத வகையில் மலைபோலகுவிந்து கண்ணுக்கெட்டியவரை நீண்டு வியாபித்திருந்தது. அவ்விருளிலிருந்து குரைத்த நாய் வெளிவருமா என்று காத்திருந்தாள்; வந்தால் தைரியமாகக் எதிர்கொள்வதெனவும் தீர்மானித்தாள். அவள் எதிர்பார்த்தற்கு மாறாக, எதிரிலிருந்த கல்லறை அசைவதுபோல இருக்கிறது. உடல் மீண்டும் வெடவெடக்கிறது, இதயம் வேகமாகத் துடிக்கிறது. திரும்பிப்பார்க்கக்கூடாதென்று தனக்குள் முணுமுணுத்துக்கொள்கிறாள். வேகமாக நடந்து கல்லறை வாயிற் இரும்புக் கதவை தள்ளித் திறந்து வெளியில் வந்ததும், இதய ஓட்டம் நிதானத்திற்கு வருகிறது. உடல் நடுக்கமும் தணிந்திருக்கிறது. வேகமாக சற்றுமுன் வந்த திசையில் நடக்கிறாள், அவளுக்கு முன்பாக ஒரு நாய்குட்டி. அவள் கட்டுப்பாட்டில் இல்லை என்பதுபோல கால்களிரண்டும் நாய்க்குட்டியைத் தொடருகின்றன. ஒருவேளை தேடலுக்கான விடையா? அலைச்சலுக்கான முடிவா? நாய்க்குட்டி அவளுக்கு முன்னால் ஓடிக்கொண்டிருக்கிறது. சிலுசிலுவென்று காற்றடித்தபோதிலும் உடலில் வெப்பம் உறைத்தது. மேலே போட்டிருந்த ஸ்வெட்டரை உருவித் தோளிற் போட்டுக் கொண்டாள். நாய்க்குட்டியை மறந்தவளாக குறுகலான வீதிகளிற் புகுந்து வடக்கே நடந்தபோது, சற்று முன்பிருந்த இடிபாடுகளில்லை. காற்றில் தற்போது இறுக்கமும் தூசும், ரெஸ்டாரெண்ட் மசாலாக்களின் வாசமும் தூக்கலாக இருக்கின்றன. பழைய நகரத்தின் மாலா ஸ்ட்ரானா பகுதி. ஸ்லாவ் மொழியில் உள்ள பெயர்களை நினைவுகூர்வது கடினம். பலமுறை சொல்லிப் பார்த்துக்கொண்ட பெயர்கள் தற்போது ஞாபகத்தில் இல்லை.

வெல்ட்டாவா நதியின் இருகரைகளையும் இழுத்துப் பிடித்திருப்பதுபோல சார்லஸ் பாலம், அதன் வாயிலில் நிற்கிறாள். இருள் மெல்ல மெல்ல நிரம்பிக் கொண்டிருக்கிறது. அவற்றில் மூன்றில் ஒரு பங்கு ஏற்கனவே நீரில் கரைந்திருந்தது. இருளோடு கலந்து சிலுசிலுவென்று காற்று. பாலத்தின் நுழைவாயிலில் ஒரு பெரிய கோபுரம். கோபுரத்தைக் கடந்ததுமே இடதுபுறம் உணவு விடுதிகள். நீரில் கால் நனைப்பதுபோல அமர்ந்துகொண்டு ஜோடி ஜோடியாக உணவருந்தும் மனிதர்கள். பாலத்தின்மீது நடப்பது சுகமாக இருக்கிறது. கரையோரங்கள் பொன்னாரங்களில் வைரம் பதித்ததுபோல மஞ்சள் ஒளியில் ஜொலிக்கின்றன. ஒளிரும் உல்லாசப் படகுகள், நீரின் சலசலப்பையும்; கால்களால் பாலத்தில் நீளத்தையும், சொற்களால் காற்றினையும்

கலகலப்பாக்கிக் கொண்டிருக்கிற மனிதர் சந்தடியைக் குலைத்துவிடக் கூடாதென்பதுபோல படகுகளின் எஞ்சின்கள் மெல்ல உறுமுகின்றன. இலைபோல சொகுசாய் நீர் இழுத்த இழுப்புக்கு உடன்பட்டு மிதந்து போகின்றன. அந்திப்பொழுதின் அழகைக்கூட்டப் பாலத்தின் நெடுகிலும் தெருப் பாடகர்கள், ஜாஸ் கலைஞர்கள், கிட்டார்களின் சிணுங்கல்கள், அவற்றில் மயங்கி நிரந்தரமாக பாலத்தின் கைப்பிடி நெடுகிலும் கல்லாய் சமைந்துவிட்ட பரோக் காலத்து கன்னங்கரேல் சிற்பங்களைப் பார்த்துக்கொண்டிருந்தபோது ஐரோப்பியர் இருவர் தண்ணீர் பக்கம் கைகாட்டுகின்றனர். "*Not there, look at your left!*" தலையை நிமிர்த்திப் பார்த்த நடுத்தர வயதைக் கடந்த பெண் "*yes yes, now I see*" என்கிறாள். இவள் வழக்கமாக உல்லாசப் பயணிகளிடம் காண்கிற செயல்கள்தானென நினைக்கிறாள். அவர்களுடன் சீனர்கள் கும்பலொன்று சேர்ந்துகொண்டது. அவர்கள் பேசுவதைப் புரிந்துகொள்ள முடியவில்லை என்கிறபோதும் அவர்கள் கைகளும் பார்வையும் ஐரோப்பியத் தம்பதிகள் பார்த்த திசைநோக்கி இருக்கின்றன. அடுத்த சில நொடிகளில் பார்ப்பவர் எண்ணிக்கை அதிகரிக்க நித்திலா எதிர்த் திசையிலிருந்த பாலத்தின் கைப்பிடியை நோக்கி ஓடுகிறாள். நதியிலிருந்த ஒரு படகில் பரபரப்பு, நீரில் இருவர் குதித்திருப்பது தெரிகிறது. இதற்குள் கரையோரம் சைரன் ஒலிக்க *hasič, sanitka* என்றெழுதிய வாகனங்கள். 'என்ன?' என்பதுபோல அருகிலிருந்த ஐரோப்பியரை விசாரிக்கிறாள். "தெரியவில்லை. நானும் உங்களைப்போல இப்போதுதான் வந்தேன்," என்கிறார். "படகிலிருந்து யாரோ ஆற்றில் விழுந்திருக்க வேண்டும்," அருகிலிருந்தவர் குறுக்கிட்டார். "பிறகு?" இவள். "பிறகென்ன, இது போன்ற விபத்துகளுக்கென்றுள்ள பாதுகாப்பு படையினர் நீரில் விழுந்த நபரைத் தேடிக்கொண்டிருக்கிறார்கள்."

கைத்தொலைபேசி ஒலிக்கிறது. எடுக்கிறாள். மறு முனையில் பாரதி.

"நித்திலா, எங்கிருக்கிற?"

"பிராஹாவில்தான் வேறெங்க. குழந்தை எப்படி இருக்கிறான்?"

"குழப்படி இல்லாமல் ஒழுங்காய் இருக்கிறான். உன் அக்கா கதைக்கவேணும் எண்டு சொன்னா, கொஞ்சம் பொறு. போனை அக்காட்டைக் கொடுக்குறன்."

"உன்ர மனசுல என்ன நினைக்கிற? நான் உயிரோடிருக்கவா வேண்டாமா? ஊரு சனங்களுக்குப் பதில் சொல்ல முடியலை. ஒழுங்கா ஊருக்கு வந்து சேர்!"

தொடர்ந்து அவள் ஏதேதோ புலம்பிக்கொண்டிருக்க இவள் போனைத் துண்டித்துவிட்டாள், இரண்டொரு நிமிடங்கள் கழித்து பாரதிக்குப் போன் போட்டாள். மறுமுனையில் பாரதியின் "ஹலோ!"

"அக்காள் இன்னும் பக்கத்தில் நிற்கிறாளா?"

"ஓம்!"

"அவளை எப்படியாவது சமாளி. நாளைக்கு நான் வாரன்."

"நீ போனதற்கு ஏதேனும் பலனுண்டா?"

"இதுவரை இல்லை. ஆனால் அவர் கிடைக்கும் மட்டும் தேடப் போறன். என்ன புதினம்?"

"சட்டத்தரணி தன்னை வந்து சந்திக்கச் சொன்னா."

"ரெண்டொரு நாளில் பார்க்கிறன் என்டு சொல்லு" என இவள் கூறிமுடித்ததும், மறுமுனையில் தொலைபேசி மூச்சிழந்தது. கைக்கடிகாரத்தில் நேரத்தைப் பார்த்தாள். இரவு ஒன்பது மணி. உடனே புறப்பட்டால்தான் பத்துமணிக்குள் ஒட்டலை அடைய முடியும். நாளைக்குக் காலையில் பிரான்சு செல்ல சௌகரியமாக இருக்குமென நினைத்ததும் வேகமாக மெட்ரோ ஸ்டேஷனை நோக்கிச் சென்றாள்.

சார்லஸ் பாலத்தின் வடக்கு வாயிலில் இறங்கி நடந்தபோது நதியை ஒட்டிய கூட்டம் கலையாதிருக்கிறது. கூட்டத்திடை நடுத்தர வயதில் தம்பதிகள் தனித்துத் தெரிந்தனர், பெரியவர் இந்தியர்போல இருந்தார். ஓரிரு வினாடிகள் அவரை அவதானித்தாள். பின்னர் தொடர்ந்து நடந்தாள். நடையில் முழுக்கவனத்தையும் செலுத்தாது இரண்டொருமுறை திரும்பிப் பார்க்கவும் செய்தாள். நிலவொளியின் மடியில் வெல்ட்டாவா நதி ஆழ்ந்த நித்திரையில் இருந்தது, நாய்க்குட்டி கூட்டத்தில் ஓரமாய் நின்றிருந்தது அது வீண் கற்பனைபோலவும் இருந்தது.

○

2

**பிராஹா, செக் குடியரசு: 2013 மார்ச் 29,
வெள்ளி காலை 8 மணி**

எனக்கு பூர்வீகம் புதுச்சேரி, பெயர் பாலன். கடந்த மூன்று வருடங்களாக பிரான்சு நாட்டில் இருக்கிறேன்.

பிராஹா நகரத்தைப் பார்க்கவென்று வந்த மூன்று நாள் பயணத்தில் இரண்டு நாட்கள் கழிந்து விட்டன. 'பிராஹா' புறநகர்ப்பகுதி ஓட்டலொன்றின் 19ஆவது மாடி எட்டாம் எண் அறை. மனம் தெளிவில்லாமல் இருக்கிறது. இத்தெளிவின்மை நேற்று காலையிலிருந்தா அல்லது அதற்கு முன்பேவா என்பது பற்றிய தெளிவின்மையையும் இதனோடு சேர்த்துக்கொள்ள வேண்டும். "காலை பத்துமணிக்கு ஓட்டல் அறையிலிருந்தும் மாலை ஆறுமணிக்கு பிராஹா நகரத்திலிருந்தும் வெளியேறியே தீர வேண்டும், அதுதான் நல்லது" எனத் திரும்பத் திரும்ப சொல்லிக்கொள்கிறேன். இருட்டுவதற்குள் ஜெர்மனுக்குள் நுழைந்துவிட்டால் பிறகு ஏறக்குறைய பழகிய சாலைகள்தான், அதிகாலைக்குள் பிரான்சில் இருக்கலாம்.

இமைகளை சங்கடத்துடன் திறந்த மறுகணம் அறையை நிரப்பியிருந்த அதிகாலைச் சூரிய ஒளி பார்வையைக் குருடாக்கியது. இடதுகை மார்பில் கிடந்த போர்வையைக் கீழே இறக்க ஒத்துழைத்த பின்பு கொஞ்சம் சௌகரியமாக ஒருக்களித்துப் படுக்கிறேன். போர்வையிற் கிடந்த வெண்ணிற

ஒளி கட்டில் விரிப்பில் பரவி நழுவியது. சூரிய ஒளியின் நேரடியான தாக்குதலிலிருந்து கண்கள் மீண்டிருக்கின்றன. தியானம் செய்வதுபோல விழிகளைமூடி அமைதியாக இருந்ததில் சில நிமிடங்கள் செலவாகியிருந்தன. புறவெளி காட்சிகளில் கவனம் திரும்பியது. மெல்லிய சன்னல் திரைகளின் மறுபக்கம் வெள்ளைவெளேரென்று மேகங்கள், ஒரு பகுதி பால்கனியின் கைப்பிடிக் கம்பிகளில் தலைவைத்திருந்தன. நீலச் சில்லுகளாக மேகங்களிடை வானம். தளத்திலிருந்து தரைவரை தொங்கவிடப்பட்டிருந்த சன்னல் திரைகளை ஊடுருவிக்கொண்டு மென்காற்றைச் சுமந்த ஒளிக் கீற்றுகளிலொன்று தோளை உரசியபடி கட்டிலின் மறுபக்கம் விழுந்திருக்கிறது. அவற்றில் சில கண்களை உறுத்த, இமைகளிரண்டும் தாமாக மூடித் திறக்கின்றன. அறையின் உட்தளத்தைப் பார்ப்பதுபோலத் திரும்பிப் படுக்கிறேன்; கதவருகே ஒன்று கட்டிலருகே ஒன்று எனக்கிடந்த ஷூக்கள், மூடப்படாத தண்ணீர் பாட்டில், முழுமையாக ஜிப்பிடத் தவறிய கைப்பெட்டி, மேசைமேல் திறந்து கிடந்த பர்ஸ், குப்பைக்கூடைக்கு வெளியிற் கிடந்த ஆரஞ்சு பழத் தோல்கள். அக்காட்சித் தொடரை மறுமுறை முடிவிலிருந்து ஆரம்பித்து ஒரு சுற்று கண்டு முடிக்கிறேன். இனி சந்திக்கவிருக்கிற உண்மைக்குத் தயாரானவன்போல கட்டிலின் இடதுபக்கம் எட்டும்வரை துழாவுகிறேன். கீழ்ப்பக்கமாகத் தொட்டுத் தொட்டுத் தடவியபடி கை முன்னேறியதும் எதிர்பார்த்ததுபோல அந்த அதிர்ச்சி. புசுபுசு வென்று இலைப்பழுப்பு நிற ரோமங்களுடன் முன் கால்கள் இரண்டையும் மடித்து முன்பக்கமாகக் கிடத்தி, வலது கால் கூர் நகங்கள் தெரிய தலையைப் பதவிசாக வைத்திருக்கிறது, காதுகள் இரண்டும் கண்களுக்கு இணையாக தலையின் இருபுறமும் ஒட்டிவைத்ததுபோல மடிந்து விழுந்திருக்கின்றன.

கிட்டத்தட்ட மூன்றுமாதமாக எழுதாமல் இருந்தேன். எழுதும்கை வேலை நிறுத்தம் செய்ய இல்லை. வெள்ளை பேப்பர்களுக்கோ எழுதுகோல்களுக்கோ பற்றாகுறையென்று எதுவும் கிடையாது. தவிர இருக்கவே இருக்கின்றன கணினியும், விசைப்பலகைக்கென ஒதுக்கப்பட்ட இரு விரல்களும். இருந்தும் எழுத உட்காருவதில்லை. உடல் ஆரோக்கியத்திற்குப் பழுதில்லை, உபயம் என் இளம் மனைவி அத்ரியானா, செக் நாட்டுப் பெண். ஆனால் மன ஆரோக்கியத்தைக் குலைக்கத் தீர்மானித்தவள்போல "இங்கே யார் உங்கள் எழுத்திற்காகத் தவம் கிடக்கிறார்கள், பிழைப்பைப் பாருங்கள்", என்கிறாள். ராசிபலனில் ஏதாவது ஏடாகூடமாகச் சொல்லப்பட்டிருக்கிறதா என்று பார்த்தேன், பிரச்சினையென்றால்

பரிகாரம் செய்துவிடலாம். தமிழ்த் தினசரிகளைப் புரட்டியதில் நாள், வாரம், மாதமென்று சில்லறைப் பலன்கள் இருந்தன. மூன்றுமாதப் பலன் சொல்கிற மொத்த வியாபாரிகள் இல்லை. அலுத்து கடைசியில், மாதப் பலனைப் பார்த்ததில்: “உங்கள் ஜன்ம ராசியில் சுக்கிரனும் ஆறில் செவ்வாயும் ஏழில் வக்கிர சனியும் உலவுவது சிறப்பாகும்” என்றிருந்தது. திரும்பினால் அத்ரியானா. “என்ன?” என்பதுபோலப் பார்த்தாள் “இல்லை, ராசிபலனைப் படித்தேன் ஏழில் வக்கிர சனி உலவுவது சரி, ஆறில் செவ்வாயையும் கண்டுபிடித்தால் எழுத உட்கார்ந்துவிடுவேன்” என்றேன். “கிரகங்களுக்கு மனிதர்களைத்தானே தற்போது அனுப்புகிறார்கள்” என்பது அவள் பதில். தொடர்ந்து, “உடம்பில் கொழுப்பு அதிகம், குறைந்தால் சோம்பல் தானாக விலகி விடும்” என்றாள். வீட்டுத் தபால் பெட்டியில் தென் சகாரா ஆப்பிரிக்கர்களில் பேயோட்டும் ‘மராபு’க்கள் எல்லாவகை சிக்கலிலிருந்தும் விடுதலை எனத் துண்டு விளம்பரங்களைப் போடுவதுண்டு. அவர்கள் இதுபோன்ற மனைவிகளிடமிருந்தும் விடுதலை வாங்கித் தருவார்களா எனக் கேட்க வேண்டும்.

தற்போதெல்லாம் அத்ரியானா அதிகம் வாய் திறப்பதில்லை, அதாவது எதிர்த்துப் பேசுவதில்லை. அதற்குத் தோராயமாக ஐந்து காரணங்களை முதல் தவணையாக ஊகித்து வைத்திருக்கிறேன். அந்த ஐந்தில் கூகுளும் ஒன்று. “கூகுளைக் கேட்டுத்தான் இந்த வீட்டில் எதுவும் நடக்கிறது” என்ற அவள் குற்றச்சாட்டு நியாயமானது. இரண்டு நாட்கள் சேர்ந்தாற்போல கணவனும் மனைவியும் வெளியூரில் இருந்துவிட்டு வருவது மூளையை உற்சாகப்படுத்த உதவும் என்பதுகூட கூகுள் கூறிய யோசனை. போன ஞாயிற்றுக்கிழமை மதிய உணவிற்குப் பிறகு “பால் சேர்க்காமல் ஒரு காப்பி கொடேன்” என மனைவிடம் கேட்டேன். உணவுக்குப் பிறகு பால் கலவாத காப்பி குடிப்பது எப்போதாவது அதிசயமாக நிகழும். பத்து நிமிட இடைவெளிக்குப் பிறகு காப்பியை எதிரிலிருந்த சிறுமேசையில் வைத்துவிட்டு, “கொஞ்சம் ஆறட்டும் பொறுங்கள்” என்றாள். அவள் கையில் ரிமோட் இருந்தது. பிரெஞ்சுத் தொலைகாட்சியில் செய்தி பார்த்துக்கொண்டிருந்த எனக்கு அவள் கையிலிருந்த ரிமோட்டைப் பார்த்ததும், அசம்பாவிதமாக எதுவும் நேர்ந்துவிடக்கூடாதென்ற எச்சரிக்கையுடன், “வருடம் பிறந்து எங்கும் போகவில்லையே!” எனக் குறுக்கிட்டேன். அவளிடம் பதிலில்லை. புருவங்கள் இரண்டும் மூக்கருகே இறங்கி மறுகோடியில் உயர, இமைகளும் அவற்றுடன் இணைந்து கொண்டன. விழி வெண்படலம் ஒரு நொடி உறைந்து மீண்டும் இயல்பு நிலைக்கு வந்தது. தொலைக்காட்சித் திரையும்

மூச்சடங்க, இருவருக்குமிடையில் அமைதி. கோப்பையின் மீது அவள் பார்வை, புரிந்து கோப்பையை எட்டித் தொட்டேன். கோப்பையின் விளிம்பைத் தாண்டிக் குதித்த திரவத் துளிகள் மேசையில் இரண்டு, விரித்திருந்த கார்ப்பெட்டில் இரண்டென்று விழுந்தன. மொத்தக் காப்பியையும் ஒரே இழுப்பில் உறிஞ்சி முடித்தேன். மறுபடியும் அவள் புருவங்கள் இரண்டும் ஒரு ராட்சத சிலந்தியின் கொடுக்குகள்போல உயர்ந்து அச்சுறுத்தின. "வரும் வியாழக்கிழமை பொது விடுமுறை தினம், பிறகு சனி, ஞாயிறென்று இரண்டு நாட்களும் விடுமுறை, இடையில் வெள்ளிக்கிழமை மட்டும் வேலை நாள். விடுப்பெடுத்துக்கொண்டு 'பிராஹா' வரை போகலாம்" என்றேன். 'பிராஹா' அத்ரியானாவின் பூர்வீக ஊர். அவளுடைய பெற்றோர்கள் மிலென் குந்தெரா போல, பிராஹா நகர சோவியத் ஆக்ரமிப்பின்போது பாரீஸ் வந்தவர்கள். அவர்களின் பூர்வீக நகருக்கு இரண்டுபேருமாக சேர்ந்து ஒருமுறை செல்லவேண்டுமென்ற அவளின் ஆர்வத்தை பல நாளாகத் தள்ளிப்போட்டு வந்தேன். ஆனால் "பிராஹா போகலாமா?" என்ற கேள்விக்கு அவளிடம் பதிலில்லை. அமைதியாகக் கோப்பையை எடுத்துச் சென்றாள். வழக்கம்போல எனது முடிவில் உறுதியாயிருந்தேன். பிரெஞ்சு சுற்றுலா வழிகாட்டியில் கொடுத்திருந்த நம்பகமான ஓட்டலொன்றில் மூன்று நாட்களுக்கு இருவர் தங்குதற்கான அறைக்கு முன்பதிவு செய்து, பாதிக் கட்டணமும் செலுத்தியாயிற்று.

நேற்று, காலை பதினொருமணிக்கு பிராஹா வந்துவிட்டோம். ஓட்டலைத் தேடிப்பிடிக்க அரைமணி நேரம் கூடுதலாகத் தேவைப்பட்டது. ஓட்டல் முன் நிறுத்தப்பட்டிருந்த வெளியூர் வாகனங்களில், மத்திய மற்றும் கிழக்கு ஐரோப்பிய நாடுகளைச் சேர்ந்தவை அதிக எண்ணிக்கையில் இருந்தன. புறநகர் என்றாலும் பொதுவில் நகரை அடையாளப்படுத்தக்கூடிய உணவகங்கள், அங்காடிகள், மருந்தகங்கள், சஞ்சிகை, செய்தித்தாள் கடைக ளென்று எதுவுமில்லை. மனிதர்கள் நடமாட்டமும் அதிகமில்லை; எப்போதாவது ஒன்றிரண்டு வாகனங்களும் – டிராம்களும் உறக்கத்தில் புரண்டுபடுப்பதுபோல நகரை இயக்கின. ஓட்டலைச் சுற்றிலுமிருந்த வீடுகளும் குடியிருப்புகளும் தாழ்வான பகுதியில் இருந்தன. தன்னைச் சுற்றியுள்ளவர்களை நம்பிக்கையற்றுப் பார்ப்பதுபோல 20 மாடிகளுடன் ஓட்டல் நின்றுகொண்டிருந்தது. காவி நிறமும், பராமரிப்பற்ற சுவர்களும், ஓட்டலில் நுழைவதற்கு முன்பாக பலமுறை யோசிக்க வைத்தன. "நீ என்ன நினைக்கிற?"

அத்ரியானாவிடம் கேட்டேன், பதிலில்லை. அவளிடம், "இந்த மூன்று நாட்களாவது கொஞ்சம் உற்சாகமாக இரு. கேட்டதற்குப் பதிலைச் சொல்லு" என்றேன். "எனக்கு ஊருக்குத் திரும்பவேண்டும் சம்மதமா? என்று ஏட்டிக்குப்போட்டியாகக் கேள்வி. "இப்படி சொன்னால் எப்படி?" சற்றுக் கடுப்புடன் கேட்டேன். விவாதத்தைத் தவிர்க்க அவள் கையாளும் வழக்கமான தந்திரத்தின்படி, பதில் சொல்லவில்லை. நான் சற்றுக் கூடுதலாக வாய்திறந்தால் நழுவி விடுவாள். குறைந்தது இரண்டுபேராவது இருந்தால்தானே சர்ச்சையிலோ விவாதத்திலோ இறங்க முடியும்?

ரிசப்ஷனில் இருந்த பெண் பிரெஞ்சு பேசினாள். எங்கள் இருவரின் அடையாள அட்டைகளை வாங்கி, கணினியில் தட்டிப் பெயர்களைச் சரிபார்த்தாள். அவற்றை ஒளிநகல் எடுத்து கோப்பில் வைத்துக்கொண்டாள். சாவியைக் கையில் கொடுத்து, "19வது தளம், அறை எண் எட்டு!" என்றாள். தொடர்ந்து இரு அட்டைகளைக் கொடுத்து, "இவை காலை உணவிற்கான அனுமதி அட்டை. நாளை காலை டைனிங் ஹாலிற்கு போகிறபோது மறக்காமற் கொண்டுசெல்ல வேண்டும். "டைனிங்ஹால் உங்கள் வலப்புறம் இருக்கிறது" என்றாள். பெரும்பாலான ஓட்டல்கள் மின்னணு அட்டைகளைக் கையிற் கொடுக்கிற காலம். பிராஹா இன்னும் இந்த இருபத்தொன்றாம் நூற்றாண்டுக்குள் வரவில்லையா? என ரிசப்ஷனிஷ்டிடம் கேட்டேன். "பிராஹா வந்துவிட்டது, எங்கள் ஓட்டல் வரவில்லை" என்றவள், சிரித்துக்கொண்டே "உங்கள் மிஸஸ் பேசமாட்டார்களா?" என்றாள். அவளுக்குப் பதில் சொல்வதுபோல இவள் முறுவலித்தாள். செக் மொழியில் என் மனைவி ஏதோ கூறினாள், ரிசப்ஷனிஷ்ட் வாய்விட்டுச் சிரித்தாள். மொழி, பெண்கள் இருவரிடமும் நெருக்கத்தை ஏற்படுத்தியிருக்கிறதென நொடியில் புரிந்தது. நானும் சிரித்தேன். "எங்கள் பேச்சு புரிந்ததா என்ன? நீங்கள் எதற்குச் சிரிக்கிறீர்கள்?" என ரிசப்ஷனிஷ்ட் என்னிடம் கேட்டாள். அவளிடம், "சொன்னால் கோபித்துக்கொள்ளக் கூடாது, "பிரெஞ்சு பேசியபோது அழகாய் இருந்தீர்கள்" என்றேன். "உங்கள் மனைவி?" என்பதுபோல அவள் பார்வை இருந்தது. அதைப் புரிந்துகொண்டவன்போல, "அவளைக் கூட செக் மொழி பேசியிருந்தால் காதலிருத்திருக்க மாட்டேன்" என்ற பதிலைக்கேட்டு இருவருமே சிரித்தார்கள். அத்ரியானாவிடம், "ஆபத்தான ஆள், கொஞ்சம் எச்சரிக்கையாய் இரு" என்று பிரெஞ் சில் கூறி, கண்ணை நொடித்தாள். "நம்முடைய இன்னொரு பக்கத்தை அவர் பார்க்கலை. பார்த்தால் புரிந்துகொள்வார்" என்று கூறிக்கொண்டே அத்ரியானா என்னைத் தள்ளினாள்.

காஃப்காவின் நாய்க்குட்டி

எதிர்பார்த்ததைவிட அறை விசாலமாக இருந்தது. இருவர் கட்டில் என்றாலும், என்னைப்போன்ற படுத்தால் உருளும் ஆசாமிகளின் சௌகரியத்திற்கேற்ப பெரிதாக இருந்தது. சலவைமணம் குறையா வெண்பனியைத் தூவியதுபோல விரிப்புகள், ஒருக்களித்து படுத்து கை நீட்டினால் வானத்தைத் தொட்டு நட்சத்திரங்களில் இரண்டொன்றைப் பறித்துவிடலாம். சில சில்லறை அசௌகரியங்களைச் சகித்துக்கொண்டால், இரவை சுகமாகச் செலவிட முடியுமென்ற நம்பிக்கை பிறந்தது. மேசையிலிருந்த தண்ணீர் பாட்டில் கவனம் பெற்றது. எடுத்து மூடியைத் திருகிக் கழற்றிவிட்டு பாட்டிலோடு குடித்தேன். நான் என்ன நினைத்தேனோ அது நடந்தது. பாட்டிலை வெடுக்கென்று பிடுங்கினாள்:

“பக்கத்திலே கண்ணாடி தம்ளர் வச்சிருக்காங்களே? அது கண்ணுல படலையா?” – அவள்.

“நான் பேசினா, வாய் திறப்பதில்லைன்னு இருப்பியே!”

“ஏட்டிக்குப் போட்டியா எதற்குன்னுதான் . . .”

“அதற்காக ஊமைமாதிரி இருக்கனுமா? உங்க நாட்டிற்கு வந்திருக்கிறோம். ரிசப்ஷனிஷ்ட்கூட நீ செக் மொழியில் பேசுவாய் என எதிர்பார்த்தாள்.”

“பேசவேண்டிய கட்டாயம் வரும்போது பேசினாற்போதும்” என்றவள், “அவசரம் என்றால் கூட தண்ணீரைப் பாட்டிலோடு குடிக்கக்கூடாதென்றால் குடிக்கக்கூடாதுதான். வீட்டிலேயே அனுமதிக்க மாட்டேன். வெளியிலே எப்படி?” என முடித்தாள்.

விவாதித்து என்ன ஆகப்போகிறதென்கிற தந்திரத்தை நானும் கடைபிடிக்க வேண்டியதாயிற்று. பதில் சொல்லவில்லை, தண்ணீரைப் பாட்டிலிலிருந்து கண்ணாடித் தம்ளரில் ஊற்றிக் குடித்தேன். அதிகாலையில் எழுந்து காரோட்டிவந்த களைப்பு இருந்தது. படுத்து கண்ணை மூடினேனே தவிர, உறக்கம் வரவில்லை. நெஞ்சில் வெப்ப திரவம் சுரந்தது, நா கசந்தது. பசித்தது. அவளுக்குப் பசியா? என்று கேட்வில்லை, இதற்கு முன்பும் கேட்டதில்லை. என் பசியைக்காட்டிலும் அவளும் பசியுடன் இருப்பாள் என்ற எண்ணம் சந்தோஷத்தை அளித்தது. ஒருவேளை நான் பசியுடன் இருப்பதை நினைத்து அவள் சந்தோஷப்பட்டால்?

அவள் இரண்டுநாட்கள்கூட சேர்ந்தாற்போல பட்டினி கிடக்கக்கூடியவள். எனக்கு உணவு இடைவேளைகளில் கூட ஏதேனும் கொறித்தாக வேண்டும். வெட்கத்தைவிட்டு, “எனக்குப்

பசிக்கிறது, இறங்கலாம். நல்ல ரெஸ்ட்டாரண்ட் ஏதேனும் பக்கத்தில் இருக்கிறதா, எனக்கேட்டு சாப்பிடலாம்" என்றேன். அவள் உதட்டைமடித்து சிரிப்பை விழுங்குகிறாள் என்பதைச் சாடையாகக் கவனித்தேன். இருவருமாக ஓட்டலிலிருந்து கீழே இறங்கியபோது மணி நான்கு. ரிசப்ஷன் பெண் தங்கள் ரெஸ்டாரெண்ட்டைக் கைக்காட்டினாள். பார் இணைத்த அந்த ரெஸ்டாரெண்ட்டில் என்ன கிடைக்குமோ என்ற சந்தேகம். பேசாமல் காரெடுத்துக்கெண்டு டவுனுக்கே போய்விடலாம் எனச் சொன்னேன். அத்ரியானா தலையாட்டினாள்.

வென்ஸ்லாஸ் சதுக்கத்தின் அருகே காரை நிறுத்திவிட்டு நடந்து போனோம். அருகிலேயே இரு ஷாப்பிங் மால்கள். பெரிதாக இருந்த முதல் ஷாப்பிங் மாலில் கூட்டம் அதிகம் தெரிந்தது. அதற்குள் நாங்கள் நுழைந்ததற்கு அதுவேகூட காரணமாக இருக்கலாம். சுழல் வாயில் எங்களைத் தடுத்து உள்வாங்கிக் கொண்டது. சீருடை தரித்த காவலரின் முறுவலை பெரும்பாலோர் பொருட்படுத்தவில்லை, என்னுடைய அத்ரியானா உட்பட. நவீன மால்களைச் சுற்றிவருவதைப் பிரார்த்தனைஆக்கிக்கொண்ட இளம்வயதுக் கூட்டம் நிரம்பிவழிந்தது. எதிரில் வந்த இளம்பெண்ணின் மார்பில் படிந்திருந்த எனது பார்வையை "வழிஞ்சதுபோதும்! எதிரே பார்த்து நட!" என்ற அத்ரியானாவின் வார்த்தைகள் திசைமாற்றின. முதற் தளத்தில் இருந்த கடைகளை அவதானித்தபடி எஸ்கலேட்டரில் இருவருமாக ஊர்ந்து மூன்றாவது தளத்திற்கு வந்தோம். மூன்றாவது தளம் ஃபுட் கோர்ட். உணவுவிடுதிகள், உணவகங்கள், துரித உணவகங்கள், மேசைகள், நாற்காலிகள்; நீண்ட வரிசைகள், வரிசைமுடிவில் சுருக்கமான செக் மொழி அல்லது வித்தியாசமான உரையாடல்கள். குறுகியநேரக் காத்திருப்பிற்குப் பிறகு பர்கர், கோக் அல்லது ஆவி பறக்கும் காபியுடன் தங்கள் மேசைக்குத் திரும்புபவர்கள் என உணவு நேரம் கலகலப்புடன் இருந்தது.

சீன ரெஸ்டாரெண்ட் ஒன்றில் 'எனக்குப் பிடித்ததை' ஆர்டர் கொடுத்து, சாப்பிட்டோம். நகரத்தின் பழைய பகுதிக்குப் போகலாமா எனது இளம் மனைவியிடம் கேட்டேன், பதிலில்லை.

"அத்ரியானா! நம்ம இரண்டுபேரையும் இளம் தம்பதிகள்னு சொன்னா ஒருத்தரும் நம்ப மாட்டாங்க! மனசுலே என்ன இருக்கு? எதுவா இருந்தாலும் எங்கிட்ட வெளிப்படையா சொல்லு!" என்றேன், பின்னர் யோசித்ததில் வேதாளம் முருங்கையில் ஏறக்கூடிய ஆபத்தை உணர்ந்து, "வேண்டாம், விடு! வந்த இடத்துலே எதற்குப் பிரச்சினை? சந்தோஷமா இரண்டுநாளைக்கு இருந்துட்டுப் போகலாம்," என நான்

சொற்களைச் சிக்கனப்படுத்திய மறுகணம், வழக்கம்போல அவள் கண்களிரண்டும் சில நொடிகள் என்னை ஆழமாகப் பார்த்தன. அதேவேளை என்ன பேசலாம் என மனதிற்குள் பழகிக்கொண்டதுபோல வார்த்தைகள் வந்தன.

“பாலா! இதுபோல நீ பேசி, எத்தனை நாளாச்சு தெரியுமா? சொன்ன மாதிரி வந்த இடத்துலே எதற்குப் பிரச்சினை. உண்மையிலே எனக்குப் பேச நிறைய இருக்கு. ஆனா இங்கே வேண்டாம்.” நடந்தாள்.

பிராஹா நகரின் புகழ்பெற்ற வானியல் கடிகாரம் இருக்கும் இடத்திற்கு வந்திருந்தோம். ‘பதினைந்தாம் நூற்றாண்டின் ஆரம்பத்தில் இக்கடிகாரத்தை அங்கே வைத்தார்கள் என்றும், அதன் பின்னர் ஹனுஸ் என்ற நபர் அதன் வடிவையும் வேறுபல நுட்பங்களையும் சேர்த்தார் என்றும், வேறொன்றை அதுபோல வடிவமைத்துவிடக்கூடாதென அவர் கண்களைப் பறித்து விட்டதாகவும்,’ வழிகாட்டிப் பெண்மணி ஒருத்தி அவரைச் சூழ்ந்திருந்த சுற்றுலாப் பயணிகளிடம் ஜெர்மன்மொழியில் கூறியதை, அத்ரியானா எனக்குப் பிரெஞ்சில் அல்லது ஆங்கிலத்தில் விளக்குவாளென எதிர்பார்த்தது நடக்கவில்லை.

அங்கிருந்து சார்லஸ் பாலம், இடதுபுறம் உணவு விடுதிகள். இருள் மெல்ல மெல்ல கவிந்துகொண்டிருந்தது. படகில் செல்லும் உல்லாசப்பயணிகளைப் பார்த்ததும், எனக்கும் பயணம் செய்யும் ஆசை. வெல்ட்டாவா நதியில் இரவுவேளையில் படகிற் செல்ல அதிர்ஷ்டம் வேண்டும் எனக்கூறக் கேட்டிருக்கிறேன். பக்கத்தி லிருந்த நபரிடம் இந்த நேரத்திற்கு “டிக்கெட் கிடைக்குமா?” எனக் கேட்டேன். அவர், “பாலத்தின் வாயிலில் அருகிலேயே *Vodouch* என்கிற சிறு படகுகள் கிடைக்கும், நாற்பத்தைந்து நிமிடப் பயணம். பெரியவர்களென்றால் 290 குரோன், யூரோவில் 10 அல்லது 11 யூரோ. இரவு 7மணிக்குக் கடைசிப் படகு இருக்கிறது” என முழுத்தகவலையும் அளித்தார். கையில் கட்டியிருந்த கடிகாரத்தைப் பார்த்தேன், இன்னும் 45 நிமிடங்கள் இருந்தன. மீண்டும் சார்லஸ் பாலம் நெடுக நடந்து மறுகரைவரை போய் வர நேரம் சரியாக இருக்குமென்றேன். அவள் ‘ம்’ என்று சிணுங்குவதுபோல தலையை இருமுறைஅசைத்து முடித்ததும், அவள் கரத்தைப்பற்றி விரல்களில் முத்தமிட்டேன். அவள் உள்ளங்கையை எடுத்து என் மார்பில் வைத்தேன்.

“கேட்கின்றதா?” என்றேன்.

“எது?”

"இதயத்துடிப்பு?" என்ற பதிலை விளங்கிக் கொள்ளாததைப் போல அவள் பாவனை செய்ததை நம்பி, சீரியஸாக அவளுக்கு விளக்கினேன். "என்னுடைய இதயத்துடிப்பு நின்றிருக்குமோவென்ற சந்தேகம், அதனால் கேட்டேன்", என்றேன்.

"பாலா! உன் மேலே நம்பிக்கை வரவேண்டுமென்றால் இதுபோன்ற பிதற்றல்களை நிறுத்து. நீ இப்படிப் பேசுகிற போதெல்லாம், அது உண்மை இல்லைண்ணு புரிஞ்சுகிட்டேன். என்னைச் சீண்டாதே!", என்றவள், வேகமாக நடந்து பாலத்தில் கைப்பிடியைப் பிடித்துக்கொண்டு நின்றாள். அவள் கட்டியிருந்த புடவையின் முந்தானை, நடந்த வேகத்தில் இடுப்பிலிருந்து விடுபட்டுக் காற்றில் பறந்தது. ஓடிச்சென்று அவள் கையைப் பிடித்தேன், உதறினாள். என் கண்களை குறிவைத்துப் பார்த்தாள். அதுபோன்றதொரு பார்வையை இதுநாள்வரை அவளிடம் கண்டதில்லை. அதுதான் முதல்முறை. எல்லாம் ஒரு கணநேரம் தான், தலையை வெடுக்கெனத் திருப்பிக் கைப்பையிலிருந்து ஒரு டிஷ்யூ பேப்பரை எடுத்து கண்களைத் துடைத்துக்கொண்டாள். என்னுடைய கண்களையோ முகத்தையோ பார்க்க விருப்ப மில்லாதவள்போல வானத்தை நோக்கி சில நொடிகள், கழுத்தை ஒடித்து திருப்பி அடிவானத்தை வெறிப்பதுபோல, பாலத்தின் மறுபக்கம் உறுமிக்கொண்டு செல்லும் படகொன்றை அவதானித்த படி சில நொடிகளென்று இருந்தாள். எனக்குப் பொறுமை இல்லை, குறுக்கிடுவது அவசியமென்று தோன்றியது. மீண்டும் அவள் கையைப் பற்றினேன், எதிர்ப்பில்லை. அனுமதியாக எடுத்துக்கொண்டு, கையை விட்டுவிட்டு, இடுப்பை வளைத்துப் பிடித்து இறுகத் தழுவினேன். என் மார்பில் புதைந்து தேம்பி அழுதாள்.

"அத்ரியானா! *S'il te plaît*, உன் மனசிலே என்ன இருக்கு? சொல்லிட்டு அழு, நான் வேண்டாங்கல! எல்லாத்தையும் மனசுக் குள்ளே வைத்துப் புழுங்கிக்கொண்டிருந்தால் எனக்கெப்படித் தெரியும்? உனக்கெதிரா எந்தக் குற்றமும் நான் செய்யலை? அப்படி உன் மனசுலே ஏதாச்சுமிருந்தா அழிச்சுடு!"

"இங்க எதுவும் வேண்டாம். நாம ஓட்டலுக்குத் திரும்பலாம். நாளைக்கே பிரான்சுக்குத் திரும்பணும். உண்மையிலே நீ எனக்கு ஏதாவது நல்லது செய்யணுமென்று எண்ணமிருந்தால் முதலில் அதைச் செய்."

"படகுலே போறதுக்கு வாங்கின டிக்கெட்டை என்ன செய்யறது?"

"என்ன வேணா செய், எனக்கு விருப்பமில்லை."

"இல்லை அத்ரியானா, இந்த ஒரு விஷயத்துலே என் ஆசையை நிறைவேற்றியாகணும். நாளைக்கே நீ சொல்வதுபோல ஓட்டலைக் காலி செய்துட்டு பிரான்சுக்குத் திரும்பலாம்."

அவள் திரும்பவும் முரண்டுபிடிப்பவள்போல கைப்பிடிச் சுவரைப் பிடித்துக்கொண்டு திரும்பி நின்றாள். கோபம் வந்தது. அவள் கையைப் பிடித்து இழுத்துக்கொண்டு படகுத் துறைக்கு நடந்தேன்.

○

3

பிராஹா, செக் குடியரசு: 2013 மார்ச் 28, வியாழன் இரவு 8 மணி

புனித நிக்கோலாஸ் தேவாலயத்தின் பக்கமிருந்த ஒரு திறந்தவெளி. மறுநாள் அங்கு நடக்கவிருக்கிற வோல்க்ஸ்வாகன் மாரத்தானுக்காக ஏற்பாடுகள் மும்முரமாக நடந்துகொண்டிருந்தன. கத்தோலிக்கத் திருச்சபைக்கு எதிராக முதன்முதல் கலகக்குரல் எழுப்பியதற்கு உயிரோடு எரிக்கப்பட்ட ஜான் ஹன்ஸ் சிலையைக் கடந்து நிமிர்ந்தபோது 'நமெஸ்த்தி பிரான்ஸ் காஃப்கி' என்று எழுதியிருந்தது. சுவரில் கொடுக்குகளை முடக்கிக்கொண்ட சிலந்திபோல மார்பளவு காஃப்கா சிலை. முகத்தில் நமக்குப் பழகிய அதே கடுகடுப்பு. கீழே உணவகம், பிற தளங்களில் குடியிருப்புகள். உணவகத்தை நோக்கி நடந்தேன். சர்வர் ஒருவர், ட்ரே ஒன்றில் இரண்டு கண்ணாடித் தம்ளர்களில் நுரைபொங்க பீரை எடுத்துச்சென்றார். முற்றம்போலவிருந்த வெளியில் மேசை நாற்காலிகளை ஒழுங்குவரிசைகளில் பரப்பியிருந்தார்கள். மேசைகளில் விரிப்புகளும் அவற்றின்மீது மனிதர்களை எதிர்பார்த்து விசிறி போல மடித்துவைத்த நாப்கின்; இருபக்கமும் கத்தியும் முள்கரண்டியுமாக வெள்ளைவெளேரென்று பீங்கான் தட்டுகளும், கண்ணாடிக் கோப்பைகளும் ஒரு வித நேர்த்தியுடன் காத்திருந்தன. போட்டிருந்த மேசைகளில் ஒன்றில் மட்டும் இரண்டு இளைஞர்கள் இருந்தனர். பீர் அவர்களுக்குத்தான் சென்றது. கண்ணாடித் தம்ளர்கள் இரண்டையும் மேசைமீது வைத்துவிட்டு, அவர்களிடம் சர்வர்

பேசிக்கொண்டிருந்தார். பேசி முடிக்கட்டுமெனக் காத்திருந்தேன். நான் நிற்பதைக் கவனித்து, வந்தார். ‘அஹொய்’ என ஸ்லாவ் மொழியில் ஹல்லோ சொன்னேன். பிராஹா வருவதற்கு முன்பாக செக் மொழியில் சில சொற்களை தெரிந்து வைத்திருந்தேன். சர்வரும் ‘அஹொய்’ என்றார். அவர் என் சங்கடத்தைப் புரிந்து கொண்டவர்போல ஆங்கிலத்தில் கேட்ட கேள்விகளுக்குப் பதில் சொல்லிவிட்டு, இந்த இடத்திற்கும் ‘காஃப்கா’விற்கும் என்ன சம்பந்தமென்றேன். “இது காஃப்கா பிறந்த வீடு” என்று பதில் வந்தது. தொடர்ந்து “உள்ளே வாருங்கள்” என்று ஆங்கிலத்தில் அழைப்பு. சந்தோஷத்துடன் அவரைத் தொடர்ந்தேன். உள்ளே மேசை நாற்காலிகள் போட்டிருந்தும் மனிதர்கள் இல்லை. சுவர் முழுக்க காஃப்கா சம்பந்தப்பட்ட படங்கள். கையிலிருந்த காமிராவை சர்வரிடம் கொடுத்து படங்கள் எடுத்துக்கொண்டேன். படம் எடுத்து முடித்த பிறகுதான் பக்கத்தில் அத்ரியானா இல்லாதது உறைத்தது. அவரிடம் கொஞ்சம் பொறுங்கள் என்று சொல்லிவிட்டு வெளியில் வந்தேன்.

அவள் இல்லை! என்னைச் சுற்றிலும் பார்வையை ஓடவிட்டேன். புடவைக் கட்டிய செக் நாட்டுப் பெண் எவராவது தெரிகிறார்களா என்று பார்த்தேன். கண்ணிற் படவில்லை. நினைவுப் பொருட்கள் வாங்கவென்று ஏதாவது கடையில் நுழைந்திருப்பாளா? பீர் குடித்துக்கொண்டிருந்த இளைஞர்களிடம், “சாரி அணிந்த இந்த ஊர் பெண்ணைப் பார்த்தீர்களா?” என முதலில் பிரெஞ்சிலும் பின்னர் ஆங்கிலத்திலும் கேட்டேன். நுரை ஒட்டிக்கிடந்த மேலுதட்டுடன் இருவரும் கையை விரித்தார்கள். சர்வர் வெளியில் வந்தார், அவர் பின்னால் ஒரு பழுப்பு நிறத்தில் கனிஷ் ரக நாய்க்குட்டி. அவரிடம், “மனைவி என்னுடன் வந்தாள். அவளைத் தேடுகிறேன்”, என்றேன். “இல்லையே! நீங்கள் வந்ததைப் பார்த்தேனே, தனியாகத்தானே இருந்தீர்கள். உங்களுடன் நீங்கள் சொல்வதுபோல யாரையும் பார்க்கவில்லையே” என்றார். “ஒருவேளை ஏதாவது கடையொன்றில் நுழைந்திருப்பார்களோ? என்று கேள்வியை எழுப்பினார். நான் பதில் சொல்வதற்கு வாய் திறந்தபோது “என்னை மன்னியுங்கள்” எனக்கூறிவிட்டு, வந்தமர்ந்த வாடிக்கையாளர் ஒருவரைக் கவனிக்கச் சென்றார். கவலையுடன் அந்த இடத்தைவிட்டுக் கிளம்பியபோது, ரெஸ்டாரெண்ட் நாய்க்குட்டி ஓடிவந்தது. “சர்வர்” எனஅழைத்து அவர் கவனம் என்பக்கம் திரும்பட்டுமெனக் காத்திருந்து நாய்க்குட்டியைக் காட்டி, “என் பின்னால் வருகிறது, கூப்பிடுங்கள்” என்றேன். சர்வர், “எங்களுடையது இல்லை. காஃப்காவை பார்க்கவந்த ஞாபகமா நாய்க்குட்டியை நீங்களே வைத்துக்கொள்ளுங்கள்” என்றார். சர்வருடன் விவாதிக்கும் மனநிலையில் இல்லை,

எட்டி நடைபோட்டேன். நாய்க்குட்டி என்னைத் தொடர்ந்தது, பொருட்படுத்தாமல் வேகமாக நடந்தேன். 'நமெஸ்த்தி பிரான்ஸ் காஃப்கியில்' ஏதோ ஒரு கடையில் பல்லை இளித்துக்கொண்டு இருக்கிற மனைவியைக் கண்டுபிடித்தாக வேண்டும்.

ஒவ்வொரு கடையாக உள்ளே நுழைந்து வெளியில் வந்தேன். ஒருமணிநேரம் கழிந்தது. பதற்றமும் கவலையும் சேர்ந்துகொண்டது. நேரெதிரே, கடைக்குள் ஒரு கும்பல், தமிழர்கள்போலிருக்க ஓடினேன். பெண்கள் வானியல் கடிகாரங்களை விலைபேசிக் கொண்டிருக்க, ஆண்கள் ஓரமாக நின்றுகொண்டிருந்தார்கள். அவர்கள் பேசிய விதத்தை வைத்து புதுச்சேரித் தமிழர்கள் என்று விளங்கிற்று. மனதிற்குக் கொஞ்சம் தெம்பாக இருந்தது. என்னை நோக்கிப் புன்னகைத்த ஒருவரை நெருங்கி நடந்ததைச் சுருக்கமாகச் சொன்னேன். "எல்லா இடத்திலும் தேடினீங்களா?" எனக் கேட்டார். "இல்லை இன்னமும் 50 கடைகளுக்குமேல் பார்க்க வேண்டியிருக்கு." அவர், "மதாமிடம் போன் எதுவும் இல்லையா? இருந்தால் உடனே போன்போட்டுப் பேசுங்க", என யோசனை சொன்னார். "இல்லை" என்றேன். "என்ன தம்பி இந்தக் காலத்துலே இப்படி இருக்கீங்க! எவ்வளவு பெரிய பிரச்சினையிலே தவிக்கிறிங்க பாருங்க!" என்று இரைந்தார். கடையின் இயக்கமே நின்றுவிட்டது. அதற்காகவே காத்திருந்தது போல கூடிநின்ற தமிழர்களிடம்: "ஒண்ணுமில்லை, இந்தத் தம்பியுடைய மதாம் அவரை விட்டுட்டுப் போய்ட்டாங்களாம்" என்றார். எல்லோருடைய முகங்களும் சட்டென்று என்பக்கம் திரும்பின. அவர்கள் பரிதாபத்தின் சுமைதாங்க முடியாமல் முகம் கவிழவேண்டியதாயிற்று. இரண்டொரு நிமிடங்களுக்குப் பிறகு தலையை நிமிர்த்தியபோது, என்னைக்காட்டிலும் கூடுதலாக அவர்கள் வருந்துவதைப்போல நின்றுகொண்டிருந்தார்கள். "போனமுறை நாம லூர்துக்குப் போன இடத்துலே, மதாம் ஸ்தனிஸ்லாஸ்கூட இப்படித்தான் எங்கோ போயுட்டு நம்மளை அரைநாள் அலையவுட்டாங்க, ஞாபமிருக்கா?" என்றார். முதலில் நான் விசாரித்த மனிதர் என்னைத் தனியாக அழைத்துப் போனார். "உங்களுக்குள்ள சண்டை கிண்டை எதுவுமில்லியே?" எனத் தமக்குள்ள சந்தேகத்தைத் தெளிவுபடுத்திக்கொள்ள விரும்பியவர்போலக் கேட்டார். "இல்லை" என்று தலையாட்டினேன்.

"சரி, அவங்க எப்படி இருப்பாங்க?"

"வெளிர் பச்சையிலே காட்டன் புடவை கட்டி இருப்பாங்க. என்னைவிட கொஞ்சம் உயரம் இருக்கலாம். ஐரோப்பியப் பெண்ணில்லையா நல்ல நிறமா இருப்பாங்க, செம்பட்டை முடி, பூனைக்கண்கள், வேறென்ன சொல்ல. . . யோசிக்கிறேன்."

"நல்லவேளை அவங்களுக்கு புடவைகட்டி அழைத்து வந்தீங்க. இல்லையென்றால், இந்தக் கும்பலில் எப்படிக் கண்டுபிடிப்பீங்க. உங்க மொபைல் நெம்பரையும் ஓட்டல் அட்ரஸையும் கொடுங்க. வழியில் சந்திக்க முடிந்தால் அனுப்பிவைக்கிறோம். இது என்னுடையது, உதவி தேவைன்னா போன் பண்ணுங்க!", என்றார்.

வார்த்தைகளில் அவசரம் தெரிந்தது. அவரோடு வந்த மற்றவர்கள் தலையைத் திருப்பியிருந்தார்கள். என்னை ஒரு பல்லியைப் பார்ப்பதுபோல அருவருப்புடன் பார்த்துக்கொண்டு போனார். கடையை விட்டு வெளியில் வந்தேன். எனக்காகக் காத்திருந்ததுபோல வாசலில் குத்துக்காலிட்டு உட்கார்ந்திருந்த நாய்க்குட்டி என்னைத் தொடர்ந்தது; பொழுது விழுந்திருந்தது. மின்விளக்குகளின் ஒளி வெள்ளம். மனிதர்கள் கழிவுபோல அதில் மிதக்கிறார்கள். சிலர் ஓரமாகப் போடப்பட்டிருந்த சிமெண்ட் இருக்கைகளில் அமர்ந்தபடி பேசிக்கொண்டிருக்கிறார்கள். சிலர் கைவீசிச் செல்கிறார்கள். சிலர் தோள்மேல் கைபோட்டு நடக்கிறார்கள். விதவிதமான ஆடைகளில் ஆண்களும், பெண்களும், குழந்தைகளுமாய்ச் சலசலக்கிறார்கள். அக்கும்பலில் வெளிர் பச்சையில் காட்டன் சாரி அணிந்த பெண்மணி ஓர் ஒற்றை நூலாகக் கூட இல்லை. "பிசாசு, இங்கே ஒருத்தன் எப்படி அவதிப்படுவான் என்பதைக்குறித்து யோசிக்க வேண்டாம்", வாய்விட்டுத் திட்டினேன். கிழக்கு – ஐரோப்பிய நாடுகளில் பெண்களுக்கு எதிரான சமூக விரோதிகள் அதிக மென்று கேள்விப்பட்டிருக்கிறேன், இருந்தாலும் இவள் விஷயத்தில் பயப்படும்படி எதுவும் நடந்திருக்க வாய்ப்பில்லை. எத்தகைய நெருக்கடியிலும் சிராய்ப்பு இல்லாமல் மீளக்கூடியவள். ஆகவே இக்கண்ணாமூச்சி விளையாட்டிற்கு அவள் மட்டுமே காரணமாக இருக்க முடியும். என்னை அலைக்கழிக்க வேண்டுமென்றே திட்டமிட்டுச் செய்திருப்பாள். வரட்டும், இதற்குச் சரியான தண்டனை கொடுப்பேன்.

சில நொடிகள் ஓரமாக நின்று யோசித்தேன். யோசிக்க யோசிக்க விபரீதக் கற்பனைகள். நித்திலாவுக்குப் போன்போட்டு விஷயத்தைத் தெரிவிக்கலாமா? இதுபோன்ற நெருக்கடிகளிலிருந்து என்னை மீட்கக்கூடியவள் அவள் ஒருத்திதான் என்று தோன்றியதும் கையிலிருந்த ஸ்மார்ட் போனில் அவள் எண்ணை அவசரமாக ஒற்றினேன். 'ஸ்விச்சிட்' ஆப்," என்று பதில் வந்தது. அமெரிக்காவும் – மேற்கத்திய நாடுகளும் சதிசெய்திருக்க வேண்டும் என எனது இடதுசாரி மனம் சந்தேகித்தது. அத்ரியானா, நித்திலா இருவர்போக என்னுடைய பெண்களில் எஞ்சியிருப்பது புதுச்சேரியிலிருக்கும் அக்காளின் ஏக புதல்வி ஈஸ்வரி ஒருத்திதான், அவளாவது

விக்கினங்களின்றி இருக்கவேண்டுமென இஷ்ட்ட தெய்வங்களை வேண்டிக்கொண்டு புதுச்சேரிக்குப் போன் போட்டேன், மறுமுனையில் கரகரவென்ற குரல் அம்மா.

'அலோ! அலோ. . ! யாரு போன்ல?'

"பாலா பேசறேன். அக்கா, ஈஸ்வரியோட நம்ம வீட்டுலேதான இருக்காங்க. பக்கத்திலே இருக்காளான்னு பார்த்து சொல்லு!"

"என்ன திடீர்னு அர்த்தராத்திரியிலே ஈஸ்வரிமேல அக்கறை. அந்த வெள்ளைக்காரபொண்ணு என்ன ஆனா?"

"ஈஸ்வரி எங்கேம்மா?"

"வழக்கம்போல கட்டிலில் மூத்திரம் போயிட்டா, அவ அம்மா டாய்லெட்டுக்கு இழுத்துப்போயிருக்கிறா."

பதிலைக்கேட்டதும் சப்பென்று ஆகிவிட்டது. போனைக் கட்செய்துவிட்டு எதார்த்தத்திற்கு வந்தேன். மழை தூறல்போட்ட படி இருந்தது. வெளிர் நீல சீருடையில் ஆணும் பெண்ணுமாக செக் நாட்டு காவலர் இருவர் காதலர்போல நடந்துபோவதைப் பார்த்ததும், அவர்களிடம் முறையிடுவது நல்லதென்று தோன்றியது. வேகமாக நடந்துசென்று அவர்கள் முன்னே நின்றேன். பெண் போலீஸ்காரி ஆசியக் கறுப்பன் ஒருவனைத் திடீரென்று எதிர்பார்த்திருக்கமாட்டாள். அவள்மீது ஏதோ நான் விழவந்ததைப்போல நினைத்து என்னைத் தடுத்து நிறுத்தி ஸ்லாவ் மொழியில் ஏதோ கூறினாள். எனக்கு விளங்கவில்லை. "மன்னிக்க வேண்டும். ஒரு பிரச்சினையை உங்களிடம் சொல்ல வேண்டும்", என்றேன். இருவருக்கும் ஆங்கிலம் புரியவில்லை. அதே வாக்கியத்தை பிரெஞ்சில் திரும்பவும் சொன்னேன். கொஞ்சம் பொறு எனக் கைகாட்டிவிட்டு இருவரும் வாக்கிடாக்கியில் பேசினார்கள். ஐந்து நிமிடம் கழித்து, சதுக்கத்தின் மறுபக்கம் ஒரு காவல்துறை வாகனம் வந்து நின்றது. அவர்களுக்கு மேல்அதிகாரியாக இருக்கவேண்டும். ஆனால் அவரும் இவர்களை ஒத்த வயதுடையவராக இருந்தார். எங்களிடம் வந்ததும், அவர்கள் இருவரையும் விசாரித்தார். வந்தவரிடத்தில் ஸ்லாவ்மொழியில் விளக்கினார்கள்.

"என்ன பிரச்சினை?" என நேராக என்னைப் பார்த்து ஆங்கிலத்தில் கேட்டார்."

நடந்ததைச் சுருக்கமாகக் கூறினேன். தமது சகாக்களிடம் நான் கூறியதை அவர் சொல்லி முடித்ததும், அவர்கள் சிரித்தார்கள். அதிகாரியும் சிரிக்கிறார். என் முகம் இறுகியதைக் கண்டதும் அவர்கள் சிரிப்பு நின்றது. என்னிடம் அதிகாரி:

“எங்களுக்குப் பிரச்சினைக் கொடுக்கிற இரண்டாவது இந்தியர் நீங்கள்!”

“என்ன சொல்கிறீர்கள், எனக்கு விளங்கவில்லை” – நான்.

“கொஞ்ச நேரத்திற்கு முன்பாக இந்தியர் ஒருவரின் மனைவி படகிலிருந்து வெட்லாவா நதியில் தற்கொலைக்கு முயன்றதாக தகவல் கிடைத்தது. தற்போது உங்கள் பிரச்சினை. சம்பவம் நடந்து ஒருமணிநேரம்கூட ஆகவில்லை. அதற்குள் எங்களிடம் வந்திருக்கிறீர்கள். நல்லது, அவர்கள் எந்த இடத்தில் உங்களைவிட்டுக் காணாமற்போயிருப்பார் என நினைக்கிறீர்கள்?”

“காஃப்கா வீட்டெதிரே!”

“திரும்ப அந்த இடத்திற்கே போங்கள். அநேகமாக உங்கள் மனைவி அங்கே இருப்பார். இல்லையென்றால் வரும்வரை காத்திருங்கள். வந்துவிடுவார்.”

“வரவில்லை என்றால்?”

“முதலில் உங்களை விசாரிப்போம். உங்களுக்குள் எந்தப் பிரச்சினையும் இல்லையென்றால் அவர்கள் கிடைப்பாங்க. எங்கேயும் போயிடமாட்டாங்க. அங்கேயே போய்க் காத்திருங்க. இதென்ன நாய்க்குட்டி?”

அவர் கைகாட்டிய திசையிற் பார்த்தேன். நாய்குட்டி பதவிசாக நின்றுகொண்டிருந்தது. நான் திரும்பியதும் வாலை ஒருமுறை ஆட்டி, முன் கால்களைத் தூக்கி எனது முழங்கால்கள் மீது வைக்க முயல்வதும், முனகுவதுமாக இருக்க, கையால் அதனைத் தள்ளினேன்.

“உங்கள் நாய்குட்டியா?” என்ற அதிகாரியின் கேள்விக்கு என்ன பதில் சொல்வதெனத் தெரியாமல் தலையாட்டினேன்.

“உங்கள் மனைவி இருக்கும் கடை அல்லது இடம் அதற்குத் தெரிந்திருக்கலாம்”, எனக்கூறிய அதிகாரி தமது சகாக்களுடன் புறப்பட்டுப் போனார்.

அவர்கள் மறைந்ததும், நாய்க்குட்டியைப் பார்த்தேன். கண்களிரண்டும் மின்சார ஒளியில் செரீஸ் பழங்களைப்போல மின்னுகின்றன. மேலுதட்டைத் தடவும் நாக்கு கன்னங்கரேலென்றிருந்த மூக்கில் முட்டுகிறது. அதன் பழுப்புநிற ரோமங்களில் அலைபோல எழுந்து மறையும் மனிதர்களின் கால் நிழல்கள். ஷூவுக்கு மேலிருந்த பேண்ட் மடிப்பை நாய்க்குட்டி கவ்வி இழுத்தது. அதன் தலையில் கை வைத்து ஒதுக்கித் தள்ளினேன். தள்ளிநின்று காதுகளை உயர்த்தி என்னை வெறித்துப் பார்க்கிறது.

சிறுவன் ஒருவன் நாயை முட்டுவதுபோல் சைக்கிளில் வேகமாய் வந்தான். நான் பாய்ந்து குட்டியைத் தூக்குவதற்குள், முன் சக்கரம் அதன் குதத்தை உரசிக்கொண்டு நின்றது. என்னிடத்தில் ஸ்லாவ் மொழியில் மன்னிக்க வேண்டும் என்ற அர்த்தத்தில் 'ப்ரமிண்ட்' என்றான். நாய்க்குட்டியைத் தூக்கி மார்பில் அணைத்துக்கொண்டு காஃப்கா வீட்டை நோக்கி நடந்தேன்.

இரவு மணி பத்து. கடந்த ஒரு மணிநேரமாக நாய்க்குட்டியும் நானுமாக காஃப்கா வீட்டெதிரே நிற்கிறோம். துரித உணவகங் களைத் தவிர மற்ற கடைகள் மூடப்பட்டுவிட்டன. மனிதர்களின் பேச்சரவம் அடங்கி இருந்தது. ஜான்ஹன்ஸ் சிலையருகே குவிந்திருந்த இருளைப் பயன்படுத்திக்கொண்டு ஒரு ஜோடி கலவியில் மும்முரமாக இருந்தது. தலையைத் திருப்பிக் கொண்டேன். நாய்க்குட்டிகூட வெட்கப்பட்டதுபோல எனது மார்பில் தலையைப் புதைத்தது. அதன் மூச்சோடு கலந்திருந்த வெப்பம் நீர்ப்பரவலாக மார்பை நனைத்தது.

எஞ்சியிருந்த மக்களும் அவசரத்தில் இருந்தனர். பெரும்பாலோர் சுற்றுலாப் பயணிகளாக இருக்க வேண்டும். அதோ அது! அதிசயமாக அத்ரியானாவைப் போல புடவை கட்டிய ஒருத்தி. ஒருவேளை அத்ரியானாதானா? சான்ஸே இல்லை. இவள் நல்ல உயரமாக இருந்தாள். அதுவும் தவிர இவளுடைய ஓவர்கோட்டின் கீழ் அரக்கு வண்ண பார்டரில் காஞ்சிபுரம் பட்டு நெளிந்தது.

"மேடம் ப்ளீஸ் ஸ்டாப்!" பைத்தியக்காரனைப்போல ஓடி அப்பெண்மணியின் எதிரே நின்றேன். சுவாசத்தை சீராக்கிக் கொள்ள சில நொடிகள் தேவைப்பட்டன, நான் திடீரென்று இப்படி துரத்துவதுபோல ஓடி வந்து நின்றது அதிர்ச்சியைத் தந்திருக்க வேண்டும். மின்சார ஒளியில் புருவங்களை உயர்த்தி அகலத்திறந்த விழிகளை மூடாமல் வியப்புடன் என்னை நோக்கினாள்.

"வாட்ஸ் தெ மேட்டர்?" எனக்கேட்டவள், அடுத்த வினாடி "நீங்கள் தமிழரா?" எனச் சுத்தமான தமிழில் கேட்டாள், இன்றைக்கு எனக்கு நடந்த அதிசயங்களைப் பார்க்கிறபோது, அப்பெண்மணி தமிழ் பேசியது எனக்கு வியப்பைத் தரவில்லை.

"என் மனைவி உங்களைப்போல ஒரு ஐரோப்பியப் பெண். இருவரும் பிரான்சிலிருந்து வந்திருந்தோம். சார்லஸ் பாலம்வரை என்னுடன் இருந்தாள். படகுச் சவாரியும் செய்தோம், அதன் பிறகு காணவில்லை. கடந்த இரண்டு மணிநேரமாகத் தேடிக்கொண்டிருக்கிறேன். உங்களைப் புடவையில் பார்த்ததும்

கேட்டுப் பார்க்கலாம் என்று தோன்றியது, இப்படி அநாகரீகமாகத் தடுத்துத் தொந்தரவு கொடுத்ததற்கு மன்னிக்கணும்."

"போலீஸ் கிட்ட கம்ப்ளெயிண்ட் பண்ணியிருக்கலாமே?"

"அவங்க கொஞ்சம்கூட பொறுப்பில்லாம நல்லாத் தேடி பார்த்துட்டு கிடைக்கலைன்னா நாளைக்கு வந்து பார்க்கச் சொல்லியிருக்காங்க."

"அப்படியா? நாளைக்கு வென்ஸ்லாஸ் சதுக்கம் மியூசியம் கிட்ட காலை 10 மணிக்கெல்லாம் வந்திடுங்க. நான் உங்களை அழைத்துப்போகிறேன். எனக்குத் தெரிந்த காவலதிகாரி ஒருவர் இருக்கிறார், அவரிடம் பிரச்சினையைத் தெரிவிக்கலாம். எதிர்பார்க்கலாமா, வந்திடுவீங்க இல்லையா?"

"இரவுவரை பார்க்கிறேன், கிடைக்கவில்லையென்றால் அவசியம் வருகிறேன்" என்றேன். பெண்மணி தன்னுடைய விசிட்டிங் கார்டைக் கொடுத்தார். வாங்கிக்கொண்டு திரும்பி நடந்தேன். மீண்டும் ஒருமுறை பார்வையால் அலசினேன். ம். . . இல்லை. மார்பு முன்பைக் காட்டிலும் வேகமாக அடித்துக் கொண்டது. திரைப்படக் கதாநாயகிகள்போல பின்புறமாக வந்து கண்களைப் பொத்தி, "என்ன பயந்திட்டீயா?" என்று கேட்டு சிரிக்கமாட்டாளா, எனக் கற்பனை செய்து பார்த்தேன். அப்படியொன்று நடந்தாலும் அவளுக்கு காஃப்காவின் முகம் போல கடுகடுப்பாக இருக்குமே தவிர சிரிக்கமாட்டாள்.

நேரம் கடந்துகொண்டிருந்தது. மனித நடமாட்டம் சுருங்கிக் கொண்டிருந்தது. மின்வெளிச்சம் மங்கவும், இருள் தமதிடத்தை உறுதிசெய்யும் அவசரத்திலுமிருந்தது. ஏமாற்றத்தின் உச்சத்தில் வீதியோரமாக உட்கார்ந்தேன். நாய்க்குட்டி, அருகிற் தயங்கி அமர்ந்தது. கையை அதன் வயிற்றில் கொடுத்துத் தள்ளினேன். ஒன்றிரண்டு அடிகள் தள்ளி, கால்கள் மடிய தலைக்குப்புற விழுந்தது. ஒரு நிமிடம் அதிர்ச்சிக்குள்ளானேன். அதனை வெளிக்காட்டிக் கொள்ளாமல் அமைதியாய் இருந்தேன். இரண்டொரு நிமிடங்கள் எங்களுக்கிடையே இடம்பிடித்த மௌனம், கசந்தது. நாய்க்குட்டி தலையைத் தூக்கி, காதுகள் விடைக்க, கண்மணிகள் ஒளிரப் பார்க்கவும் எழுந்தோடித் தூக்கி மார்பில் வாரிக்கொண்டேன். வெதுவெதுப்பான உடல் ஸ்பரிசம் எனக்குத் தேவையானது. மனைவியின் உடல் வாசம் அதன் ரோமக் கணுக்களில் மினுங்கிக்கொண்டிருப்பதை நாசி உணர்ந்திருக்க வேண்டும். முகத்தை இறக்கி மூக்கு அழுந்த அதன் ரோமங்களை சுவாசிக்க நினைத்தவன் அணைத்துக்கொண்டு நிற்கிறேன். நாய்க்குட்டி அழுமா? ஈரப்பிசுபிசுப்பை முகத்தில்

உணர்ந்தபோது மழை தூரலாக மறுபடியும் விழ ஆரம்பித்தது. மிச்சமிருக்கிருக்கிற இரவைத் துணையுடனோ வேறுவகையிலோ கழிக்கும் மனநிலையில் என்னைத்தவிர பிறமனிதர்கள் இருப்பார்கள் என்ற எண்ணம் தோன்றிய மறுகணம் மனதில் சூன்யமும் வெறுப்பும் அசூயையும் நிரப்பின.

"போகலாமா?"

குரல் நாய்க்குட்டியிடமிருந்துதான் வந்திருந்தது. குழப்பத்துடன் அதைப் பார்த்தேன். ஏதாவது கனவுகினவு காண்கின்றேனா? மனதிற்குள் என்னை நானே கேட்டுக்கொண்டேன்.

"கனவில்லை நிஜம்." நாயின் வாயசைவும், அதனுடன் இணைந்த குரலும், என் எண்ணத்தைப் படித்ததுபோல குழப்பத்தைத் தீர்த்தன. ஒருவித பயம், திடீரென்று நெஞ்சில் கசிந்து அடிவயிற்றில் இறங்கியது. மறுகணம், ஏதோ அருவருப்பான பொருளைத் தொட்டதுபோல நாய்க்குட்டியை கைகளின் பிடியிலிருந்து உதறினேன். கீழே விழுந்த நாய்க்குட்டி, எழுந்தோடி அருகில் வந்தது:

"நீ தேடிப் பலனில்லை. எங்கு தேடினாலும் கிடைக்க மாட்டாங்க."

அதிர்ச்சியிலிலிருந்து மீளாமல் உறைந்துபோய் பார்த்துக் கொண்டிருக்கிறேன்.

"உன் மனைவியைத்தானே தேடற. அவங்க கிடைக்க மாட்டாங்க."

". . ."

"ஏனென்றால் அது நான்தான்."

'ஏதாவது பேய் பிசாசாக இருக்குமோ?' மீண்டும் மனதிற்குள்.

"பேயுமில்லை பிசாசுமில்லை. அத்ரியானா! உன் மனைவி. நம்புவதென்றால், ஓட்டலுக்குத் திரும்பலாம்."

வேறொரு கணமாக இருந்தால், 'எனக்கு இரண்டுமொன்றுதான்' என வேடிக்கையாகச் சொல்லியிருப்பேன். மனைவி கடித்ததில்லை. நாய் கடித்தால் இந்த நள்ளிரவில் என்னசெய்வதென்ற அச்சம். எதற்கு வம்பென்று, எவரோ என்னை வழி நடத்துவதுபோல, பேருந்து, டிராம் எனப்பிடித்து தங்கியிருந்த ஓட்டலை அடைந்த போது அன்றிரவு பன்னிரண்டைக் கடந்திருந்தது.

4

பிராஹா, செக் குடியரசு: 2013 மார்ச் 29, வெள்ளி காலை 9 மணி

வெளி உலகின் இயக்கமும் அது தொடர்பான ஓசைகளும் அறையில் துண்டிக்கப்பட்டிருந்தன. மனிதர்களின் பேச்சுகள் இல்லை; பறவைகளின் கீச்சுகளில்லை. பல்லி கொட்டும் 'உச்சோ'; எங்கோ தூரத்தில் கேட்கிற தெரு அல்லது வீட்டு நாயின் குரைப்போ; கா. . . கா. . .வென்ற கரைதலோ, தங்கள் அறைக்குத் திரும்பும் அல்லது ஓட்டல் அறையைக் காலிசெய்யும் மனிதர்களின் காலடி சப்தங்களோ இல்லை. அறைக்கு எதிரே இருக்கிற லிப்டின் கதவுகள்கூட தமது திறப்பதும் மூடுவதுமான தொழிலை நிறுத்திவிட்டதோ என்கிற ஐயம். ஓசைக்குப் பழகிப் பழகி ஏதாவது காதில் விழுந்தாக வேண்டும், அது நாடித்துடிப்பாக இருந்தால்கூட பரவாயில்லையென மனம் விரும்பியது.

குழாயில் வெந்நீர் வருகிறது. சலவை மணம் குறையாத படுக்கை விரிப்புகளை ஒவ்வொரு நாளும் மாற்றுகிறார்கள். அறையில் சீரான வெப்பம். எனவே ஓட்டல் நிர்வாகத்திடம் சொல்லக் கூடிய பிரச்சினைகள் எதுவுமில்லை என்பதைப் புரிந்துகொண்டிருப்பீர்கள். கட்டிலின் இடப்பக்கம் நேற்றுபோலவே அது அமைதியாகப் படுத்திருந்தது. இமைகளிரண்டையும் மூடியிருந்தது. கூடுதலான வெளிச்சம் அதன் கண்களை உறுத்தியிருக்கக்கூடும். எனக்கும் அப்போதுதான் உறைத்தது. கண்களில் படிந்திருந்த அதிகப்படியான சூரிய வெளிச்சத்தைத் தடுக்கும் பாவனையில் வலது கையைப் எடுத்து

கன்னத்தை ஒட்டி நிறுத்த, விழிகளும் முழுமையான பார்வை கிடைத்த சந்தோஷத்தில் அறையின் நான்கு பக்கமும் பார்வையைச் செலவிட்டன. அறைக்குள் சூன்யம், நாடி அடங்கிய சவம்போல கிடக்கிறேன். நான்கு சுவர்களும் கட்டிலோடு என்னைச் சுமந்துசெல்ல தயாரென்பதுபோல நிற்கின்றன. அதிலிருந்து மீண்டு, உட்தளத்தை வெறித்தபடி இருந்தேன். பத்து அல்லது பதினைந்து நிமிடங்கள் நீடித்திருக்கும், பேசாமல் ஓட்டல் நிர்வாகத்திடம் நிலைமையைத் தெரிவித்துவிடுவது உத்தமம் என்று தோன்றியது. ஏற்கனவே பலமுறை உதித்த யோசனைதான். அதாவது நேற்று முதன்முதலாக அத்ரியானா இடத்தில் நாய்க் குட்டியைப் பார்த்ததுமுதல் என வைத்துக்கொள்ளலாம்.

தாகமாக இருந்தது. 'நா'வென்று ஒன்று இருக்கிற உணர்வே இல்லை, அத்தனை வறட்சி. கட்டிலின் மறுமுனையையொட்டி சிறு மேசையில் அரை பாட்டில் தண்ணீர் மிச்சமிருந்தது. போர்த்தியிருந்த விரிப்பை உதறிவிட்டு, செருப்பைத் தேடி எடுக்கப் பொறுமையின்றி எழுந்து சென்று பாட்டிலை எடுத்துக்கொண்டு, மீண்டும் பால்கனி சன்னலை ஒட்டிப் போட்டிருந்த நாற்காலியில் அமர்ந்தேன். பாட்டில் தண்ணீரை, எப்போதும் செய்வதுபோல மேசைமீதிருந்த கண்ணாடித் தம்ளரில் ஊற்றாமல், வாயைத் திறந்து தொண்டைகுழிக்கு நேராக பாட்டிலைக் கொண்டுபோனபோது, மூளையில் பளிச்சென்று அந்த யோசனை. மறுகணம் சந்தோஷம் சிவ்வென்று தலைமுதல் கால்நகக் கணுக்கள்வரை பரவ, அதை முகத்திற் காட்டாமல் கட்டிலிற்கிடந்த நாய்க்குட்டியைப் பார்த்தேன். நாய்க்குட்டி சொல்வதுபோல் அதுதான் அத்ரியானா எனில், கண்ணாடித் தம்ளரில் ஊற்றாமல் பாட்டிலோடு நான் தண்ணீர் குடிப்பதை அனுமதிக்கக்கூடாது. வாயைத்திறந்து பாட்டிலை நாட்டப்போகும் சமயம் எதிர்பார்த்ததுபோலவே நாய்க்குட்டி 'உர்' என்றது. பாட்டில் வாய்க்கு நேராக சாய்த்தபடியிருக்க ஓரக்கண்ணால், சாடையாகக் கவனித்தேன். நாயின் தலை, முன் இரு கால்களுக்கிடையில் அமைதியாகக் கிடந்தது. இலேசாகப் புன்னகைத்துவிட்டு பாட்டிலின் அடிப்பகுதியைச் சற்று உயர்த்த தண்ணீர் வாயில் விழுந்த நேரம், மீண்டும் மனிதர் கனைப்பதுபோல ஒரு சத்தம். பாட்டிலைக் கையில் பிடித்துக்கொண்டு "என்ன?" என்பதுபோலப் பார்த்தேன்.

"அப்படி குடிக்கக்கூடாது என்று சொல்லியிருக்கேன்? என் பேச்சைக் கேட்க கூடாதென்று முடிவெடுத்திருந்தால். நாய்க் குட்டியாகக்கூட உனக்கு முன் இருக்க விருப்பமில்லை."

"நிஜமா நீ?"

"உன் மனைவிதான். தலையிலடிச்சு சத்தியம் செய்யவா?"

"அவசியமில்லை. நம்பலாமென்று நினைக்கிறேன். என்ன நடந்தது?"

"விலங்கில் இருந்து மனிதஇனம் பிறந்ததா சொல்லலையா? இங்கே அதற்கு எதிரா நடந்திருக்கிறது. எனக்கு இந்த வாழ்க்கை பிடிச்சிருக்கு."

"என்ன நாய் வாழ்க்கையா?" – சிரிக்கிறேன்.

"எதற்குச் சிரிக்கிற? சக நாய்கள் மனிதர் வாழ்க்கை ஒரு பிழைப்பா? என இளக்காரமாகக் கேட்பது உங்களுக்குத் தெரியுமா? நாய் வாழ்க்கையில் உள்ள சௌகரியங்கள் உங்களுக்கிருக்கிறதா? உதாரணத்திற்கு எங்களுக்குள்ள கட்டற்ற சுதந்திரம்? நீயே பார்! எனது கால்களில் எவ்வித தளையுமில்லை. விரும்பினால் இப்போதே ஓட்டலை விட்டு வெகுதூரம் நடக்க முடியும். உடை, இருப்பிடக் கவலைகள் என்பதெல்லாம் எங்களுக்கில்லை. அதிலும் நான் எழுத்தாளன் நாய்."

குபுக்கென்று சிரிப்பு வந்தது, வாயில் விழுங்காமலிருந்த நீர் கட்டிலில் படுத்திருந்த நாயையும் கட்டில் விரிப்பையும் நனைத்தது. வெள்ளை கட்டில் விரிப்பில் நீரில் நனைந்த இடங்கள் சாம்பல் நிறப் புள்ளிகளாக மாறின.

"எழுத்தாளன் நாய்?"

"நம்ப முடியவில்லை? ஓவியர், சிற்பி, பாடகர், ஆசிரியர் என்றெல்லாம் தொழில் அடிப்படையில் மனிதர்கள் இருக்கிற போது எங்களிடமும் இருக்கக்கூடாதா? காஃப்கா வீட்டு நாய் ஞாபகம் இருக்கட்டும்."

"ஏது தன்னைப் பற்றி புலன்விசாரணை செய்கிறதே அந்தச் சிறுகதை நாயா? அது கிழட்டு நாய் ஆயிற்றே?"

"எதுவானா என்ன? ஊர் பேர் தெரியாத தமிழ் எழுத்தாளன் மனைவின்னு சொல்லிக்கொள்வதைக் காட்டிலும், காஃப்கா வீட்டு நாயெனச் சொல்லிக் கொள்வதில் பெருமை!"

"அதற்கென்ன உன்னை வென்ஸ்லாஸ் சதுக்கத்தில் கொண்டுபோய் விடறேன். காஃப்காவின் நாயென்று தண்டோரா போடு. எத்தனைபேர் நம்பறாங்கண்ணு பார்ப்பம். கதையிலே சொல்லலாம். எழுதிட்டு மீஎதார்த்தமெனலாம். நிஜங்கிறது வேற. தாராளமா பெருமைப்படு, நான் வேண்டாண்ணு சொல்லலை. தற்போது எனக்குள்ள கவலையெல்லாம் இதை மற்றவர்கள் நம்பவேண்டுமே என்பதுதான். உனக்குச் சிக்கல்களில்லை. என்னை

யாரும் பைத்தியக்காரனென்று சொல்லாமலிருக்கணும். நேற்று போலீஸ்காரன் என்ன சொன்னான் தெரியுமா? நீயும்தானே காதுகொடுத்துக் கேட்ட. முதலில் என்னை விசாரிக்கணு மென்றான். அவர்கள் மேலே தவறே இல்லை. சட்டப்படியும் அறத்தின்படியும் குடும்பத்திற்கும், நம்மைச்சார்ந்த சமூகத்திற்கும் நான் பதில் சொல்லி ஆகவேண்டும்."

நாய் 'வள் வள்' என்று குரைத்தது.

"பேசிக்கொண்டிருந்த உனக்கு என்ன ஆனது? திடீரென்று குரைக்க ஆரம்பிச்சுட்ட?"

"உன் மேல் கோபம். நீ குரைத்தபோதெல்லாம் நான் கேட்டிருக்கிறேனே."

திரும்பவும் காதை விடைத்துக்கொண்டு, கண்கள் மின்ன தலையை உயர்த்தி சில நொடிகள் 'உர்' என்று ஆரம்பித்து தொடர்ந்து 'வள்! வள்!'

உண்மையில் கோபம் வந்தது. மனைவியைக் கொல்வதை விட நாய்க்குட்டியைக் கொல்வதில் சிரமம் அதிகமில்லை. ஒரு நாய்க்குட்டியின் மரணத்தைப் பற்றி கேள்விகேட்க யார் இருக்கிறார்கள்? பேசாமல் சன்னலைத் திறந்து தூக்கிப் போட்டு விடலாமா? அந்த எண்ணத்தைப் பிறகு மாற்றிக்கொண்டேன். 'எழுத்தாளன் நாய்' என்ற விஷயம் ஆர்வத்தைக் கொடுத்தது. கடந்த ஆறுமாதமாக எழுதாமலிருந்த மூளைக்கு என்னவோ நேர்ந்ததுபோலப் பரபரத்தது.

"எங்கே, என்னிடம் ஒரு கதைசொல். உண்மையில் காஃப்கா வின் நாய்க்குட்டியா இல்லையா என பிறகு தீர்மானிக்கிறேன்."

"இப்போதைக்கு முடியாது. எனக்கு நல்ல பசி. காலை உணவிற்கு இறங்குவாய் இல்லையா? எனக்கு ஏதேனும் கொண்டுவா, சொல்றேன்."

தண்ணீர்ப் பாட்டிலை எடுத்த இடத்தில் வைத்துவிட்டு, கட்டிலில் இருந்த நாய்க்குட்டியை வாரி எடுத்து பலமுறை தலைக்குமேலே உயர்த்திப்போட்டுப் பிடித்தேன். கீழே டைனிங் ஹாலுக்கு சாப்பிடச்செல்லும் போது, கூடுதலாக சில நாட்களுக்கு அறையைக் கொடுக்க முடியுமா எனக் கேட்க வேண்டும். இல்லை யென்றால் வேறு அறையாவது எடுக்க வேண்டும். பிராஹா நகரத்தில் இன்னும் சில நாட்கள் இருப்பதென முடிவாயிற்று.

5

பாரீஸ், பிரான்சு: 2012 மார்ச் 24,
சனி மாலை 7 மணி

மனைவி பந்தத்தைத் தாலி உறுதிபடுத்துகிறது: தமிழர் நம்பிக்கையைக் குலைக்காமல் பார்த்துக் கொள்வேன்–பிரான்சு நாட்டுப்பெண் அறிவிப்பு!

"புதுச்சேரி, மார்ச் 10 – 2012: கணவன் மனைவி பந்தந்தை 'தாலி' உறுதிபடுத்துகிறதென்ற செய்தியை எனது திருமணத்தின் மூலம் அறிந்தேன் பிரான்சு நாட்டு மணப்பெண் அத்ரியானா தெரிவித்துள்ளார். புதுவை மாநிலத்தைசேர்ந்த முதலியார்பேட்டையை சேர்ந்தவர் வாழ்முனி மகன் பாலன் (28). கேட்டரிங் டெக்னாலஜி முடித்த இவர், பாரீஸில் உள்ள தமிழர் நடத்தும் உணவு விடுதிஒன்றில் பணியாற்றி வந்தார். அங்கு செக் குடியரசைச் சேர்ந்த அத்ரியானா (22) என்பவர் அறிமுகமானார். இவர்களது நட்பு காதலாக மலர்ந்தது. சந்திக்கும் போதெல்லாம், தமிழகத்தின் திருமண முறை பற்றியும், சடங்குகள் குறித்தும், அத்ரியானாவுக்கு பாலன் விளக்கியுள்ளார். இதைக் கேட்டு வியப்படைந்த அத்ரியானா தங்கள் திருமணமும் தமிழ்முறைப்படி நடக்க வேண்டும் என, விருப்பம் தெரிவித்தார். இதன்படி, பாலன் 20 நாட்கள் விடுமுறையில், அவரை அழைத்துக் கொண்டு புதுச்சேரி வந்தார். பெற்றோரிடம் தனது திருமணம் குறித்துத் தெரிவித்தார். முதலில் மறுப்புத் தெரிவித்த பெற்றோர்கள் பின்னர் சம்மதித்தனர், பின்னர் இந்திய தமிழ் கத்தோலிக்க மதத்தவர் வழக்கப்படி சர்ச்சிலும், பெண்ணின் விருப்பத்தின்படி மணக்குள விநாயகர் கோவிலில் மாலைமாற்றிக்கொண்டும்

திருமணம் செய்துகொண்டார்கள். இரு நிகழ்ச்சிகளிலும் உறவினர்களும் நண்பர்களும் கலந்துகொண்டு மணமக்களை வாழ்த்தினார்கள். மணப்பெண் அத்ரியானா கூறுகையில், 'இது எனது வாழ்க்கையில் மிக முக்கியமான தருணம். பிற சடங்குகளைக் காட்டிலும் தாலிகட்டுதல் எனும் சடங்கு மிகவும் பிடித்திருந்தது (ஆர்வத்துடன் கையிலெடுத்துக் காட்டினார்) அதை கழுத்தில் கட்டிக்கொண்டபிறகு கணவரை நினைத்துக் கடைசிவரை வாழும் தமிழர் நம்பிக்கையை குலைக்காமல் பார்த்துகொள்வேன்" என கண்களில் ஒளிபொங்கக் கூறினார் (தமிழ்த் தந்தி).

"மிகவும் ஆர்வத்துடன் படித்துக்கொண்டிக்கிறன்னு நினைக்கிறேன்? அப்படி என்ன எழுதியிருக்காங்க அதுலே?"– எதிரில் வந்தமர்ந்த அத்ரியானா.

"*Pourquoi ce retard?* அரைமணிநேரமா காத்திருக்கேன், இதைப் பார்" – நான்.

அத்ரியானா ஆர்வத்துடன் தினசரியைப் பார்த்தாள். நான் விரித்தும் மடித்தும் காட்டிய நாளிதழின் மூன்றாவது பக்கத்தில், இருவரும் மணக்கோலத்தில் இருக்கும் படங்கள். முதல்படத்தில் 'நான் அவளுக்குத் தாலி கட்டுகிறேன். மற்றொன்றில் அவள் கழுத்தில் தொங்கும் தாலியை வலது கை விரல்களால் பத்திரிகை யாளருக்குக் காட்டியபடி நிற்கிறாள்.

"வாவ்! *Nos photos!* புதுச்சேரி திருமணத்திலெ எடுத்தது. என்ன போட்டிருக்காங்க?"

"தமிழ்த் தினசரி. நேற்று '*Gare du nord*இல் வாங்கி வந்தேன். நம்ம கல்யாணத்துக்கு பத்திரிகைகாரர்களெல்லாம் வந்திருந்தார் களில்லையா? நீகூட தாலி பற்றி அவங்கக்கிட்டே பேசின, அதைச் செய்தியாகப் போட்டிருக்கிறாகாங்க." வாய்விட்டுப் படித்தேன்.

"புரியலை. ஆங்கிலத்திலாவது பிரெஞ்சு மொழிலாவது என்ன எழுதியிருக்கிறதென்று சொல்லேன்!" – அத்ரியானா.

பிரெஞ்சில் விளக்கினேன். பத்திரிகைச் செய்தியில் அவளுக்கு ஆர்வமில்லை என்பது தெரிந்தது.

"கிடக்கட்டும். இந்தியாவிலிருந்து நாம வந்து ஒருவாரம் முடியப்போகுது. 'ஹனி மூனெல்லாம்'கூட மறந்து ஆளுக்கொரு பக்கம் இருக்கோம். ஒரு வாரத்துலே அப்பார்ட்மெண்ட் கிடைச்சுடும், பிரச்சினை இல்லைன்னு சொன்ன. கெடு முடிஞ்சு போச்சு. காலி பண்றதா இருந்தால் குறைந்தது இரண்டு மாதம் முன்பாக நான் அப்பார்ட்மெண்ட் சொந்தக்காரங்களுக்குத் தெரிவிக்கணும். உன்னிடமிருந்து உறுதியான பதில் வரலைன்னா,

எனக்குச் சிக்கல். இந்தியாவில் இருந்தபோது கொஞ்சம் அதிகம் சேர்ந்திருக்க சந்தர்ப்பம் கிடைச்சுது, இங்கே அதுவுமில்லை. எத்தனை நாளைக்கு நாம, பொதுவிடங்களில் கட்டித் தழுவுகிற காதலர்களாக இருக்கப்போறோம்?"

அவள் பார்வையைத் தவிர்க்க நினைத்தவன்போல, மௌனமாக இருந்தேன்.

"நீ இந்தப் பூனையும் பால் குடிக்குமா என்பதுபோல இருக்க. ஏதோ நான்தான் அதற்கெல்லாம் ஏங்கறமாதிரி. அதனாலென்ன? என்ன குறைஞ்சுடப்போறேன். அடுத்தவனையா தேடறேன்", எனக்கூறியவளாக எழுந்து என்னையும் எழுப்பி இறுக அணைத்தாள்; உதடு கன்னம் கழுத்தென்று அவள் உதடுகள் அலைந்தன. மார்பில் அளைந்த என் கைகளைத் தடுத்து ம்... சர்வர் என்றாள். அந்த 'ம்'ஐ இன்னொரு முறை கேட்க வேண்டுமென நினைத்தபோது சர்வரின் கால்கள் எங்கள் மேசையை நெருங்கியிருந்தன.

அத்ரியானாவை விலக்கிவிட்டு நாற்காலியில் சட்டையையும் தலை முடியையும் ஒழுங்கு செய்துகொண்டு அமர்ந்தேன். சர்வர், சாலட் தட்டுகளை ஆளுக்கொன்று வைத்தார்; திறக்கப்படாமல் இருந்த சிவப்பு ஒயின் பாட்டிலை இருவரிடமும் காட்டினார், எங்கள் தலையாட்டலுக்குப் பிறகு இருவர் கோப்பைகளையும் நாசூக்காக நிரப்பி, முழங்கையைப் போர்த்தித் தொங்கவிட்டிருந்த சிறு துண்டினால் பாட்டிலின் வாயை ஒத்தி எடுப்பதுபோல துடைத்தபின்பு, அதை மேசையில் வைத்தார். மெல்ல விலகிச்சென்றார். அவளுக்குப் பிடித்தமானதையே ஆர்டர் செய்திருந்தோம்: *Vin rouge bordeaux château , Salade marine, Pavé de saumon , Fromage blanc.*

அவள் நாப்கினை மார்பில் சொருகும் நளினத்தை; அப்படித் தொங்க விடுகிறபோது, புதுச்சேரி சண்டே மார்க்கெட்டில் வாங்கிய கண்ணாடி வளைகள் ஒன்றின் மீது ஒன்றுவிழ 'க்ளிங்' என எழுந்து பரவிய ஓசையை; முட்கரண்டியில் எடுத்த சாலட் கீரையும் இறாலும் சேர்ந்தாற்போல் உதடுகளின் வரவேற்பில், நாவில் நடந்து மறையும் விந்தையை; எப்போதும் சிவந்து இருக்கிற மூக்கின் மடல்களை; அவள் மார்புக் காம்புகளை அடுத்து அதிகம் கடித்துப் பழகிய காதுமடல்களை; செம்பட்டைத் தலைமயிரை; அடக்கமான இரு மார்பை, அவற்றை இரண்டாக வகுந்திருந்த மெல்லிய சங்கிலியுடன் கூடிய சிலுவையை, சாப்பிடும் அழகை ரசித்துகொண்டிருந்தேன். என் கண்களின் மேய்ச்சலை அவள் புலன்கள் உணர்ந்திருக்க வேண்டும். கத்தியும் முள்கரண்டியும்

அதனதன் இடத்தில் வந்தமர்ந்தன. நாப்கினால் வாயைத் துடைத்துக்கொண்டு என்னைப் பார்த்தாள்.

"அப்பார்ட்மெண்ட் தேடல் எந்த அளவிற்கு இருக்கிறது?"

"ம்... *je cherche sans relâche* ஆனா கிடைக்கணுமே! அடிப்படைத் தேவைகளுக்கான இடங்கள்போக குறைந்தது ஒரு வரவேற்பறை, ஒரு அறை என்றிருந்தால்கூட போதும். ஆனால் வாடகையும் இதர செலவினமும் குறைந்தது பாரீஸில்– அதுவும் நாம் இருக்கிற பகுதியில் 1000த்திலிருந்து 1200 யூரோ ஆகிறது. ஏஜென்சியைப் பார்த்தேன். எனது ஊதியம் போதாது என்கிறார்கள். நம்மிருவர் சம்பளத்தையும் சேர்த்துக் காட்டினா ஏதாவது நடக்கலாம்."

"என்ன தகவல்கள் வேண்டும்? எங்க கம்பெனியில் வேண்டுமானா சொல்லட்டுமா? ப்ரண்ட்ஸ் கிட்ட கேட்டா உதவி செய்வாங்க. உங்க ரெஸ்டாரெண்ட் முதலாளி என்ன சொல்றார். உன்னை நன்றாக ஏய்க்கிறார். ஒரு நாளைக்குப் பத்து – பன்னிரண்டு மணிநேரம் வேலைசெய்துட்டு அதற்கு சம்பந்தமில்லாத ஊதியத்தை வாங்கிக்கொண்டிருக்கிற. உனக்குக் கொஞ்சம்கூட துணிச்சல் இல்லை. முதலாளிகிட்ட நன்றியுடன் இருக்கவேண்டியதுதான். அதற்காக அடிமைமாதிரி இருக்கணுமா? சம்பளத்தை உயர்த்திக் கேட்கிறாயா? இல்லை நான் வரவா? அந்த வேலையை நீ சீக்கிரம் விட்டுத் தொலைக்கணும். மசாலா வாசனையை ஆபீசுக்கெல்லாம் கொண்டுவராதென்னு பிரண்ட்ஸெல்லாம் கேலி செய்யறாங்க."

"அவர்களுக்கும் மசாலா வாசனை வேண்டுமென்றால் சொல்லு."

"ராஸ்கல், என் கையில கத்தியும் ஃபோர்க்கும் இருக்கு. பிரண்ட்ஸென்றால் எல்லோருமே பெண்களென்று நினைக்காதே, ஆண்களும் இருக்காங்க. மசாலா வாசனையை எனக்கும் கொடுக்கத் தெரியும். சொன்னத மறந்திடாதே, தொடர்ந்து அந்த வேலையில் இருப்பதென்றால் சம்பளத்தை உயர்த்திக் கொடுக்கனுமென்று கேளு. விசா பிரச்சினையைக் காரணம் காட்டி இனியும் அந்த ஆள் ஏய்க்க முடியாது. நேரில் வரேன்."

"நீ எதற்கு? நான் பார்த்துக்கிறேன்."

"அப்பார்ட்மெண்ட் பிரச்சினையை மறந்திடாதே! நான் தோழிகளுடனும், நீ நண்பர்களுடனும் எத்தனை நாளைக்கு? இல்லையென்றால் பொறுப்பை என்கிட்ட விட்டுடு."

"மதாம்!. . . மிஸியெ!" – சர்வர் குறுக்கிட்டார்.

சாலட் எப்படி இருந்தது என்பதைக் கேட்க விரும்பியவர்போல *ça a été?* என்றார். இருவரும் சேர்ந்தார்ப்போல *"C'était très bien, merci!"*, என்றோம்.

இருவர் தட்டையும் அப்புறப்படுத்திவிட்டு கொண்டு வந்த 'பவே சொமொன்' தட்டுகளை வைத்தார். *Bon appétit!* என்றார். பக்கத்திலிருந்த ஒயின் பாட்டிலை வளைந்து கையில் எடுத்தார். சிவப்பு ஒயின் நிரம்பிய கோப்பைகளைப் பார்த்தார். அவை குடிக்கப்படாமல் இருக்க, எடுத்த பாட்டிலை அதன் இடத்திலே வைத்தார், சென்றார்.

அவளையே பார்த்துக்கொண்டிருந்தேன். பிரெஞ்சுக் குடியுரிமை கிடைத்ததும் இவளைக் கழட்டி விடவேண்டும். முடியுமா? எனக்கு தைரியமுண்டா? அதுவும் அழகாகவும், கெட்டிக்காரியாகவும் இருக்கிற இப்பெண்ணை?

❍

6

தமிழ்நாடு, இந்தியா: 2010 நவம்பர் 12, வெள்ளிக்கிழமை காலை

கன்னியாகுமரி கடற்கரை. அதிகாலை நேரம். சாமி "சீ, போ! என அதைத் துரத்தினார். அவர் வேட்டியைப் பிடித்து இழுத்தது. "இதென்ன சனியன்? நம்மை விடமாட்டேன் என்று துரத்துது." "நேற்றுகாலை ஒரு டீக்கடையில் பசியாக இருக்கிறதே", என்று ஒரு பன்னும் டீயும் வாங்கினார். அவர் பன்னெல்லாம் தின்று வெகு நாட்களாகின்றது. சாப்பிடக்கூடாதென்றில்லை. சாப்பிடத் தோன்றவில்லை அல்லது சாப்பிடும் சந்தர்ப்பம் அமையவில்லை. வெளியில் கண்ட இடத்திலும் சாப்பிடமாட்டார். மிக நெருக்கமானவர்கள் வீடுகளில்தான் கை நனைத்திருக்கிறார். எத்தனை மணிநேரமானாலும் வீடு திரும்பவேண்டும் பசியாற. விதிவிலக்காக புதுச்சேரிவந்தால் மாத்ரு கபே. முதலியார் சாவடியில் ஜோஸ்யம் பார்க்கும் நண்பர் ஒருவர் இவருடன் சேர்ந்துகொள்வார், பிறகு புதுச்சேரியைச்சேர்ந்த ஜவுளிக்கடை செட்டியார் ஒருவர். மூவருமாக ஓட்டலுக்குள் நுழைந்தவுடனே பின்புறமாக இருக்கிற மேசைக்குப் போய்விடுவார்கள். வெகுகாலமாக இருக்கிற 'தொட்டிக்கால் சப்ளையர்' "என்ன வழக்கமான ஆர்டர்தானே!, ரெடியாகுது இரண்டு நிமிஷம் பொறுங்கோ", என பித்தளைத் தம்ளரில் தண்ணீரையும், சர்க்கரை பாகில் பள்ளிகொண்டிருக்கும் குலோப்ஜாமுனையும் வைத்துவிட்டுப் போவார், அடுத்த பத்து நிமிடத்தில்

போண்டா வரும், தொடர்ந்து முறுகலாக ரவாதோசை, முடித்து வைக்க ஸ்ட்ராங்காக காப்பி.

இரண்டு நாட்களாக இந்தியாவின் தென்முனையில் சாமி தேசாந்திரியாக அலைகிறார். வெளியில் சாப்பிடுவதைத் தவிர்க்க முடியாதெனத் தோன்றியது. பட்டினி கிடந்து பழகிக்கொள்ள நினைத்தார். கையிருப்பு எத்தனை நாளுக்கு வரும் என்ற அச்சமும் காரணம். கைக்கு டீ வந்ததும் அதைப் பன்னில் நனைத்தபோது காலில் மொசமொசவென்று ஏதோ உரசுவது போலிருந்தது. மேசைக்குக்கீழே குனிந்தபோது காலடியில் ஒரு நாய் படுத்திருப்பதைப்போல இருந்தது. இவர் குனிந்து பார்த்ததும் கூருணர்ச்சியுடன் சட்டென்று தலையை உயர்த்தியது. டீ மாஸ்டரிடம் “நாய் உங்களுடையதா?”, எனக் கேட்டார். அவர் பதில் சொல்லாமல் டீயை ஆற்றுவதில் மும்முரமாக இருந்தார். நல்ல ஜாதி நாய்போல இருந்தது. எழுந்து நின்றால் இவர் இடுப்பளவு காணும். கருப்பு நிறம். இளம் வயதில் தங்கள் வீட்டில் ‘மணி’ என்ற நாய்க்குட்டியை வளர்த்ததும் கார்த்திகை மாதத்தில் கனமழை பெய்த ஓர் இரவன்று காணாமற் போனதும், குடையும் லாந்தருமாக அம்மாவும் இவரும் இரவு முழுக்கத் தேடியதும் நினைவில் தட்டியது. நாயைப் பரிவோடு பார்த்தார். பன்னில் பாதியை அதனிடம் கொடுத்தார். விழுங்கி முடித்து, நாவை ஒருமுறை வெளியில் தள்ளி வாயைத் துடைத்தது; மெல்லிய முனகலும் இவருக்குக் கேட்டது. மிச்சமிருந்த பன்னையும் கொடுத்து அது தின்பதை ரசித்தார். இம்முறை விழுங்கவில்லை. நிதானமாகத் தின்றது. தேநீர்க் கடையை விட்டு வெளியேறியபோது, வாயிற்படியில் நின்று எட்டிப் பார்த்தது. இறங்கி வருவதுபோலவும் தெரிந்தது. பிறகு மதியம் பகவதி அம்மன் கோவிலுக்குப் போனஇடத்தில் மறுபடியும் இவரிடம் சேர்ந்துகொண்டது.

நாயை மறந்தவராய் வானையும் கடலையும் மாறி மாறிப் பார்த்தார். நீர் தெளித்த புழுதிபோல மனமிருந்தது. இருளவிழும் அதிகாலை வானம். உழைத்த களைப்பில் நிலா. சமுத்திரம் குடத்து நீரைப்போல அமைதியாகத் தளும்பிக்கொண்டிருந்தது. சூரிய உதயத்தை எதிர்பார்த்து அடிவானத்தில் பார்வை நிலைக்குத்தி இருந்தது. இரவை அதோ தூரத்தில் அலைமோதித் தெறிக்கிறதே அப்பாறையில் கழித்திருந்தார்; அதொரு பௌர்ணமி இரவு. திரும்பத் திரும்பத் தீராக் காதலுடன் அவரைத் தீண்ட முனைந்த அலைகள்; கோடைகாலத் திடீர் மழைத்தூறல்கள்போல பாறையில் மோதிச் சிதறிய சாரல்; விலா எலும்புகளை நக்கியும்,

காதுமடல்களைக் கடித்தும் விளையாடிய குளிர்ந்த காற்று. வாழ்நாளில் அடிக்கடி நிகழாத அனுபவங்களில் அதுவுமொன்றாக இருந்தது.

அரையிலிருந்த வேட்டியும், மார்பிலிருந்த துண்டும் காற்றில் படபடத்த மறுகணம் தீச் சிவப்பிற்கு அடிவானம் மாறியது, மேகங்களின் முகப்பு வெள்ளிப்பாகில் நனைத்ததுபோலப் பிரகாசித்தன. முழங்கால்களை நனைத்த அலைநீர், குமிழிகளை மண்ணில் இறைத்து விளையாடியது. நுரைத்த நீரலை கால்களருகே விசிறிபோல பரவி அடங்கியதும் அடிவயிறு சிலிர்த்தது. நீர் மெல்ல வடிந்து, பாதங்களடியில் குறுகுறுக்கும் மெத்தென்ற மண், மின்அதிர்வைத் தேகமெங்கும் பரவச்செய்ய, கண்களை மூடினார். உடல் தக்கைபோலானது. கைகளை விரித்து விலா சுருங்கப் பெருவிரலை ஊன்றி, விரித்த கைகளைக் கூப்பி "அருட்பெருஞ் ஜோதி, அருட்பெருஞ் ஜோதி" என முனகினார். உதடும் நாவும் உச்சரித்த சொற்களை ஞானரதம் தேரடிக்கு இழுத்துப் போனது. ஆன்மபீடத்தில் இறக்கிவைத்துக் கைதொழுதது. பகவதி அம்மன் ஆலயத்திலிருந்து 'டங் டங்'கென்று எழுந்த மணியோசை காற்றோசையோடு இரண்டறக் கலந்து கேட்டது. அலைகளின் மெல்லிய உறுமல் அடிநாதமாக ஒலித்து அடங்கியபின்னரும் இதயத்தைக் கவ்வி நரம்புகளைச் சுண்டிக்கொண்டிருந்தது. பரவசத்தில் உடல் சிலிர்க்க, வாயவிழ்ந்தது:

மண்காட்டிப் பொன்காட்டி மாய் இருள் காட்டிச்
செங்காட்டில் ஆடுகின்ற தேசிகனைப் போற்றாமல்
கண்காட்டும் வேசியர் தம் கண்வலையில் சிக்கிமிக
அங்காடி நாய்போல் அலைந்தனையே நெஞ்சமே

பாடலை மென்குரலில் பாடிமுடித்ததும் சிறுகுழந்தைபோல அழுதார். உடைப்பெடுத்த நதிநீர்போலத் திக்கின்றிப் புறப்பட்டிருந்தார். இரு பையன்களும் சேர்ந்துகொண்டு "எங்கள் வீட்டில் உனக்கு இடமில்லை" என்றார்கள். அவர்கள் சொல்வதில் நியாயமிருந்தது. நியாயம் அவருக்குக்கூட இருந்தது. உண்மைக்கு, பொய்க்கு, திருட்டிற்கு, கொலைக்கு, நேர்மைக்கு, நிரபராதிக்கு, குற்றவாளிக்கு, ஊழல் ஆசாமிகளுக்கு உதவும் அதே நியாயம்? மிகுதியாக அதிகாரத்தின் பக்கம் இருந்தே பழக்கப்பட்ட நியாயம். நியாயம் யாருக்கு இல்லை? அவரைத் தண்டித்ததுகூட அதிகாரம் அவர்களிடம் போய்ச் சேர்ந்தபிறகுதான். பிரச்சினையே அதிகாரம் பற்றியதுதான். அதிகாரம்? எதார்த்தத்தில் எது சாத்தியமோ அதை அச்சமின்றி செய்து முடிக்கும் ஆற்றலும், விளைவுகளைப் பொருட்படுத்தாத மனமும், முடிவில் ஒருவரும் குறுக்கிடமாட்டார்கள் என்கிற எண்ணமும், கொஞ்சம் திமிரும்

சேர்ந்தால் ஜாம் ஜாமென்று கொடிகட்டிப் பறக்கும் என்பார்களே அதே அதிகாரம்.

இவரது பால்யவது குடும்பம், நடுத்தரக் குடும்பம். விவசாயத்தைக் காட்டிலும் அப்பா பார்த்த கர்ணம் உத்தியோகம் குடும்பத்தைப் பராமரித்தது. தகப்பனார் வாங்கிய சம்பளம் இன்றைக்கு ஒருவேளை காலை பலகாரத்திற்கே காணாது. ஆனால் கிரையப் பத்திரம் எழுதவும், பிராமிசரி நோட்டு எழுதவும், பங்காளிச் சண்டையில் பாகம் பிரித்து காணிக்கல் நடவும் கர்ணம்தான் போகவேண்டும். வெள்ளரிப் பழத்தில் ஆரம்பித்து, நெல், கேழ்வரகு, கம்பு என்று மகசூல் காலத்தைப்பொறுத்து உணவுத் தானியங்களும், காய்கறிகளும் வீடுதேடி வரும்.

அப்பெண்மணிக்கு நேரெதிர் வீடு. ஒரே பெண். கிராமத்தில் கால்வைக்கும் இடமெல்லாம் 'கம்பத்துகாரு நிலம்' என்பார்கள். ஏழூருக்கும் தெரிந்த மிராசு. இவருடன் திண்ணைப் பள்ளிக் கூடத்தில் ஒன்றாகப் படித்தாள். இவருடனே நாவற்பழங்களைப் பொறுக்கி ஊதித் தின்றாள். இருவருமாக சாவித்திரி சுட்டு விற்ற எள்ளடையை எண்ணெய்ச் சட்டியிலிருந்து எடுக்கும்போதே பங்குபோட்டுக்கொண்டிருக்கிறார்கள். பௌர்ணமி நாட்களில் மற்றபிள்ளைகளைச் சேர்த்துக்கொண்டு வியர்வையில் குளித்து, பெற்றவர்கள் கூப்பாடு போடும்வரை பாரி விளையாடி இருக்கிறார்கள்.

ஊரில் திருவிழா நடந்துகொண்டிருந்தது. வீதி உலா வந்த உற்சவமூர்த்தி தீபாராதனைக்காக இரண்டு வீட்டிற்கும் இடையில் நிறுத்தப்பட்டது. பெற்றோர்கள், கொடூரிலிருந்து திருவிழாவிற்காக வந்திருக்கும் அவள் அத்தை, வெளிச்சத்திற்கு வந்தாலன்றி அடையாளம் காணமுடியாத அவளுடைய அத்தைப்பையன் லக்னகுமாரன் இப்படிப் பலருடனும் வீட்டுவாசலில் நின்றிருந்தாள். பண்டாரம் தீபாராதனைத் தட்டை அவர்கள் வீட்டிலிருந்து எடுத்துவந்தபோது, அவளும் மற்றவர்களுமாகப் பின்தொடர்ந்து வந்தார்கள். சாமிக்குத் தீபாராதனைக்காட்டித் தட்டை நீட்டியபோது, கற்பூர தீபத்தைக் கண்ணில் ஒற்றிக்கொண்டாள். அவள் தந்தை குங்குமத்தை இட்டபோதுதான் அது நடந்தது. வயிற்றைப் பிடித்துக்கொண்டு தாயின்மீது சாய்ந்தாள். சாமியைச் சுற்றியிருந்த கூட்டம் அவளைச் சூழ்ந்தது. அடுத்த சில நிமிடங்களில் கூடிய கூட்டம் விலக்கப்பட்டது. விசாரித்தவர்களிடம், அங்கிருந்த பெண்கள் "ஒன்றுமில்லை" என்றார்கள். அவளைத் தாங்கியபடி பெண்கள் வீட்டிற்கு அழைத்துப் போனார்கள். கூட்டத்தில் ஒருவர்

எங்கோ சென்று ஒரு கல்யாணப் பூசணியைக் கொண்டுவந்தார். பண்டாரத்திடம் கைமாறியதும் அதில் கற்பூரம் ஏற்றப்பட்டு, உற்சவமூர்த்திக்கு முன்பாக போட்டு உடைக்கப்பட்டது. சாமி புறப்பட்டுபோனபின் எதிர்வீட்டிலிருந்து திரும்பிய தமது அம்மாவிடம் பெண்ணுக்கு என்ன ஆயிற்று? எனக் கேட்டார். "அது பெண்கள் சமாச்சாரம். உனக்கு வேண்டாம்", என்று அவர் தாயிடமிருந்து பதில் வந்தது. மூன்று நாட்களுக்கு மேல் ஆயிற்று. அவர் நண்பர்கள் கும்பலைச்சேர்ந்த ஏழுமலைதான் "சேதி தெரியுமா? கம்பத்துக்கார வீட்டுப்பொண்ணு புட்டுகிச்சாமில்ல", என்றான். அவளைப் பார்க்காமல் இருந்தால் தலை வெடித்துவிடும் போலிருந்தது. அவள் அப்பா திண்டிவனம் சப்–கோர்ட்டிற்கு ஒரு வழக்கு விஷயமாகச் சென்றிருந்தார். அவள் அம்மா இவர் அம்மாவிடம் வழக்கம்போல ஊர்வம்பு பேச வந்திருந்தார். இவருக்கு எதிர்வீட்டுப் பெண்ணைப் பார்க்க நல்ல தருணமென்று தோன்றியது. தெருவில் ஆள் நடமாட்டமில்லை என்று புரிந்ததும் விடுவிடுவென்று தெருவில் நின்ற நாயொன்றைத் துரத்துவதுபோல அவர்கள் வீட்டுப் பின்வாசல் பக்கம் போனார். வீட்டுக்குடையவர்கள் இல்லையென்றாலும், கம்பத்துக்கார வீட்டில் எந்நேரமும் ஆள் நடமாட்டம் இருக்கும். வீடுபெருக்க, பாத்திரம் துலக்கவென்று வரும் பெண்மணி காலையிலிருந்து மாலைவரை வீட்டிலேயே இருப்பார். அவரது தயவின்றிப் பெண்ணை பார்ப்பது நடவாதென்று அவருக்கு விளங்காததல்ல. எனவே அவளைப் பார்ப்பதற்கு முன்பாக வேலைக்காரப் பெண்மணியைப் பார்ப்பதென்று முடிவுகட்டி பின்பக்கம்சென்று அவளைத் தேடினார். முள்வேலிக்கு மறுபக்கம் நின்று தொழுவம், கிணற்றடி, புழுங்கல் நெல் உலர்த்தும் களம் என்று பார்வையைத் தெளித்தார். அலுத்து வீடு திரும்பலாம் என யோசிக்கும்வேளையில்:

"என்ன கணக்கப்பிள்ளை தம்பி? வேலியிலே என்ன பண்றீங்க? கல்யாணம் பண்ற வயசுலே ஓணான் கீணான் கடிச்சு வைக்கப் போவுது." தொடர்ந்து சிரிப்பு, திரும்பினால் வேலைக்காரப் பெண்மணி.

இவருக்கு வெட்கமாகப் போய்விட்டது. என்ன பதில்சொல்வதென்று தெரியாமல் விழிக்கிறார். பெண்மணி இவரைநோக்கி வந்தாள். ஏதோ ரகசியம் பேசுவதுபோலக் காதருகே:

"என்ன திரு திருன்னு முழிக்கிறிங்க? நீங்க எதற்காக வந்திருக்கீங்கண்ணு தெரியும். தொழுவம் பக்கமிருக்கிற கதவுப் பக்கம் நில்லுங்க, திறக்கிறென்" என்று சொல்லிவிட்டுப் போய்விட்டாள்.

நெஞ்சு முட்டும் ஆர்வத்துடன் தொழுவம் பக்கமிருந்த கதவைத் திறந்தபோது. அவள் இருந்தாள். ஏற்கனவே நல்ல

சிவப்பு, இரண்டு நாட்களில் உடலில் ஒரு மதர்ப்பும், முகத்தில் மினுமினுப்பும் சேர்ந்திருந்தது. இப்படியொரு அதிசய மாற்றம் நிகழ்ந்திருக்குமென எதிர்பார்க்கவில்லை.

இரண்டொரு மாதங்கள் கழிந்தன: 'அத்தைப் பையனுக்குக் கட்டிக்கொடுத்து வீட்டோடு மாப்பிள்ளையை வைத்துக்கொள்ளப் போகிறார்கள்" என வேலைக்காரி அம்மாவே ஒருநாள் சாமி வீட்டிற்கு ஏதோவொரு சாக்கைவைத்து வந்து சொல்ல வந்தாள்.

"அந்த லக்னகுமாரனுக்கா?" என வருத்தப்படும் தொனியில் கேட்டார்.

"சந்தோஷப்படுங்க தம்பி! வேறொரு பையனா இருந்தால் நீங்க அந்தப் பிள்ளையை இனி பார்க்கச் சாத்தியமில்லைன்னு சொல்லியிருப்பேன்" என்பது அந்த அம்மாவின் பதில்.

அவளுக்குத் திருமணம் முடிந்தது. கம்பத்துக்காரர் மாரடைப்பில் இறந்தபோது, தன் மனைவி அழைத்துவரச் சொன்னதாக லக்னகுமாரன் இவரைக் கூப்பிட்டான். இவர்தான் முன்னிருந்து அடக்கமெல்லாம் பார்த்தார். அதற்குப் பிறகு நெல்மண்டிக்கு வண்டிகள் சென்றபோது, லக்னகுமாரன் அழைக்க, இவரும் அந்த வீட்டிற்குச் சென்றார். "சித்தெ புதுச்சேரிவரை போகனும், வியாபாரிகள் என்ன விலைக்கு நெல்லை எடுப்பார்கள் என்று தெரியலை. இவருக்குப் போதாது." என கணவனைக் காட்டி அவள் கூறியபோதும் அவன் பற்கள் தெரிய சிரித்தான். பிறகு மெல்ல அந்த வீட்டில் எது நடந்தாலும் இவர் இல்லாமல் நடக்காதென்கிற நிலைமை வந்தது. ஒருநாள் பெண்ணின் தாயாரும் மருமகனை வெற்றிலை வாங்கிவரச் சொல்லி கடைக்கு அனுப்பிவிட்டு "மருமகன் இப்படி இருக்கிறாரே, கம்பத்தம் சீரழிஞ்சிடுமோங்கிற கவலை இருந்தது வாஸ்த்துவம் தம்பி. உங்களால என் மனசிலிருந்த பாரமெல்லாம் இறங்கிட்டுது. இனி பகவான் அழைச்சா, நிம்மதியா கண்ணை மூடிடுவேன்", எனக்கூறி மகளைப் பார்த்தார். அவள் தூணொன்றைப் பிடித்துக்கொண்டு நின்றிருந்தவள், நீர்கோர்த்த கண்களை முந்தானையால் ஒத்துவதைக் கண்டார். "அதற்கென்ன பார்த்துக்கறேன்" என்றவர், புறப்பட எத்தனித்தபோது, "காப்பிக்கு வச்சிருக்கேன், சித்தெ பொறுங்கொ!" என்றாள். காப்பி வந்தது. அவள் தாயார் பார்க்க, அவர் கைபிடித்து காப்பியைக் கொடுத்தாள். லக்னகுமார கணவனும் அதைப் பார்த்துக்கொண்டே உள்ளே நுழைந்தான். ஈறுகள் தெரிய உதடுகள் இழுபடச் சிரித்தான். ஒருமுறை கொடூரிலிருந்து வந்திருந்த லக்னகுமாரனின் அம்மா மருமகளிடம் சத்தம்போட்டாள். சத்தம்போட்ட மறுகணம் அவள் கைப்பை வாசலுக்கு வந்தது. தன் சீமந்த புத்திரனைத் தன்னுடன் புறப்பட்டு

வருமாறு அழைத்தாள். "நீ போ நான் வரவில்லை" எனக்கூற, அவள் அழுதுபுலம்பிவிட்டுப் போய்ச்சேர்ந்தாள்.

அப்பாவின் வைகுந்த பதவிக்குப் பிறகு, அவர் பார்த்த உள்ளூர் கர்ணம் உத்தியோகம் சாமிக்கு வந்தது. சிட்டா அடங்கல் எழுதிய நேரம்போக, நிலக் கிரையத்திற்கு வானூருக்கும், ரெவென்யூ இன்ஸ்பெக்டரைப் பார்க்க கிளியனூருக்கும், தாசில்தாருக்காக திண்டிவனத்திற்கும், கலெக்டர் ஆபீசுக்கென்று கடலூருக்கும், ஜமா பந்திக்கும் அலைந்ததுபோக மற்ற நேரங்களில் எதிர்வீட்டிலேயே பழியாகக் கிடந்தார். தாயார் லட்சுமி அம்மாள், மகனைத் திருமணம் செய்துகொள்ளும்படி வற்புறுத்தினார். இவர் வருடங்களைக் கடத்தி வந்தார். "உனக்குப் பிறகு ஒரு தம்பி இருப்பதை மறந்துட்டியா? அவனுக்கு காலாகாலத்துலே கல்யாணம் பண்ண வேண்டாமா?" என தாயார் புலம்பினார். "அவனுக்குத் தாராளமாக ஒரு பெண்ணைப் பார்த்து கல்யாணம் பண்ணிவை. நானா தடுக்கிறேன்", என்பது பதிலாக இருந்தது. தம்பி திருமணத்தை சாமியே முன்னின்று நடத்தினார். மிராசு வீட்டின் நிர்வாகத்தை பொறுப்புடன் கவனித்துக்கொண்டார். பெண்ணின் கணவன் மூன்று வேளையும் சாப்பிடுவது, திண்ணையில் உட்காருவது, சின்னப்பிள்ளைகளுடன் சேர்ந்து பீப்பி ஊதுவது என்றிருந்தான். அவளுக்கு தலைச்சன் பிறந்தபோது பிரசவம் பார்த்த மருத்துவச்சி, "பிள்ளை அப்படியே கணக்கனை உறிச்சு வச்சிருக்குது" என்று வதந்தியை ஆரம்பித்துவைக்க அது மெல்லப் பரவி இவர் காதிலும், அவள் காதிலும் விழுந்தது. ஆரம்பத்தில் இருவருக்கும் கொஞ்சம் சங்கடமாக இருந்தாலும் பிறகு பழகிப்போனது. அதற்கடுத்து ஒரு பையனும் பெண்ணும் பிறந்தார்கள். பிள்ளைகள் இவரை மாமா என்று அழைத்தார்கள்; முதுகுக்குப் பின்னால் என்ன பேசினாலும், தங்கள் வீட்டு விசேடங்களை இவர் இல்லாமல் ஊரார் நடத்துவதில்லை. முதற் தாம்பூலமும் இவருக்கு. பொதுவிவகாரங்களிலும் அதுதான் நடந்தது. இருபத்தைந்து வருடங்கள் கடந்தன. பெண், பெண்மணியானாள். இவருக்கும் தலைமயிரும், மீசையும், முகவாய் ரோமங்களும் நரைக்கத் தொடங்கின. முதல் பிரச்சினை, அந்த வீட்டிற்கு வந்த மருமகன் ரூபத்தில் வந்தது. ஊரறிய மிராசு குடும்பத்தில் ஒருவராக மாறியிருந்த இவர்தான் அந்தத் திருமணத்தை முன்னிருந்து நடத்தியது. இருந்தும் "இவர் வீட்டைவிட்டு போனால்தான் அந்த வீட்டில் காலெடுத்து வைப்பேன்" என்றான் மருமகன். பிறகொருநாள், "வானகங்களுக்கான பாட்டரி கடை வைக்கப் போகிறாராம். பணம் தேவைப்படுகிறது" எனத் தாயிடம் கணிசமானத் தொகைகேட்டு வந்தாள் மகள். குடும்பத் தலைவியான பெண்மணி "மருமகனோடு வந்து கேள்" என்று ஆணையிட்ட பிறகு இருவருமாக

வந்தார்கள். மகளும் மருமகனும் கேட்ட தொகையை இவர்தான் வாங்கிகொடுக்க வேண்டியிருந்தது. இரண்டு நாள் சந்தோஷமாக வீட்டில் இருந்துவிட்டுப் போனார்கள். காரியம் முடிந்ததும், வீட்டுப்பெண் கண்ணைக் கசக்கிக்கொண்டு, "அந்த ஆளை வீட்டைவிட்டுத் துரத்து" எனத் தாயிடம் விண்ணப்பம் வைத்தாள்.

ஒருவாரத்திற்கு முன்பு நடந்தது.

தொடர்ந்து இரண்டு நாட்களாகக் கிழக்குவெளியில் நடவு. காலையில் நாற்றுப்பறித்து தயார் நிலையில் இருந்தால்தான் ஒன்பது மணிக்கு பெண்கள் வயலில் இறங்க முடியும். நேற்று பரம்பு கட்டியது. நீரும் வடியாமல் சேறும் இறுகாமல் பூமி நாற்று ஊன்றும் பதத்தில் இருக்கவேண்டும். விடியற்காலையிலேயே, நடவு நட இருந்த கழனிக்கு வந்துவிட்டார். நாற்றுப் பறிக்கும் ஆட்கள் நேரத்திற்கு வந்திருந்தார்கள். நாற்றங்காலில் இறங்கி ஆட்கள் இருவரும் கோமணம் சேற்றில் புரள நாற்றுப் பறிக்க ஆரம்பித்தார்கள். நடவுநிலத்தில் நேற்று தழையுரமாக பூவரச இலைகள் ஏக்கருக்கு நான்கு சுமை போட்டிருந்தார்கள். இன்று யூரியா தூவி நடவைத் தொடங்க வேண்டியதுதான். சூரியன் கடுமையாக இருந்ததால் கையிலிருந்த குடையை விரித்துக்கொண்டு வரப்பில் நின்றிருந்தார். வருவது சின்னவன் போலிருந்தது. புதுச்சேரியில் அரிசி வியாபாரத்தில் இருக்கிறான். கிராமத்திற்கு வருவதென்றால் முன்கூட்டி சொல்லியிருப்பான். வீட்டிற்குப் போன் ஏதும் வரவில்லை. போன ஞாயிற்றுகிழமை கிராமத்திற்கு வந்தபோது, அவனுடைய கூட்டாளிக்கும் அவனுக்கும் தகராறு என்றான். அதுதான் காரணமோ? ஒருவேளை அவன் அண்ணனுக்கும் இவனுக்கும் ஏதேனும் தகறாரோ? அவனும் புதுசேரியில்தான் இருக்கிறான். அண்ணா சாலையில் ஒரு ஹார்டுவேர் மார்ட் வைத்திருந்தான். தம்பியிடம் ஆறுமாதத்திற்கு முன்பு ஒரு லட்சம் ரூபாய் கைமாற்றாகக் கேட்டிருக்கிறான். அவனும் சொன்ன தேதியில் திருப்பிக் கொடுத்திருக்கிறான். ஆனால் இவன் அதற்கு வட்டி கேட்டுக்கொண்டு நிற்கிறான். இவர் இருவரிடமும் பேசிப்பார்த்தார். பெரியவன் "பணம் கேட்டபோதோ, கொடுத்தபோதோ, அவன் அதைப்பற்றியெல்லாம் பேசவில்லையே" என்றான். சின்னவனோ, "இதென்ன பேச்சு. பணம் சும்மா வருமா? வட்டியைக் கொடுத்துவிட்டு, மறுவேலையைப் பார்க்கச்சொல்லுங்க; வட்டிவரலைன்னா, எப்படி வசூலிக்கணுமென்று எனக்குத் தெரியும்" என்றான்.

இவர் சின்னவனைக் கண்டிக்கப்போக, "அண்ணன் தம்பிக் குள் பிரச்சினையென்றால், நாளைக்கு அவர்கள் மனம் மாறி சமாதானமாகப் போய்விடுவார்கள். இதில் நீங்க எதற்குத் தலையிட

வேண்டும்?" எனப் பையன்களைப் பெற்றவள் கேட்பாளென இவர் எதிர்பார்க்கவில்லை. முதல் அதிர்ச்சி அதுதான்.

சின்னவன் இவரருகே வந்து நின்றான்.

"என்னப்பா திடீரென்று வந்திருக்கிறே! அண்ணன் கிட்டே மறுபடியும் பிரச்சினையா? அந்த வட்டித் தொகையை நான் வேண்டுமானா கொடுக்கிறேனே! பிரச்சினையை இதோடு விடேன்!"

"இல்லை இது உங்கக்கிட்டே பேசவேண்டிய பிரச்சினை."

"எங்கிட்டேயா?"

"ஆமாம் உங்ககிட்டேதான்." அவன் பார்வை இவருடைய கண்களைப் பார்ப்பதைத் தவிர்த்தது. நாற்று பறித்துக்கொண்டிருந்த ஆட்கள், செய்துகொண்டிருந்த வேலையை நிறுத்திவிட்டார்கள் என்பதை 'சளக் சளக்' என சேற்றிலிருந்து கிளம்பிய ஓசை அறுந்து தெரிவித்தது. வெள்ளீயம்போல காய்ந்துகொண்டிருந்த வெயிலில் ஆட்களைப் பார்த்தபோது அவர்கள் உடலில் பழுப்பு வட்டங்கள் தோன்றின. இத்தனைக்கும் கண்ணாடி அணிந்திருந்தார். கண்களைப் பரிசோதித்துக்கொள்ள வேண்டும் என்று மனதிற்குள் சொல்லிக்கொண்டார்.

"என்ன பேசணும்?"

"அதை இங்கெ வைத்துப் பேசறது நல்லா இருக்காது. இரவு சாப்பாட்டுக்குப் பின்பு பேசலாம்" – விடுவிடுவென்று திரும்பி நடந்தான்.

மாலை நடவு முடிந்து, வீட்டிற்குத் திரும்பிய பொழுது, பிள்ளைகள், மருமகன் மூவரும் காத்திருந்தார்கள். வீட்டு மருமகனைப் பார்த்து,

"எப்பப்பா வந்த? வீட்டுலே எல்லோரும் சௌக்கியமா?", என விசாரித்தார். அவனிடமிருந்து பதிலில்லை. இவர் சொம்பை எடுத்து வாசலில் இருந்த அண்டாவிலிருந்து தண்ணீரைச் சேந்தி காலை அலம்பிக்கொண்டு உள்ளே வந்தார். ஏதோ பேசிக்கொண்டிருந்தவர்கள்; இவர் தலையைக் கண்டதும் அமைதியானார்கள்; பெண்மணி மகளை அழைத்துக்கொண்டு அறைக்குள் விறுவிறுவென்று நடையையும் உள்தாவாரத்தையும் கடந்து பின்பக்கம் மறைந்தார்; திடீரென்று வீட்டில் நிசப்தமொன்று ஆக்ரமித்தது; ஆளுக்கொரு பக்கம் பார்த்துக்கொண்டிருந்தார்கள்; இவரால் அந்த வெறுமையைச் சகித்துக்கொள்ளக் கடினமாக இருந்தது; எச்சில் கூட்டி விழுங்கினார்; முதுகில் போர்த்தியிருந்த துண்டை இரு கையிலும் பிடித்து முதுகுக்குக்கொண்டுபோய் 'வருக் வருக்'கென்று குறுக்கும் நெடுக்குமாக சொரிந்து கொண்டு உட்கார்ந்தார்.

“மாமா! எப்படிச் சொல்வதென்று எங்களுக்குத் தெரியலை. நீங்கள் இந்த குடும்பத்துக்கு நிறையச் செஞ்சிருக்கீங்க. இப்போ நாங்கள் தலையெடுத்துட்டோம். உங்களை எதற்கு சிரமப்படுத்தணு மென்று நினைக்கிறோம். இனி இந்த வீட்டிற்கு வரவேண்டாம். எங்கள் பிரச்சினைகளை நாங்கள் பார்த்துப்போம்” – பெரிய பையன் பேசினான்.

அவர் தலையை நிமிர்த்தினார். நீண்ட கூடத்தின் முடிவில் ஒருக்களித்துத் திறந்திருந்த கதவின் பின்னே பெண்மணியும் மகளும் நின்றிருப்பது தெரிந்தது.

“உங்களை வெறும் கையோடு அனுப்பும் எண்ணமெல்லாம் இல்லை. இந்தக் குடும்பத்துக்கு எவ்வளவோ உழைச்சிருப்பீங்க. கையிலிருக்கும் ரொக்கப் பணத்தைப்பற்றிய கணக்குகள் வேண்டாம். மற்றபடி கடன் பத்திரங்கள், சில்லரைக் கடன் விபரங்களைக் கொடுத்தால் போதும்.”

“உங்கம்மா என்ன சொல்றாங்க?”

“நான் சொல்றதுக்கு என்ன இருக்கு? பிள்ளைகள் விருப்பம்தான் என் விருப்பம். அவங்க வளந்துட்டாங்க. ஏன் நியாயமாத்தான சொல்றாங்க!”

“திடீர்னு இப்படிச் சொன்னா?”

“உங்க தம்பி வீட்டுல போய் இருங்க.”

“இவ்வளவு நாட்களாக இங்கே உழைச்சிட்டு, இப்போ அவனிடம் போனா என்ன சொல்வான்?”

“இதுலே சொல்றதுக்கு என்ன இருக்கு? நீங்க ஏதாச்சும் கேட்கனுமென்று நினைச்சா உங்க தம்பியைத்தான் கேட்கனும்.”

அன்றிரவு பெண்மணி உணவுண்ண அழைத்தபோது, இவர் வேண்டாமென்று மறுத்தார். படுத்தபோது உறக்கம் வரவில்லை. வெகு நேரம் தெரு வராந்தாவில் குறுக்கும் நெடுக்குமாக நடந்தார். கால்கள் வலித்தன. சிறிது நேரம் கண்ணயர்ந்திருப்பார். முதற்கோழி கூவ கண்விழித்தார். விடிந்ததும் எதிர்கொள்ளவிருக்கும் நாளின் பாரம் நெஞ்சை அழுத்தியது. வீட்டில் நுழைந்து மேசையைச் சாவிபோட்டுத் திறந்து கைக்குக் கிடைத்த ரூபாய் நோட்டுகளை சிங்கப்பூர் பெல்ட்டில் வைத்துக்கொண்டார். ஒரு துணிப்பையில் ஒரு ஜோடி வேட்டி சட்டை, தெருவில் இறங்கினார். நிழல்போல ஏதோ தன்னைத் தொடர்ந்துவருவதுபோல இருந்தது. பார்க்க நாய்போலவும் இருந்தது.

❍

7

ஸ்ட்ராஸ்பூர், பிரான்சு; 2013 மார்ச் 10, ஞாயிறு மாலை 6 மணி

சன்னற்கதவுகளை விரியத் திறந்து வைத்தாள். மழைபெய்து ஓய்ந்திருந்தது. சிலுசிலுவென்று சூரிய ஒளியை சுமந்த காற்று தலையைத் துவட்டியது. எதிரே அண்டைவீட்டுத் தோட்ட ஹாத்தோர்ன் மரம். இலைகளுக்கும் பூங்கொத்துகளுக்கும் இடையில் சிதறிய கண்ணாடித் துண்டுகள் போல பிரகாசிக்கும் அந்தி வானம். ஜூன் மாதம் என்பதால் கொத்துகொத்தாக பாற்கட்டி நிறத்தில் பூமொட்டுகள், உட்காருவதும் பறப்பதுமாக வண்டுகள். மலர்ந்த பூக்களைத் தேடி அலுப்புறும் வண்டுகளிடம் இவளுக்கு அனுதாபம் பிறந்தது. கழுத்து சிவந்த ராபின் குருவியொன்று இவளைப் பார்த்ததில் மகிழ்ச்சியுற்றதைப்போல மெல்லிய கொப்புகளில் தாவிக்குதித்துக் குதூகலிக்கிறது. ஹாத்தோர்ன் பூக்களின் மகரந்தக் காம்புகள் காற்றில் அலைவதைப் பசியுடன் பார்த்தாள். காற்றலையில் மிதந்துவரும் பூக்கள் மணமும் பசும் புற்களின் ஈரக் கவிச்சியும் சுகமாக இருந்தன. இருகை குவித்து காற்றை அள்ளி முகத்தை அலம்பினாள். விழிகளை மூடி, கைகொண்டு தனது நாசிகள் பக்கம் நீரைத் தள்ளுவதுபோல ஈரக்காற்றைத் தள்ளி மூச்சை இழுத்தாள். சூன்ய வெளியில் குளிர் காற்றில் மிதக்கலாம்போலிருக்க பித்துப் பிடித்தவள்போல ஜீன்ஸையும், சட்டையையும் கழற்றி எறிந்துவிட்டு நிர்வாணமாக காற்றில் நின்றாள். ராபின் பறவையைப் பார்த்து கையை அசைத்தாள். அது தனது நெல்மணி

மூக்கை அசைத்து அங்கீகரித்ததும் உற்சாகம் பிறந்தது. சோபாவில் ஏறி சில நொடிகள் நின்றாள். கீழே குதித்தாள். ஏறினாள். கீழே குதித்தாள். இப்படி ஒரு ஐந்தாறுமுறை செய்திருப்பாள். கவனம் ஹாத்தோர்ன் மரத்தின்மீது தன்னிச்சையாகச் சென்றது. ராபின் குருவியும் அடிமரத்தை நோக்கிப் பாய்வதும், வெடித்திருந்த அடிமரத்திலிருந்து புழுவொன்றைக் கவ்வி மேலெழுவதும் விழித்திரையை நிரப்பியது. இருவிரல்களையும் வாய்க்கிடையில் வைத்து நாக்கை மடித்துச் சீட்டி அடித்தாள். கால்விரல்களின் நுனிகளைத் தரையில் ஊன்றி கைளை இறக்கைபோல விரித்து பாலே ஆடினாள். ஆடிச் சோர்ந்ததும் வரவேற்பறை சோபாவில் விழுந்தாள். குறைபொழுதையும் நிர்வாணமாகக் கழிக்கத் தோன்றியது.

இடது பக்கம் இருந்த உணவு மேசைமீது இத்தனை நாட்களாகச் சேர்ந்திருந்த கடிதங்கள், கமிலி வந்து போனதன் அடையாளமாகக் குவிந்து கிடந்தன. சில உறை கிழிந்தும், பல பிரிக்கப்படாமலும் இருந்தன. உடனே அவற்றைப் பார்ப்பது அவசியம் என மூளை வற்புறுத்தியபோதிலும், உடல் சோர்வு நாளை பார்த்துக்கொள்ளலாம் எனத் தள்ளிப்போட்டது. கதவைத் தட்டும் சப்தம் கேட்டது, சோபாவில் இருந்தபடி "யார்?" என்று கேட்டாள். பதிலில்லை. மாறாக "உள்ளே வரலாமா?", என்றது பெண்குரல்.

குரலுக்குடைய பெண்மணிக்காக கதவைத் திறக்கலாம் என்று போனபோதுதான், தான் செய்திருக்கும் தவறு புரிந்தது. அவசர அவசரமாக ஆடைகளைத் தேடி அணிந்து கதவைத் திறந்தபோது, பயணப்பெட்டிகள் இரண்டும் கதவருகே வெளியில் இருந்தன. அவற்றை உள்ளே கொண்டு வர மறந்திருக்கிறாள். கதவையும் மூடவில்லை. பெட்டிகளையும், இவளையும் பார்த்து, புதிய பெண்மணி சிரித்தாள். அவள் போட்டிருந்த பர்ப்யூம் மூச்சைத் திணற வைத்தது.

"போன்ழூர்! மர்த்தீன்" – புதிய பெண்மணி.

"ஹரிணி! உங்களை சந்திப்பதிலே சந்தோஷம்" – ஹரிணி

இருவரும் கைகுலுக்கிக் கொண்டார்கள். மார்த்தீன் என்று தன்னை அறிமுகப்படுத்திக்கொண்ட பெண்மணி தொடர்ந்தாள்:

"உங்க பக்கத்து அப்பார்ட்மெண்ட்ல இருக்கேன். குடிவந்து இரண்டு மாதமாகுது. எந்த நேரமும் மூடியபடி இருக்கிறதே, ஒருவரும் இல்லையோ என நினைத்தேன். பிறகொரு நாள் உங்கள் தோழியை எதிர்பாராதவிதமாகச் சந்தித்தேன். அவங்கதான்

நீங்கள் இந்தியாவில் இருப்பதாகவும், கூடிய சீக்கிரம் வந்துடுவீங்க எனவும் சொன்னாங்க!" நிறுத்தாமல் கடகடவென்று கூறி முடித்தாள்.

உள்ளே நுழைந்த பெண்மணி சிறிது தயங்கினாள். இவளுக்காகக் காத்திருக்கிறாள் என்பதைப் புரிந்துகொண்டதும், அவசர அவசரமாக வெளியில் இருந்த பெட்டிகள் இரண்டையும், உள்ளே கொண்டு வந்தாள். இவளுக்கு வழிவிடுபவள்போல பெண்மணி ஒதுங்கி நின்றாள். பெட்டிகள் இரண்டையும் வரவேற்பறையைக் கடந்து கூடத்து வழியாக இழுத்துபோனாள். அறைக்குள் தள்ளிவிட்டு, கதவைப் பின்புறமாக மூடிக்கொண்டு வந்தவள், அப்பெண்மணி உட்காராமல் நின்றுகொண்டிருப்பதைப் பார்த்ததும்:

"ஏன் நிற்கிறீர்கள், உட்காரவேண்டியதுதானே?", எனக்கூறிய போது, பார்வை அப்பெண்மணியை எடைபோட்டு முடித்திருந்தது. ஐம்பது வயது சொல்லலாம். ஐரோப்பியருக்கே உரிய பெரிய முகம், சாம்பல் நிற அடர்த்தியான புருவங்கள். சிறிய கண்கள். கன்னக்கதுப்புகளில் நேற்றைய ரூஜ் நிழல் தெரிந்தது. உதடுகள் ஈரப்பசையற்று இருந்தன. மார்போடு ஒட்டிய கழுத்து, மார்பின் மேற்பகுதியை எல்லோரும் பார்க்கும்படியாக அணிந்திருந்த கழுத்திறங்கிய புட்டாபோட்ட சட்டை அதற்குமேல் காட்டன் அப்ரோன். வீட்டைக்கூட்டி சுத்தம் செய்வதில் மும்முரமாக இருந்திருக்கவேண்டும். சில வாசனைத் தெளிப்பான்களின் மணம் அவளை மொய்த்திருந்தது. விழிகளும் உதடுகளும் ஒரு சேரப் பிரிந்தன. பல் வரிசை துலக்கமாக இருந்தது. முகத்தில் அவள் இரண்டொரு விநாடிகள் வெளிப்படுத்தியது வியப்பா மகிழ்ச்சியா என இவள் தீர்மானிக்கும் முன் பேசினாள். உதடுகளைக் காட்டிலும் நா அதிகம் பங்கெடுத்துக்கொண்டதுபோல தோன்றியது:

"இல்லை, எனக்கு வேலைகள் இருக்கின்றன. குசினிக்குள் இருந்தேன். எதேச்சையாகச் சன்னலைப் பார்த்தபோது நீங்கள் டாக்ஸியில் வந்திறங்கியதைப் பார்த்தேன். ஒரு 'போன்ழூர்' சொல்லலாம் என வெளியில் வந்தேன். அடக் கடவுளே! எல்லாவற்றையும் பேசிவிட்டு, எதற்காக வந்தேனோ அதை மறந்துவிட்டேன். ஏதாவது குடிக்கிறாயா? என்னுடைய வீட்டில் எல்லாம் இருக்கிறது" – பெண்மணி.

"மெர்சி மதாம்! பிரச்சினை இல்லை. நான் கொஞ்சம் குளிக்க வேண்டும். பயணக் களைப்பும் நிறைய இருக்கிறது" – ஹரிணி.

'நல்லது! பிறகு பார்ப்போம்!' என்றவளை வழி அனுப்பிவிட்டு கதவை மூடினாள்.

சிறிதுநேரம் சோபாவில் உட்கார்ந்து தலையைப் பின்புறம் சாய்த்து காலை நீட்டினாள். பசி எடுத்தது. விமானத்தில் கொடுத்த பிஸ்கட் கைவசம் இருந்தது. தண்ணீர் பாட்டிலும் கைப்பையில் இருப்பது நினைவுக்கு வந்தது. அதற்கு முன் குளித்தால் நன்றாக இருக்குமெனத் தோன்றியது. மறுபடியும் போட்டிருந்த ஜீன்ஸையும் மேலிருந்த டீ ஷர்ட்டையும் கழட்டி எறிந்தாள். இடுப்பிலிருந்த உள்ளாடையையும் உருவினாள். கையில் எடுக்கும்போதே வாடை; கொண்டுபோய் அழுக்குத் துணிகளுக்கான கூடையில் போட்டுவிட்டுத் திரும்பும்போது கண்ணாடியில் அவள் உடல். இடதுகாலை வளைத்து இருகை களையும் உயர்த்தி, சிக்கலாகக்கிடந்த தலைமுடியை ஒருமுறை சிலுப்பி கண்ணாடியிற் பார்க்க சிரிப்பு வந்தது. எத்தனை நொடிகள் அப்படிப் பார்த்திருந்திருப்பாளோ? அவள் உடலை நடுங்க வைப்பதுபோல 'ர்ர்ர்ர்ர்ர்ர்ர்ர்ர்ர். . . ர்ர்ர்ர்ர்ர்ர்' அழைப்பு மணி. "*C'est Kamili!* கமிலிதான் வந்திருக்கணும்", அவசர அவசரமாக வீட்டுடை ஒன்றை அணிந்து, தலையை ஒழுங்குபடுத்திக்கொண்டு கதவைத் திறந்தாள்.

கமிலி!

நீண்டநாள் பார்க்காதிருந்த தோழியைக் கண்டதில் கோபம், வருத்தம், சந்தோஷம் எல்லாமுமானதொரு கலவை. இருவரும் பேசவில்லை. விழிகளில் நீர்கோர்த்தது. கீழ் உதடு பற்களுக்கடியில் நசிந்து வலித்தது. இருவரும் ஒருவரை ஒருவர் செல்லமாக அடித்துக்கொண்டார்கள். கட்டிக்கொண்டார்கள். கண்ணீர் தளும்ப அனுமதித்தார்கள். சில நொடிகளுக்குப் பிறகு ஹரிணி கமிலியை அணைத்தபடி உள்ளே அழைத்துவந்தாள். சோபாவில் உட்காரவைத்தாள்.

"உன்னை ஏர்போர்ட்டில் எதிர்பார்த்தேன். வரவில்லை என்றதும், வ்ருத்தப்பட்டேன் தெரியுமா?" என்றாள் ஹரிணி.

"நீ மட்டும் யோக்கியமோ? திடுதிப்பென சொல்லாமக் கொள்ளாம காற்றுலே கரைஞ்சதுபோல இந்தியா புறப்பட்டுப் போயிட்ட, போனவ அங்கிருந்து ஒரு போனாவது பண்ணியிருக்கலாமில்லையா?" என்றாள் கமிலி.

"அம்மா பிறந்த புதுச்சேரியிலே கால் பதிக்கணுமென்று தோணியது. இந்தியா புறப்பட்டபோது எனக்கேகூட விருப்பத்திற் கான காரணத்தை உறுதிபடுத்த முடியாத குழப்பத்தில் இருந்தேன்.

சரி எதுவேணா இருக்கட்டும். இத்தனை நாட்கள் கழிச்சு பிரான்சுக்கு வரேன். என்னைப் பார்த்தாகணுங்கிற ஆசை உனக்கில்லையா?"

"எப்படி இல்லாமல் போகும் அல்ஜீரியாவிலிருந்து, என் அம்மாவழி உறவினர் பையன் நிக்காஹ் செய்யணுமென்று வந்திருக்கான். பிரச்சினையிலிருந்து எப்படி விடுபடப்போறேனு தெரியலை. ஏர்போர்ட்டுக்கு கிளம்பற சமயம், அவன் குடும்பத்தைச் சேர்ந்தவர்கள் ஹொட்பா[1] *(Khotba)* சடங்கிற்கு வீட்டுக்கு வந்திருந்தாங்க."

"ஓகே! நம்ம ஆபீஸெல்லாம், எப்படிப் போகுது?"

"ஒரு பிரச்சினையுமில்லை. ரொம்ம நல்லா போயிட்டிருக்கு. சிரில் கிட்டே சொல்லி வச்சிருக்கேன். ஆட்கள்தேவைண்ணு வேற சொல்றான். அவனுக்கு உன்மேலே இருக்கிற அக்கறை தெரிஞ்சதுதானே? வேலையில் சேர்ந்திடு. வங்கிக் கணக்குல இருந்த பணத்தையெல்லாம் இந்தியாவுல கரைச்சுட்டேன் அப்படிண்ணு நீயும் சொல்ற."

"எனக்குப் பசி. விமானத்துலெ கொடுத்ததெல்லாம் செரிச்சுப் போச்சு. நல்ல பீஸாவா சாப்பிட்டு நாளாவுது. ஆர்டர் பண்ணிட்டு, ஏதாவது புத்தகத்தைப் புரட்டிக்கொண்டிரு. அதற்குள் குளிச்சுட்டு வந்திடறேன். இரண்டுபேருமா சேர்ந்து சாப்பிடுவோம்."

"செய்யறேன். நீ தாமதிக்காமல் குளியலை முடிச்சிடு!"

குளியல் தொட்டியில் வெந்நீரை நிரப்பி உடம்பைக் கிடத்த சுகமாக இருந்தது. உடலில் காலையிலிருந்த வலிகள் இல்லை. ஆனால் நல்ல பசி. வெகு நேரமாக தண்ணீரில் இருக்கிறேனோ என்ற நினைப்பு வந்தபோது கமிலியின் குரல்:

"இன்னுமா குளிச்சு முடியலை? வெளியிலே வா!"

அவசரமாக எழுந்து துவாலையைச் சுற்றிக் கொண்டாள். வெளியில் வந்து தொட்டி நீரை வடிகட்டினாள். தலைமுடியில் இன்னமும் ஷாம்பு நுரை, சரியாக அலசவில்லை. பரவாயில்லையென கண்ணாடியைப் பார்த்தபடி நாக்கு உச்சுகொட்டவும், கீழ்க் கடையுதடு அலட்சியமாகச் சுழித்து உதட்டடிக்குத் திரும்பியது. மற்றொரு துவாலைகொண்டு ஈர நீரை உறிஞ்ச முனைந்ததுபோல தொட்டு எடுத்தாள். எஞ்சியிருந்த ஈரத்தை தலைமயிருக்குச் சேதம் கூடாது என்பதுபோல அதே துவாலையால் மெல்லத் தேய்த்தாள். அவசரமாக தலை மயிரைக் கற்றைக் கற்றையாக

1. அல்ஜீரிய இஸ்லாமியர் திருமண உறுதி நிகழ்ச்சி.

வகுந்து உயர்த்தி, ஹேர் டிரையரைக்கொண்டு வேர்பகுதியை உலர்த்திமுடித்து, வெளியில் வந்தாள்.

கமிலி இரண்டு கையையும் அலகவிரித்துத் தோளை உயர்த்திச் சிரித்தாள். மேசையில் பிஸா காத்திருந்தது. கமிலி தட்டு, கத்தி, முட்கரண்டி, நாப்கின், கண்ணாடிக் குவளைகளை எப்படி வைக்கவேண்டுமோ அப்படி வைத்திருந்தாள். பெர்ழெராக் ஒயின் பாட்டிலொன்று திறக்கப்படாமல் காத்திருந்தது.

"என்ன *Chef*? மேசையெல்லாம் ரொம்ப ஜோராக தயார் பண்ணியிருக்கீங்க. நம்ம இரண்டுபேர் சாப்பிட இத்தனை அக்கறை தேவையா?" என்றாள் ஹரிணி.

"ஏன்?"

"நாளைக்கு நிக்காஹ் செய்துக்கப்போற இல்லையா, அவனுக்கு கொஞ்சம் மிச்சம் வைன்னு சொன்னேன்."

"மிச்சமென்ன நிறையவே வச்சிருக்கேன். ஆனா அவன்மேல எனக்கு நம்பிக்கை வரலை."

"ஏன்?"

"நேற்று அவங்க அப்பா அம்மாவோட வந்தவன், அப்பப்ப தலையை நிமிர்த்தி சிரித்ததோட சரி. ஓர் ஆண்பிள்ளைக்கு வேண்டிய கண்கள் – பார்வை என்று நீ சொல்லுவியே. அவனிடத்தில் சுத்தமா இல்லை. சரி சாப்பிடுவோம். ஏற்கனவே பிஸா ஆறிப்போயிட்டுது."

தட்டிலிருந்த நாப்கினை எடுத்து வைத்துவிட்டு. ஆளுக்கொரு பீஸா துண்டுகளை எடுத்துவைத்துக்கொண்டார்கள். கமிலி சிவப்பு ஒயினைத் அதற்கான குவளைகளில் ஊற்றினாள். கோப்பையைக் கைகளில் எடுத்து இருவரும் 'ச்சின்' 'ச்சின்' கூறிக்கொண்டார்கள்.

ஹரிணி கிரிஸ்ட்டல் ஒயின் குவளையை உயர்த்தி விளிம்பில் உதடுகள்வைத்து ஒரு மிடறு குடித்ததை நாக்கில் தேக்கி மெல்ல விழுங்கினாள்; சுரந்த உமிழ்நீருடன் சப்புக்கொட்டி ருசித்தாள். தொடர்ந்து முள் கத்தி கொண்டு வெட்டிய சிறிய பிஸா துண்டை நாவில் வைக்க, கடவாய் பற்கள்வரை சென்று மீண்டது. மென்று உணவுக்குழாய்க்குள் அனுப்பிய திருப்தியில் உதட்டில் ஒட்டிய பாற்கட்டித் துணுக்குகளையும், தக்காளி சாசையும் நாப்கினால் அழுந்தத் துடைத்தாள். தொடர்ந்து:

"இந்தியாவில் பிஸா கிடைக்கிறது. இருந்தாலும் இதுபோன்ற சீஸ் பிஸாக்கள், கிடைப்பதில்லை. இப்படியொரு ஒயினையும்

அங்கே நினைப்பதுபோல சட்டென்று வாங்கிட முடியாது. நீ ஏன் அமைதியாய் இருக்க? ஆறுமாதமா எனக்கென்று சொல்ல நிறைய தகவல்களைச் சேமிச்சு வைத்திருப்பாயே. எதுவானா சொல்லேன்."

"இல்லாம என்ன நிறைய இருக்கு. நீதான் அதை எப்படி எடுத்துக்குவெண்ணு தெரியலை. நீ அதிகம் வெறுக்கிற நபர்கள் எல்லாம் உன்னைப் பார்க்கணும்னு துடிக்கிறாங்க. முதலில் உன் அப்பா தேவசகாயம், பிறகு உன்னுடைய பையலாஜிகல் அம்மா எலிஸபெத் முல்லெர். உன் போன் நெம்பரை இருவருமே கேட்டாங்க. தற்போதைய இந்திய எண்ணைக் கொடுக்கலாமா என்று நினைத்தேன். உன்னைகேட்காம கொடுப்பதும் சரியில்லை. பிறகு பார்க்க வேண்டும் என்றார்கள். இரண்டிற்கும் உன் சம்மதம் தேவை" என்றாள் கமீலா.

"அப்பாவைப் பார்க்கலாம். பார்க்கத்தான் வேண்டும். ஆனால் எலிஸபெத்தைப் பார்க்கும் எண்ணம் இல்லை" என்றாள் ஹரிணி.

"சரி, இப்போதைக்கு வேண்டாம். நேரம் கிடைக்கும்போது யோசித்துப்பாரு. அவளை, யாரோ அந்நியராக நடத்தலாம், பார்க்கலாம். இல்லையா?"

"அந்நியர் என்றால், என்னைப் பார்க்கும் அவசியமே இல்லையே!"

"எலிஸபெத் ஒரு *assistante sociale*, அந்த அடிப்படையிலே உன்னைப் பார்க்கவருவதாக இருக்கட்டும். இதிலென்ன பிரச்சினை. சரி இந்தியாவிலிருந்து இப்போதுதான் வந்திருக்கிற. எதற்கு வீண்விவாதம். அவர்களிடம் பேசுகிறேன். நான்கைந்து நாட்கள் நன்றாக ஓய்வெடு. அடுத்த கிழமை வேலையிலே சேரனும். மறந்திடாதே! சிரில் ரொம்ப நம்பிக்கையோட இருக்கிறான். இந்தியப் பயணம் எப்படிப் போச்சு? நிறைய சொல்ல இருக்கிறதென்று போனில் கூறியிருந்தாயே?"

"ஆமாம் ஒரு புத்தகமே எழுதலாம், அவ்வளவு தகவல்கள். எங்கே போயிட்டேன். உன்னிடத்தில் சொல்லாமல் யாரிடத்தில் சொல்லப்போறேன்", என்றவாறே, மிச்சமிருந்த பீஸா துண்டுகளை ஹரிணி கமிலி தட்டில் ஒன்றும் தனது தட்டிலொன்றும் எனப் பிரித்துக்கொண்டாள்.

அன்று இரவு வெகுநேரம் இருவரும் பேசிக் கொண்டார்கள். கமிலி பேச்சில் வழக்கம்போல அலுவலகப் பெண்களைப்பற்றிய

வம்புகள், எந்த ஜோடி பிரிந்தது, எந்த ஜோடி இணைந்தது, சிரில் பாரீஸிலிருந்து திரும்பும்போது கார் விபத்துக்குள்ளானது, தனது புதிய ஆப்பிரிக்க சினேகிதன், வரவேற்பிலிருக்கும் பெண் மெலிவதற்கென செலவிட்டதும், பின்னர் எடைகூடியதும் என இரவு பத்து மணி ஆகியிருந்தது. திடீரென்று வீட்டுப் போன் அவர்கள் பேச்சைத் துண்டிப்பதுபோல ஒலித்தது.

"இந்த நேரத்தில் யார்? அதுவும் வீட்டு எண்ணுக்கு? அப்பா, மதாம் முல்லரைத் தவிர்த்து வேறு யாருக்காவது இன்றைக்கு நான் வந்திருப்பது தெரியுமா?" ஹரிணி.

"மிஸியெ கிருஷ்ணா என்று ஒரு புதுச்சேரிக்காரர் கேட்டார் கொடுத்தேன்? உன்னைத் தெரியுமென்றார்" என்றாள் கமீலா.

"முழுப்பெயர் நாகரத்தினம் கிருஷ்ணாவா?"

"இருக்கலாம், அந்தமாதிரிதான் காதிலே விழுந்தது. எனக்கு உங்களுடைய நீண்ட தமிழ் பெயர்களை நினைவில்கொள்வது சிரமம் என்று ஏற்கனவே சொல்லியிருந்தேனே."

"பவானி அம்மாவுக்குத் தெரிந்தவர். அவர் இந்த நேரத்திலே எதுக்கு?"

"சரி விருப்பமிருந்தால் எடு? இல்லையென்றால் எடுக்காதே. அதொரு பிரச்சினையா?"

ஹரிணி வேகமாய் நடந்து சென்று ரிசீவரை எடுத்தாள்.

". . ."

"சவா. நல்லா இருக்கிறேன். பயணமெல்லாம் நல்லா அமைந்தது. பெரிய பிரச்சினையில்லை. டில்லியிலேதான் ஏர் இந்தியா வழக்கம்போல, தாமதம் பண்ணிட்டாங்க. அப்படி நடந்துகிட்டாதானே 'ஏர் இந்தியா'. என்ன விஷயம். சொல்லுங்க?"

". . ."

"நல்லா தெரியுமே. என்னுடைய பழைய அலுவலகம் பக்கத்திலேதான் இருக்கிறது" என்றாள் ஹரிணி.

". . ."

"நாளைக்கு காலமையா? இரண்டு நாள் தள்ளி போட முடியாதா?"

". . ."

"ஓகே மிஸியெ. போறேன்."

“. . .”

“இல்லை. கண்டிப்பா போறேன். காலையில் 9 மணிக்கு அங்கே இருக்க வேண்டும் இல்லைங்களா? இருப்பேன். பயப்படாதீங்க.”

ரிஸீவரை வைத்துவிட்டு வந்தமர்ந்தவளைப் பார்த்து கமீலி என்ன என்பதுபோல பார்த்தாள்.

“நாளைக்கு நம்ம அலுவலகத்திற்குப் பக்கத்தில் இருக்கிற எல்லைக் காவற்படை அலுவலகத்திற்குப் போகவேண்டும். அவர் போக வேண்டியது. ஏதோ முக்கியமான வேல இருப்பதாலே, என்னைப் போகும்படி கேட்கிறார். அவர்களுக்கும் தமிழிலிருந்து பிரெஞ்சில் மொழிபெயர்க்க வேறு ஆள் கிடைக்கவில்லை போலிருக்கிறது.”

“சரி, நான் கிளம்பறேன். நீ போய்ப் படு. பயண அலுப்பு வேற.”

இருவரும் கட்டி அணைத்து கன்னங்களில் முத்தமிட்டுக் கொண்டனர். அவளை வழியனுப்பிவிட்டு படுக்கையில் விழுந்த போது, எங்கோ தூரத்தில் சைரன் ஒலி கேட்டது.

8

**ஸ்ட்ராஸ்பூர், பிரான்சு: 2013 மார்ச் 11,
திங்கள் காலை 9 மணி**

"கோடையில் கடைசிவரை ஏமாற்றப் பழகி, விரக்தி எச்சிலாய் நாக்கில் துளிர்க்கும் மழை. ஆடிமாதத்தில் வீட்டிற்குள் நுழைவதற்குள் இடியும் மின்னலுமாகச் சடசடவென்று பெய்து நம்மைத் தொப்பலாக நனைத்துத் தெருவில் புழுதியாய் மணக்கும் மழை. போதும் போதும் என்று புலம்பினாலும் இரவு பகலாக இடைவிடாமல் ஹோவென்று மண்ணில் இறங்கி, ஐப்பசி கார்த்திகை மாதங்களில் பூமியை வெள்ளக்காடாக மாற்றி நொப்பும் நுரையுமாகப் பாய்ந்து கடலை ஆர்ப்பரிக்க வைக்கிற மழையென அப்பாவால் அறிமுகப்படுத்தப் பட்ட மழைதான் எத்தனைவிதம். தனது இறப்புக்கூட ஒரு மழைநாளில் நடைபெற வேண்டுமெனத் தீர்மானித்தவர்போல, இவள் பார்த்துக்கொண்டிருக்க அவர் கடலில் இறங்கியதும், கரையில் நின்று கதறியதும், உப்பிய வயிறும் சிவந்த கண்களும் ஈக்கள் மொய்க்கும் மூக்குமாக வாசலில் கிடத்தியிருந்த அப்பாவை எரிக்க ஈர விறகிற்கு டின் டின்னாக மண்ணெண்ணெய் தேவைப்பட்டதை அரிச்சந்திரன் கோவிலில் நின்றபடி பார்த்துக்கொண்டிருந்ததும் நேற்று நடந்ததுபோல இருக்கிறது. மழைகாரணமாக இரண்டு நாட்கள்தொடர்ந்து அவர் உடலை எரிக்க வேண்டியிருந்ததென்று வெட்டியான் சொன்னான். அப்பாவைத் தீயில் எரித்ததை விட. . ."

“ஹரிணி!”

“மழையிற் கரைத்திருக்கலாம்” – கையிலிருந்த நாவலை மூடிவிட்டு, தன்பெயரைச் சொல்லி அழைத்த மனிதரை நிமிர்ந்து பார்த்தாள்.

நடுத்தர வயது. சீருடையில் இருந்தார். கை நீட்டியபடி இருந்தது. புரிந்தவளாய், வலக்கையிலிருந்த நாவலை இடது கைக்கு மாற்றிக்கொண்டு கை நீட்டினாள்.

“என் பெயர் அல்ஃபோன்ஸ்! *Désolé* – உங்களை ரொம்ப நேரம் காக்க வச்சிட்டேன். காலையில் உங்களை அழைத்தது நான்தான்.”

காவலதிகாரி பேசியபோது உதடுகளோடு முகவாயும் சேர்ந்து அசைந்தது. பேசிமுடித்த உதடுகள் மஞ்சள் பற்களைக் காட்டி சிரிக்க முயற்சித்தன.

“பிரச்சினை இல்லை. பத்து நிமிடங்கள்தான் காத்திருந் திருப்பேன். நாவலை வாசித்துக்கொண்டிருந்ததால். நேரம்போனது தெரியவில்லை” என ஹரிணி பதில் சொன்னாள்.

இருவரும் கை குலுக்கிக்கொண்டார்கள்.

“போகலாமா?”

“ம்.”

அடுத்த நாற்காலியில் இருந்த கைப்பையில் நாவலை வைத்து, பொத்தானை அழுத்தி மூடினாள். பின்னர் தோளில் போட்டுக் கொண்டாள். அதன்மீது கூளமாகக் கிடந்த ஓவர்கோட்டை கையில் மடித்துக்கொண்டபின் காவல் அதிகாரியைப் போகலாமா என்பதுபோலப் பார்த்தாள். பார்வையாளர்களுக்கென போடப்பட்டிருந்த நாற்காலி வரிசைக்கு இடதுபக்கம் கதவடைத்த நுழைவாயில் இருந்தது. அதற்கு இடதுபக்கம் வெளி ஆட்களை உள்ளே அனுமதிக்கவும் கண்காணிக்கவும் ஓர் அறை. இடுப்பளவு உயரத்திற்கு சுவரில் பேனல் வேலைப்பாடுகள். தடித்த கண்ணாடித் தடுப்பில் புறாக்கூடுபோல இரண்டு இடங்களில் திறப்புகள், வெளி ஆட்களிடம் உரையாட. கண்ணாடித் தடுப்பும் உட்கூரைத் தளமும் இணையுமிடத்தில் கண்காணிப்பு காமெரா. உள்ளே இரு காவலர்கள் பாலினத்திற்கு ஒருவரென்ற விகிதாசாரத்தில் இருந்தனர்.

“On y va?” அதிகாரியின் குரல் அவளுடைய கவனத்தைத் திருப்பியது. ஒரு கை கதவினைத் தள்ளித் திறக்க ஆயத்தமாகவும் மறுகை மின்னணு அட்டையை, அடையாளப்படுத்திக் கொள்கிற

மின்னணு பூட்டில் ஒத்துவமாக இருந்தது. தொடர்ந்து மெலிதாக ஒரு 'ர்ர்ர்ர்ர்ர்ர்ர்', கதவு திறந்தது.

'பெண்கள் முதலில்' என்ற வழக்கப்படி *'Mademoiselle! S'il vous plaît!'*, என்றார். அவள் உள்ளே நுழையத் தயங்குவதைப்பார்த்து. "*Pardon! suivez-moi!*" எனச் சொல்லியபடி முன்னால் நடந்தார்.

இருபுறமும் தொடர்ந்து அலுவலக அறைகள். ஒவ்வொன்றிலும் பேச்சுக் குரல், பெரிய மேசை, கணினியின் விசைப்பலகைகளைத் தட்டும் ஓசை, காவல் அதிகாரிகள். நடக்கும்போதே 'வணக்கம்' "நேற்று மேட்ச் பார்த்தியா?", "நல்லதாப் போச்சு" "மானத்தை வாங்கறானுவ, எதிரி கையில பந்தைக் கொடுத்துட்டு, விரலை சூப்பிட்டிருந்தா எப்படி!" என்பதுபோன்ற வர்ணனைகள். நடைகூடம் இரண்டொரு நிமிடங்களுக்குப் பிறகு பூட்டிய கதவில் முடிந்தது. கனத்த வார்ப்பு இரும்பு கதவில் மீண்டும் தம் அடையாள அட்டையை, ப்ரிகேடியர் வைத்தார். கதவு திறந்தது; மீண்டும் ஒரு கூடம். இம்முறை அளவிற் சிறியதாக இருந்தது. வலப்பக்கம் பத்து மீட்டர் தூரம் சென்றது. அடுத்தடுத்து தடித்த, மேலே கம்பிகள் பொருத்திய கதவுகள். கூடத்தைக் கடந்து செல்லும் எவருக்கும் அறைக்குள் துரும்பசைந்தாலும் தெரியவரும். விசாரணைக்காக அடைத்து வைக்கப்பட்டிருந்த மனிதர்கள்; அவர்களில் இரண்டொருவர் உறங்கியபடி இருந்தனர், ஒரு சிலர் விழித்தும், கூரையைப் பார்த்தவாறும், சோம்பலாக கால்களை நீட்டியும் உட்கார்ந்திருந்தனர். காலடிச்சத்தம் கேட்டுத் திரும்புவதும், அண்ணாந்து பார்ப்பதும், கால்களைச் சொறிந்துகொள்வதுமாக இருந்தார்கள். எங்கிருந்தோ ஆணும் பெண்ணுமாக இரண்டு காவலர்கள் தற்போது இணைந்துகொண்டிருந்தனர். அவர்களிடம் ஹரிணியுடன் வந்த அதிகாரி, "விசாரணைக் கைதியை, மேலே அழைத்து வாருங்கள்" – என்றார். கதவு திறக்கப்பட்டது. ஹரிணி வயதையொத்த இளம்பெண் உட்கூரையைப் பார்த்தவாறு அமர்ந்திருந்தாள்.

"'விசாரணைக்கு அழைத்துப் போகிறோம்!' என்று பெண்ணிடம் சொல்லுங்கள்" – காவல் அதிகாரி.

அவர் பிரெஞ்சில் கூறியதைப் பெண்ணிடம் தமிழில் மொழிபெயர்த்துக் கூறினாள். பெண் பதில் கூறவில்லை. கதவு திறக்கப்பட்டதும் தமது ஜாக்கெட்டை எடுத்துக்கொண்டு வெளியில் வந்தாள். மாநிறம். முகத்தில் இறுக்கம். ஜீன்ஸும் சட்டையுமாக இருந்தாள். இவளுடைய பார்வையைத் தவிர்க்கும் உத்தேசம் இருந்தது. அவள் திரும்பி காவல் அதிகாரியையும், காவலர்களையும் பின்தொடர்ந்தபோது, முதுகையொட்டி நீல

ரப்பர் வளையத்திற்குள் இறுகிப் பின்முதுகிற் கிடந்த கருத்த குதிரைவால் தலைமுடி வியர்வையில் கசங்கியிருந்தது. பூட்டிய அறையில் பல மணிநேரங்கள் இருந்த அவளின் மெலிதான வாடையை, ஹரிணி பின்தொடர்ந்தாள். பத்து பன்னிரண்டு படிகள் இருக்கக்கூடும் ஏறிக் கடந்து மேலே வந்தார்கள். மீண்டும் ஒரு மின்னணுப் பாதுகாப்புடன் கூடிய கதவு. காவல் அதிகாரி மறுபடியும் தமது மின்னணு அட்டையை பூட்டில் ஒற்றி எடுத்தார், கதவை அழுத்தித் திறக்கிறார். நடந்தார்கள். பெண்ணின் கால்கள் பின்னி, தயங்கி முன்னேறுகின்றன. அவள் நடையில் தற்போது ஒரு நிதானம், மாறாக ஹரிணியின் கால்கள் கனக்கின்றன. தன்னையே விசாரணைக்கு அழைத்துச் செல்வதுபோல இருந்தது. அருகிலிருந்து சுவரில் சில வினாடிகள் அணைத்தாற்போல நின்றாள். அவளுக்கு முன்பு நடந்தவர்கள் சில அடிகள் கூடுதலாக வைத்திருப்பார்கள். அதன் பின்னர், அவளுடைய காலடிகளின் அமைதி அவர்களின் நடையை யோசிக்க வைத்திருக்கும், சேர்ந்தாற்போல திரும்புகிறார்கள். பெண் காவலர் ஓர் அடி முன்னால் எடுத்துவைத்து, அவளது தோளில் பாந்தமாக கையைப் போடுகிறாள்.

“மத்மசல் ஹரிணி! உடம்புக்கு ஏதேனும். . ?” – காவலதிகாரி.

“தலை சுற்றுவதுபோல இருந்தது. இப்போது பரவாயில்லை!” என்றாள்.

“உண்மையில் பரவாயில்லையா?” – பெண் காவலதிகாரி; குரலில் அக்கறை தெரிந்தது.

அவளுடைய ‘பாப்’ செய்திருந்த சிகையிலிருந்த ஷாம்பு மணமா வேறு ஏதேனுமா என்று தெரியவில்லை, ஆனால் விரும்பக்கூடியதாக இருந்தது. கனத்த உடம்பிற்குச் சொந்தக்காரி என்கிறபோதும் சக காவலர்களைப் போலவே அவள் இடுப்பிலு மிருந்த தற்காப்பு ஆயுதங்கள் உடலுக்குக் கொடுத்திருந்த விரைப்பு அச்சூழலிலும் ரசிக்கக்கூடியதாக இருந்தது. சுவரில் சாய்ந்து நின்றிருந்தவள் விலகி நேராக நின்றாள். ஹரிணி காவலர் பெண்ணுக்கு ‘நன்றி’ தெரிவித்தாள். அதனை ஏற்பதுபோல அவளும் முறுவலித்தாள். எல்லோரும் மீண்டும் நடக்கத் தொடங்கினார்கள். ஹரிணி அவர்களைத் தொடர்ந்தாள். சிறிது தூரம் நடந்திருப்பார்கள். திறந்திருந்த ஓர் அறைக்குள் செல்ல, அவர்களைப் பின்தொடர்ந்து இவளும் சென்றாள். அறைக்குள் இரு மேசைகள். அதன் எண்ணிக்கைக்கு ஈடுசெய்ய நாற்காலிகள். இரண்டு மேசைகளிலும் கணினித் திரைகள். அங்கு ஏற்கனவே பணியில் மூழ்கியிருந்த அதிகாரி ஒருவர் வந்தவர்களுக்கு முகமன் கூறிவிட்டு, தொடர்ந்து தனது கணினியில் கவனத்தைச்

செலுத்தினார். ஒரு பக்க சுவரோரமாக எச்.பி லாசர் பிரிண்ட்டர். வலப்பக்கச் சுவரில் ஒரு பெரிய விளம்பரச் சுவரொட்டி. அதிற் கால்பந்தாட்டக் குழுவொன்றின் படம். 'டிராயிங் பின்' துணையுடன் வண்ணக் காகிதத்தில் செய்த இதயம், நடுவே மெழுகுத்திரிகள் எரியுமொரு கேக் படமும் சுவரில் இருந்தது. அதன் மீது '*Bonne fête papa*' என 'அப்பா தின' வாழ்த்தை ஒரு குழந்தைத் தெரிவித்திருந்தது.

"உட்காருங்கள்!" – எனக்கூறிய காவல் அதிகாரி, மேசைக்கு மறுபக்கமிருந்த நாற்காலியில் அமர்ந்தார். அவர்களுடன் வந்த பெண் காவலரும், மற்றவரும் நின்று கொண்டார்கள்.

காவல் அதிகாரியின் மேசைக்கெதிரே இரண்டு நாற்காலிகள். முதல் நாற்காலியில் அவர்கள் அழைத்துவந்த பெண் உட்கார்ந்ததும், ஹரிணி இரண்டாவது நாற்காலியில் அமர்ந்தாள். பெண் வலது கையில் தலையைத் தாங்கியவளாக இருந்தாள். உருண்டை முகம், அலட்சியமாக ஊன்றியிருந்த கைக்கிடையில் ஒற்றைப்பின்னல் ஊசலாடியது. கருஞ்சிவப்பாக இருந்த உதடுகள் வெடித்தும் மென்தோல் உரிந்தும் இருந்தன. நெற்றியில் மிளகு அளவில் சாந்துப்பொட்டு. அவள் விழிகளைக் குறுக்கிப் பார்க்கிறபோதெல்லாம் சாந்துப்பொட்டு இருபுருவங்களுக்கும் இடையிலிருந்த குழியில் உட்காருகிறது. காவல்துறை அதிகாரிகள் கவனத்திற்குப் போகாது என்பதுபோல தனது வலதுகை கொண்டு அப்பெண்ணின் இடதுகையைப் பற்றினாள். அப்பெண் ஹரிணியை ஏறிட்டுப் பார்த்தாள். முதன்முறையாக அப்பெண்ணின் முகத்தில் இறுக்கம் குறைந்திருந்தது. அவள் கண்களில் ஸ்விட்சைப் போட்டதுபோல பிரகாசம்.

"இதற்கு முன் வந்திருக்கிறீர்களா?" – காவலதிகாரியின் கேள்வி சூழலை உணர்த்திற்று. அவசரமாகத் தலையைத் திருப்பி, அவர் கேட்டதைப் புரிந்துகொண்டவளாய்:

"இல்லை! இதுதான் முதல் முறை", என்றாள்.

"மிஸியெ கிருஷ்ணாவுக்குப் போன் செய்தேன். அவரால் வரமுடியாதென்றார். வேறு யாரேனும் உதவுவார்களா என்று அவரிடம் கேட்டிருந்தேன். அவர் உங்களைத் தொடர்பு கொண்டிருக்கிறார்" – காவல் அதிகாரி.

"ஆம். கிருஷ்ணாதான் எனக்குத் தகவலைத் தெரிவித்தார்"– ஹரிணி.

"பெண்ணின் பெயர் நித்திலா? சரிதானா எனக் கேளுங்கள்."

நான் மொழிபெயர்ப்பதற்கு முன்பாகவே, நித்திலா என அழைக்கப்பட்ட அப்பெண், "ஓம்" என்றாள்.

"இதுபோன்ற முதற்கட்ட விசாரணையின்போது, குற்றஞ் சாட்டப்பட்டவருக்கென்று சில உரிமைகள் இருக்கின்றன. அவை இந்தத் தாள்களில் இருக்கின்றன. அவற்றைப் பெண்ணிடம் விளக்கிச்சொல்லுங்கள்."

காவலதிகாரி நீட்டிய தாள் கைக்கு வந்ததும், "நான் படித்துப் பார்க்கட்டுமா" என அவளிடம் ஹரிணி கேட்டாள். பெண்ணிடம் முதன்முறையாக பூ பூப்பதுபோல ஒரு சிரிப்பு. அதைச் சம்மதமென்று எடுத்துக்கொண்டு இவள் கடகடவென்று வாசித்து முடித்தாள். பிரெஞ்சு குற்றவியல் சட்டம் "Art. L. 611-1-1. -I விசாரணைக்குட்படுத்தப்படும் குற்றம் சாட்டப்பட்டவர்களுக்குச் சில உரிமைகளை வழங்கியிருந்தது: "மொழி பிரச்சினையெனில், மொழி பெயர்ப்பாளரை வைத்துக்கொள்ளலாம், விசாரணைக்கு உட்படுத்தபட்ட நபர் ஒரு வழக்கறிஞர் உதவியை தமது விருப்பப்படி சொந்தச் செலவிலோ அல்லது வழக்கறிஞர்கள் சங்கத்திலிருந்து அரசுச்செலவிலோ கேட்டுப் பெறலாம். விசாரணைக்கு முன் மருத்துவர் உதவியும் கேட்கலாம். நண்பர்களுக்கு அல்லது உறவினர்களுக்கு அவள் தடுப்புக் காவலில் இருக்கிற செய்தியைத் தெரிவிக்கலாம், காவல்துறை அதற்கு ஏற்பாடு செய்யவேண்டும்" என்றிருந்தவற்றைத் தெரிவிக்க இரண்டொரு நிமிடங்கள் ஹரிணிக்குத் தேவையாய் இருந்தன.

காவலதிகாரி தடுப்புக்காவல் பற்றிய நேரத்தைத் தெரிவித்திருந்த பதிவேட்டில் பெண்ணைக் கையெழுத்திடக் கூறினார். ஹரிணியை ஒருமுறை கையெழுத்திடலாமா என்பதுபோலப் பார்த்துவிட்டு, தயக்கத்துடன் கையெழுத்திட்டாள். ஹரிணி கையொப்பத்தையும் அதில் வாங்கிக்கொண்டு, விசாரணையை ஆரம்பிப்பதுபோல விசைப்பலகையில் அவர் விரல்கள் சென்றன.

"இவர் பிறந்த தேதி பதின்மூன்று ஜனவரி 1985, பிறந்த ஊர் ஜப்னா, ஸ்ரீலங்கா சரிதானா?" என வினவினார். தமிழில் மொழிபெயர்த்து "ஓம்" என்றாள். அடுத்து அவள் தகப்பனார் பெயரையும் தாயார் பெயரையும் கூறி சரிதானா எனக் கேட்டார். அதற்கும் அப்பெண் 'ஓம்' என்றாள். திருமணம் ஆகிவிட்டதா? என்ற கேள்விக்கு இல்லையென்று பதில் வந்தது. "பிள்ளைகள் உண்டா?" என்பது அடுத்த கேள்வி. மொழிபெயர்த்தபோது அந்தச்சூழலிலும் அவள் தலையைத் திருப்பி புன்னகைத்துவிட்டு "இல்லை" என்றாள். "உடல் நலத்தில் ஏதேனும் பிரச்சினை இருக்கிறதா? மருத்துவர் உதவி ஏதேனும் வேண்டுமா? சட்ட

உதவிக்கு, வழக்குரைஞர் வேண்டுமா?" என்று அடுத்தடுத்த கேள்விகள். அனைத்திற்கும் 'தேவையில்லை' என்று பதில். "இலவச சட்ட உதவிக்கு அரசு ஏற்பாடு செய்யும்" என அவர் கூறியதை மொழிபெயர்த்தபின் குழப்பத்துடன் வேண்டும் என்பதா, வேண்டாம் என்பதா? இரண்டில் எதைச் சொல்லலாம் என்பதுபோல ஹரிணியைப் பார்த்தாள்.

காவல்துறை அதிகாரி, அவள் குழப்பத்தைப் புரிந்துகொண்டவர் போல, "இதொரு சம்பிரதாய நடவடிக்கைதான். வேண்டுமானால் ஒருவேளை மாவட்டத் தலைமை நிர்வாகி, அரசு காப்பகத்தில் வைத்திருப்பதென முடிவெடுத்தால், ஐந்து நாள் தவணையில், இவரை நீதிமன்றத்திற்குக் கொண்டுபோவார்கள். அப்போது தேவைப்பட்டால் வழக்கறிஞர் ஏற்பாடு செய்யலாம்." இபோதே வேண்டும் என்றாலும், ஏற்பாடு செய்யலாம்" – என்றார். ஹரிணி மொழிபெயர்த்துக் கூறினாள். "நான் என்ன மறுமொழி சொல்ல அக்கா?" என இவளிடம் கேட்டாள். ஹரிணிக்கும் என்ன பதில் சொல்வதென்று தெரியவில்லை. அவள் சங்கடத்தைப் புரிந்துகொண்டவள்போல நித்திலா, "பிறகு ஏற்பாடு செய்யலா மில்லையா?" எனக்கேட்டாள். அவள் கேள்வியை, ஹரிணி மொழிபெயர்த்து சொல்ல, காவற்துறை அதிகாரி "தாராளமாக" என்றார்.

"நெருங்கிய உறவினர்கள் இருப்பின், அவர்கள் தொலைபேசி எண்ணைக்கொடுத்தால் தகவல் தெரிவிக்கலாம்" – மீண்டும் காவலதிகாரி.

ஹரிணி மொழிபெயர்த்துக் கூறியபோது "அப்படி யாரையும் எனக்குத் தெரியாது" என்று பதில் வந்தது.

"சர்சல் முகவரியில் இந்தப் பெண் இரண்டாண்டுகள் இருந்திருக்கிறார். அது யாருடைய முகவரி என்று கேளுங்கள்?"

"அதென் அக்காண்ர முகவரி. அங்க இருக்க எனக்குப் பிடிக்காமல் வெளிய வந்துட்டன். அவவுக்கு நான் ஒண்டும் சொல்ல விரும்பேல்ல."

அவள் கூறியதை மொழிபெயர்த்தாள்.

"உரிய அத்தாட்சிப் பத்திரங்களின்றி பிரான்சு நாட்டில் இருக்கமுடியாது. அதொரு குற்றம் என்பதும், அவரை மீண்டும் இலங்கைக்கு அனுப்பவே இங்கே கொண்டு வந்திருக்கிறோம் என்பதும் தெரியுமா என்று கேளுங்கள்?" எனக் காவலதிகாரி கூறியதை ஹரிணி மொழிபெயர்த்ததும், "ஓம், எனக்குத் தெரியும்" என்றாள்.

“பாரீஸிலுள்ள வால்துவாஸ் மாவட்ட நிர்வாகி பிரான்ஸை விட்டு வெளியேறுமாறு அனுப்பிய உத்தரவு கைக்குக் கிடைத்ததா?”

“இல்லை, எனக்குத் கிடைக்கல்ல.”

“நல்லது அவர் எப்படி பிரான்சுக்கு வந்தார், ஏன் பிரான்சுக்கு வந்தார், அகதி அந்தஸ்திற்கு விண்ணப்பித்த தகவல்கள், எதற்காக ஜெர்மனுக்குப் போனார் என்ற தகவல்களைக் கேட்டுச் சொல்லுங்கள்.”

அப்பெண்ணிடம் பெற்ற தகவலின் சுருக்கம்:

“2010 நவம்பர் மாதம் 12ஆம் திகதி பாங்காக் நகரிலிருந்து, பாரீஸ் வந்திறங்கினேன். ஏஜென்சிக்கு பணம் கொடுத்திருந்தோம். கள்ளப் பாஸ்போர்ட்டில்தான் வந்தேன். பாரீஸ் ஏர்போர்ட்டில் வெளியில் வந்தவுடன் எங்கள் பாஸ்போர்ட்டைப் பிடுங்கிக்கொண்டினம். யாழ்ப்பாணத்தைச் சேர்ந்த வாகீசன் என்னைக் கல்யாணம் பண்ணிக்கொள்வதாக அளித்திருந்த வாக்குறுதியை நம்பியே இவ்விடம் வந்தனான். அவர் ஏர்போர்ட்டிற்கு வராதது ஏமாற்றமாக இருந்தது. அவர் வராததால் தமக்கை வீட்டில் தங்க நேரிட்டது. வால்துவாஸ் மாவட்ட நிர்வாகியிடமிருந்து தற்காலிக வாழ்விட அனுமதி பெற்ற பிறகு இதற்கிடையில் அகதி அந்தஸ்துகோரி ஓஃப்ராவுக்கு *(OFPRA)* 2010 நவம்பர் 15இல் விண்ணப்பித்தேன். அவர்கள் எனது அகதி விண்ணப்பத்தை நிராகரித்திருந்தார்கள். எனது தமக்கை வீட்டிலும் பிரச்சினை, எனவே ஜெர்மன் தோழி ஒருத்தியின் யோசனையின்பேரில் அங்கே அகதி விண்ணப்பம் செய்யலாமென 2013 பிப்ரவரி மாதம் 20ஆம் திகதி ஜெர்மனிக்குச் சென்றேன். ஒரு வழக்கறிஞரை வைத்து விண்ணப்பிக்கவும் உதவி செய்தாள். ஆனால் ஜெர்மன் அரசாங்கம் ‘எந்த நாட்டில் நான் முதலில் அகதி நிலைகோரி விண்ணபித்திருந்தேனோ, அந் நாட்டில்தான் எனது பிரச்சினைக்குத் தீர்வு காணமுடியும்’ எனக் கூறி பிரெஞ்சு எல்லைக் காவல்துறை படையிடம் என்னை ஒப்படைத்துவிட்டார்கள்.”

எல்லாவற்றையும் கேட்டுமுடித்த காவல் அதிகாரி, “சொந்த நாட்டிற்குத் திரும்ப விருப்பமா?” எனக்கேட்டார்.

“இல்லை. அங்க எனக்கு யாருமில்ல. அப்பா அம்மா ரெண்டு பேரும் 2009 மே இறுதி யுத்தத்தில் செத்துப்போச்சினம். இலங்கை ஆர்மி நான் புலிகள் இயக்கத்தைச் சேர்ந்தவள் எனச் சந்தேகப்பட்டது. அதற்குப் பிறகு மறைந்து வாழ்ந்தனான். பிறகு எனக்கு ஆபத்து இருப்பதை அறிந்து இங்கு வந்தனான். திரும்ப நான் போவதைவிட செத்துப் போகலாம்” என மறுக்கும் போது

பெண்ணின் குரல் ஓர் இறக்கத்தில் உடைந்து தடுமாறியது, கண்களில் நீர் கோர்த்தது. காவலதிகாரி அதைத் தவிர்க்க நினைத்தவர்போல தலையைக் குனிந்து கொண்டார்.

"என்னை நாட்டுக்கு அனுப்ப வேண்டாமெண்டு சொல்லுங்கோ அக்கா!" – அவள் விசும்பிக் கொண்டிருந்தாள். ஹரிணி தன் கையிலிருந்த நாப்கினைக் கொடுத்தாள்.

காவலதிகாரி "என்ன சொல்கிறார்?" எனக் கேட்டார். ஹரிணி பெண் கூறியதைத் தெரிவித்தாள்.

"இதில் நாங்கள் செய்ய ஒன்றுமில்லை, நிர்வாகம் முடிவெடுக்கும் விஷயம். நாங்கள் சட்டத்தை நிறைவேற்றும் ஊழியர்கள், அவ்வளவுதான். இதில் கையெழுத்திட வேண்டும்!" என்று இதுவரை கணினியில் தட்டிய குற்றவிசாரணைப் பதிவை நீட்டினார்.

இதுவரை விசாரணைசெய்த பதிவு. வாசித்துவிட்டு அப்பெண்ணை கையெழுத்திடக் கூறினாள். அவள், "நான் சொன்னதைத்தானே எழுதினீங்க? அக்கா! நீங்கள் ஒருக்கா முழுசாப் படிச்சுப்போட்டு சொல்லுங்கோ, நான் கையெழுத்து வைக்கிறன்" என்றாள் நித்திலா. அவள் சொல்வதிலுள்ள நியாயத்தை உணர்ந்து படித்துப்பார்த்து, கையொப்பமிடலாம் என்றாள். இருவரும் கையொப்பமிட்டு முடித்ததும், குற்றவிசாரணைப் பதிவின் நகலொன்றை பெண்ணிடம் கொடுத்தார்கள்.

"பிற்பகல் இரண்டு மணிக்குத்தான் என்ன முடிவெடுப்பார்களென்று தெரியும். நீங்கள் அதுவரை காத்திருக்க முடியுமா? இல்லை வீட்டிற்குப் போய் வருகிறீர்களா?" என ஹரிணியிடம் அதிகாரி கேட்டார்.

"இன்னும் ஒருமணிநேரம்தான் இருக்கிறது. பரவாயில்லை நான் கீழிறங்கி பார்வையாளர்கள் இடத்தில் காத்திருக்கிறேன். என்னை அழையுங்கள்" எனச் சொல்லிக்கொண்டு ஹரிணி புறப்பட்டாள்.

பெண்ணைக் காவலர்கள் அழைத்துசெல்ல சில நிமிடங்கள் காத்திருக்க வேண்டியிருந்தது. இரு கன்னங்களையும் கைகளுக்கிடையில் கொடுத்து அவள் அழுவது தெரிந்தது. ஹரிணி எழுந்தாள். ஆறுதலாக இருக்கட்டுமென நினைத்து அவள் தோளில் இவள் கை இறங்கியது. அவளை அமைதிப்படுத்த பொருத்தமான சொற்கள் ஏதேனும் உதவுமா என்ற யோசனை இவளிடம் இருந்தது. காவலதிகாரியும் நாற்காலியைவிட்டு எழுந்து நின்றிருந்தார்.

"நித்திலா எழுந்திரு. அழாதே! இரண்டு மணிக்கு என்ன நடக்கிறதென்று பார்ப்போம்." இதுபோன்ற வார்த்தைகளை ஒரு மொழிபெயர்ப்பாளராக வந்திருக்கும் அவள் உபயோகிக்கலாமா என்கிற குழப்பம் இருக்கவேண்டும். தொனியில் ஒரு தொய்வு இருந்தது. வழக்கமான அவளுடைய குரலல்ல. ஒருவித பதுங்கும் தொனி. நித்திலாவுக்கு மட்டும் எட்டினால் போதும், அங்கிருந்த காவலர்களுக்குக் கேட்டுவிடக்கூடாதென்கிற எச்சரிக்கை. பெண் எழுந்தாள். இருபக்கமும் காவலர்கள் நின்று அவளை அழைத்துச் சென்றபோது அவளோடு இவளும் நடப்பதுபோல இருந்தது.

பிற்பகல் இரண்டுமணி. மீண்டும் காவலதிகாரியின் அழைப்பு. காலைபோலவே நடைகூடங்களும், படிகளும் மிதிபட்டும் ஒதுங்கியும் ஹரிணியை வழி நடத்தின. பிரெஞ்சு எல்லைக் காவற்படையின் மேல் மாடியிலிருந்த அதிகாரியின் அலுவலக அறையில் காலையிலிருந்ததுபோலவே சம்பவத்தின் பங்குதாரர்கள் அனைவரும் கூடியிருந்தனர். இன்றையதினம் பிரச்சினைகளின் விளிம்பில் தொங்கிக்கொண்டிருக்கிற ஓர் இளம்பெண்ணை சந்திக்கவேண்டிவருமென ஹரிணி எதிர்பார்க்கவில்லை. அவள் பங்கு இதிலென்ன? என்ன செய்யப்போகிறாள்? அலுவல் முடிந்ததும் "ஏய் பெண்ணே! எனக்கும் உனக்கும் இனி எவ்வித சம்பந்தமுமில்லை. எவ்வித பந்தமுமில்லை" என்று சொல்லிவிடலாமா? ஓர் அன்னியப் பிரஜையை, பிரெஞ்சு அரசாங்கம் கைது செய்திருக்கிறது. குற்றம், உரிய அனுமதியின்றி இந்த நாட்டில் வலம் வருவது. அவள்மீதான குற்றச்சாட்டை உறுதிபடுத்தவும் சட்ட நடவடிக்கைகளை மேற்கொள்ள மொழி தெரியாத பிரஜைக்கு அதுபற்றி எடுத்துக் கூறவும் ஒரு மொழிபெயர்ப்பாளராக இவளை அழைத்திருக்கிறார்கள். அதற்கு என்ன கூலியோ அதைப் பெற்றுக்கொண்டு இவள் போகவேண்டும். உணர்ச்சிகளுக்கு இங்கு இடமில்லை. அறிவு அனைத்தையும் பகுத்தாய்ந்து, மனங்களை வற்றலாக்கியிருக்கிறது. ஈரமென்பதே இல்லாமற்போய்விட்டது. இங்கிருக்கிற மேசை போல, கணினிபோல, காவலதிகாரியின் பதிவேடுபோல, அவர் கையெழுத்து வாங்கிய பேனாவைப்போல கடமையை ஆற்றி விட்டு ஒதுங்கிக்கொள்ள வேண்டும்.

"உட்காருங்கள்" என்ற குரல் கேட்டதும், இவளுக்கென்று காத்திருந்த நாற்காலியில் அமர்ந்தாள்.

"அப்பெண்ணை அரசாங்கத்தின் பாதுகாப்பகத்தில் ஐந்து நாட்கள் வைத்திருக்கப் போகிறார்கள். இலங்கைத் தூதரகத்தில்

அப்பெண்ணை திருப்பி அனுப்புவற்கு அனுமதிக்கிற தாளை அரசாங்கம் கேட்கும். கிடைத்தால் எப்போது வேண்டுமானாலும் திருப்பி அனுப்பலாம். ஐந்து நாட்கள் போதாதெனில், நீதிமன்றத்தில் கால அவகாசத்தை நீட்டிக்கக் கேட்போம்", என்ற அதிகாரியிடம் "இப்பெண் வழக்கறிஞர் உதவி வேண்டும் என்றாளே?" எனக்கேட்டாள்.

"அதை அரசு பாதுகாப்பகத்தில் தெரிவிக்கலாம். அவர்கள் ஏற்பாடு செய்வார்கள்", எனப் பதிலிறுத்த அதிகாரி, "அவளை விசாரணைக்காகத் தடுப்புக்காவலில் வைத்திருந்த கெடு முடிந்துவிட்டதென்பதையும், அவள் ஐந்து நாட்கள் அரசு பாதுகாப்பகத்தில் வைத்திருக்கவேண்டும்" என்ற முடிவையும் தெரிவித்த தாளில் மீண்டும் ஹரிணியிடமும் பெண்ணிடமும் கையெழுத்து வாங்கினார். பிறகு ஹரிணியிடம் "இது உங்களை மொழிபெயர்ப்பிற்கிற்கு நாங்கள் அழைத்ததைத் தெரிவிக்கும் கடிதம். உங்கள் வங்கிக் கணக்கு எண்ணையும், உங்கள் அடையாள அட்டையின் ஒளி நகலையும் இந்த fax எண்ணுக்கு அனுப்பிவையுங்கள்" என்றார்.

பெண்ணை அரசாங்கத்தின் தண்டனைக் காப்பகத்திற்கு அழைத்துச்செல்ல இரண்டு காவலர்கள் வந்தார்கள். அதை புரிந்துகொண்டவள்போல அவள் எழுந்து நின்றாள். அவள் கண்களில் நீர்தளும்ப எப்போது வேண்டுமானாலும் கரை உடைபடலாம் என்ற நிலைமை. மெல்ல நெருங்கி ஹரிணி அவளைக் கட்டிக்கொண்டாள். அவள் கைகளைப் பிடித்து பிறகு பார்க்கலாம் என்றாள். தொடர்ந்து அங்கிருப்பது வலித்தது. வெளியில் வந்தாள். விறுவிறுவென்று நடந்து படிகளில் இறங்கினாள்.

○

9

ஸ்ட்ராஸ்பூர், பிரான்சு: 2013 மார்ச் 11, திங்கள் மாலை 3 மணி

மொழிபெயர்ப்புக்கென வந்திருந்த எல்லைக் காவற்படை அலுவலகம், ஹரிணியின் டிராக்குலா. காம் அலுவலகத்திற்கு வெகு அருகே இருந்தது. கடந்தகாலத்தில் ராணுவக் குடியிருப்புகளாக அவை இருந்தன. அரசாங்கம் அங்கிருந்த ராணுவப் பட்டாலியன்களை வேறு பகுதிக்கு மாற்றிவிட்டது. அவர்களின் உபயோகத்திற்கெனவிருந்த அலுவலகங்களும், குடியிருப்புகளும் பன்னாட்டு நிறுவனங்களாக மாறியிருந்தன. கமிலி அலுவலகத்தில் இருக்க வேண்டும். கையிற் கட்டியிருந்த வாட்சைப் பார்த்தாள், பிற்பகல் 3 மணி. அலுவலகத்தை எட்டிப்பார்த்து வெகு நாளாயிற்று. சிரில்கூட அநேகமாக இருப்பான். இருவருமே இவள் வருகைக்காகக் காத்திருப்பவர்கள். கமிலி செய்துள்ள ஏற்பாட்டின்படி பணியில் சேர்ந்துவிடலாம். தினசரிகளைப் பார்த்து இணையதளங்களில் தேடி, விண்ணப்பித்து, அவர்கள் அழைத்து, கேட்கும் கேள்விகளுக்குப் பதிலைக்கூறி, வீட்டுக்குத் திரும்பி, பதிலுக்காகக் காத்திருக்கப் பொறுமையோ நேரமோ ஹரிணிக்கு இல்லை. உடனடியாக அவள் ஒருத்தியின் வயிற்றுக்கும் பிற தேவைகளுக்கும் தீர்வு காணவேண்டிய நெருக்கடி இருந்தது. கமிலியைச் சென்று பார்க்கலாமா? தோன்றிய மறுகணமே அந்த எண்ணத்தை நிராகரித்தாள். ‘கிரீச்’சென்று ஒரு குரல். குரல் வந்த திசையைப் பார்த்தாள். அணிலொன்று செரீஸ் பழங்களைக் கையிலெடுத்துக்கொண்டு

துள்ளிக் குதித்து ஓடியது. நிலத்தில் செரீஸ்மரத்தின் இலைகள் நிழல்களாய்ச் சலசலத்தன. நிறுத்தியிருந்த வாகனங்களில் மைனா ஒன்று மீன் துள்ளுவதுபோல குதித்துக் குதித்து உட்காருகிறது, பறந்து வேறொரு வாகனத்தைத் தேர்வு செய்த பின்னும் அதே விளையாட்டு. சில நொடிகள் கழித்து, சிவ்வென்று மேலெழும்பி தடுப்புக் கம்பியில் வரிசையாக அமர்ந்திருந்த மைனாக்களுடன் இணைந்துகொண்டதும் ஒருமுறை தலையை வெட்டிச்சொடுக்கி கழுத்தை உடலில் புதைத்துக்கொண்டது. குழந்தைபோல அதைத் துரத்திப்பிடிக்கும் ஆசையில் ஓடினாள். எதிரே தங்கள் வாகனத்தில் அழைத்துச் செல்ல மூன்று காவலர்கள் பெண்ணுடன் நடந்து கொண்டிருந்தார்கள். அப்பெண் ஹரிணியை சில நொடிகள் பார்த்துக்கொண்டு நின்றாள். அப்பார்வையின் கனத்தைத் தாங்குவது இவளுக்குச் சங்கடமாக இருந்தது. வழிநெடுக இலங்கைப்பெண் அவளுடைய சிந்தனையிலிருந்தாள்.

இரயில் நிலையத்தில் வந்து நின்றபோதுதான், தான் சரியான நடைமேடையில் நிற்காதது உறைத்தது. மறுபக்கம் செல்லவேண்டும். படிகள் பிடித்து மேம்பாலத்தில் ஏறி இறங்கியபோது அதிக மனிதர்கள் இல்லை. கணவன் மனைவி ஜோடியொன்று, ஒரு 'டெல்ஸெ' பெட்டி, இரண்டு கைப்பெட்டிகளென்று இருந்தார்கள். பெட்டிகளில் அவர்கள் வந்த ஏர் பிரான்சு அட்டை. அருகிலிருக்கும் விமான நிலையத்திலிருந்து வந்திருக்க வேண்டும். இளைஞன் ஒருவன் பயணிகளுக்கான இருக்கையில் அமர்ந்து புத்தகம் வாசித்துக்கொண்டிருந்தான். இரண்டு பெண்களும் ஓர் ஆணும் இளஞ்சிறுவர் சிறுமியருடன் காந்திருந்தார்கள். கோடைமுகாமுக்கு போய்க்கொண்டிருக்கிறார்களா அல்லது முடித்துத் திரும்புகிறார்களா எனத் தெரியவில்லை. இரு சிறுமிகள் அவளைப் பார்ப்பதுபோல இருந்தது, கையை அசைத்தாள். இளம்பெண்களில் ஒருத்தி, "இரயில் வரும் நேரம், ஓரமாக நில்லுங்கள்!" என எச்சரித்தவளாய், பிள்ளைகளைப் பின்னுக்குத்தள்ளி அவள் முன்னால் நின்றாள். தான், டிக்கெட் எடுக்காதது நினைவுக்கு வந்தது. அங்கிருந்த எந்திரத்தில் அவசர அவசரமாக ஒரு டிக்கெட் எடுத்து பன்ச் செய்யவும், செலெஸ்டாவிலிருந்து – ஸ்ட்ராஸ்பூர் செல்லும் இரயில் வந்து நின்றது. பெட்டியில் ஏறியதும் காலியாகவிருந்த இருக்கையைத்தேடி அமர்ந்தாள்; எதிர் இருக்கையில் ஆப்பிரிக்க இளைஞன் ஒருவன் கால்நீட்டிப் படுத்திருந்தான். ப்ளூடூத் ஹெட்போன் காதில் இருந்தது. தன் கையிலிருந்த நாவலை விரித்து புக்மார்க்கை எடுத்து கைப்பையில் வைத்துவிட்டு, படிக்க ஆரம்பித்தாள்.

இரண்டு ஐரோப்பிய இளம்பெண்கள் ஹரிணியைக் கடந்து சென்றார்கள். மீண்டும் ஈழப்பெண்ணின் ஞாபகம். உதவ

வேண்டும், எப்படி? ஒரு மொழிபெயர்ப்பாளராக சென்ற நான், அப்பெண்ணுக்கு உதவுவதில் ஏதேனும் பிரச்சினைகள் வருமா? மொழிபெயர்ப்பின்போது நேர்மையாக நடந்துகொள்ள வேண்டும். குற்றவாளிக்கு, ஒரு குற்றத்திற்குத் துணைபோனால்தான் தப்பு. பாதிக்கப்பட்ட பெண்ணிற்கு உதவுவதில் யார் தன்னிடம் குற்றம் காணமுடியும்? இப்போதைய அவசரத் தேவை ஒரு வழக்கறிஞர், அவள் தரப்பு நியாயங்களை எடுத்துரைக்க. ஒருவேளை கிருஷ்ணா உதவலாம். இல்லையெனில் கமிலியிடம் கேட்டு சிரிலிடம் பேசச் சொல்லலாம். அவன்கூட கெட்டிக்காரன். எலிஸபெத் முல்லெர்? அரசாங்கத்தின் சமூகநலத் துறையில் இருக்கிறாள். சாமர்த்தியசாலி. அப்பெண்மணியைப்பற்றி நினைக்கிறபோதெல்லாம் கோபமும் ஆத்திரமும் வருகிறது. எனினும் இலங்கைப் பெண்ணை நெருக்கடியிலிருந்து மீட்க தற்போதைக்கு அவளைவிட்டால் பொருத்தமானவர்கள் வேறு எவருமில்லை. கமிலி, எலிஸபெத் இவளைச் சந்திக்க விரும்புவதாகக் கூறியிருந்தாளே? நித்திலாவுக்காக, அவளைச் சந்திப்பதில் என்ன நேர்ந்துவிடப் போகிறது?

புறநகர் ரயில் என்றதால், இவளுடைய இரயில் ஸ்ட்ராஸ்பூர் நிலையத்தில் சற்றுத் தள்ளி நின்றது. இறங்கி சுரங்கப்பாதையைப் பிடித்து நிலையத்தின் வெளிவாசலை அடைந்தாள். வெயில் தணிந்திருந்தது. இருந்தாலும் அண்ணாந்து பார்க்க கண்கள் கூசின. வழக்கத்தைக் காட்டிலும் இரயில் நிலையத்தில் கும்பல் அதிகம். பெரும்பாலோர் பெட்டிகளுடனும் கைப்பெட்டிகளுடனும் நின்றிருந்தனர். ஒரு காப்பி குடித்தால் தேவலாம்போல இருந்தது. ஸ்டேஷனுக்கு எதிரே இருந்த பெரிய வெளியை இரு பாதியாக வெட்டியிருந்த பாதையைப் பிடித்து நடந்தாள். ஒரு நோட்டையும் பேனாவையும் கையில் பிடித்தபடி நெருங்கிய கிழக்கு ஐரோப்பிய மனிதனுக்குப் பதில் சொல்லாது நடந்தாள். இவள் கால்களைக் குறித்த அச்சமின்றி நடைபாதையில் மூக்கால் கொத்திக் கொத்தி விழுங்கிய புறாக்களைத் தாண்டினாள். மக்டொனால்டு தெரிந்தது. ஒரு காப்பி குடித்துவிட்டு கமிலியிடம் எலிஸ்பத் முல்லெர் தொலைபேசி எண்ணைக் கேட்கலாம் எனத் தோன்றியது. நேரமிருந்தால் மாலை அவளை தன்னுடைய அறைக்கு வரச்சொல்லலாம் என நினைத்தாள்.

வழக்கம்போல மக்டொனால்டில் கூட்டம். கொதிக்கும் எண்ணெயில் இறைச்சியும், மீனும் ஃப்ரித்தும் பொரிக்கும் மணம். வரிசையில் நின்று ஃபீலோ–பிஷ் ஹாம்ஃபர்கரும், மீடியம் காப்பி ஒன்றும் கேட்டாள். பணத்தைச் செலுத்தியதும், ஒரு ட்ரேயில் வைத்துக் கொடுத்தார்கள். சர்க்கரை உறை ஒன்றை எடுத்துக்கொண்டு அதிகம் கூட்டமில்லாத இடமாகப் பார்த்து

அமர்ந்தாள். பர்கரிலிருந்த மீன்துண்டின் எண்ணெய் மணம் மூக்கை சேர்ந்தது. நாவில் எச்சில் ஊறியது. மதியம் ஒரு மணிக்கு காப்பி மட்டும் குடித்திருந்தாள். நல்ல பசி. வாய்கொள்ளப் பர்கரை கடித்தாள். உதட்டோரத்தில் கசிந்த சீஸை ட்ஷ்யூ பேப்பரால் துடைத்தாள், கைக்கடிகாரத்தைப் பார்த்தாள், மணி நான்கு. காப்பியை ஒரு மிடறு விழுங்கி உதட்டில் சப்புக் கொட்டினாள். சர்க்கரை சேர்க்காதது ஞாபகத்திற்கு வர, ட்ரேயில் கிடந்த சிறு உறையைக் கிழித்து சிறிதளவு சேர்த்து கரண்டியால் கலக்கினாள். பின்னர் குடித்துப் பார்த்தபோது நன்றாக இருந்தது. அமைதியாக உறிஞ்சினாள். நிதானமாக ஊதி ஊதிக் குடித்தாள். கைத் தொலைபேசிக்கு ஒரு சிம் வாங்கவேண்டும், இந்தியாவுக்கு போன் பண்ணவேண்டும் என்பதெல்லாம் நினைவுக்கு வந்தன. கமிலி எண்ணை ஒத்தி போனைக் காதில் வைத்தாள். மறுமுனையில் கமிலி போனை எடுத்திருந்தாள்.

"கமிலி, ஹரிணி பேசறேன். உனக்கு ஒன்றும் தொந்தரவு இல்லையே?"

"இல்லை! நானே உனக்கு போன் பண்ணி மாலை வந்து பார்க்கலாம் என்றிருந்தேன். சொல்லு."

"நம்ம கம்பெனி பக்கம்தான் அந்தக் *Commisariat* இருந்தது. உன்னைப் பார்க்கலாம்னு கூட நினைச்சேன். எதற்கு ஆபீஸ் நேரத்துலேன்னு அந்த எண்ணத்தை விட்டுட்டேன்."

"வந்திருக்கலாமே! தப்பு பண்ணிட்டியே! அதனாலென்ன மாலை உன்னுடைய அப்பார்ட்மெண்ட்டிற்கு வந்திடறேன். சரி! போன் பண்ண விஷயத்துக்கு வா. ஏதாவது முக்கியமான பிரச்சினையா?"

"முக்கியமான பிரச்சினைதான். ஆனால் இது வேறொருத்தர் பிரச்சினை. அது சம்பந்தமாக எலிஸபெத் கிட்ட கொஞ்சம் அவசரமா பேசணும். அவங்க டெலிபோன் நெம்பர் வேண்டுமே."

"ஏதாவது கையில் வச்சிருக்கியா?"

"கொஞ்சம் பொறு. *carnet* எடுத்துக்கிறேன்... ம்... சொல்லு!"

"குறிச்சுக்கோ. 07 78 45 34 00. திரும்பச் சொல்லணுமா?"

"வேண்டாம்."

"அந்த வேறொருத்தர் யார்?"

"நீதான் என்னைப் பார்க்க வர இல்லையா? அப்போ சொல்றேன். கமிலி எனக்கொரு ஐடியா. ஏன் நாம '*Jardin de deux rives*'ல சந்திக்கக்கூடாது? நானும் டவுன்லேதான் இருக்கேன்.

பஸ் பிடிச்சு வந்திடுவேன். நீ அலுவல் முடிந்ததும் நேரா அங்க வந்திடு. ஓகேவா ?"

"நல்லது! நேரா அங்கே வந்திடறேன்."

மறுமுனையில் போனை வைத்ததும் எலிஸபெத்திற்கு போன் செய்தாள். ரிங் போவது காதில் கேட்டது. ஒவ்வொரு நொடியும் மார்பில் எதிரொலித்தது. இவ்வளவு சீக்கிரம் எலிஸபெத்திற்கு போன் செய்வோம் என அவள் நினைக்கவில்லை. அப்பெண்மணியும் இதனை எதிர்பார்த்திருக்கமாட்டார். ஆனால் அவள் தரப்பில் பதற்றங்கள் குறைவாக இருக்கவேண்டும். மறுமுனையில் போனை எடுப்பது கேட்டது.

". . ."

"ஹரிணி பேசறேன்."

". . ."

"ம், நன்றாக இருக்கிறேன். உங்ககிட்ட ஓர் உதவி வேண்டும்."

". . ."

"என்ன உதவியென்று கேட்காமலேயே சம்மதிச்சிட்டீங்க. நன்றி."

". . ."

"எனக்குத் தெரிஞ்ச தமிழ்ப் பெண் ஒருத்தி விசா பிரச்சினையிலே, அரசாங்க தண்டனைக் காப்பகத்தில் இருக்ககாங்க. அவளை நீங்க பார்க்க வேண்டும், என்ன உதவி தேவையோ முடியுமென்றால் செய்ய வேண்டும்."

". . ."

"இல்லை. கட்டளை இல்லை, இது என்னுடைய வேண்டுகோளென்று வைத்துக்கொள்ளுங்கள்."

". . ."

"நாளை மாலை வீட்டுலேதான் இருப்பேன், வாங்க பேசலாம்."

அவளுக்கே வியப்பாக இருந்தது. எலிஸபெத்திடம், இவ்வளவு உரிமை எடுத்துக்கொண்டு பேசுவோமென்று நினைக்கவில்லை. இலங்கைப்பெண்ணின் முகம் கண்முன்னே நிழலாடியது. முகத்தில் காலை அவள் சந்தித்த அதே புன்னகை, பூ பூப்பதுபோல.

○

10

ஸ்ட்ராஸ்பூர், பிரான்சு: 2013 மார்ச் 11, திங்கள் மாலை 6 மணி

“நம்ப முடியலை! எலிஸபெத்திற்கு போன் செய்துட்டு, உனக்குப் போன் செய்தேன். மக்டொனால்டில் கூடுதலாக பத்து நிமிடம் இருந்திருப்பேன், வேறெங்கும் போகலை, பஸ்பிடித்து நேராக இங்கே வந்தேன், இருபது நிமிடங்கள் ஆகியிருக்கும். உனக்கு முன்னால நான் காத்திருப்பெனென்று நினைத்தேன், எனக்கு முன்னே நீ வந்திருக்கிற, ஆச்சரியம்!” – ஹரிணி.

“இதில் ஆச்சரியப்பட எதுவுமில்லை. ஆபீஸிலிருந்து ஐந்தரைக்குப் புறப்பட்டேன். ‘இல்க்ரிஷ்’ வரை டிராஃபிக் சிரமம். பிறகு ‘போர் த ரைன்’ வருவதற்கு பத்து நிமிடம், ஆறு பத்துக்கெல்லாம் வந்துட்டேன். காரை பார்க்கிங்கில் விட்டுட்டு இங்கே உட்கார்ந்து புத்தகத்தைத் திறந்திருப்பேன் நீ வந்துட்ட.”

“என்ன புத்தகம்? வழக்கம்போல மார்க் லெவியா?”

“ம்.”

“புத்தகத்தை காருலே கொண்டுபோய் வச்சுட்டு வா! நடந்துகொண்டே பேசலாம்.”

“இல்லை, கைப்பயில இடமிருக்கு, மார்க் லெவியை உன் கண்ணுல காட்ட மாட்டேன், பயப்படாதே.”

“ஏற்கனவே நிறைய முறை சொல்லிட்ட.”

Le jardin des deux rives: பிரான்சு நாட்டையும் ஜெர்மன் நாட்டையும் ரைன் நதி பிரித்திருக்கும் பகுதி. இக்கரையில் பிரான்சு நாட்டைச்சேர்ந்த ஸ்ட்ராஸ்பூர் நகரம், அக்கரையில் ஜெர்மன் நாட்டைச் சேர்ந்த கேல் நகரம். இரண்டு பகுதிகளையும் இணைத்து வாகனப் போக்குவரத்திற்கென்று ஒரு பாலமும்; சைக்கிள் மற்றும் நடைபாதை பயணிகளின் உபயோகத்திற்கென முறுக்குவடக் கம்பிகள் இழுத்துபிடித்த *cable-stayed* பாலமொன்றும் இருந்தது. நதியின் இரு கரையிலும் தாவரப் பூங்கா.

சூரியன், பெண்கள் இருவரின் முதுகிற்குப் பின்புறம் இருந்தது. அதிகம் உறுத்தாத மாலை வெயில். தலைக்கு மேலே நீல வானம், பூத்த பருத்திக்காடுபோல பிரகாசிக்கிற மேகங்கள். கிளுகிளுப்பூட்டும் இளங்காற்று. பார்வைக்கு அடங்காத கரும்பச்சை நிற ரைன் நதி. எவ்விதப் பதற்றமுமின்றி நிதானமாக ஊரந்துசெல்லும் சுவிஸ் கொடிபறக்கும் சொகுசுக் கப்பல், எவற்றிலுமே கவனம் செலுத்தாது, பெண்கள் இருவரும் நதியை நோக்கி நடந்து கொண்டிருந்தார்கள். இடுப்பளவு புற்களிடை படிகளும் சமதளமுமாக பாதை நீண்டு கொண்டிருந்தது. பெண்களின் கால்கள் ஒரு நேர்கோட்டில் செல்லாமல் பாதை முழுவதையும் சொந்தமாக்கிக்கொள்ள முனைந்ததுபோல அலைந்து கொண்டிருந்தன. சிட்டுக்குருவிகள், காலடிகளும் குரல்களும் தமது இயல்புவாழ்க்கையில் குறுக்கிட்டதுபோல படபடவென்று இறக்கைகொட்டி மேலே எழும்பி திசைக்கொன் றாய்ப் பறந்தன. அலையும் தலை மயிரை இரு பெண்களும் அவ்வப்போது ஒதுக்கிக் காதுமடல்களுக்கிடை பத்திரப்படுத்த வேண்டியிருந்தது. முழங்காலை முந்த நினைக்கும், தோளிற் தொங்கவிட்டிருந்த கைப்பையை இரண்டொரு நிமிடங்களுக்கு ஒருமுறை அடக்கிவைத்தனர். பெண்கள் இருவரும் திறந்த வெளியில் நின்றார்கள். சுற்றிலும் ஒருமுறை பார்வையைச் செலுத்தினார்கள். காலநிலை நன்றாக இருந்ததால் மனிதர்கள் சந்தடி அதிகம் இருப்பதுபோலத் தெரிந்தது. நிறுத்தியிருந்த வாகனமொன்றில் ஐஸ்கிரீம் வியாபாரம் ஜோராக நடந்து கொண்டிருந்தது.

"என்ன, எலிஸபெத்திற்குப் போன் செய்தாயா? நேற்று பேசிக் கொண்டிருந்தபோது உன் பேச்சைகேட்டதும், எலிஸபெத்திற்கு உனது டெலிபோன் நெம்பரைக் கொடுத்தது தப்போவென நினைத்தேன். நீ ஆபீஸுக்குப் போன் செய்து பெண்மணியின் நெம்பரை கேட்டபோது என்னால் நம்பவே முடியலை. ஏதோ மொழிபெயர்ப்பு வேலையாகப் போனாயே அதுதான் காரணமா?" என்று கேட்டாள் கமிலி.

"அதுதான் காரணம். திக்கற்ற வாழ்க்கை. நிச்சயமற்ற எதிர்காலம், நடந்துசோர்ந்த கால்கள், துருப்பிடித்த நம்பிக்கைகள். காற்றில் பறந்து கூரையில் தொற்றி நிலத்தில் விழும் சருகுபோன்ற வாழ்க்கையை எதிர்கொண்ட இளம்பெண்ணின் நீர் தளும்பிய கண்களை ஒரு கணப்பொழுது பார்த்திருந்தால்கூட எனது முடிவைத்தான் நீயும் தேர்ந்தெடுத்திருப்பாய். ஏதோ ஒரு ஒளிக்கீற்றைப் பிடித்து பிரான்சுவரை வந்துவிட்டாள். இனம், நிறம், மொழி போன்ற விஷயங்களில் எனக்கும் அவளுக்கும் ஒற்றுமை இருக்கு. அதனாலே உதவறேனென்று வச்சுக்கலாம். அவளை வெறுமைகள் சூழ்ந்திருக்கு, அவ்வெறுமைகளை எப்படி நிரப்பப்போறேன் என்பது எனக்குள்ள சவால். 'ஓர் ஓவியத்தை அருகிற்சென்று பார்க்கலாம். தள்ளி நின்று பார்க்கலாம். ஒவ்வொரு ஓவியத்திலும் இனியும் பிளந்து பார்க்கச் சாத்தியமில்லை என்பதுபோல மையப்புள்ளி ஒன்றுண்டு, அப்புள்ளியே ஓவியத்தின் உண்மையான இருப்பிடம்.' நமக்குக் கிடைக்கும் காட்சிகள் அப்புள்ளிக்கு வெகு அருகிலோ, வெகுதூரத்திலோ, மேலாகவோ கீழாகவோ இருக்கின்றன' என பிளேஸ் பஸ்கால் கூறுவார்; அவர் தேடுவது ஓவியத்தின் மையப் புள்ளியை அல்ல, சத்தியத்தையும் தர்மத்தையும். எனக்கு ஈழப்பெண்ணின் மையப்புள்ளி தெரிந்தாக வேண்டும், சத்தியத்தையும் தர்மத்தையும் வேண்டுமானா பிறகு பார்த்துக்கொள்ளலாம். அவளுக்காக எலிஸபெத்தின் உதவியை மட்டுமல்ல வேறு யாரேனும் உதவ முன்வந்தாலும் ஏற்பேன்" என்றாள் ஹரிணி.

சைக்கிள் மணி சத்தமும், தொடர்ந்து *"s'il vous plaît"* என்ற குரலும் கேட்க இருவரும் ஒதுங்கிக்கொள்ள நான்கு சைக்கிள் களில் கணவன், மனைவி, ஒரு சிறுவன், சிறுமி என ஒருவர்பின் ஒருவராக இவர்களைக் கடந்து சென்றார்கள். ஹரிணியின் கவனம் தன்னைத் தூக்கவேண்டுமென்று தந்தையிடம் அடம்பிடித்த மூன்று வயது குழந்தையுடம் சென்றது.

"எலிஸபெத் உதவி எதற்கு?" என்ற குரல் கேட்டுத் திரும்பிய ஹரிணி நாப்கினை எடுத்து மூக்கை சிந்திவிட்டுக் கூறினாள்:

"தற்போதைக்கு அவளால் என்ன முடியுமென்று என்னால் சொல்லமுடியாது. இலங்கைப்பெண்ணுக்கு உதவலாம் என்ற எண்ணம் வந்ததும் தெரிந்தவர்களின் பெயர்களை மனதில் அசைபோட்டுப் பார்த்தேன். அவற்றில் எனக்கு நம்பிக்கை அளிக்கக்கூடிய முகங்கள் என்று பெரிதாய்ச் சொல்ல ஒன்று மில்லை. எலிஸபெத் சமூக நலத்துறை ஊழியை என்பதும் உனக்குத் தெரியுமில்லையா?"

"ம். தெரியும். எலிஸபெத் உனக்கு பயலாஜிகல் அம்மா என்றும் தெரியும். குறிப்பாக அந்தப்பெண்மணியின் உதவியைத் தேட அது காரணம் இல்லையா?"

"இல்லை அது காரணமில்லை. நேற்றே கேட்க வேண்டுமென்று நினைத்தேன். உனக்கு யார் சொன்னது?"

"இந்தியாவிற்குத் திடீரென்று நீ புறப்பட்டுப்போனது, பலருக்கு மன வருத்தம். முதல் ஒரு மாதம் நான் தவித்த தவிப்பு எப்படிச் சொல்ல? பிறகு உன்னிடமிருந்து மின்னஞ்சல் வந்தது. இந்தியாவில் இருப்பதாக எழுதியிருந்தாய். சிரிலுக்கும் தகவல் சொன்னேன். பிறகு உன் அப்பா, எலிஸபெத் இவர்களுக்கெல்லாம் தகவல் போனது. உன் தந்தை தேவசகாயம் 'இறந்துபோன பவானி அம்மா உனது வளர்ப்பு அம்மா என்றும் எலிஸபெத் உன்னைப் பெற்றவள்' என்றும் கூறினார். வெளியில் இத் தகவல் தந்த அதிர்ச்சியை நீ காட்டிக்கொள்ளவில்லை என்கிறபோதும், உனக்குள் ஒரு பூகம்பத்தை ஏற்படுத்தியிருக்குமென அவர் ஊகித்தாராம். அவரது ஊகம் சரியென்றுதான் நினைத்தேன். முழுவிபரத்தை அவர்கள் எனக்குச் சொல்லலை, நானும் கேட்கலை. உங்கள் மூவரைத் தவிர பிறருக்கு அத்தகவல் அவசியமுமல்ல. எனக்கு நீ பழைய கதைகளை மறந்து வாழறது நல்லதென்று தோணுது. நண்பர்கள் மட்டும் போதுமா? உறவுகளென்று இரண்டொருவர் வேண்டுமில்லையா?"

"இத்தனை பொறுப்பா அட்வைஸ் செய்ற கமிலியை இப்போ தான் பார்க்கிறேன். நான் இந்தியா போவதற்கு முன்பிருந்த கமிலியாகவே இரு, நீ நீயாக இருப்பாயானால் எனக்குச் சந்தோஷம்."

"ஹரிணி அவனைப் பார்!" – ஹரிணி பேச்சைத் துண்டிப்பது போல, கமிலி குறுக்கிட்டாள்.

ஹரிணி, தோழி காட்டிய திசையில் பார்த்தாள். ஓர் இளைஞன் இரு கைகளையும் விரித்துக்கொண்டு பாலத்தின் கைப்பிடி விளிம்பில் அச்சமின்றி சர்க்கஸ்காரனைப்போல நடந்துகொண்டிருந்தான். மிக அகலமான பாலத்தின் மத்திய பகுதிக்கு வந்திருந்தனர். சைக்கிள் பாதையும், மக்கள் நடை பாதையும் சங்கமித்து மீண்டும் இரு கிளைகளாக ஆரம்பித்து மறுகரையை நோக்கி இறங்கின. ஆங்காங்கே மக்கள் உட்கார மரத்தாலான இருக்கைகள். எங்கேனும் இடம்கிடைத்தால் உட்காரலாமா என்பதுபோல இருவர் கண்களும் சில நொடிகள் இருக்கைகளை மேய்ந்தன. காலியாக ஒன்றுகூட இல்லை. ஓடும்

நதியின் அழகை ரசித்தவண்ணம் எல்லா இருக்கைகளிலும் இரண்டொருவர் இருக்கவே செய்தனர். பிள்ளைகள் ஸ்கேட்டிங் விளையாடினார்கள். பாலத்தின் தடுப்புக் கம்பிகளில் தங்கள் காதல் நிறைவேற காதலர் போட்ட பூட்டுகள் நூற்றுக்கணக்கில் தொங்கிக்கொண்டிருந்தன. இருவரும் பார்த்துக் கொண்டிருந்தபோதே இளம் ஜோடியொன்று பூட்டைப் போட்டுவிட்டு அலுக்காமல் முத்தமிட்டுக்கொண்டிருந்தது. ஒரு ஜெர்மன்வாசி 'பேக் பைப்' வாசித்துக்கொண்டிருந்தார். எதிரே ஒரு தொப்பி தலைகீழாக வைக்கப்பட்டிருந்தது. அவர் இசை ஞானத்தை பாராட்டும்வகையில் கேட்டவர்கள் போட்டிருந்த நாணயங்கள் ஒன்றிரண்டு அதில் கிடந்தன. தோழியர் இருவரும் சிறிது நேரம் நின்று கேட்டார்கள். "'பத்ரியா காஸ்' பாடல் இல்லையா?" எனக் கமிலி இவளைக் கேட்டாள். ஹரிணி 'தெரியாது' எனத் தலையாட்டினாள். காற்று வேகமாக அடித்தது. ஹரிணி இரண்டு முறை தும்மினாள்.

"பயண அலுப்பு, இடமாற்றம், நேர வித்தியாசம், தூக்கமின்மை என எல்லாம் பாடாய்ப் படுத்துகிறது. மறுகரைக்கு போகும் எண்ணமில்லை. வீடு திரும்பலாமா?" – ஹரிணி.

"ம். போகலாம். நீ பஸ்ஸுலெதானே வந்த? உன்னைக் கொண்டுபோய் விட்டுட்டு, வீட்டுக்குத் திரும்பறேன். கேட்க நினைச்சேன். உனக்குக் கார் தேவைப்படுமா? தேவைன்னா சொல்லு, கம்பெனி கார் சும்மாதான் இருக்கு. சிரிலிடம் சொன்னால் உடனே கொடுப்பான்."

"அவசரமில்லை. வேலையில் சேர்ந்தபிறகு பார்த்துக் கொள்ளலாம்."

இருவரும் திரும்பி நடந்தனர்.

❍

11

கன்னியாகுமரி, இந்தியா: 2010 டிசம்பர் 15, புதன் மாலை 5 மணி

கன்னியாகுமரி இரயில் நிலையத்தில் உள்ளே நுழைந்தபோது நீலநிற சீருடை பெண்மணியிடம், சென்னைக்குப்போகும் இரயில் எங்கே நிற்கிறது என சாமி கேட்டார். துடைப்பத்துடன் அவள் கைகாட்டிய திசையில் இரயிலொன்று நிற்பதும், மனிதர்கள் அதில் ஏறுவதற்கு முந்துவதும் தெரிந்தது, வேகமாக நடந்தார். மடித்துக் கட்டியிருந்த கதர் வேட்டி அவிழ்ந்து காலில் சிக்கியது, துண்டை உதறி நெற்றியில் அரும்பிய வேர்வையைத் துடைத்தார். ஏற்கனவே கைவசம் இருந்த ஒரு ஜோடி வேட்டியும் துண்டும் அழுக்காக இருந்தன. உடம்பில் இருந்தவற்றை இரயிலேறுவதற்கு முன்பாக அணிந்திருந்தார். கடந்த இரண்டுவருடங்களாகவே கீழுடலை மறைக்க வேட்டி மேலுடலை மறைக்க துண்டு என்றாகிவிட்டது. குறிப்பாக வடலூர் போக ஆரம்பித்த பிறகு என்று சொல்லவேண்டும். நாளை எப்படியோ. “அருட்பெருஞ்சோதி அருட்பெருஞ் சோதி” என முணுமுணுத்தார். இவருக்கு முன்னே மலையாளிக் குடும்பமொன்று வேகமாக நடந்து கொண்டிருந்தது. கணவர் தோளில் பாரமான ஒரு பை, அதை கை கொடுத்து வலது கையால் முதுகைச் சுமக்க வைக்கத் தீர்மானித்ததுபோலப் பிடித்திருந்தார். இடதுகையில் வேட்டி நுனியையும் மூன்று அல்லது நான்கு வயது சிறுமியின் கைவிரலையும் சேர்த்துப் பிடித்திருந்தார். குழந்தை அழுதபடி நடந்தது. அவருக்கு வலதுபக்கம் கனத்த

உடம்புடன் முண்டு கட்டிய பெண்மணி. அவள் நடக்கும்போது மூச்சுவாங்கியது. ஓடுவதுபோல நடந்துகொண்டிருந்தார்கள். இவர் எந்தப்பெட்டியில் ஏறுவதெனத் தயங்கியபொழுது மலையாளிகள் ஏறின பெட்டியிலேயே தொற்றிக்கொண்டார்.

வட இந்தியப் பயணிகள் சிலர் இருக்கைகளில் நெருங்கி உட்கார்ந்து கொண்டிருந்தார்கள். எங்கேனும் இடமிருக்கிறதா என இருபக்கமும் பார்த்தபடி நடந்தார். பத்தடி தூரம் வந்திருப்பார். இருக்கையொன்று தலைக்கு நேரெதிரே காலியாக இருந்தது. மஞ்சள் பையை இருக்கையில் வைத்துவிட்டு கால் வைத்து ஏறப்போன சமயம், கீழே உட்கார்ந்திருந்த பெரியவர் குறுக்கிட்டார். "உங்கள் இடமாக இருக்க முடியாது. டிக்கெட்டில் உங்கள் இடம் போட்டிருக்குமே?" என்றார். சாமி பதில் சொல்லாமல் விலகி சிறிது தூரம் நடந்தார். மற்றொரு இருக்கை காலியாக இருந்தது. சற்றுத் தள்ளி ஒரு பெரியவர் உட்கார்ந்திருந்தார்.

இரவு மணி பத்தை நெருங்கிக்கொண்டிருந்தது. இரயில் சீராக ஓடிக்கொண்டிருந்தது. விளக்கு அணைக்கப்பட்டிருந்தாலும் பேச்சு நிற்கவில்லை. குழந்தையொன்று தொடர்ந்து அழுதவண்ணம் இருந்தது. குழந்தைக்கு உடையவர்கள் மாற்றி மாற்றித் தோளில் போட்டுக்கொண்டு குழந்தையின் அழுகையை நிறுத்த முயன்றார்கள். விருதுநகரிலிருந்து சற்றுமுன்புதான் இரயில் புறப்பட்டிருந்தது. அங்கு இரண்டு வாழைப்பழம் வாங்கிச் சாப்பிட்டார். அது பசியைக் கூட்டியது. இனி பணத்தைக் கவனமாகச் செலவிடவேண்டும். சென்னைக்கு எடுத்துவைத்திருந்த டிக்கெட் பத்திரமாக இருந்தது. அரைமணி நேரத்தில் மதுரை வந்துவிடும் என்றார்கள். டி.டி.ஆர் எச்சரித்திருந்தார். இவர் கையிலிருந்த டிக்கட்டை வாங்கிப் பார்த்தவர் "பார்க்க ஏதோ நல்ல மனிதர்போல இருப்பதாலே விட்டேன். இது ரிசர்வ்டு கம்பார்ட்மெண்ட், ஏ.சி.ஸ்லீப்பிங் கோச். இதுலே ஏறி இருக்கக் கூடாது. மதுரையிலே ஒருத்தர் ஏறுவார். நீங்க இறங்கி அன்ரிசர்வ்டு கம்பார்ட்மெண்ட்ல மாறிக்குங்க" என எச்சரித்தார்.

ஏ.சி.கோச்சில் பயணம் செய்த அனுபமில்லை. இவருக்குக் கீழே, மேலே, பக்கத்து இருக்கைகளில் படுத்திருப்பவர்கள் எல்லோரும் கம்பளி போர்த்தியிருந்தனர். இவருடைய இருக்கையில் கம்பளி இல்லை. ரயில்வே பணியாளர், "என்ன சாமி, கம்பளி போர்வை வேணுமா. இப்பல்லாம் பெட் ஸ்ப்ரெட்டுக்கும், பிளாங்கெட்டுக்கும் ஷார்ட்டேஜ் வந்திடுது. வழக்கமா இருபது ரூபாய், உங்களுக்கென்றால் பத்து ருபாய்க்கு பிளாங்க்கெட் ஏற்பாடு பண்ணுவேன்" என்றார். கையிருப்பு 'அதெல்லாம்

உனக்கு வேண்டாம்' என எச்சரித்தது. "வேண்டாம் தம்பி, நான் பார்த்துக்கிறேன்", என இரயில்வே ஊழியரை அனுப்பிவைத்தார்.

இரயில் நின்றது. யாரும் இறங்குவதாக இல்லை. மனிதர் அரவம் கேட்டது. "சாமி இட்டலி, தோசை, டீ ஏதாச்சும்?", அரைக்கால் நிஜாரும், பொத்தானிடாத சட்டையுமாக இருந்த பதின் வயதுப் பையன் கேட்டதற்கு, "வேண்டாம் தம்பி" என்றார்! 'சார் கடலைமிட்டாய்' 'சார் கடலைமிட்டாய்' என்றொரு கரகரத்த குரல்; தொடர்ந்து பெட்டியுடன் ஓர் இளஞ்சோடி நிற்பதும், தங்கள் டிக்கெட்டோடு இருக்கை எண்ணைச் சரிபார்ப்பதும் நடப்பதுமாக இருந்தனர், இவரைக் கடந்து சென்ற ஓரிரு வினாடிகளில் "நம்ம இடம் இங்கே இருக்குதுங்க!" என்றது பெண்ணின் குரல். மேலும் சிலர் உள்ளே நுழைந்துவருவதுபோல இருந்தது. எழுந்து உட்கார்ந்தார். சன்னல் திரையை விலக்கிவிட்டு வெளியில் பார்த்தார். இருட்டு நிலவொளி மின்சாரவிளக்குகள் என்ற விசித்திரமானதொரு கலவையில் இரயில் நிலையம். 'சூடான பார்த்திப்பால்' என்றொரு குரல் முகத்தில் விழுந்தது. கேட்ட குரல் சுட்டிருக்க வேண்டும், விசுக்கென்று முகத்தைத் திருப்பினார். இவர் எதிரே ஒரு ஐரோப்பியர். தொளதொளவென்று வெள்ளை நிற பைஜாமாவுக்குமேல் காவி நிற குர்த்தா அணிந்து நின்றுகொண்டிருந்தார். தோளில் ஒரு கனத்த பை. சாம்பல் நிறத்தில் அளவான தாடி. அவர் நின்ற தோரணை, இருக்கைக்கு அவர்தான் சொந்தக்காரர் என்பதைத் தெரிவித்தது.

"நீங்கள் உட்காருங்கள், நான் தவறிப்போய் இந்தப் பெட்டியில் ஏறிவிட்டேன்" என்றார் சாமி.

"அப்படியா? இது ரிசர்வ்டு கம்ப்பார்ட்மெண்ட். நீங்கள் எதுவரை போகவேண்டும்?"

"தற்போதைக்குச் சென்னைவரை. அதற்குப் பிறகு எதுவரை என்பதை அவன்தான் தீர்மானிக்கணும்" – கையை மேலே உயர்த்திக் காட்டினார்.

"அப்போது நீங்க நம்ம இனமென்று சொல்லுங்க" – ஐரோப்பியர்.

"எனக்கு என்ன சொல்கிறீர்களென்று விளங்கலை. ஆனால் தமிழ் நன்றாக பேசறீங்க."

"எனக்குத் தமிழ் நன்றாக வரும். எங்க நாட்டில் படித்தது. தமிழ் மட்டுமல்ல இந்தி, மலையாளம், சமஸ்கிருதம் எல்லாம் வரும்."

"முதலில் உட்காருங்க. உங்க இடத்தை நான் எடுத்துக்கொண்டு உங்களை நிற்கவச்சுப் பேசறன்."

இவர் எழுந்து உட்கார்ந்தார். இரயில் நகர ஆரம்பித்தது.

"இனி ஒன்றும் செய்ய முடியாது. இதற்குப்பிறகு விழுப்புரத்தில் தான் நீங்க உங்க பெட்டிக்கு போக முடியும்; உங்களுக்கு ஆட்சேபனை இல்லையென்றால் இரண்டு பேருமே இதில் பயணம் செய்யலாம்; தூக்கம் வரும்வரை பேச்சைத் தொடரலாம்; பிறகு உட்கார்ந்தபடியேகூட அயரலாம்; எனக்குப் பழகிவிட்டது; மேலே இருப்பது எனது படுக்கைக்காக ரிசர்வ் செய்யப்பட்டிருக்கிறது. வேண்டுமெனில் அதில் கூட தேவையெனில் நீங்கள் படுக்கலாம்."

இவருக்கு என்ன பதில் சொல்வதென்று தெரியவில்லை. ஐரோப்பியர் கூறுவதைப்போல விழுப்புரத்தில்தான் தனது பெட்டியையும், சீட்டையும் கண்டுபிடிக்க முடியுமோ என்னவோ.

"விழுப்புரம்வரை உங்களுடன் வருகிறேன். உங்களுக்குத் தொந்தரவு இருக்கக்கூடாதென்று பார்க்கிறேன். மற்றபடி இதில் எனது வசதிபற்றிப் பேச எதுவுமில்லை. உங்களுக்கு பிரச்சினைகளில்லையென்றால் சென்னைவரை வருகிறேன். அதற்குப்பிறகு ஆண்டவன் எங்கு அழைக்கிறானோ. அங்கே போக வேண்டியதுதான்."

"தற்போது ஆண்டவன் டில்லிவரை உங்களை அழைக்கிறான், வர விருப்பமா?" – ஐரோப்பியர் கேட்டார்.

சாமி பதில் சொல்லவில்லை. தலையை மாத்திரம் லேசாக அசைத்தார்.

"நீங்கள் மேலே உட்காரவோ, உறக்கம் வந்தால் படுக்கவோ செய்யலாம். தற்போதைக்கு நான் கீழேயே உட்கார்ந்துகொள்கிறேன். அவர் கைவசமிருந்த பையை வைத்துவிட்டு உட்கார்ந்தபோது தன்னை கடந்த சில நாட்களாகத் தொடரும் நாயின் நினைவு வந்தது.

◯

12

**பிரான்சு, ஸ்ட்ராஸ்பூர்: 2013 மார்ச் 12,
செவ்வாய்க்கிழமை மாலை 5 மணி**

எலிஸபெத்தின் வாகனம், ஸ்ட்ராஸ்பூர் இரயில் நிலையத்தை நெருங்கிக்கொண்டிருந்தது. ஸ்ட்ராஸ்பூரின் தென்பகுதிக்கு எலிஸபெத் வந்து வெகுநாளாயிற்று. வெகுநாள் என்றால் அதிகமில்லை ஆறேழு மாதங்கள். உடலில் இந்த ஆறுமாத இடைவெளி பெரிய மாற்றமெதையும் ஏற்படுத்தவில்லை (டிரெஸ்ஸிங் டேபிள் கண்ணாடி அப்படித்தான் சொல்கிறது), புல்வார் பிரசிடெண்ட் வில்சன் மாறி இருந்தது. ஹரிணி குடியிருக்கும் அப்பார்ட்மெண்ட் புல்வார் பிரெசிடெண்ட் வில்சனில் இருந்தது. அப்பகுதியில் வாகனத்தை நிறுத்த இடம் கண்டுபிடிப்பது அத்தனை சுலபமல்ல, என்பது நினைவுக்கு வந்ததும், இரயில் நிலைய பார்க்கிங்கிலேயே காரை நிறுத்திவிட்டு நடந்து செல்வது உத்தமம் என்று நினைத்தார். காரை தரைமட்டத்திற்குக் கீழிருந்த பார்க்கிங்கை நோக்கிச் செலுத்தினார். இவருக்கு முன்னே இரண்டு வாகனங்கள் பார்க்கிங் டிக்கெட்டை எடுக்கக் காத்திருந்தன.

எலிஸபெத் முல்லரிடம் தேர்வுக்குச் செல்வது போல ஒரு பதற்றம். இலேசாக வியர்த்தது. ஒரு கையால் ஸ்டியரிங்கைப் பிடித்தபடி டேஷ்போர்டில் வைத்திருந்த டிஷ்யுபேப்பர் பெட்டியிலிருந்து ஒன்றை உருவி முகத்தைத் துடைத்தார். விபத்தில் பாதித்தவளை, விபத்துக்குக் காரணமானவள்

சந்திக்கும் மனநிலையில் அவர் இருந்தார். சங்கடமும் அச்சமும் மாறி மாறி கண்களைப் பொத்தி விளையாடின. ஆறுமாதத்திற்கு முன்பும் இதுபோன்றதொரு அனுபவத்தில் திளைத்திருக்கிறார். ஹரிணியை வளர்ந்த பெண்ணாகப் பார்க்க நேர்ந்த முதல் சந்திப்பு அது. விபத்தால் பாதிக்கப்பட்ட ஹரிணிக்கு, தனக்கு விபத்து ஏற்படுத்தியவர் யார் என்ற உண்மை தெரியாத சூழலில் நடந்த சந்திப்பு. அதனால் எலிஸபெத் என்ற பிம்பம் தகுந்த பாதுகாப்புடன் சங்கடங்களை எதிர்கொள்ள முடிந்தது. இன்று நிலைமை வேறு. விபத்தில் பாதிக்கப்பட்ட ஹரிணிக்கு இவர் குற்றவாளியென்று தெரியும்.

35 வருடங்களுக்கு முன்பு நடந்தது. அப்போது 'அவர்' இல்லை 'அவள்' இளம்பெண்.

தேர்வின் முடிவை பல்கலைக்கழகம் வெளியிட்டிருந்தது. எலிஸபெத்தும் நெருங்கிய தோழிகளும் முதல் வகுப்பில் தேர்வு செய்யப்பட்டிருந்தனர். தேர்வு முடிவு கொடுத்த மகிழ்ச்சியைக் கொண்டாட இந்தியாவிற்குச் செல்லலாமென முடிவு செய்தார்கள். கோவா செல்லலாமெனக் கூறிய சில நண்பர்களின் யோசனையைத் தாமதமின்றி நிராகரித்தாள். மற்றொரு சினேகிதியும் இவளுமாகப் புதுச்சேரியில் வந்திறங்கினார்கள். வந்த ஒரு வாரத்தில் ஒரு பிரெஞ்சு தொண்டு நிறுவனத்தோடு இணைந்து கல்வராயன் மலை, வில்லியனூர் பகுதியிலிருந்த கிராமங்களென சென்று வந்தார்கள். ஒருநாள் *Alliance Française*[1]'ல், பிரெஞ்சு நடிகர் Louis de Funès நடித்த *'La Traversée de Paris' (film)* படம் போடுகிறார்களெனக் கேள்விப்பட்டு, சென்றார்கள். படம் பார்த்துக்கொண்டிருந்தபோது, இவர்களுக்குப் பின்வரிசையிலிருந்த இளைஞர்கள் தொடர்ந்து சீண்டிக்கொண்டிருந்தார்கள். இனியும் பொறுக்கமுடியாதென்ற கட்டத்தில் எலிஸபெத் 'பளார்' என்று இளைஞன் ஒருவனைக் கன்னத்தில் அறைந்துவிட்டாள். படம் நிறுத்தப்பட்டது. நான்கு இளைஞர்களும் தங்கள் முகத்தை ஒருவரும் பார்த்துவிடக்கூடாது என்பதுபோல, அவசரமாக வெளியேறினார்கள். அந்தச் சம்பவத்தை அடுத்த இரண்டுமூன்று நாட்களில் சுத்தமாக மறந்துவிட்டாள். ஒருநாள், இவள் மட்டும் தனியாக புதுச்சேரி ஸ்டேட் பாங்க் அருகிலிருந்த தேனீர் விடுதியில் 'டீ' குடித்துக்கொண்டிருந்தாள். கடையில் அதிகம் வாடிக்கையாளர்கள் இல்லை. போதிய வெளிச்சமும் கடைக்குள் இல்லை. இளைஞன் ஒருவன் புயல்போல் நுழைந்தான். உட்கார இடம் தேடுபவனைப்போல சில நொடிகள் பாவனை செய்தான், பின்பு டீ மாஸ்டரை நோக்கி "ஒரு டீ, ஸ்ட்ராங்கா போடுங்க!"

1. பிரெஞ்சு பயிற்றுவிக்கும் மொழி நிறுவனம்.

என்றான். பிற நாற்காலிகள் காலியாக இருந்தும் ஏதோவொரு திட்டத்துடன் வந்தவன்போல எலிஸபெத் எதிரே உட்கார்ந்தான். இவன் குரலை காதில் வாங்காததைப்போல டீக்கடைகாரர் ஸ்டேட் பாங்க் பியூன் எடுத்துவந்திருந்த பிளாஸ்க்கில் ஆற்றிய டீயை ஊற்றுவதில் மும்முரமாக இருந்தார்.

"என்னை இதற்கு முன்பு பார்த்திருக்கிறீர்களா?" என நிதானமாகப் பிரெஞ்சில் கேட்டான்.

எலிஸபத் பதில் சொல்லத் தயங்கினாள். மேசையில் பாதி குடித்த டீ இருந்தது. அக்கண்ணாடி தம்ளரின் விளிம்பில் வந்தமர்ந்த ஈ ஒன்று இவளைத் திரும்பிப் பார்த்தது. டீயை குடிக்கும் எண்ணமும் இல்லை. எழுந்திருக்கலாம் என முடிவு செய்த தருணத்தில், சட்டென்று இவள் மிச்சம் வைத்த டீயை எடுத்துக் குடித்தான். எலிஸபெத் முகத்தைச் சுளித்தாள்.

"என்ன முகத்தை சுளிக்கிற, எச்சில் டீ குடித்தேன் என்றா? நீ குடித்து வைத்தது நன்றாகத்தான் இருக்கும்" என்றான். எலிஸபெத் சிரித்தாள். "ஏன் சிரிக்கிறாய்?", அவன் கேட்டான். "எனக்குத் தலைவலி இருந்தது. மாத்திரை விழுங்கிப் பழக்கமில்லை. அதனால ஒரு சாரிடான் மாத்திரையை டீயில்போட்டு கலக்கிக் குடித்துக் கொண்டு இருந்தேன். அதை நீ எடுத்துக் குடித்தாய்!" என்று மீண்டும் அவள் சிரித்தபோது, அவனும் சேர்ந்துகொண்டான்.

"சொல்லுங்க, உண்மையில் என்னை உங்களுக்கு ஞாபக மில்லை?" என்று மறுபடியும் கேட்டான்.

"இல்லை! ஏன் பொய் சொல்லப்போறேன். பார்த்திருந்தால் பார்த்தேன் எனச் சொல்லப்போகிறேன்" என்றாள் எலிஸபெத்.

"உங்க கைவிரல்களைக் கேளுங்க சொல்லும்" – தன் கன்னத்தைத் தொட்டுக் காட்டினான்.

இருவரும் இரண்டொரு நிமிடங்கள் சேர்ந்தே சிரித்திருப் பார்கள். அதன்பிறகு நேரு வீதி இந்தியன் கஃபேயில் அவன் பெயரை அவளும் அவள் பெயரை அவனும் தெரிந்துகொண்டார்கள். ஒதுக்குப்புறமான கடற்கரைப் பகுதிகளில் ஒதுங்கினார்கள். மரியுவானா புகைத்துவிட்டு பொம்மையார்பாளையம் பகுதியில் தரையோடு தரையாகக் படர்ந்திருந்த முந்திரிமரத்தின் கீழ் உடலுறவு கொண்டார்கள். பாதுகாப்பற்ற உறவு, அலட்சியம் எல்லாமுமாகச் சேர்ந்து ஒருநாள் பெண்மருத்துவர் வடிவில் இவள் சந்தேகத்தை உறுதிபடுத்தியது. இளமைக்கால சந்தோஷங் களை ருசித்து அனுபவிக்கவேண்டிய வயதில் இப்படியொரு பிரச்சினையை எதிர்கொள்ளவோ, குழந்தையைத் தூக்கிக்கொண்டு

அலையவோ அவள் தயாரில்லை. அதேவேளை குழந்தையை கைகழுவவோ இந்தியாவில் விட்டு வைக்கவும் விருப்பமில்லை.

தேவசகாயத்தை ஒருநாள் அழைத்தாள். "தேவா, உனக்கும் இந்தக் குழந்தைப் பிரச்சினையிலே பொறுப்பிருக்கு. நான் நேரடியா குழந்தையின் வளர்ப்பில் அக்கறை செலுத்த முடியாது. அதேநேரம் இங்கே எனது குழந்தையை ஓர் அநாதைபோல வளரவிடவும் எனக்கு விருப்பமில்லை."

"என்ன செய்யலாம்?"

எலிஸபெத் செய்யவேண்டியதென்ன என்பதைத் தெளிவாகக் கூறினாள். அவ்னை வாய் திறக்க அனுமதிக்கவில்லை. ஏதோ அவன் சொல்ல முற்பட்டபோது தடுத்தாள்.

" நான் சொல்வதை நீ கேட்டு, அதன்படி நடந்தால் போதும்", எனத் தன் யோசனையைத் தெரிவித்தாள். தொடர்ந்து, "ஏதேனும் சிக்கல் வந்தால், என்னிடம் வா!" என அவள் கட்டளையிடும் தொனியில் முடித்துக்கொண்டபோது, தேவசகாயம் தலையை மட்டும் ஆட்டினான்.

இவளுக்குப் பின்னால் காத்திருந்த வாகனமொன்று ஹார்ன் அடித்து இவளின் பழைய நினைவுகளை மீட்டது. வாகனத்தை முதல் கியருக்கு மாற்றி மெல்ல ஊர்ந்து பார்க்கிங் டிக்கெட்டை எடுத்துக்கொண்டு, காரை நிறுத்த இடம் தேடினாள். இரண்டாவது வரிசையில் இடம் கிடைத்தது. காரை நிறுத்தி, பூட்டிக்கொண்டு புல்வார் பிரசிடெண்ட் வில்ஸன் திசையை காட்டியிருந்த பாதையைப்பிடித்து படிகளில் மெதுவாக ஏறி வெளியில் வந்தாள். புல்வாரில் இறங்கி ஓரமாக நடைமேடையில் வடக்குப் பக்கமாக நடந்தாள்.

❍

13

**ஸ்ட்ராஸ்பூர், பிரான்சு: 2013 மார்ச் 12,
செவ்வாய்க்கிழமை மாலை 5 மணி**

காலை முழுவதும், வீட்டை ஒழுங்குபடுத்துவதில் நேரத்தைச் செலவிட்டாள். மேசையிற் கிடந்த கடிதங்களை தேதி மற்றும் முன்னுரிமை அடிப்படையில் பிரித்தாள். எவை எவையெல்லாம் குப்பையில் எறியப்பட வேண்டியவை, எவையெவை கவனிக்கப்பட வேண்டியவையென அவற்றைப் பிரிக்க வேண்டியிருந்தது. உடனடியாக கவனிக்கப்பட வேண்டியவற்றுள் அனேகம் கட்டவேண்டிய பில்கள். வீட்டு வாடகையைக் கேட்டு நினைவூட்டல்கள், எச்சரிக்கைகள். வங்கியிடமிருந்து உடனடியாகச் சந்திக்கவேண்டுமென்று கடிதங்கள் இருந்தன.

தொலைபேசியில் தொடர்புகொண்டு வங்கியில் அப்பாயிண்ட்மெண்ட் வாங்கினாள். பணத் தேவைக்கு ஏதேனும் ஏற்பாடு செய்ய வேண்டும். சேமிப்புகளில் இருக்கும் பணத்தை, தினசரி கணக்கில் போடச்சொல்ல வேண்டும். இபோதைக்கு நெருக்கடியிலிருந்து மீள அதுவொன்றுதான் வழி. கமிலி கூறிய யோசனைப்படி மீண்டும் டிராக்குலா. காம் அலுவலகத்தில் வேலையில் சேர்ந்துவிட வேண்டியதுதான். இந்தியாவிற்கும் கடிதம் போடவேண்டும். குறிப்பாக எரிக் நோவாவிற்கு. அவனுக்காக அல்லவென்றாலும் கலா பெண்ணை விசாரிக்க எழுதவேண்டும், தள்ளிப்போடக்கூடாது என்று நினைத்தவள்போல கணினிமுன் உட்கார்ந்து மடமடவென்று தட்டினாள்:

ஸ்ட்ராஸ்பூர், மார்ச் 12, 2013

அன்புள்ள எரிக்,

அன்புள்ள என்ற சொல்லை எழுதினேன். பின்பு அச்சொல் உனக்கு அதிகம் என்று தோன்றியது. வேண்டாமென்று நினைத்தேன். வெறுமனே 'எரிக்' என அழைப்பதே போதுமானதாக இருந்தது. என் மனநிலையை நீ புரிந்துகொள்ள வேண்டுமென்றுதான் கையெழுத்து மடல்களில் அடித்திருப்பார்களே அதுபோல அப்படியே விட்டிருக்கிறேன். நலமா? குறிப்பாக கலா எப்படி இருக்கிறாள்?

உனது பார்வைக்கு ஒரு தகவலாக அனுப்பப்படுகிற மின் அஞ்சல். ரிசப்ஷன் பாக்ஸில் ஹரிணி என்ற பெயருடன் தடித்த எழுத்துகள் உணர்த்தும் செய்தி சந்தோஷத்தை அளித்திருக்குமா என்று தெரியாது, ஆனால் நிச்சயமாக வியப்பையும் சிறு அதிர்வையும் ஏற்படுத்தும்.

ஆறுவயதில் திடீர் என்று தாயைப் பறிகொடுத்து நினைவு ஒத்தடங்களோடும் கற்பனை உரையாடல்களோடும் வாழ்ந்தவள். பிறகொருநாள், இழந்தது வளர்த்த தாய் என்ற செய்தி கிடைத்தது. 'பெற்றவள் வேண்டாமென்று ஒதுக்கியிருக்கிறாள்' என்ற புதிய செய்தி தடுமாற வைத்தது. அவமானமும் 'அநாதை' முத்திரையும் உயிர், வாழ்க்கைபற்றிய அவநம்பிக்கைகளை ஏற்படுத்தின. உயிரியல் – மருத்துவம் – உணர்வுகள் ஆகிய சிக்கல்கள்கெல்லாம் அதில் இருந்தன. இவ்விஷயத்தில் உணர்வுகளுக்கு முக்கியத்துவம் அளித்தேன். ஒரு குழந்தையின் முதல் ஆறுவருடங்கள் மகத்தானது. கேட்டுக்கேட்டு ஊட்டிய நிமிடத் துளிகளும், பாத் டப்பிலிருந்து எழுந்திருக்கமாட்டேன் என்று அடம்பிடித்தவளை, நீர்த்தாரைகள் வடிய, சலவைமணம் குறையாத துவாலையோடு மெத்தென்று அவள் தனது மார்பில் வாங்கிக்கொண்ட கணங்களும்; முத்தமிடுவதாக எனது உதடுகளைக் கடித்து அவளும் நானுமாக மகிழ்ந்த நொடிகளும்; ஊட்டிய சோறும் சிந்திய பருக்கைகளும்; கற்றுகொடுத்த பாடல்களும்; கேட்ட கதைகளும்; காலையில் விரலைப்பிடித்து மழலைபள்ளிக்கு அழைத்துச் சென்றதும்; மாலையில் அதே உற்சாகத்துடன் முத்தமிட்டுத் திரும்ப அழைத்துவந்ததும்; என் சந்தோஷத்தை முன்வைத்த சம்பவங்களும், பிறவும் வளர்த்தவளை மட்டுமே தாயாக ஏற்கவைத்தன. அவள் இறப்பிற்குப் பிறகு ஓடிஓடிச் சேகரித்த உண்மைகள் களைப்பைத் தந்தன. அதிலிருந்து மீள இந்தியாவில் சிலகாலம் தங்கியிருக்கலாமென நினைத்தேன்.

உனக்கு ஞாபகம் இருக்கிறதா? புதுச்சேரியில் நாம் இருவரும் சந்தித்த முதல்நாள் காற்புள்ளி அரைப்புள்ளியுடன் எனக்கு

நினைவிலிருக்கிறது. அன்றைக்கு செஞ்சி செல்லும் எண்ணத்தில் இருந்தேன். சிவப்பு நிறத்தில் வெள்ளை புட்டாபோட்ட போல்க்கா சட்டை அணிந்திருந்தேன். ஹாலிவுட் சூயிங்கமொன்றை வாயில் அசைபோட்டபடி கதவைத் திறந்தேன். தெருவாசல் கதவின் பின்புறம் நீ ஒளிந்திருப்பதைப்போல நின்றிருந்தாய். "ஹரிணி தேவசகாயம்" என்று கூறியபடி கை நீட்டிய ஞாபகம். நீ: "வணக்கம், எரிக் நோவா. உங்களைச் சந்திப்பதில் மகிழ்ச்சி" என்றாய். இருவரும் கை குலுக்கிக்கொண்டோம். ராயல் என்பீல்டு புல்லட்டில் வந்திருந்தாய். சாம்பல் நிறம். சக்கரமும் மட்கார்டுகளும் செம்மண்ணாக இருந்தன. "எங்கே தங்கி இருக்கிறீர்கள்? ஆரோவில்லா?" எனக்கேட்டேன். 'நீ ஆம்' என்றாய். "மிக நெருக்கமானவர்களைத் தவிர பொதுவாக யாரிடமும் தொலைபேசி எண்ணைக் கொடுப்பதில்லை. கொடுக்க நேர்ந்தாலும் அவர்களிடம் வேறு எவரிடமும் கொடுக்க வேண்டாம் என எச்சரிப்பவளாயிற்றே, இந்த ஆளுக்கு எப்படிக் கிடைத்திருக்கும்", என யோசித்தவேளை, எனது மனதைப் படித்ததுபோல, "பாரீஸிலிருந்து வந்திருக்கிறேன். ஒரு சின்னப்பிரச்சினை. இங்குள்ள நண்பர்களிடம் அதுபற்றிப் பேசிக்கொண்டிருந்தபோது உங்கள் எண்ணைக் கொடுத்தார்கள்" என்றாய். அதன் பிறகு "ஹாட் பிரெட்" சென்று காலை உணவை எடுத்துக்கொண்டே பேசலாம் என முடிவெடுத்து சென்றோம். இப்படித்தான் ஆரம்பித்தது நமது முதல் சந்திப்பு.

மனிதர் உறவுகளை சந்திப்புதான் தொடங்கிவைக்கின்றன. தனிமனிதத் தேவைகள் பல்கிப் பெருகியதும் அதை ஒருவரே நிறைவேற்றிக்கொள்ள முடியாததும் அடிப்படைக் காரணம். தனிமனித வாழ்க்கை சமூக வாழ்க்கையாக உயர்ந்ததும், ஒற்றை இயக்கம் ஒரு கூட்டு இயக்கமாக மாறியதும் சந்திப்பின் பலன்கள்தான். தினமும் பலரைச் சந்திக்கிறோம். ஒரு சிலருக்குக் கூடுதலாக நேரம் ஒதுக்குகிறோம். இன்றைக்கு, நாளை, நாளை மறுநாளென்று ஒருவர் தேவை இருவர்தேவையாக மாற சந்திப்பும் தொடருகிறது. சந்திப்பில் இரு மனிதர்கள் பங்கெடுக்கிறார்கள், எனினும் தொடங்க ஒருவர் காரணம் என்பதைப்போலவே முடித்துவைக்கவும் ஒருவர் காரணமாகிறார். சிலரை மட்டும் காரணங்களைப் பெருக்கிக்கொண்டு தொடர்ந்து சந்திக்கிறோம். முதல் சந்திப்பு இருவரில் ஒருவரின் தேவை காரணமாக நிகழ்ந்தாலும், அடுத்தடுத்த சந்திப்புகள் நிகழ இருவரின் தேவைகளும் பூர்த்தி செய்யப்பட வேண்டும். நான் தனித்து ஒன்றைச் செய்யமுடியாது, ஒரு நிகழ்வை நடத்த முடியாது, அதன் பயனை அடைய முடியாது என்கிறபோது இடையில் இணக்கமான ஒரு கருவிபோல, காரியம் சித்திபெற சந்திப்பு

அவசியமாகிறது. இது உயிரியல் தேவைகளுக்கும் பொருந்தும். உயிர் வாழ்க்கையின் சில அத்தியாயங்களைப் பூர்த்திசெய்ய அதன் தேவைகளை நிறைவேற்றிவைக்க அங்கு வந்தேன் எனக் கருத இடமுண்டு. உன்னுடைய தேவைக்கு என்னைச் சந்தித்தாய். பிறகு நடந்ததனைத்துமே என்வரையில் தற்செயல்தான். இந்திய மரபு அதனை விதியெனப் பெயரிட்டாலுங்கூட. ஆனால் என்ன நடந்தது? அச்சந்திப்பினை உனக்கேற்ப உலைத் தீயில் இடவும் உருக்கவும் வார்க்கவும் வளைக்கவும் செய்தாய். சந்திப்பின் இலக்கணத்தை மீறினாய். பயன்பாட்டினை இருவர்க்கன்றி உனக்கானது என்று தீர்மானித்தாய். என்னுடனும் பெரியவர் சடகோபன் பிள்ளை குடும்பத்துடனும் பழகியது, உறவாடியது எல்லாம் உனது சுயநலத்தினை நோக்கமாகக்கொண்டது என அறியவந்தபோது எனக்கு பெருத்த ஏமாற்றம். சடகோபன் பிள்ளை குடும்பத்திற்குப் பிராயச்சித்தம் தேடுவதைப்போல அவர்கள் வீட்டுப் பெண்ணை மணக்க முடிவெடுத்தது எனக்கு வியப்பாக இருந்தது. தீர யோசித்தா? அவசரத்திலா அல்லது அதற்குப்பின்னும் வேறுகாரணங்கள் இருக்கின்றனவா? தெரியாது. அவளிடமாவது உண்மையாக நடந்துகொள். சந்திப்புகள் தொடர பங்குதாரர்கள் ஒருவர் மற்றொருவருக்கு உண்மையாக இருக்கவேண்டும் என்பதை மீண்டும் நினைவூட்டுகிறேன்.

உண்மையுள்ள
ஹரிணி

கடிதத்தை முடித்து எதில் நோவா மின்னஞ்சல் முகவரிக்கு அனுப்பிவைத்தபின், மானிட்டர் திரையில் நேரத்தைப் பார்த்தாள். மணி ஆறேகால். பால்கனிபக்கம் சென்று எட்டிபார்த்தபோது எலிஸபெத் தனது குடியிருப்புக்குள் நுழைவது தெரிந்தது. ஐந்தாறு நிமிடங்களில் மேலே வந்துவிடுவாள் என்று தோன்றியது.

14

ஸ்ட்ராஸ்பூர், பிரான்சு: 2013 மார்ச் 12, செவ்வாய் மாலை 6 மணி

ஹரிணி கதவைத் திறந்துவைத்துக் காத்திருந்தாள். ஆகக்கூடுதலாக மேலே வர ஐந்து நிமிடங்கள் பிடித்திருக்கும், பத்து நிமிடங்கள் ஆகியிருந்தன. அவசரமாக வெளிக்கதவைத் திறந்தபோது, எலிஸபெத் மூச்சிறைக்க படியேறி வந்தார்.

"*Bonjour!* என்ன நடந்தது?" எனக் கேட்டு எலிஸபெத்திடம் கைகுலுக்கிய ஹரிணி தொடர்ந்து அவரிடம், "*ascenseur* நடக்கலையா?" என்றாள்.

"அசான்சர்ல வந்த மாதிரியா நான் இருக்கேன்? நான்கு மாடி ஏறுவது உங்கள மாதிரிப் பெண்களுக்கு முடியலாம். எங்களுக்கு முடியுமா? இரண்டு தடவை உட்காரவேண்டியிருந்தது."

"*Zut!, je m'excuse. Ascenseur* பழுதென்று தெரியாது. காலையில் ஒழுங்காக இருந்தது. தெரிந்திருந்தால், உங்களை இன்று வரவேண்டாமென்று தடுத்திருப்பேன்."

எலிஸபெத் தன் கையிலிருந்த பரிசுப் பொருளை ஹரிணியிடம் கொடுத்தாள். தொடர்ந்து, "மேப்பிள் சிரப், கனடாவிற்குப் போயிருந்தபோது கொண்டு வந்தது", என்றார். "*Merci, Merci*" என்ற ஹரிணியை கட்டிக்கொண்டு எலிஸபெத் இரண்டுமுறை கன்னத்தில் முத்தமிட்டார். ஹரிணியும் முத்தமிட வேண்டியிருந்தது. எலிஸபெத் அவளுடைய செருப்புகளை விடட்டுமெனக் காத்திருந்து உள்ளே

அழைத்து வந்தாள். வரவேற்பறையிலிருந்த சோபாக்களில் ஒன்றில் அவரை உட்காரவைத்தபின் இவள் அமர்ந்தாள்.

எலிஸபெத்தின் கண்கள் வரவேற்பறை பொருட்கள்மீது ஒருமுறை சுழன்று முடித்தபின் இவளிடம் நின்றன.

"ஏதோ மெலிந்த மாதிரி தெரியுது?" – எலிஸபெத்.

"அதெல்லாம் ஒன்றுமில்லை" என்ற ஹரிணி, "என்ன குடிக்கிறீர்கள்?" எனக் கேட்டாள்.

"இருக்கிறதைக் கொடு! தண்ணீரென்றாலும் பரவாயில்லை. உடம்பு கூடிட்டுது" என்றார்.

"நானும் என்ன குடிக்கிறீர்களென்று கேட்டிருக்கக் கூடாது. வீட்டில் தற்போதைக்கு நீங்கள் கேட்டதுபோல ஒரு தண்ணீர் பாட்டில் மட்டுமே இருக்கிறது. கடைக்கெல்லாம் போகவில்லை."

"பரவாயில்லை. தண்ணீரையே கொடு, கமிலி வந்தாளா?"

"முதல் நாளே பார்க்க வந்தாள். பிறகு நேற்று உங்களுக்குப் போன் செய்தபிறகு அவளுக்குப் போன் பண்ணேன். *Jardin de deux rives*க்கு வரச்சொன்னேன். இருவரும் அங்கே ஒரு மணிநேரம் இருந்திருப்போம். சரி சொல்லுங்க! அந்தப் பெண்ணைப் பார்த்தீங்களா?"

"பார்த்தேன்!"

"நீங்க மிகப்பெரிய உதவியைச் செஞ்சிருக்கீங்க."

"உனக்காக அவளைப் பார்க்கப்போனேன் என்பது ஞாபகத்தில் இருக்கட்டும். பக்கத்துலே வந்து உட்காரலாமா?"

"அங்கே என்ன நடந்ததென்று சொல்லுங்க!"

"என்னை ஒருமையிலே கூப்பிட்டுப் பேசலாம். வாங்கபோங்க என்பதுமாதிரியான மரியாதையெல்லாம் வேண்டாம். அப்பத்தான் என்னாலயும் சௌகரியமா உங்கிட்ட தயக்கமின்றிப் பேச முடியும்" – எலிஸபெத்.

"ஓ.கே. என்ன நடந்தது? அந்தப் பெண்ணைப் பார்த்தியா, பேசனியா? அவள் பிரச்சினைகளுக்குத் தீர்வுண்டா?" – ஹரிணி.

"எங்கே ஆரம்பிக்க? எதைச் சொல்ல? பெண்ணை ஜெர்மன் போலீஸார் பிரெஞ்சு போலீசாரிடம் ஒப்படைத்த பின்பு, அவளின் கைது, நாட்டைவிட்டு அவளை வெளியேற்றும் முடிவு, நிர்வாகத் தடுப்புக்காவல் மையத்தில் அவளைச் சிறைப்படுத்தியிருக்கும்விதம் ஆகிய சடங்குகளில் மாவட்ட

நிர்வாகமும் காவல் துறையும் கடைபிடிக்க வேண்டிய நெறிமுறைகள் குறித்து வழிகாட்டுதல்கள் இருக்கின்றன. அவற்றை சம்பந்தப்பட்டவர்கள் கடைபிடித்தார்களா என்பது பற்றிய விசாரணை 'நிர்வாகத் தீர்ப்பாயத்தில்' *(le tribunal administratif)* நாளை மறுநாள் வியாழக்கிழமை விசாரணைக்கு வருகிறது. அதற்கும் மறுநாள், வெள்ளிகிழமை பெண்ணின் தடுப்புக் காவல்மைய சிறைத்தண்டனைக் காலத்தை நீட்டிக்கும்படி கேட்டு மாவட்ட நீதிமன்றத்தில் *(le tribunal d'instance)* வழக்கு விசாரணை இருக்கிறது. இரண்டு விசாரணையின்போதும் மொழிபெயர்க்க உன்னைத்தான் கூப்பிட இருக்கிறார்கள். இரண்டிற்கும் ஒரு வழக்கறிஞரை ஏற்பாடு செய்திருக்கிறேன்."

ஹரிணி எழுந்து சட்டென்று எலிஸபெத்தைக் கட்டி அணைத்து, அவள் கன்னத்தில் முத்தமிட்டாள். திரும்பவும் தனது இருக்கைக்கு வந்தாள். ஹரிணியின் இந்த எதிர்பாராத காரியம் எலிஸபெத்தை தடுமாறச் செய்தது. அவர் கண்களில் நீர் கோர்த்தது. முகத்திலிருந்த கண்ணாடியைக் கழட்டி டீப்பாயில் வைத்துவிட்டு கண்களைத் துடைத்துக்கொண்டார். ஹரிணி எலிஸபெத்தின் கண்ணீருக்கு முக்கியத்துவம் கொடுக்க விருப்பமில்லை. அந்த நெருக்கடியைத் தவிர்க்க நினைத்ததுபோல:

"என்ன நினைக்கற, அவள் விடுதலைக்கு வாய்ப்புண்டா?"

"இதுபோன்ற *clandestin* மனிதர்களை" என ஆரம்பித்த எலிஸபெத் தன் உரையாடலைச் சட்டென்று துண்டித்தாள்:

"எலிஸபெத், தயவுசெய்து களவாய்க் குடியிருப்பவர்கள் என்ற பொருளில் உபயோகப்படுகிற பிரெஞ்சுச் சொல் வேண்டாம். உரிய அனுமதியின்றி இருக்கிற அந்நியர்கள் என்று சொல்லு. இந்த நாட்டிலேதான் நானும் இருக்கேன். இங்கே என்ன நடக்கிறதென்று தெரியும். எல்லோரையும் ஒரு தராசுலே நிறுத்த முடியாது. திக்கற்ற மனிதர்களுக்கு நியாயங்கள் பொதுவில் கதவடைத்துவிடும், ஆனால் அரசாங்கத்தின் இதுபோன்ற துறைகள் அவர்கள் வீதிகளில் கூட நடமாடக்கூடாது என்பதைப்போல நடந்துகொள்கின்றன. இவர்கள் களவாய் இருக்கவேண்டும் என்று இருப்பதில்லை. களவாய் இருப்பதற்கான சூழலை அரசு ஏற்படுத்தித் தருகிறது. 'உரிய ஆவணங்களின்றி இந்த நாட்டில் இருக்கிறவர்கள் அனைவருமே களவாய்க் குடியிருப்பவர்கள் அல்ல. அவர்கள் வேலை செய்வதும், சம்பாதிப்பதும், செலவழிப்பதும் பட்டப்பகலில் நடைபெறுகிறது. அரசாங்கம் தரும் நெருக்கடி அவர்கள் களவாய்க் குடியிருப்பவர்களென்கிற மாயையை ஏற்படுத்தித் தருகிறது' என்று சொல்வது மத்திய ஆப்பிரிக்க

நாட்டைச்சேர்ந்த ஒருத்தரில்லை, இந்த நாட்டு அறிவு ஜீவி, 'தெரிதா.'

"அவர் சொன்னால் பிரச்சினை இல்லையென்று ஆகிவிடுமா என்ன? சொற்களின் பொருளைக் காலமும் சூழலும் தீர்மானிக்கின்றன. மொழி விற்பன்னர்களின் வாதம் 'ஏட்டுச்சுரக்காய்'. அது பலநேரங்களில் கறிக்கு உதவுவது கிடையாது. அகதிகளாக வருகிறவர்கள், இங்கே தொடர்ந்து குடியிருப்பதற்கு விண்ணப்பித்திருக்கிறபோது, தகுதிக்கான காரணங்களைப் பூர்த்திசெய்ய வேண்டும். புகலிடம்கோருகிற அனைவரும் நியாயமாக வருகிறவர்கள் என்றால், அரசாங்கம் அதன் எல்லைக்கதவைத் திறந்துவைத்துவிட்டு அமைதியாக இருக்கலாமே. அதில் தவறுகள் நடக்க வாய்ப்புண்டு என்பதால்தான் அவ்விண்ணப்பங்களைப் பரிசீலிக்கிற துறைகள் இருக்கின்றன. பிரான்சுக்கு கலை, இசை நிகழ்ச்சியென்று நடத்தவந்த பலர் இதைத் தொழிலாகவே செய்திருக்கிறார்கள், உண்மை கலைஞர்களுக்கு பாதிப்புகள் இருந்திருக்கின்றன. அகதிகளாக வருகிறவர்கள் உயிருக்கோ, வாழ்க்கைக்கோ நெருக்கடியெனில் முதலில் அண்டை நாடுகளில்தானே தஞ்சம் புகவேண்டும், ஐரோப்பிய நாடுகளைத் தேட எதுகாரணம்? இங்கே நல்ல வாழ்க்கைக்கு உத்தரவாதமிருக்கிறது என்பதுதானே? அகதிகள் திக்கற்ற மனிதர்களென்கிறாய். அவர்கள் எத்தனை விழுக்காடு? உண்மையில் திக்கற்ற மனிதர்கள், ஏழைகள் உள்ளூரிலே இருக்கிறார்கள் தொடர்ந்து சொந்த நாட்டில் பலியாகிறார்கள். மேற்கத்திய நாடுகளும் புலம்பெயரும் மக்களுக்காக பல மில்லியன் யூரோக்களை ஒதுக்கி நவீன கொத்தடிமைகளை வளர்த்தெடுப்பதில் காட்டும் அக்கறையில் பத்தில் ஒரு பங்கைக்கூட பிரச்சினையின் வேரில் காட்டுவதில்லை. சரி உண்மையில் புலம்பெயருகிறவர்கள் யார்? ஐந்தாயிரம் ரூபாய் புரட்ட முடிந்தவர் ராமேஸ்வரம் போகிறார். ஐநூறு டாலர் புரட்ட முடிந்தவர் காஸாவிலிருந்து லெபனான் போகிறார் அல்லது டமாஸ்கஸிலிருந்து இஸ்தான்புல் போகிறார். ஆனால் ஐரோப்பா வர பதினைந்தாயிரம் இருபதினாயிரம் யூரோவரை செலவாகிறது. புலம்பெயர்தலைப் பணம்தான் நடத்துகிறது. மனிதாபிமானத்துடன் இங்கு எவரும் ஒருவருக்கொருவர் உதவுவதில்லை. கள்ளத் தனமாக ஒருவர் வரநினைத்தால், பாஸ்போர்ட் சொந்தக்காரருக்கு ஐந்தாயிரம் யூரோ; ஆள் கடந்தும் ஆசாமிக்குப் பத்தாயிரம். லிஸ்பனிலிருந்தோ பிரஸ்ஸலிலிருந்தோ அல்லது கிழக்கு ஐரோப்பிய தலைநகரொன்றிலிருந்தோ தங்கள் வாகனத்தில் அடைத்துக்கொண்டுவரும் ஆசாமிக்கு 300 யூரோவில் ஆரம்பித்து 1000 யூரோவரை கொடுத்தால்தான் முடியும். ஆக

நீ நினைப்பதுபோல 'திக்கற்றவர்கள் ஐரோப்பா வருவதில்லை. ஓரளவு வசதிபடைத்தவர்கள், ஊரில் காணி நிலமென்று வசதியாய் வாழ்ந்தவர்கள் அல்லது அவர்கள் குடும்பத்தைச் சேர்ந்த ஒருவரின் ஐரோப்பிய உழைப்பில் வந்த போதுமான பொருளாதார சாத்தியங்கள் மேற்கத்திய நாடுகளைத் தேடவைக்கின்றன' என்கிற இங்குள்ள வலதுசாரிகளின் குற்றசாட்டில் நியாயமிருக்கிறது. தவிர வாக்குரிமையுள்ள மக்களின் தேவையையே பூர்த்திசெய்யமுடியாத நிலையில், வாக்குரிமையற்ற மக்களுக்கு சலுகைகள் செய்து தங்கள் எதிர்காலத்தைக் குலைத்துக்கொள்ள இங்குள்ள அரசியல்வாதிகள் முட்டாள்களா? அரசாங்கம்தான் விரும்புமா?"

எலிஸபெத்திற்கு மூச்சிறைத்தது. பேச்சை நிறுத்தினார்; ஹரிணி எழுந்து சென்று பாட்டிலிலிருந்த தண்ணீரை ஒரு கண்ணாடித் தம்ளரில் ஊற்றிக்கொடுத்தாள். அதை வாங்கிக்குடித்து முடித்ததும் சோபாவிற்கு எதிரே இருந்த சிறு மேசையில் வைத்தார். சில நொடிகள் காத்திருந்த ஹரிணி:

"நமக்குள்ள பிரச்சினை, இந்தப்பெண்ணின் விடுதலை. அதுபற்றி என்ன நினைக்கிறாய்? கிடைக்குமா கிடைக்காதா?" சற்று முன் அவள் கேட்டதை மீண்டும் எலிஸபெத்திற்கு ஞாபக மூட்டினார்.

"இப்போதைய நிலைமையிலே கடினம். அரசாங்கம் அவளை இங்கிருந்து இலங்கைக்கு அனுப்பிவைக்க முயற்சிக்கும். அரசு தடுப்புக்காவல் மையத்தில் வைத்திருக்கும் நோக்கமே உரிய அனுமதியின்றி, களவாய் இருக்கிற என்றசொல்லைத் தவிர்த்துவிட்டேன் போதுமா? இந்நாட்டில் இருக்கிற அந்நியப் பிரஜையை உடனடியாக சொந்த நாட்டிற்குத் திருப்பி அனுப்புவதற்காகத்தான். வெளிநாட்டுப் பிரஜையென்பதால் சில சிக்கல்கள் இருக்கின்றன. அச்சிக்கல்களைத் தீர்க்க அவர்களுக்குக் கால அவகாசம் தேவை. உதாரணமாக, உரிய போக்குவரத்து ஏற்பாடுகள்: உதாரணத்திற்கு விமானத்தில் அனுப்பிவைக்க வேண்டுமெனில் முன் பதிவு, பயணத்திற்கான ஆவணம் என்று பல பிரச்சினைகள் இருக்கின்றன. ஆக அவற்றிற்குத் தீர்வுகண்டு, அந்தப் பிரஜையை அனுப்பிவைப்பார்கள். அதுவரை அரசு தடுப்புக்காவல் மையத்தில் வைத்திருப்பார்கள். இப்பெண்ணுக்கு ஐந்து நாள் போதவில்லை, எனவே மேலும் 20 நாட்களுக்கு தடுப்புக் காவலை நீட்டிக்க மாவட்ட ஆட்சியர், மாவட்ட நீதிமன்றத்தில் அனுமதி கேட்டிருக்கிறார். ஏற்பாடு செய்திருக்கிற வழக்கறிஞர் அவளைப் போலீஸார் விசாரணைக்குக் கொண்டுவந்தபோது முறையுடன் நடத்தினார்களா, குற்றவாளிக்கு அவளுடைய உரிமைகளைச் சுட்டிகாட்டினார்களா? அவளைச் சொந்த

நாட்டிற்கு அனுப்புவதற்கான சாத்தியங்களென்னென்ன என்றெல்லாம் பார்ப்பர். நாம் எதிர்கொள்ளவேண்டிய சவால்களில் முதலாவது பெண்ணை அவளுடைய சொந்த நாட்டுக்குத் திருப்பி அனுப்பும் முயற்சியைத் தடுக்க முடியுமா எனப் பார்க்க வேண்டும். இரண்டாவதாக மீண்டும் அகதி விண்ணப்பத்தை மறுபரிசீலனைக்கு மேல் முறையீடு செய்ய வேண்டும். ஐரோப்பிய மனித உரிமை ஆணையம்வரை போகலாம். முடிவு நம் கையில் இல்லை, எதுவும் நடக்கலாம். பிரெஞ்சு அரசாங்கத்தைப் பொறுத்தவரை குற்றவாளிக்கு எதிராக அல்லது சொந்த நாட்டிற்கு அனுப்பிவைக்க என்ன முடியுமோ அதையெல்லாம் செய்வார்கள். இரக்கம் காட்டுவார்களென்று தோன்றவில்லை. ஏற்கனவே அவளுடைய அகதி விண்ணப்பம் நிராகரிக்கப்பட்டிருக்கிறது. பிரெஞ்சு அரசாங்கம் முன்புபோல இல்லை. தற்போதெல்லாம் கண்ணை மூடிக்கொண்டு அகதி விண்ணப்பங்களை நிராகரிக்கின்றனர் என்கிறார் வழக்கறிஞர். கடந்த ஆண்டுவரை இதுபோன்ற நெருக்கடிகளில் சிக்கித் தவிப்பவர்களுக்கு மனிதாபிமானத்துடன் உதவுவதே கூடக் குற்றமாகக் கருதப்பட்டது. சிறைத்தண்டனை, அபராதமெல்லாம் உண்டு. இன்று அந்த நிலைமை இல்லை. அதே வேளை, இன்றும் இதுபோன்ற குற்றவாளிகளுக்கு உதவுகிறவர்கள், பணத்திற்கோ, வேறு பலன்களை எதிர்பார்த்தோ செய்கிறார்கள் என அரசு சந்தேகிக்க ஆரம்பித்தால், அது குற்றவாளிக்கும் உதவாது, உதவும் நபருக்கும் சிக்கல். அவளுக்காக அனுதாபப்படும் உன் மனது புரிகிறது. எனினும் எது செய்தாலும் சட்டத்திற்கு உட்பட்டதாக இருக்கவேண்டும். கூடுதலான அனுதாபத்தால் தவறிழைக்க சாத்தியங்களுண்டு. வேண்டுமானால் ஒன்று செய்யலாம். பேசாமல் இப்பிரச்சினையை இதற்கென உள்ள தொண்டு நிறுவனங்களிடம் கொண்டுபோவோம். எனக்குத் தெரிந்த சினேகிதி ஒருத்தி அப்படி ஒன்றில் இருக்கிறாள். அவள் உதவியைக் கேட்டுப் பார்க்கலாம். அவர்களுடன் கலந்தாலோசித்துச் செய்வது நல்லது. அவர்களிடம் காவல்துறையும் அரசு எந்திரங்களும் தங்கள் பலத்தைக் காட்டாது. நீ தனியொருத்தியாக அவசரப்பட்டு எதையாவது செய்துவைக்காதே.”

“அப்பெண்ணுக்கு வேறு பிரச்சினைகள் இருந்தால்?”

“உன்னால் என்ன செய்ய முடியுமென்று நினைக்கிற? இனி அவள் பிரச்சினைகளைக் கவனிக்க வழக்கறிஞர் இருக்கிறார். அவள் விதிப்படி நடக்கும். இதற்குமேல் நம்மால் செய்யக்கூடியது ஒன்றுமில்லை.”

"உன்னாலே சுலபமா கை கழுவமுடியும். என்னால முடியாது."

"நீ என்ன சொல்லவறேன்னு புரியுது."

" இல்லை, அப்பெண்ணோட சிக்கலைப்பற்றித்தான் இப்ப பேச்சு. நாம அதைப்பற்றி பேசுவோம். இன்னமும் அவளுடைய முகமும் கண்களும் என் மனதில் இருக்கின்றன. உண்மையில், அவளுடைய பிரச்சினை எனக்காகவே காத்திருந்திருக்கிறது. இல்லையென்றால் வழக்கமாக மொழிபெயர்ப்புக்குப்போகிற மனிதர் என்னைப் போகிறாயா என ஏன் கேட்கவேண்டும்? உன்னிடம் அவளைப் போய்ப் பார் என்று வேண்டுகோள் வைத்தபோது, நீயாவது மறுத்திருக்கலாம், ஏன் சம்மதித்தாய்? ஏதோ ஒன்று நம்மை அவளுடன் பிணைத்திருக்கிறது. எலிஸபெத்! காயப்படுத்த சிலர் இருக்கிறார்கள். குணப்படுத்த சிலர் இருக்கிறார்கள். பவானி அம்மா சிகிச்சை அளிக்கவில்லையென்றால் இன்றைக்கு ஹரிணி இல்லை. எலிஸபெத்திற்கும் ஹரிணிக்குமான உரையாடல்கள் இல்லை. என்னாலே தனியா அந்த இலங்கைப் பெண்ணுக்கு உதவ முடியுமென தோணலை. உன்னாலே எனது முயற்சிக்கு உதவமுடியும். எலிஸபெத், முடியாதென்று மட்டும் சொல்லிடாதே."

ஹரிணி தான் உட்கார்ந்திருந்த சோபாவிலிருந்து எழுந்து, எலிஸபெத்தின் கைகளைப்பிடித்து மண்டியிட்டிருந்தாள். எலிஸபெத் சோபாவிலிருந்து இறங்கினார். அவள் முகத்தை தனது மார்பில் சேர்த்து அணைத்தார். வெதுப்பான ஹரிணியின் கண்ணீர் எலிஸபெத்தின் சன்னமான மேலாடையை நனைத்து மார்பைத் தொட்டது, அவள் கைகள் மேலும் இறுகின. இரு பெண்களின் விம்மலும் தேம்பலும் வெகுநேரம் அங்கே கேட்டது.

◯

15

பாரீஸ், பிரான்சு: 2012 ஏப்ரல் 15, ஞாயிற்றுக்கிழமை காலை 9 மணி

கடந்த சில நாட்களாவே உறக்கமில்லை. கண்களைப் பாதித்திருந்தது. இன்றும் அதிகாலையில் விழித்திருந்தேன். நேற்று நள்ளிரவைக் கடந்து வேலைசெய்ய வேண்டியிருந்தது. காரைக்கால் பாய் எல்லா வேலைகளையும் முடித்து, மேசை நாற்காலிகளை ஒழுங்குபடுத்திவிட்டுப் போக வேண்டுமென்றார். அறைக்குத் திரும்பும்போது அதிகாலை நான்கு மணி. ரெஸ்டாரெண்ட்டில் வாடிக்கையாளர்கள் நேற்று இரவு அதிகம். 12 மேசைகளும் நிறைந்துவிட்டன. அத்தனைபேருக்கும் துணைக்கு ஒரு ஆப்பிரிக்கரை வைத்துக்கொண்டு ஒருவனே சமைக்க வேண்டும். புதுச்சேரியில் எல்லோரிடமும் ஸ்டார் ஓட்டலில் வேலை செய்வதாகத் தெரிவித்திருந்தேன். ஆனால் இங்கே தோசை வார்ப்பதில் ஆரம்பித்து டீ ஆற்றுவதுவரை எல்லாம் என் செயல். சில நேரங்களில், கோப்பை கழுவுகிற ஆப்பிரிக்கர் வரத் தவறினால் ஆபத்பாந்தவனாக அதையும் செய்வேன். வாடிக்கையாளர்களில் பலர் "உனது கைப்பக்குவத்திற்காகத்தான் இந்த ரெஸ்டாரெண்டிற்கு வருகிறோம்" எனக் கூறிக்கொண்டிருப்பவர்கள், அத்ரியானாகூட அப்படி அறிமுகமானவள்தானே! வட இந்திய உணவு வகைகளையே விரும்பிச் சாப்பிட்ட ஐரோப்பியர்களை, என் கைப்பக்குவத்தில் உருவான தென்னிந்திய உணவுவகைகளை விரும்பி சாப்பிடுமாறு செய்திருக்கிறேன். நெய் தோசையை, சீஸ்தோசையாக

மாறியது, வடையில் கொஞ்சமாக இனிப்பும், சாக்லேட்டும் சேர்த்து டொனட் வடையை அறிமுகப்படுத்தியிருந்தேன். பிரியாணி மசாலாவை ஸ்பானிஷ் பாயெலாவில் சேர்த்தேன். கடலுணவில் பிரியாணி செய்தேன். ரெஸ்டாரெண்ட்டை சாப்பாட்டுக் கடைபோல நடத்திய பாய் மட்டும் சம்பளம் கொடுக்கும்போது மூக்கால் அழுவார். ரெஸ்டாரெண்ட்டை விட்டுவெளியில் வரும் வரை முணுமுணுத்துக் கொண்டிருப்பார். நேஷனாலிட்டி கிடைத்தால் அந்த ஆளையும் வேலையையும் தலை முழுகும் எண்ணமிருக்கிறது. கூடவே அத்ரியானா என்ற பெண்ணையும் தலைமுழுக வேண்டும்.

அக்காள் மகளைக் கட்டிகொள்ள வேண்டுமென அம்மா வற்புறுத்துகிறாள். மாமா பொதுப்பணித்துறை ஒப்பந்ததாரர். நிறைய சம்பாதித்து வைத்திருக்கிறார்கள். “எல்லாம் ஈஸ்வரிக்குத் தான் வேற யாருக்கு?” என புதுச்சேரியிலிருக்கும் சொந்தத் தமக்கை கண்களை அகல விரித்து சத்தியம் செய்திருந்தாள். ஈஸ்வரியும் சும்மா சொல்லக்கூடாது, அத்ரியானாவைவிட மொழு மொழுவென்றிருக்கிறாள். அம்மாவும் அக்காளும் “வெள்ளைக் குரங்கு வெள்ளைக் குரங்கு” என்றழைத்தே அத்ரியானாமீதிருந்த மோகத்தீயை தண்ணீர் விட்டு அணைத்திருந்தார்கள். தற்போது அதில் வெறும் புகைமட்டும்தான் மிஞ்சியிருக்கிறது.

பிரான்சுக்கு ஏன் வந்தோமென்று இருக்கிறது. இரண்டு வருடங்களுக்கு முன்பு புதுச்சேரியில் இருந்தபோது பிரான்சு நாடு ஏதோ இந்திரலோகம் என்ற நினைப்பு. புதுச்சேரியில் சின்னக்கடை பக்கம் வீடு. நண்பர்களில் பலர் சொல்தா பையன்கள்[1]. அவர்கள் பேச்சும் செயலும் கவர்ச்சியாக இருந்தன. எட்டாவது தேறாத பையன் ஒருவன் பிரெஞ்சுப் பெண்ணொருத்தியை அழைத்துவந்து போட்ட ஆட்டம் ரொம்பவே உசுப்பிவிட்டது. பிரான்சுக்குப் போனா நிறைய சம்பாதிக்கலாம், நிறையப் பொண்ணுங்களோடு சுத்தலாமென்று வயசும் ஆசைபட்டது.

பிரெஞ்சு ராணுவத்திலிருந்து ஓய்வெடுத்திருந்த புதுச்சேரிக் காரர் இந்தியா வந்திருந்தார். அவரை அறிமுகப்படுத்துவதாகக் கூறி உள்ளூர் சிநேகிதன் ஒருவன் அவனுடைய ஜிம்முக்கு வரச்சொல்லியிருந்தான். ஒரு வீட்டு மாடியில் ஜிம் இருந்தது. மனிதர் கனத்த சரீரத்திற்குச் சொந்தக்காரர், மிகவும் சிரமப்பட்டுப் படியேறி வந்தார். “முஸே!” என்று இழுத்தபோது வாயிலிருந்து காற்று வந்தது. நல்ல கறுப்பு, உதடுகளில் சிகரெட் புகைத்த தடயங்கள். உப்பிய கன்னங்கள். தடித்த புருவங்களின்கீழ் கண்களைத் தேட வேண்டியிருந்தது. கழுத்தில் பசுவின்மடிபோல

1. பிரெஞ்சு ராணுவத்தில் பணிபுரிந்தவர் வீட்டுப் பையன்கள்.

வீக்கம், கிடந்த சங்கிலி ஐந்து சவரனாவது தேறும். மார்பு பெண்களுடையதுபோல இருந்தன. அவற்றுடன் சேர்ந்து வயிற்றைப்பார்க்க, மூன்று வயிறு ஆசாமிபோல இருந்தார். கால்களை அகலவைத்து நிற்பதைப் பார்த்ததும், அங்கும் ஏதோ அவருக்கு பிரச்சினை இருக்கவேண்டுமென நினைத்தேன், அடிக்கடி அதைத் தொட்டுப்பேசியது அருவருப்பாக இருந்தது. நண்பனைப் பார்த்தேன். அவன் முகத்தை வேறுபக்கம் திருப்பிக்கொண்டு சிரித்தான். "அர்மே[2]யில்' கிறச்சே ஒரு நாளிக்கி பத்து கிலோ மீட்டர் ஓடறவன் ம்ஸே!" என்றார், தோளைக் குலுக்கினார். அவர் எதற்காக அதைச் சொல்ல வேண்டும் என நான் யோசித்துக்கொண்டிருந்தேன். அவரோ "புள்ளைங்கள்ளாம் பிரான்சுலே இருக்காங்க, நான் மட்டும் தனியாத்தான் வந்தேன்" என தலையுமில்லாமல் வாலுமில்லாமல் தொடர்ந்தார். இம்முறையும் தோள்குலுக்கல் இருந்தது. என்னைக் காப்பாற்ற நினைத்தவன்போல நண்பன் குறுக்கிட்டான், என்னைக்காட்டி:

"பத்துவருஷமா நமக்கு இவர் கமராது[3].'கேட்டரிங் டெக்னாலஜி" முடிச்சிருக்காரு. பிரான்சுக்குப் போகவேண்டுமென்று கேட்டாரு. அப்புறம்தான் நீங்க வந்திருக்கிற ஞாபகம் வந்தது. வா, கமராது அண்ணன்கிட்ட சொல்லிப் பார்க்கிறேன் என்றேன். நேற்று பார்ல உங்கக்கிட்டெ சொல்ல நினைச்சு மறந்துட்டேன். நம்ம சன்னாசி மாமாவுக்குக்கூட சொந்தம். நீங்க நம்பி இட்டும்போகலாம். நான் காரண்ட்டி" என்றான்.

"இன்னாமா, நீ இப்படி சொல்லிட்ட, உனுக்கு செய்யாம யாருக்கு செய்யப்போறன். எனுக்கு இந்த படிப்புப் பத்தில்லாம் ஒண்ணும் தெரியாது. பத்து வருஷத்துக்கு முன்னால பிரான்சு நெலம நல்லா இருந்துது. இப்பல்லாம் ரொம்பக் கஷ்டம். ஆனா வர்ற ஜனம் வந்துக்கினுதான்கிது. நார்த் இந்தியாவுலிருந்து இந்த இந்திக்காருங்க, இன்னா சொல்றது சிங்குங்க, அதாங்க நம்ம மன்மோகன் சிங் இருக்காரே அவுங்க ஆளுங்க, அப்புறம் பாகிஸ்தான்காருங்க, பாங்களாதேஷ்காருங்கன்னிட்டு வந்து குவிஞ்சிக்கினுகிறாங்க ம்ஸே! ('ம்ஸே' என்று என்னைத்தான் அழைக்கிறாரென பின்பே புரிந்தது) பத்தா கொறைக்கு இலங்கைக்காருங்க வேற, நம்ம பொந்திசேரி[4] சனத்தைத் தேடணும் போலக்கிது. பிரான்சுக்கு வரனும்னு ஆசை இருந்தா நசியோனாலித்தே[5] உள்ள பொண்ணாப் பாத்து கண்ணாலம் கட்டிக்குங்க. அதுக்கல்லாம் புரோக்கர்கள்கிறாங்க.

2. பிரெஞ்சு ராணுவம்.
3. காம்ரேட், சினேகிதன்.
4. பாண்டிச்சேரி, புதுச்சேரி.
5. பிரெஞ்சு குடியுரிமை.

நசியோனாலித்தே கிடைச்சதும் டிவோர்ஸ் பண்ணிக்கலாம். இல்லாங்காட்டி திருட்டுத்தனமா வரலாமாம். புதுச்சேரியில சிலோன்காருங்க யாராவது இருப்பாங்க. அவங்களைப் புடிங்க" எனக்கூறி கண்ணைச் சொடுக்கினார். தொடர்ந்து, "பாருங்க. ஏதாவது ஒரு மொயன்ல்[6] வந்துட்டீங்கன்னு வச்சிக்குங்க, அப்புறம் நாம பார்த்துக்கலாம். பீரோக்கள்[7] இருக்குது, பத்ரோன்மார்கள்[8] இருக்காங்க, வேலை எடுத்துடலாம். தைரியமா வாங்க!" என்றார், மீண்டும் தோளைக் குலுக்கியபடி.

என்னோடு படித்த நண்பர்கள் உள்ளூர் ஓட்டல்களில் வேலை தேடினார்கள். சிலர் அரபு நாடுகளைத் தேடிப்போனார்கள். நான் பிரான்சுநாட்டிற்கு வருவதென்று பிடிவாதமாக இருந்தேன். பிரெஞ்சுக் குடியுரிமையுள்ள பெண்ணை மணந்து இங்கு வருவதில் பல சிக்கல்கள் இருந்தன. முதலாவது பிரச்சினை: குடும்பத்தில் மூத்த சகோதரனும் திருமணவயதில் இரண்டு சகோதரிகளும் இருந்தனர். குறைந்தது மூன்று வருடங்கள் காத்திருக்கவேண்டும். அதுவும் தவிர அண்ணன் "நான் தூக்கி வளர்த்த பொண்ணு, எனக்கும் அவளுக்கும் 15 வருடம் வயது வித்தியாசம், கல்யாணம் பண்ணிக்கமாட்டே"னென்று மறுத்துக்கொண்டிருக்கிற அக்காள் மகள் ஈஸ்வரி தேங்காய்ப்பாலில் தோய்த்த ஆப்பத்தைச் சாப்பிட்டுசாப்பிட்டு பால்வடியும் முகத்துடன் எனக்காகக் காத்திருந்தாள்.

நான்கைந்து மாதங்களுக்குப் பிறகு தோள்குலுக்கல் ஆசாமியை அறிமுகப்படுத்திய நண்பனே, சென்னை, கோடம்பாக்கத்துலே இருக்கிற ஒரு நாகர்கோவில் மலையாளி, களவாக பிரான்சுக்குத் தமிழர்களை அனுப்பிவைக்கும் செய்தியைச் சொன்னான். ஓர் இலங்கைத் தமிழர், நான், என் நண்பண் மூவருமாக அவரைச் சென்று சந்தித்தோம். தோள்குலுக்கல் ஆசாமியே தேவலாம் என்பதுபோல பேசினார். படத் தயாரிப்பில் இருந்தார், இடைத்தேர்தலில் ஆளுங்கட்சி சார்பில் நிற்க இருப்பதால், தமிழருக்கு உதவும் (?) சேவையைத் தற்காலிகமாக நிறுத்திவைத்திருக்கிறாராம். சோழிஉருட்டி பிரசன்னம் பார்த்ததில் ஆக்டிங் முதல்வர் ஆகும் அதிர்ஷ்டமும் தமக்கு இருக்கிறதென்றார். குறுக்கிட்டு "என்னுடைய அதிர்ஷ்டத்தைத் தெரிந்துகொள்ள வந்திருக்கிறேன்" என்றேன். கோபத்துடன் தனது நெற்றிக்கண்ணைத் திறந்தார். பின்னர் சமாதானம் அடைந்தவர்போல, வருடத்திற்கு பத்துபேரை எவ்விதப் பிரச்சினையுமில்லாமல் பிரான்சுக்கு அனுப்பிவைப்பதாகத் தெரிவித்தார். பத்து லட்சம் செலவாகும்

6. முறையில்.
7. அலுவலகங்கள்.
8. முதலாளிகள்.

என்றார். அவரே பாஸ்போர்ட், விசா எல்லாவற்றையும் ஏற்பாடு செய்திடுவாரென்றும், பணமுடையென்றால் இரண்டு தவணையில் செலுத்தவும் வசதியுண்டு என்றார். நீங்ககூட எழுதுவீங்கன்னு சொன்னாங்க, நல்ல கதையிருந்தா நம்ம கம்பெனிக்குக் கொடுங்க, கவனிக்கிறேன்" என்றார். "இல்லை சார், பிரான்சுக்கு போயிட்டு செட்டிலாவறவரைக்கும் எழுதறதில்லைண்ணு இருக்கேன்" என்றேன். அதற்கும் "ஆமாம், அப்படித்தான் இருக்கணும். முதலில் காலை ஊன்றிக்கணும். அதறகப்புறம்தான் மற்றது. நான்கூட எழுதுவேன். காலையிலே கூட கி.பா. போன் செய்து, ஏதாவது எழுதுப்பா! தமிழ் சோர்ந்துபோய்க் கிடக்குதுண்ணு சொன்னார். எனக்குத்தான் நேரமில்லை" என்றார். நான், "பாஸ்போர்ட், விசா, என்று சொல்ல வந்ததை மறத்துட்டீங்களே!" என்றேன். "தம்பி! காரியத்துலே கவனமா இருக்காங்க. அப்படித்தான் இருக்கணும். ஆமாம் மொத்தத்திலே பத்து லட்சம் செலவாகும், இரண்டு தவணையில் கொடுக்கலாம். பாதிப்பணத்தைப் புறப்படுவதற்கு முன்பும், மீதிப்பணத்தை பிரான்சு நாட்டில் என்னுடைய ஆட்களிடம் கொடுத்துவிட வேண்டும்" என்றார்.

அன்று மாலையே புதுச்சேரி திரும்பினோம். வீட்டில் மன்றாடி சம்மதிக்க வைத்தேன். முதல் தவணையாக ஐந்து லட்சத்தைக் கொடுத்தேன். தமிழ்ப் பெயரொன்றில் பிரெஞ்சு பாஸ்போர்ட், விசாவுடன் கிடைத்தது. உக்ரைன் தலைநகர் கீவ் வழியாக பாரீஸ் வந்துசேர்ந்தேன். நாகர்கோவில் ஆசாமி கூறியிருந்ததைப்போலவே, அவருடைய ஆட்கள் விமான நிலையத்திற்கு வந்திருந்தார்கள். வெளியே வந்ததும் என்னிடம் கொடுத்த பாஸ்போர்ட்டைப் பிடுங்கிக்கொண்டார்கள். ஒரு தமிழர் வீட்டில் கொண்டுபோய் விட்டார்கள். அவரின் யோசனைப்படி இலங்கையிலிருந்து வந்த தமிழனாக அகதி தகுதிக்கோரி அரசாங்கத்திடம் விண்ணப்பமும் செய்தேன்.

ஒரு வாரத்தில் கையிலிருந்த பணம் செலவானதும், என்ன செய்வதென்று தெரியாது, தங்கியிருந்தவீட்டுத் தலைவரின் யோசனைப்படி முதலில் 'காந்தி ரெஸ்டாரெண்ட்' என்ற பெயரில், 'மீன், ஆட்டிறைச்சி சமைத்து விற்ற பாகிஸ்தானியரிடம் வேலை கிடைத்தது. படித்த கேட்டரிங் டெக்னாலஜியை காதில் வாங்கிக்கொள்ளாமல், சமையல்காரருக்கு உதவியாளர் என்ற உத்தியோகத்தைக் கொடுத்தார். காய்கறி நறுக்குவது, இறைச்சிவெட்டுவதென்று பலதும் செய்தேன். அகதி விண்ணப்பம் ஏற்கப்படும் வரை பல்லைக் கடித்து பொறுத்துக்கொள்ளலாமென நினைத்தேன். அது அத்தனை சுலபமாக நிறைவேறாது என்பது போல காரியங்கள் நடந்தன. அகதி விண்ணப்பத்தை *L'OFPRA*

நிராகரித்தது. விண்ணப்பம் நிராகரிக்கப்பட்டதும், மேல் முறையீடு செய்யலாம் என்றார்கள். செய்தேன்.

ஒரு காரைக்கால் ஆசாமி நான் தங்கியிருந்த தமிழர் வீடு தேடி வந்தார். தன்னால் எனக்குத் தலைமை சமையற்காரர் வேலை கொடுக்க முடியுமென்றும், பிடித்திருந்தால் அரசாங்கத்திற்கு அறிவித்து வேலையை நிரந்தரமாக்குவேன், விசா சிக்கலும் தீருமென்றார். அவரிடம் போய்ச்சேர்ந்தேன். இடம் மாறியபோதும் பிரச்சினை தீரவில்லை. பாகிஸ்தானியர் ரெஸ்டாரெண்டிலாவது, சர்வர், சேப், தட்டுகோப்பைகளைத் துடைத்து அதற்குரிய எந்திரத்தில் வைத்துக் கழுவ என்று தனித் தனி ஆள் இருந்தார்கள். இங்கே ஒருவனே எல்லாவற்றையும் செய்ய வேண்டியிருந்தது. இதற்கிடையில் மேல் முறையீடு செய்திருந்த விண்ணப்பமும் நிராகரிக்கப்பட்டிருந்தது. காவலரிடம் பிடிபட்டால் திரும்ப எந்த நேரமும் இந்தியாவிற்கு அனுப்பி வைக்கப்படுவேன் என்ற சூழ்நிலை. அகதி விண்ணப்பத்தில் இலங்கைப் பிரச்சினையைக் கூறி, இலங்கைத் தமிழன் என்றும் விண்ணப்பித்திருப்பதால், இலங்கைக்கு என்னை அனுப்பிவைக்கவும் வாய்ப்பிருந்தது.

நான் முன்பு வேலைசெய்த பாகிஸ்தானியர் ஒரு புதுச்சேரிக் கிழவிக்குப் பணம்கொடுத்து மணம் செய்து குடியுரிமை பெற்றதும் பின்னர் அவளை விவாகரத்து செய்த கதையும் நினைவுக்கு வந்தது. நானும் பணம்கொடுத்து எவளையாவது மணம் செய்து விவாரத்து செய்துவிட்டால், சிக்கலில் இருந்து விடுபடமுடியு மென்று தோன்றியது.

ஒருநாள் திடீரென்று நான் வேலைசெய்யும் ரெஸ்டாரெண்ட் டிற்கு அத்ரியானா வந்தாள். 'மசாலா தோசை' நன்றாக இருக்கிறதென்று கூறி சமையல்காரரைப் பாராட்ட வேண்டும் என்றாள். ரெஸ்டாரெண்ட் உரிமையாளர் என்னைஅழைத்து அவளிடம் அறிமுகப்படுத்தினார். அதன் பிறகு வாரம் ஒருமுறை வருவதும் 'மசாலா தோசையைக்' கேட்டு சாப்பிடுவதும் தொடர்ந்தது. ஒருநாள் ஓட்டல் எண்ணுக்கு அழைத்து என்னுடைய நலனை விசாரித்தாள். அவள் மனது புரிந்துவிட்டது. தாமதிக்காமல் என்னை மணக்கச் சம்மதமா எனக்கேட்டேன். மறுமுனையில் சில நொடிகள் அமைதி. பிறகு ரிஸீவரை வைத்துவிட்டாள். அன்றிரவு உறக்கம் பிடிக்கவில்லை. ச்சே! அவசரப்பட்டுவிட்டோமோ! என்று நினைத்தேன். இரண்டு நாட்கள் அவளிடமிருந்து பதிலில்லை. மூன்றாம் நாள் மீண்டும் ரெஸ்டாரெண்ட்டிற்கு போன் செய்தாள். இம்முறை போன்மூர் சொல்லிவிட்டு, "உன்னுடைய மொபைல் எண்ணைக் கொடு" என்றாள். கொடுத்ததும் "நன்றி" கூறி போனைத் துண்டித்து

விட்டாள். இரவு பத்துமணிக்கு போன்செய்து ஒரு முகவரியைக் கொடுத்தாள். ஞாயிற்றுகிழமை பிறபகல் நான்குமணிக்கு கொடுத்த முகவரிக்கு வரமுடியுமா எனக் கேட்டாள். எதற்கென்று கேட்டேன். "ஞாயிற்றுகிழமைவரை கொஞ்சம் பொறுமையாய் இரு, நீயே தெரிந்துகொள்வாய்" என்றுகூறி போனை வைத்துவிட்டாள்.

ஞாயிற்றுக்கிழமை பூர்–லா–ரேனிலிருந்த முகவரிக்கு மூன்று ஐம்பதுக்கெல்லாம் பூங்கொத்துடன் கதவிலிருந்த அழைப்பு மணியில் விரலை வைத்தேன். கதவு திறந்தது. அவள் இருந்தாள். அவள் பெற்றோர்கள் இருந்தார்கள். அவளுடையை அம்மாவின் அம்மாவும் இருந்தார். "வாங்க வாங்க!" என்றார், 60 வயது மதிக்கத்தக்க அவள் தந்தை. அனைவரிடமும் கை குலுக்கல் நடந்தது. ஷூவைக் கழட்ட இருந்தவனை இடைமறித்து, "கழட்ட வேண்டாம், பரவாயில்லை!" என்றார்கள். ஜாக்கெட்டைக் கழட்ட சொல்லி, அதற்குரிய ஸ்டேண்டில் மாட்டினார்கள். அழைத்துச் சென்று உட்காரவைத்து வாய்பிளந்து சில நொடிகள் பார்த்தார்கள். சிறுமேசைக்கு மறுபக்கமிருந்த சோபாவில் பெண்ணின் தாயாரும் பாட்டியும் அமர்ந்துகொண்டார்கள். அத்ரியானா, நான் அமர்ந்திருந்த சோபாவிலேயே சற்றுத் தள்ளி என்னைப் பார்ப்பதுபோல உட்கார்ந்துகொண்டாள். அறிமுகம் நடந்தது. பெண்ணின் தந்தை உட்காரவில்லை. அதற்குக் காரணமும் புரிந்தது. "என்ன எடுக்கிறீர்கள்?" எனக் கேட்டார். "கோக், ஆரஞ்சு ஜூஸ் எதுவென்றாலும் கொடுங்கள்" என்றேன். ஆரஞ்சு ஜூஸ் வந்தது. அவரே கண்ணாடித் தம்ளர்களை நிரப்பினார். பின்னர் தம் மனைவி பக்கத்தில் அமர்ந்தார். ஆளுக்கொரு கண்ணாடித் தம்ளரில் நிரப்பிக்கொண்டு வசதியாக சோபாவில் சாய்ந்து உட்கார்ந்தார்கள். கண்ணாடித் தம்ளர்களை ஒன்று சேர்ப்பதுபோலப் பிடித்து "நம்முடைய நலனுக்காக" என கோரஸாக குரல் எழுப்பினார்கள். முதன்முதலாக ஒரு ஐரோப்பியர் வீட்டிற்கு வந்திருக்கிறேன். பிரான்சுக்கு வந்ததிலிருந்து தெரிந்ததெல்லாம், ஒரு தமிழர்வீட்டின் கராஜ்தான். வேறெங்கும் கால் வைத்ததில்லை. எனவே அத்ரியானா வீட்டு சோபாவில் ஒருவித அசௌகரியத்துடன் உட்கார்ந்திருந்தேன்.

சிறிது நேரம் அங்கே அமைதி நிலவியது. "எங்கள் மகளைப் பற்றி உங்களுக்குத் தெரிந்ததைச் சொல்லுங்கள்" என பெண்ணின் தந்தை கேட்டதும் அத்ரியானாவைப் பார்த்துச் சிரித்தேன்.

"என்ன கேட்கறீங்கண்ணு புரியலை?" என்றேன்.

"சரி இப்படிக் கேட்கிறேன். நீங்கள் தெரியும் அல்லது 'தெரியாது' என்று இரண்டிலொன்றை கூறினால் போதும்" என்றார் அவர்.

எதற்காக இந்தப் பரிட்சை என்று சங்கடத்துடன் நெளிந்தேன். ஒரு முறை அத்ரியானாவைப் பார்த்தேன். அவள் புன்னகைத்த உற்சாகத்தில் "ஆரம்பிக்கலாம்" என்றேன். அவர் சிரித்தபடி தொடங்கினார்:

"என் பெண்ணின் பெயர்?"

"தெரியும்!"

"பெற்றோர்?"

"தெரியாது?"

"படிப்பு?"

"தெரியாது?"

"பார்க்கும் வேலை?"

"தெரியாது?"

"எந்த நாட்டவள்?"

"தெரியாது?"

"ஆக அவள் பெயரைத் தவிர உங்களுக்கு எதுவும் தெரியாது. அதுபோலத்தான் அவளுடைய நிலைமையும். ஒருவரிடம் நட்பு கொள்ளக்கூட இத்தகவல்கள் நமக்கு அடிப்படைத் தேவை என்கிறபொழுது, உங்களுக்கு அவளை மணம் செய்துகொள்ளும் துணிச்சல் எப்படி வந்தது, தெரிந்துகொள்ளலாமா?"

"உங்கள் பெண், அடிக்கடி ரெஸ்டாரெண்ட்டிற்கு வந்ததற்கு காரணங்கள் இருக்கட்டும், ஆனால் ரெஸ்டாரெண்ட்டுக்கு போன் போட்டபோது நிர்வாகியுடன் பேசாமல் என்னை அழைத்துப் பேசினார். என்னுடைய வயதில் அதை எப்படி எடுத்துக் கொள்வது? தவிர இதற்கெதற்குத் துணிச்சல்? என்னைப்போல நெருக்கடியில் இருக்கிறவர்கள் இப்படியொரு கேள்வியைக் கேட்கவே செய்வார்கள்."

"நெருக்கடி?"

"எனக்கு விசா பிரச்சினை இருக்கிறது. மூன்றாவது முறையாக தற்காலிக விசாவுக்கு விண்ணப்பித்திருக்கிறேன். இம்முறையும் நிராகரிக்கப்பட்டால் நான் கட்டாயம் வெளியேற வேண்டும். அதற்குள் பிரெஞ்சுக் குடியுரிமையுள்ள பெண்ணை மணக்க முடிந்தால் தப்பிக்கலாம்."

"ஆக உங்களுக்கு விசாதான் பிரச்சினை. கிடைத்தால் இவள் வேண்டாம்."

"முதலில் அப்படி நினைத்ததுண்டு. இந்த நிமிடத்தில் அந்த எண்ணமில்லை. . ." என்று கூறிவிட்டு அவளைப் பார்த்தேன்.

பெற்றோர்கள் இருப்பதை மறந்தவள்போல என்னை நெருங்கிக் கட்டிக்கொண்டாள். எனக்குக் கூச்சமிருந்தது. அவள் எவ்வித நெருடலுமின்றி முத்தமிட்டாள். பாட்டி முணுமுணுத்ததும் விலகிக்கொண்டாள். அன்று வெகுநேரம் அவர்கள் வீட்டில் இருந்தேன். இரவு உணவை மறுத்து வெளியேறினேன்.

சரியாக ஒருமாதம் கழித்து பூர்-லா-ரேன்- நகரசபையிலே பதிவுத் திருமணம். திருமணத்திற்கு முன்னர் அவளும் நானும் பலமுறை சந்தித்தோம். குடியுரிமைக்கும் விண்ணப்பித்தேன். தற்காலிக விசாவை நீட்டியிருந்தார்கள். விசா இல்லையென்கிற டெமாக்ளீஸ் கத்தியும் விலகியது. அத்ரியானா, பல்கலைக்கழகத்தில் அவளுடன் சட்டம் படித்த தமிழ்ப்பெண் திருமணத்திற்குப் போயிருந்தாள். அவள் தாலிபற்றிக் கூறியிருக்கிறாள். இவளுக்கும் தாலி கட்டிக்கொள்ளும் ஆசை வந்தது. என்னை வற்புறுத்தி இந்தியாவிற்கும் அழைத்துச் செல்ல முடிந்தது. அம்மாவுக்கும் அக்காளுக்கும் இது சும்மா விசாவை நீட்டிக்கவும், நேஷனாலிட்டிக்காகவும் நடந்த கல்யாணம், இரண்டொரு வருடங்களில் ஈஸ்வரியை கல்யாணம் பண்ணிக்கொள்வதாக அவர்களிடத்தில் கூறியிருக்கிறேன்.

○

16

புது தில்லி, இந்தியா: 2010 டிசம்பர் 19, ஞாயிறு மாலை 4 மணி

“அடுத்து என்ன நடந்தது?”

“தற்கொலை செய்துக்கொள்ளத் துணிச்சல் இல்லாம சந்நியாசத்தைத் தேர்வு செய்தேனோ என்கிற சந்தேகம் எனக்குண்டு. அநேகமாக துறவுபூண பெரும்பாலோருக்கு அதுவே காரணம். என் பிள்ளைகள் என் குடும்பமென்று பாடுபட்டேன். அன்றைக்கு வழக்கமாக நாம் திரும்புகிற கூடுதானே, என நம்பிப் போனேன். நம்பிக்கையை வேருடன் பறித்தார்கள். ‘உணர்வின் சாரமென்று எண்ணியதெல்லாமே பொய்யென்று புரிந்துகொள்ள, இளமைக்காலத்தை மொத்தமாகப் பலி கொடுத்திருக்கிறேன். செவியில் விழுந்த ஓசைகள், கண்ட காட்சிகள், நாவறிந்த சுவைகள், முகர்ந்த நறுமணம், தேடிய ஸ்பரிசம், மொத்தமும் உறக்கத்தில் நிகழ்ந்தவை; விழித்த பிறகுதான் புலப்பாடுகள் பிரமையென்று தெரியவந்தன. ‘உனக்கும் இந்தக் குடும்பத்திற்கும் எந்த பந்தமுமில்லை!’ என்கிற ஈரமற்ற அவர்களின் சொற்கள் ஆன்மாவுக்கு உடலுணர்த்திய உண்மைபோலிருந்தது. பார்த்த உத்தியோகம், சம்பாதித்த பணம், தேடிய பெண்ணுடல் எல்லாமே பொய்யாய், கனவாய், பழங்கதையாய்ப் போனது. மகிழ்ச்சியென்று எதைத் தேடினேன்? எதைத் தொட்டேன்? எதைப் பருகினேன்? எதை அணிந்தேன்? எது சந்தோஷம்? வீடு, மனைவி, மக்கள் என்ற வாழ்க்கையா? நல்ல தொழிலா? அரசியலா?

அதிபர் நாற்காலியா? விடுதலை எனக் குரல்கொடுக்கும் போராளிகளைக் கொல்வதா, இளம்பெண்களை பாலியல் வன்புணர்ச்சிக்கு உட்படுத்துவதா? பதின் வயதுப் பிள்ளைகளின் இரத்தத்தைக் குடிப்பதா? பேய்கள் அரசாளவும், சாத்திரங்கள் பிணம்தின்னவும் வேடிக்கைப் பார்ப்பதா? சாத்தான்கள் வேதம் ஓதக் கேட்டுக்கொண்டிருப்பதா? சொல்லுங்கள் ஐயா! வாழ்ந்ததும், பார்த்ததும், குவித்ததும், புணர்ந்ததும், ருசித்ததும்; வீடும், வெளியும் சமூகமும், உறவும் எல்லாமே அபத்தம், வெறுமை, மாயை. கானல் நீரை நிஜமென்று நம்பி அலைகிற பாலைநில மனிதர்களைப்போல புறக்காட்சிகளை நிஜமென்று தேடியது குற்றம். வாசுபந்து சொல்வதுபோல, 'உலகின் காட்சியெல்லாம் உணர்வின் வெளிப்பாடு. எதார்த்தத்தில் எதுவுமில்லை.'

> நட்டகல்லை தெய்வமென்று நாலுபுட்பஞ் சாத்தியே
> சுற்றிவந்து மொணமொணென்று சொல்லும் மந்திரமேதடா
> நட்டகல்லும் பேசுமோ நாதனுள் இருக்கையில்
> சுட்டசட்டி சட்டுவங் கறிச்சுவை அறியுமோ.

சட்டுவம் கறிச்சுவை அறியாததுபோல நடந்துகொண்டேன். தரிசிக்க வேண்டியது எனக்குள் இருந்திருக்கிறது. இன்று என்னை ஒதுக்கி வெகுதூரத்திலும் இருக்கிறது. ஒன்று என்பது ஒன்றுதான், இரண்டாகவோ மூன்றாகவோ இருக்கமுடியாது. உலகில் ஒருவரைப்போல் ஏழுபேர் இருப்பதென்பதெல்லாம் பொய்யுலகத்தின் பொய். அதற்குச் சாத்தியமே இல்லை. இரட்டையர்கள்கூட உருவில் ஒன்றாக இருக்கலாம். அதுகூட 'போல' இருக்கலாம், ஆனால் குணத்தில் அந்த 'போல' என்பதற்குக்கூட சாத்தியங்கள் இல்லை. நான் மட்டுமே நானாக இருக்க முடியும். "தன்னைத் தானறிந்தால் தனக்கொரு கேடுமில்லை" எனச்சொல்லக் கேட்டிருக்கிறேன். எனது முழுமை எனக்குள் இருப்பதுபோலவே எனது ஓட்டையும், உடைசலும் எனக்குள்தான் இருக்கின்றன. தேடுவதும் நான், தேடப்படுவதும் நான்! தரிசனத்திற்காக கால்போனபோக்கிலே நடக்க ஆரம்பித்தேன். உண்மை வாழ்க்கையைத்தேடி, உண்மை மகிழ்ச்சியைத் தேடி, பிரம்மத்தைத் தேடி, என்னைத்தேடி. சத்திய வாழ்க்கை என்பது அதற்கான வழிமுறைகளில் ஒன்றாம். சிந்தையில் குறுக்கிடாத நெறி, ஒழுகலாறு. இதுகாறும் என்னைச் சூழ்ந்திருந்தவை, கட்டித் தழுவியவை, காலடியிற் கிடந்தவை அனைத்துமே வேடங்கள், சூதுகள், பாசாங்குகள், பம்மாத்துகள், சுயநலங்கள், அடிமைத்தனங்கள். ஒளிவட்டத்திற்கு அப்பால் இருள் உண்டு என்பதை உணர மறுத்தேன், மயக்கத்தில் இருந்தேன். என்னை எழுப்பியாக வேண்டும், எனக்குள் பயணம் செய்யவேண்டும், எனக்குள் இருக்கும் பரமனை தரிசனம்

செய்யவேண்டும். காலம் கடந்த ஞானம், நீங்கள் துறவி ஆனது எப்படி? என்னைப்போல நீங்களும் உறங்கியவரா, நெடு துயிலில் ஆழ்ந்திருந்தவரா? வாழ்க்கையில் தோற்றுத் தற்கொலை செய்ய அஞ்சி தேசாந்திரியாக அலைகிறீரா? காரணம் எதுவாயினும்; உங்களுடையது மேற்கு, என்னுடையது கிழக்கென்று கூறிக் கொண்டாலும் இருவரும் சந்திக்கவேண்டுமென்பது விதி. எனது நாட்களில் சிலவற்றை உங்களுடன் கழிக்க வேண்டுமென்று பிரஜாபதி தீர்மானித்திருக்கிறான். உங்கள் விதியிலும் அது எழுதப்பட்டிருக்க வேண்டும். இல்லையென்றால் நாமிருவரும் சந்தித்திருப்போமா?"

"ம். . . வீட்டைவிட்டுப் புறப்பட்டு ஒரு வாரம் ஆகிறது என்கிறீர். ஆனாலும் உங்கள் பேச்சு ஆன்மீகத்தில் வெகு நாட்களாகத் திளைத்த ஒருவரின் பேச்சுபோல இருக்கிறது. தற்கொலை பண்ணிக்கொள்ள துணிச்சல் இல்லாதவர்கள் துறவு மேற்கொள்கிறார்கள் என்கிற அனுமானம் உங்கள்வரையில் சரி, உங்கள் நிலையிலிருக்கிற பிற மனிதர்களுக்கும் அதுபொருந்தலாம். எல்லோரும் அப்படியென்கிற அளவியல் முடிவுக்கு வரக்கூடாது. உதாரணத்திற்கு என்னையே எடுத்துக்கொள்ளுங்கள். கடந்த காலத்தில் எனது முயற்சிகளுக்கு உரிய பலன் கிடைக்கவில்லை, இனி வாழவேண்டியதில்லையென்று விஷம் குடிக்கவோ, கடலில் மூழ்கவோ அல்லது எனது உயிரை முடித்துக்கொள்ள வேறு உபாயங்களையோ தேடி அதைச் செயல்படுத்தப்போதாத கோழையாக இருந்து, தேசாந்திரி ஆனேன் என்றெல்லாம் சொல்ல முடியாது. 'இதுவரை எதுவும் செய்யவில்லை அல்லது இப்பிறப்பின் நோக்கத்தை நிறைவேற்றவில்லை' என்று நினைத்தேன். அதை நிறைவேற்றவேண்டுமென, ஒருநாள் இரவு ஓயாமல் மனம் வற்புறுத்த அதன் கட்டளைக்குக் கீழ்ப்படிந்து புறப்பட்டேன். எனக்கு அப்போது நாற்பது வயது. நண்பர்கள் நான்கைந்துபேராக இந்தியா வந்திருந்தோம். வட இந்தியாவில் சில நாட்கள் தங்கிவிட்டு, தென் இந்தியாவுக்குப் புறப்பட்டோம். மகாபலிபுரத்திற்குப் போயிருந்தோம். ஒரு வயதான மனிதர் எங்களை நெருங்கினார். தோளில் ஒரு பொதியைத் தொங்கவிட்டிருந்தார். கன்னங்கரேலென்றிருந்த நெற்றியில் விபூதியிட்டு, இரு புருவங்கள் கூடுமிடத்திற்கு நேர் மேலாக கட்டைவிரலை உபயோகித்து வைத்ததுபோல சந்தணப்பொட்டு. உள்ளங்கையில் நோட்டுபோல ஏதோவொன்று. பிச்சை கேட்கவருகிறாரென நினைத்தோம். ஜோஸ்யர் என்று தம்மை அறிமுகப்படுத்திக்கொண்டார். நீங்கள் உங்கள் கடந்த காலத்தைப் பற்றி பேசியபோது அந்த ஜோஸ்யர் கூறியதுதான் நினைவுக்குவந்தது. என்னைப்பார்த்து அவர் கூறிய முதல் வாங்கியம், '35 வயதுவரை நீங்கள் வாழ்க்கையை

வீணடித்துவிட்டீர்கள். கடந்த ஐந்து ஆண்டுகளாக நீங்கள் வாழ்வதுதான் உண்மையான வாழ்க்கை' எனக்கூறினார், பின்பு கலகலவெனச் சிரித்தார். நான் உறைந்துப் போய்விட்டேன். அவர் கூறியதுபோல முப்பத்தைந்து வயதுவரை எனது வாழ்க்கையும் நீங்கள் சொல்வதை வைத்துப் பார்க்கிறபோது உங்கள் வாழ்க்கையுடன் ஒப்பிடக்கூடியதுதான். கடந்த ஐந்து ஆண்டுகளாகத்தான் எனது உண்மையான வாழ்க்கையைத் தொடங்கினேன் என நினைக்கிறேன். முப்பத்தைந்துவயதுவரை எனக்கு நேர்ந்ததெல்லாம் தோல்விதான். பெற்றோர், கல்வி, வேலை, காதலி அனைத்திலும். ஏதேனும் ஒன்றாவது மகிழ்ச்சியைத் தந்திருக்குமா என்றால் இல்லை. பெற்றோர் எவரென்று தெரியாது, அரசாங்கத்தின் காப்பகத்தில் வளர்ந்தேன். கருத்து தெரியவந்தபோது, தாய் தனது இரண்டாவது கணவரைக் கொன்றுவிட்டு சிறையில் இருக்கிறார் என்பது புரிந்தது. எனது தந்தையின் பெயரைச் சொல்ல மறுத்தார். ஆக, நான் ஓர் அநாதை. அரசாங்கம் என்மீது காட்டிய அக்கறையும் பரிவும், அரசாங்கத்தின் கொள்கையும் விதிகளும் எழுதியவை. முனையில் கட்டிய மாட்டுக்குள்ள சுதந்திரமும் மேய்ச்சல் நிலமும்போல எல்லைகள் கொண்டவை. அரசாங்கத்தின் அரவணைப்பு என்கிற சிறையிலிருந்து விடுதலைபெற்ற பின்பும், கடந்த காலம் நிழல்போல பின் தொடர்ந்து வதைத்தது. பள்ளியில் படிப்பு வரவில்லை, போதை மருந்து, ஓரினப்புணர்ச்சி மனிதர்களுடன் சகவாசம், சிறு சிறு குற்றங்கள், சிறுவர் சீர்திருத்தப்பள்ளி, தொண்டுநிறுவனத்தின் ஆதரவு, பராமரிப்பு. எத்தனை நாளைக்கு அடுத்தவர்களைச் சார்ந்து வாழ முடியும்? என்னை நானே காப்பாற்றிக்கொள்ள வேண்டாமா? எனது அகம் மற்றும் புறத் தேவைகளை நானே பூர்த்திசெய்துகொள்வதென அப்போதுதான் முடிவெடுத்தேன். அதேவேளை புறத்தேவைகளை சுருக்கிக் கொள்ள தீர்மானித்து அடிப்படைத் தேவைகளுக்கு வேண்டிய பொருளைத் தேடினால்போதும் என்றும் உறுதியாக இருந்தேன். தேவைகளைக் குறைத்துக் கொண்டதும் அவற்றுக்காக சிறுசிறு வேலைகள். கிடைத்த ஊதியத்தில் சில மாதங்கள் சிரமமின்றி நாட்களைத் தள்ள முடிந்தது. இரண்டு மூன்று மாதம் பணிசெய்து கிடைத்த ஊதியத்தில் உற்சாகத்தில் பயணங்கள் மேற்கொள்ள முடிந்தது. மனம்போனபோக்கில் கால் விரும்பிய திசையிற் பயணம் அமைந்தது. எங்கிருந்தெனச் சொல்லவியலாது, பூமிப்பந்தின் ஏதோ ஒரு நிலத் திட்டு என்னை வா வா என்றது. சொந்தக் கண்டத்தைவிட்டு ஆப்பிரிக்கா, வட அமெரிக்கா, தென் அமெரிக்கா, இந்தியப் பெருங்கடல் தீவுகள் எனப் பயணித்து கடைசியாக, இந்தியாவில்தான் கிடைக்கும் என்கிறார்கள். தேடிக்கொண்டிருக்கிறேன்."

மாலை நான்குமணி, பிற்பகல் வெப்பம் குறையாமல் இருந்தது. சாமியும் ஐரோப்பியரும் புது தில்லி காந்தி சமாதிக்குள் புல் தரையில் அமர்ந்தபடி ஓயாமல் பேசிக் கொண்டிருந்தார்கள். கன்னியாகுமரி ரயிலில் சென்னைவரை சாமி டிக்கெட் எடுத்திருந்தார். இரவு வெகு நேரம்வரை உறங்காமல் பேசிவந்ததில் நெருங்கியிருந்தார்கள்.

“புதுச்சேரிக்கு அருகில் இருக்கிற திருச்சிற்றம்பலத்தில் நீங்கள் கர்ணம் ஆக வேலை பார்த்திருக்கிறீர்கள்; நான் ஆரோவில்லில் தங்கியிருந்த நாட்களில் ஒரு நில விற்பனை விஷயமாக உங்களைப் பார்க்க வந்தேன். எப்படியும் வாரத்திற்கு ஒருமுறை நானும் எனது மேற்கு வங்காள நண்பரும் கிட்டதட்ட இரண்டு மாதங்கள் உங்களிடம் வந்திருப்போம். உங்கள் தயவால் பிரச்சினை இல்லாமல் எனது நண்பர் நிலத்தை வாங்க முடிந்தது. பார்த்த உத்தியோகம் என்ன ஆயிற்று? சன்னியாசியாக மாறும் அளவிற்கு என்ன நடந்தது?” என ஐரோப்பியர் கேட்டபோது, அவர் தமது துறவுக்கான காரணத்தை விளக்கவேண்டியிருந்தது. அதன் பின்னர் இருவரும் காஞ்சிபுரம், திருக்கழுக்குன்றம், மகாபலிபுரம் என்றெல்லாம் சுற்றிவிட்டு புது தில்லிக்கு வந்திருந்தார்கள். ஐரோப்பியருடைய ஆஸ்ரமம் ரிஷிகேசில் இருந்தது. “எங்கள் ஆஸ்ரமத்தில் சில காலம் தங்கி உங்கள் அனுபவங்கள் எப்படி இருக்கிறதெனச் சொல்லுங்களேன். விருப்பமிருந்தால் அதன் பின்னர் நீங்கள் என்னுடன் பிராகு வரை வரலாம்”, என்றார். தொடர்ந்து, “தென் இந்தியாவிற்குச் சென்றுவிட்டு ரிஷிகேஷ் திரும்பும்போதெல்லாம் புது தில்லியில் ஒருநாள் தங்கி காந்தி சமாதியில் அரை மணிநேரம் தியானம் செய்வது வழக்கம்” எனக் கூறினார். “அதற்கென்ன விதிப்படி ஆகட்டும்” என கூறிவிட்டு, அவருடன் இரயிலேறி இருந்தார். திடீரென்று ஆணும்பெண்ணுமாகச் சேர்ந்து சிரித்தது இவர்கள் கவனத்தைத் திருப்பியது. இரண்டு சன்னியாசிகளும் திரும்பினார்கள். ஓர் இளம் காதல் ஜோடி.

புறப்படும்போது ஐரோப்பியர் கேட்டுக்கொள்ள காந்தி சமாதிக்கு அஞ்சலி செய்ய வந்த உலகத் தலைவர்கள் நட்டுவைத்த மரக் கன்றுகளுக்கு இருவரும் நீர் வார்த்தார்கள். சில இடங்களில் மரக் கன்றுகள் இருந்த இடத்தில் தலைவர்களின் பெயர்தாங்கிய பலகைகள் மட்டுமே இருந்தன. நீரூற்றி முடித்தபின்பு இருவருமாகப் பள்ளி மாணவர்களும் காதலர்களும் தின்று முடித்து எறிந்திருந்த கழிவுகளை ஒரு பையில் சேகரித்துக் காவலரை அழைத்து ஒப்படைத்தார்கள்.

17

ஸ்ட்ராஸ்பூர், பிரான்சு: 2013 மார்ச் 14, வெள்ளிக்கிழமை

காலை பத்துமணிக்கு மாவட்ட நீதிமன்றத்தில் நித்திலாவின் வழக்கை விசாரணைக்கு எடுத்துக் கொண்டிருந்தார்கள். காலை 9.30 மணிக்கெல்லாம் நீதி மன்றத்தின் வாயிலில் ஹரிணி இருந்தாள். பார்வையாளர்கள் மின்சாதனப் பரிசோதனை வாயிலில் வரிசையில் நின்றிருந்தார்கள். ஒவ்வொருவரும் தங்கள் ஓவர்கோட், ஜாக்கெட்டி லிருந்த மொத்தப் பொருட்களையும் பாதுகாப்பு ஊழியர் முன் எடுத்து வைத்தார்கள். கைப்பைகளும், பிறவும் சோதனைக்கு உட்படுத்தப்பட்டன. சந்தேகத்திற்குரியவை எதுவும் அவர்களிடம் இல்லையென உறுதிசெய்யப்பட்டதும் உள்ளே செல்ல அனுமதிக்கப்பட்டனர். ஹரிணியின் முறை வந்தது, சோதனைக்கு உட்பபடுத்தப்பட்டு உள்ளே நுழைந்தாள்.

தரைத் தளத்தில் வழக்கறிஞர்கள் கறுப்பு அங்கியில் நடமாடிக் கொண்டிருந்தார்கள். பகலென்ற போதிலும் சன்னமான மின்சார ஒளியை எங்கும் காண முடிந்தது. ஆங்காங்கே சிறுசிறு கும்பலாக மனிதர்கள். ஒன்றிரண்டு வழக்கறிஞர்களைச் சுற்றிக் கவலை தோய்ந்த முகங்கள். கட்சிகாரர்களை ஆறுதல் படுத்தும் பேச்சு. நித்திலாவின் வழக்கு முதல் தளத்தில் என்று சொல்லப்பட்டிருந்தது. நீண்ட அகன்ற படிக்கட்டுகள் மேலே சென்றன. நிதானமாக ஏறினாள். படிகட்டுகளின் முடிவில் விசாலமான

கூடம் இரண்டுபக்கமும் நீண்டது. வலப்பக்கம் திரும்பி நடந்தாள். அடுத்தடுத்து வரிசையாக உரிய இடைவெளிகள்விட்டு மூடிய கதவுகள். மூடிய கதவுகளிலிருந்து குரல்கள். கணினியின் விசைப்பலகைகளைத் தட்டும் ஓசை. அரசு அலுவலகங்களில் மட்டுமே கேட்கிற சம்பிரதாயச் சொற்கள்.

ஒவ்வொரு கதவையும் அலுவலகப் பெயரையும் பார்த்துக் கொண்டே வந்தவள், 'விடுதலை மற்றும் சிறைநீட்டிப்பு மாஜிஸ்ட்ரேட்' அலுவலகம் என்று எழுதியிருந்த அறைக்கதவைத் தட்டினாள். 'உய்'[1] என்றொரு குரல். கதவைத் திறந்தாள். இரு நடுத்தரவயது பெண்மணிகள், ஹரிணி உள்ளே நுழைந்ததைக் கவனியாதவர்கள்போல ஏதோ எழுதிக்கொண்டிருந்தார்கள். ஹரிணிக்கு வலதுபுறம், டெஸ்க்கிற்கு மறுபக்கம் கோப்பு ஒன்றைப் புரட்டிக்கொண்டிருந்த இளம்பெண் ஒருத்தி, ஹரிணிக்காகக் காத்திருந்தவள்போல, முகமன் கூறிவிட்டு "நீங்கள் ஹரிணியா?" எனக் கேட்டாள். இவள், "ஆம்" என்றதும். "உங்கள் அடையாள அட்டையைக் கொடுங்கள். நான் நகலெடுத்துக்கொள்கிறேன்", என்று பதில் வந்தது. ஹரிணி அவள் கேட்டதைக் கொடுத்தாள், இளம்பெண் நன்றி தெரிவித்தாள். ஹரிணியை வெளியில் சிறிது காத்திருக்கச் சொன்னாள். இவள் வெளியில் வரவும் இரண்டு பெண்காவலர்கள், ஓர் ஆண் காவலரென மூன்றுபேர் நித்திலாவை அழைத்து வந்தார்கள். இருவர் கண்களும் சந்தித்துக்கொண்டன. நித்திலாவைப் பார்த்து முறுவல் செய்தாள். "நலமா?" எனக் கேட்பது சூழ்நிலைக்குப் பொருந்தாத சொல் போலத் தோன்றியது. அவளை அழைத்துவந்த காவலர்களுக்கு முகமன் கூறினாள். அவர்களும் தெரிவித்தார்கள். நித்திலாவிற்குப் பின்புறமாக ஒரு வழக்கறிஞர் பெண்மணி வந்து நின்றார். "போன்ழூர்" என்று எல்லோருக்கும் சேர்ந்தாற்போல கூறினாள். காவலர் உட்பட அனைவரும் பதிலுக்கு "போன்ழூர்" என்றார்கள். ஹரிணியைப் புரிந்துகொண்டவள்போல: "நீங்கள் மொழிபெயர்ப்பாளரா?" எனக்கேட்டாள். ஹரிணி "ஆம்" என்றதும், என் பெயர் லூசி, நித்திலாவின் வழக்கறிஞர், என அறிமுகப்படுத்திக்கொண்டாள், தொடர்ந்து "இன்னும் பத்துநிமிடங்கள் இருக்கின்றன. உள்ளே போகலாமா? இப்பெண்ணிடம் பேசவேண்டியிருக்கிறது" என்றாள்.

நீதிமன்ற விசாரணை அறையை ஒட்டியிருந்த சிறு அறைக்குள் அனைவரும் நுழைந்தார்கள். அறையில் சுவரை ஒட்டி நாற்காலிகள் போடப்பட்டிருந்தன, மேசையொன்றும் இருந்தது. ஹரிணியை, பெண் வழக்கறிஞர் தனக்கும் நித்திலாவிற்கும் இடையில்

---

1. *Oui - Yes.*

அமருமாறு கேட்டுக்கொண்டார். ஹரிணி உட்கார்ந்ததும், அவளிடம்:

“மத்மஸல் முல்லெர் நேரமிருந்தால், தன்னுடைய சினேகிதி ப்ரிஜித்துடன் வருவதாகக் கூறியிருந்தார். மதாம் ப்ரிஜித் என்பவர்தான் தங்கள் தொண்டு நிறுவனம் மூலம் இவ்வழக்கிற்கு என்னை ஏற்பாடு செய்தார்கள். இப்பெண்ணை நேற்று அரசாங்கத் தடுப்புக் காவல் மையத்தில் சந்தித்தேன். ஓரளவு ஆங்கிலம் பேசுகிறாள். ஆனால் இதைத்தவிர வேறு சங்கடங்கள் இருக்க வேண்டும். எதையும் தெளிவாகச் சொல்ல மறுக்கிறாள். எதையாவதுகூறி அது அவளுடைய வழக்கிற்கு எதிராக முடிந்துவிடும் என நினைக்கிறாளா அல்லது வேறேனும் அச்சங்கள் உள்ளனவா எனப் பார்க்க வேண்டும். உளவியல் மருத்துவரின் உதவி தேவை. எதையோ மறைக்கிறாள் என்பது மட்டும் உண்மை. இவளை நன்கறிந்தவரென்று எவருக்கும் தகவல்கள் போகவில்லை. போலீஸாரிடம் உறவினர், நண்பர்கள் என்று யாரேனும் ஒருவருடைய பெயரைக் குறிப்பிட்டிருக்கலாம். அவர்களைக்கொண்டு இவளைப்பற்றிய கூடுதல் தகவல்களை நாம் பெற்றிருக்க முடியும். தமக்கை ஒருத்தி வீட்டில் இரண்டாண்டுகள் தங்கியிருந்திருக்கிறாள். ஆனால் அவளைப் பற்றிப் பேச்செடுத்தாலே மௌனம் சாதிக்கிறாள். வாய் திறக்கமாட்டேன் என்று பிடிவாதம். இந்நிலையில் நாம் என்ன செய்ய முடியும்? இருப்பதைவைத்தே ஒப்பேற்ற வேண்டியிருக்கிறது. *Tribunal administratif* வழக்கு விசாரணையின்போது அரசு தடுப்புக்காவல் நடவடிக்கைகளில் இருந்த குறைபாடுகளைப் பயன்படுத்திக் கொண்டிருக்கலாம். இந்நிலையில் தற்போதைக்குப் பெரிய அதிசயங்கள் எதுவும் நடந்திட முடியாது”, எனக்கூறி நித்திலாவின் வழக்கறிஞர் லூசி, தான் சொல்லவந்ததைக் கூறி முடித்துக்கொண்டாள்.

“உண்மையில் *Tribunal administratif* விசாரணையின் போது மொழிபெயர்ப்பாளராக என்னைக் கூப்பிடுவார்களென்று எலிஸபெத் என்னிடம் கூறியிருந்தார். புதன்கிழமை பிற்பகல் இரண்டுமணிக்கு மாவட்ட நிர்வாகத்தின் முடிவினை எதிர்த்து வழக்கு இருப்பதாகத் தெரிவித்தார். ஆனால் என்னை யாரும் அழைக்கவில்லை” – ஹரிணி.

“அவ்வழக்கில் நான் ஆஜராகவில்லை. இப்பெண்ணைத் தடுப்புக் காவலில் 16 மணி நேரத்திற்கு மேலாக வைத்திருந்திருக் கிறார்கள். மன அளவில் பாதிக்கப்பட்டிருக்கிறாள். மருத்துவரை உடனடியாக அழைத்திருக்க வேண்டும். விசாரணைக்காகத் தடுப்புக்காவலில் வைக்கத் தீர்மானித்தபோது அவளுக்குள்ள உரிமைகள் முழுமையாகத் தெரிவிக்கப்பட்டதா என்பதுபோன்ற

தகவல்கள் இல்லை. இவ்வளவு ஓட்டைகள் இருந்தும் அரசாங்கத் தால் இப்பெண்ணுக்காக நியமிக்கப்பட்ட வழக்கறிஞர் மாவட்ட ஆட்சியர் முடிவைத் தள்ளுபடி செய்திருக்கவேண்டுமென வாதாடி இருக்கவேண்டும். இன்றைய வழக்குவிசாரணை மாவட்ட ஆட்சியர் அவளை இலங்கைக்குத் திருப்பி அனுப்புவதற்கு கால அவகாசம் கேட்பது பற்றியது. இவள் கையில் பாஸ்போர்ட்டோ, வேறு அடையாள அட்டைகளோ, உரிய முகவரியோ இல்லை என்பதால் அரசாங்கத் தடுப்புக் காவல் மைய சிறையைத் தவிர்த்து வீட்டுக்காவலில் வைக்கவேண்டுமென நாம் கேட்கவும் சாத்திய மில்லை. தனது உறவினர்கள், நண்பர்கள் பற்றிய தகவல்களைப் பரிமாறிக்கொள்ள நித்திலாக்கும் விருப்பமில்லாததால் அவளை தம் பொறுப்பில் ஏற்பதற்கு முன்வரக்கூடிய நெருங்கிய உறவின ரென்றும் நமக்கு எவருமில்லை."

"அவள் தலையெழுத்துதான் என்ன? ஏதாவது செய்ய முடியுமா, முடியாதா?"

"அது அவளைப் பொறுத்தது. தீர்ப்பு பாதகமாக இருந்தால் உடனடியாக மேல் முறையீடு செய்யவேண்டும். அரசாங்கம் எப்போது வேண்டுமானாலும் இப்பெண்ணை இலங்கைக்கு அனுப்பிவைக்க முடியும். தீர்ப்பு எதுவாயினும் புதிதாக ஆதாரங்களும் ஆவணங்களும் வேண்டும். அவள் புலிகள் இயக்கத்தில் இருந்தவள் எனச் சொல்லப்பட்டிருக்கிறது. திரும்பிச் சென்றால் இலங்கை அரசால் அவள் உயிருக்கு ஆபத்து என்று புரிகிறது. அதை வெறும் பேப்பரில் சொன்னால் போதாது. இலங்கையிலிருந்து இவள் சம்பந்தப்பட்ட பத்திரிகைச் செய்திகள் அல்லது இங்குவந்தபிறகு இலங்கை அரசாங்கத்திற்கு எதிராக கலந்துகொண்ட ஊர்வலங்கள் போன்ற தகவல்கள் இருந்தால், இவளை இலங்கைக்கு அனுப்பாமலிருக்க ஏதாவது செய்யமுடியும்."

வழக்கறிஞர் தெரிவித்ததை நித்திலாவிடம் கூறினாள். அவள் மௌனமாக கேட்டுக்கொண்டாள். கண்களில் நீர் கோர்த்திருந்தது. ஹரிணி தன்னிடமிருந்த டிஷ்யூ பேப்பரைக் கொடுத்தாள். "தைரியமாக இரு, பார்த்துக்கொள்ளலாம். ஆனால் வழக்கறிஞர் சொல்வதுபோல உனக்குச் சொந்தப் பிரச்சினைகள் இருந்தால் மறைக்காமல் சொல்" என்றாள்.

நித்திலாவிடமிருந்து எவ்விதப் பதிலுமில்லை. மௌனமாக இருந்தாள். ஹரிணிக்குக் கோபம் வந்தது. அங்கிருந்து எழுந்து வேறு நாற்காலியில் மாறி உட்கார்ந்தாள்.

வழக்கு விசாரணைக்கு அழைப்புவந்தது. காவலர்கள் பெண்ணை அழைத்துக்கொண்டு, வழக்கு விசாரணை

மண்டபத்திற்குள் நுழைந்தார்கள். வழக்கறிஞர் லூசியும் ஹரிணியும் அவர்களைப் பின் தொடர்ந்தார்கள். பார்வையாளர் வரிசையில் மத்மசல் எலிஸபெத் முல்லரும், அவருடைய சினேகிதியும் உட்கார்ந்திருந்தார்கள். அநேகமாக அப்பெண்மணி நித்திலா போன்று சிக்கலில் மாட்டிக்கொள்ளும் மனிதர்களுக்கு உதவுகிற தொண்டு நிறுவனத்தைச் சேர்ந்தவளாக இருக்கவேண்டும். அரசு வழக்கறிஞரும் இருந்தார்.

'விசாரணை தொடங்குகிறது!' என வழக்கு விசாரணை உதவியாளர் அறிவித்ததும், விசாரணை மண்டபத்தில் அமர்ந்திருந்த அனைவரும் எழுந்து நின்றார்கள். நீதிபதியும் அவரது உதவியாளரும் உள்ளே வந்தமர்ந்ததும், விசாரணை மண்டபம் அமைதியானது. நீதிபதி அன்றைய தேதியைக் குறிப்பிட்டார் நித்திலாவின் பெயரைக்கூறி, அவரது வழக்கை எடுத்துக்கொண்டிருப்பதாகத் தெரிவித்தார். முதலில் அவர்பற்றிய தகவல்கள் உண்மையா எனத் தெரிந்துகொள்ளவேண்டும் எனக்கூறி நித்திலாவைக் குற்றவாளிக்கூண்டிற்கு அழைத்தார். ஹரிணியிடம், தான் சொல்வதனைத்தும் உண்மையென உறுதிமொழி கூறவைத்தார். மொழிபெயர்ப்பாளரான ஹரிணி நித்திலாவின் அருகிற் சென்று நிற்கவேண்டியிருந்தது. நித்திலாவின் வழக்கறிஞர் அவளுக்கு மற்ற பக்கத்தில் நின்றார். நீதிபதி நித்திலாவிடம் அவளுடைய பெயர், பிறந்ததேதி, பெற்றோர்கள், பிறந்த ஊர், நாடு ஆகியவற்றைக்கேட்டு தம்மிடமுள்ள தகவலுடன் உறுதிப்படுத்திக்கொண்டார். தொடர்ந்து "உரிய ஆவணமின்றி இந்த நாட்டில் இருப்பது குற்றமென்று உங்களுக்குத் தெரியுமா?" எனக் கேட்டார். ஹரிணி மொழிபெயர்த்துக் கூறினாள். நித்திலா பதில் கூறவில்லை. மௌனமாக இருந்தாள். தொடர்ந்து நீதிபதி, "உரிய ஆவணமின்றி இருந்ததால் உங்களைச் சொந்த நாட்டிற்குத் திருப்பி அனுப்ப மாவட்ட ஆட்சியர் முடிவெடுத்திருக்கிறார். அதற்கான நடவடிக்கைகள் தாமதமாவதால் தடுப்புக் காவலை மேலும் 20 நாட்களுக்கு நீட்டிக்கவேண்டுமெனக் கேட்கிறார்கள். இன்றைய வழக்கு அவர்களின் கோரிக்கையைப் பரிசீலிப்பது சம்பந்தமாக விசாரணைக்கு வந்திருக்கிறது, உங்களுக்கு அது தெரியுமில்லையா" எனக்கேட்டார். ஹரிணி மொழிபெயர்த்துக் கூறினாள். நித்திலா வாய் திறக்கவில்லை, மௌனமாக இருந்தாள். "இதுபோல மௌனம் சாதித்தால் உனக்கு எதிராகத் தீர்ப்பு கூறவேண்டிவரும்" என்ற நீதிபதியின் எச்சரிக்கையை அவள் பெரிதாக எடுத்துக்கொள்ளவில்லை.

நீதிபதியின் முகம் இறுகிப்போனது. ஹரிணிக்கும் அவள்மீது கோபம் வந்தது. இந்தப்பெண் வம்பு பிடித்தவளாக இருக்கிறாளே

என நினைத்தாள். கோபமாக அவளைப் பார்த்தாள். அதேவேளை நித்திலாவின் முரட்டுகுணம் அவளுக்குப் பிடித்திருந்தது, செல்லமாக தலையில் கொட்டவேண்டும்போலவும் இருந்தது. நீதிபதி, அரசு வழக்கறிஞரை அழைத்து அவர்தரப்பு வாதத்தை வைக்கலாமென்றார்.

"மேன்மை மிகுந்த நீதிபதி அவர்களே! மத்மஸல் நித்திலா *2010* நவம்பர் மாதம் *15*ந்தேதி *L'OFPRA*வுக்கு அகதி விண்ணப்பம் அளித்திருக்கிறார். *2010* டிசம்பர் *2*ந்தேதி அவ்விண்ணப்பத்தை *L'OFPRA* நிராகரித்துவிட்டது. அதனடிப்படையில் வால்துவாஸ் மாவட்ட ஆட்சியர் இப்பெண்ணை நாட்டைவிட்டுப் போகுமாறு தெரிவிக்கும் ஆணையை *2010*ஆம் ஆண்டு டிசம்பர் மாதம் ஐந்தாம் தேதி விண்ணபத்திலிருந்த முகவரிக்கு பதிவுத் தபாலில் அனுப்பி வைத்திருக்கிறார். அவர் வாங்கவில்லையென பதிவுத்தபால் இருபது நாட்களுக்குப் பிறகு மாவட்ட ஆட்சியர் அலுவலகத்திற்குத் திரும்ப வந்துவிட்டது. அதன்பிறகு விசா இன்றியே பிரான்சு நாட்டில் இருந்திருக்கிறார். கடந்த *10.3.2013* ஞாயிற்றுக்கிழமை அன்று ஜெர்மன் போலிஸார் தங்கள் நாட்டில் கைது செய்த இவரை ஐரோப்பிய யூனியனின் டப்ளின் *II* நியதிப்படி நமது நாட்டில் ஒப்படைத்தார்கள். இவருடைய அகதி விண்ணப்பத்தைப் பரிசீலித்த *L'OFPRA*, ஜெனீவா ஒப்பந்தத்தின் அடிப்படையில் இவர் அகதித் தகுதிக்காக விண்ணப்பித்திருந்தபோதிலும் அதற்குரிய ஆதாரங்களைக் கொடுக்கவில்லை எனத் தெரிவித்திருந்தது. தவிர விண்ணப்பதாரர் கூறுவதுபோல இலங்கையில் தற்போது பிரச்சினைகளில்லை. பலகாலமாக நீடித்துவந்த யுத்தம் முடிவுக்கு வந்துவிட்டது. அகதி விண்ணப்பத்திற்கான முகாந்திரங்கள் இல்லாத நபர்களைத் திருப்பி அனுப்புகிறோம். அதுபோல இப்பெண்ணையும் திருப்பி அனுப்பவேண்டுமென்று *11.3.2013* எடுத்த முடிவினைப் பெண்ணுக்குத் தெரிவித்திருந்தோம். இப் பெண்ணிடம் பாஸ்போர்ட்டோ, வேறு பயணம் செய்வதற்கான அத்தாட்சியோ இல்லாததால், உடனடியாக அனுப்புவதில் சில சிக்கல்கள் இருக்கின்றன. இலங்கைத் தூதரகத்தைத் தொடர்பு கொண்டு இப்பெண்ணை அனுப்பிவைக்க கூடுதல் அவகாசம் தேவைப்படுகிறது. முதல் தவணை ஐந்து நாட்கள் போதவில்லை. எனவே கூடுதலாக இருபது நாட்கள் அவகாசம் வேண்டும். அதன்படி *4.4.2013* வரை பெண்ணை அவளுடைய சொந்த நாட்டிற்கு அனுப்பும் காலத்தை நீட்டித்து தரவேண்டுமெனக் கேட்டுக்கொள்கிறேன்" என்று அரசுதரப்பு வழக்கறிஞர் வாதிட்டார்.

அதன்பிறகு நீதிபதி நித்திலாவின் வழக்கறிஞரை அழைத்து, எதிர்வாதத்தை வைக்கும்படி கேட்டுக்கொண்டார்:

"மேன்மை மிகு நீதிபதி அவர்களே!" என ஆரம்பித்த அவர், "1951ஆம் ஆண்டு ஜூலை 28 ஜெனீவா ஒப்பந்தத்தில் சொல்லப்பட்டுள்ள காரணங்களின் அடிப்படையிலேயே இப்பெண் 2010 நவம்பர் மாதம் 15ந்தேதி அகதி விண்ணப்பம் செய்திருந்தாள். வால்துவாஸ் மாவட்ட நிர்வாகமும் ஒரு மாத தற்காலிக வதிவிட அனுமதியைக் கொடுத்திருந்தது. 2010 டிசம்பர் 2ந்தேதி அவ்விண்ணப்பத்தை L'OFPRA நிராகரித்துவிட்டது. அதனடிப்படையில் வால்துவாஸ் மாவட்ட ஆட்சியர் இப் பெண்ணை நாட்டைவிட்டுப் போகுமாறு தெரிவிக்கும் ஆணையை 2010ஆம் ஆண்டு டிசம்பர் மாதம் ஐந்தாம் தேதி விண்ணப்ப முகவரிக்கு பதிவுத் தபாலில் அனுப்பி வைத்திருக்கிறார். அப்பதிவுத் தபால் இருபது நாட்களுக்குப் பிறகு மாவட்ட ஆட்சியர் அலுவலகத்திற்குத் திரும்ப வந்துவிட்டது, என அரசு வழக்கறிஞர் கூறுகிறார். அந்தத் தேதிகளில் இப்பெண் விண்ணப்பத்தில் தெரிவித்திருந்த தமக்கை முகவரியில் இல்லை யெனச் சொல்லப்பட்டது. ஆனால் அந்த முகவரியில் அந்தத் தேதியில் அங்குதான் இருந்தாளென எங்களிடம் தெரிவித்தாள். அவளுடைய தமக்கையோ, தமக்கையின் கணவனோ வேண்டுமென்றே இவள் தங்கள் வீட்டில் இல்லையென்று கூறி பதிவுத் தபாலைத் திருப்பி அனுப்பியிருக்கிறார்கள். இவளைச் சிக்கலில் நிறுத்தவேண்டுமென்று இக் காரியத்தைச் செய்திருக்கிறார்கள். உண்மையில் 2013 பிப்ரவரி மாதம் 20ஆம் தேதிவரை அந்த முகவரியில்தான் தங்கியிருந்திருக்கிறாள். அதன்பிறகுதான் தமக்கை வீட்டிலிருந்து வெளியில் வந்தாள். தமக்கையின் பெயரைக் குறிப்பிட்டு விசாரித்தால் ஏன் வாய் திறக்க மறுக்கிறாள் என்பதைச் சற்று பரிவோடு பார்க்க வேண்டும். இப்பெண் தமிழீழ விடுதலைப்போராளி. 2009 இலங்கை யுத்தம் ஓர் இன அழிப்பு யுத்தமென நடுநிலையாளர்கள், ஐக்கிய நாடுகளின் மனித உரிமை ஆணையத் தலைவர், மனித உரிமை ஆர்வலர்கள் தெரிவிக்கின்றனர். இலங்கை அரசாங்கத்தின் போர்க் குற்றம்பற்றிய பாரபட்சமற்ற விசாரணைக்கு உலகெங்கும் கோரிக்கைகள் எழுந்துள்ளன. தமிழர் பகுதிகளில் அமைதி திரும்பவில்லை என்பதும், இலங்கை ராணுவத்தினர் இழைக்கும் கொடுமைகள் தொடர்வதும் உலகறிந்த உண்மை. இதற்கு ஆதாரமான பத்திரிகைச் செய்திகளை இத்துடன் இணைத்துள்ளேன் (நீதிபதியிடம் பத்திரிகைச் செய்திகள் அடங்கிய ஒரு கோப்பைக் கொடுக்கிறார்). இது தவிர இணையதளங்களிலும் ஆதாரங்கள் உள்ளன. இப்பெண்ணின் அகதி விண்ணப்பத்தைப் படிக்கிறபொழுது, இப்பெண்ணின் பெற்றோர்கள் யுத்தத்தின் முடிவில் கொல்லப்பட்டிருக்கிறார்களெனத் தெரிகிறது. இவள்

அரசாங்கத்திற்கு எதிரான யுத்தத்திற் கலந்துகொண்டமைக்கு அவள் உடலிலுள்ள வடுக்களே ஆதாரம். மருத்துவ பரிசோதனையில் அவற்றை உறுதி செய்ய முடியும். தவிர ஐந்து வருடத்திற்கு முன்பு இப்பெண்ணுடைய தமக்கையின் அகதி விண்ணப்பத்தை நாம் ஏற்றுக்கொண்டிருக்கிறோம், அக்காரணங்கள் இப்பெண்ணிற்கும் பொருந்தும். ஐரோப்பிய நீதிமன்றத்தின் தற்போதையை ஆணை தெளிவாக இருக்கிறது. ஒருவரை அவரது சொந்த நாட்டிற்குத் திருப்பி அனுப்புவதற்கென்று அரசு தடுப்புக்காவல் மையத்தில் சிறை வைக்கக்கூடாது. இருந்தும் இங்கே அது கடைப்பிடிக்கப்படுவதில்லை. இப்பெண் 14 மணி நேரத்திற்கு மேலாக முதற்கட்ட விசாரணையில் பொலீஸார் தடுப்புக்காவலில் வைத்திருந்திருந்தாக அறிகிறேன். தவிர ஜெர்மன் போலீஸார் நம்மவர்களிடம் ஒப்படைத்தபின்பு இதுபோன்ற கைதிகளுக்குள்ள உரிமைகளை முதல்நாள் தெரிவிக்கவில்லை. அதுவன்றி அவள் அதிக மன அழுத்தத்திற்கு ஆளான பெண்ணாகவும் தெரிகிறாள். மருத்துவர் உதவியையும், வழக்கறிஞர் உதவியையும் அவளுக்கு அளிக்கத் தவறி இருக்கிறார்கள். கடந்த ஐந்து நாட்களாக அப்பெண்ணை சொந்த நாட்டிற்கு அனுப்புவதுகுறித்து எடுத்த முயற்சிகளென்று எதையும் நீதிமன்றத்திற்கு மாவட்ட ஆட்சியர் இங்கே சமர்ப்பிக்கவில்லை. நாங்கள் புதிய ஆதாரங்கள் அடிப்படையில் மீண்டும் அவளுடைய அகதி விண்ணப்பத்தைப் பரிசீலிக்கக் கோரிக்கை வைக்க இருக்கிறோம். இந்நிலையில் மேலும் இருபது நாட்களுக்கு அவள் காவலை நீட்டிப்பது அவசியமில்லையெனக்கூறி, உடனடியாக இப்பெண்ணை விடுதலைசெய்யுமாறு கேட்டுக்கொள்கிறேன்" என நித்திலாவின் வழக்கறிஞர் பெண்மணி தமது வாதத்தை வைத்தார்.

நீதிபதி, "இவர் தரப்பில் ஏதேனும் சொல்ல இருக்கிறதா" என நித்திலாவைப் பார்த்துக் கேட்டார். ஹரிணி மொழிபெயர்த்துக் கூறினாள். நித்திலா இம்முறையும் மௌனம் சாதித்தாள். பேசுவதற்கு எதுவுமில்லை அல்லது பேசி என்ன ஆகப்போகிறது என நினைத்தவள்போல. அடுத்த அரைமணிநேரத்திற்குப் பிறகு அளித்த தீர்ப்பு, அவள் செயலை நியாயப்படுத்தியது. நீதிபதி, "எதிர்தரப்பு வாதங்களில் நியாமிருப்பினும், நிரந்தர முகவரியின்மை, பாஸ்போர்ட், அதற்கு ஈடான வேறு அத்தாட்சிகள் கைவசம் இல்லாததால், வீட்டுக்காவலில் வைத்து அரசாணையை நிறைவேற்ற இயலாது என்பதால் நித்திலாவின் தடுப்புக் காவலை மேலும் 20 நாட்களுக்குக் நீட்டிக்க மாவட்ட ஆட்சியருக்கு அனுமதி வழங்குவதாக" மாவட்டநீதிபதி தமது தீர்ப்பை வழங்கினார்.

தீர்ப்பின் நகலை நித்திலாவிடம் கொடுத்து கையெழுத்து வாங்கினார்கள். காவலர்கள் இருவர் நித்திலாவை நீதிமன்றத்தின் பின் வாசல் வழியாக அழைத்துச்செல்ல முற்பட்டதும், ஹரிணி அவளிடம், "தைரியமாகப் போய்வா, நாங்கள் இருக்கிறோம்" எனக்கூறி அனுப்பிவைத்தாள். மத்மஸல் முல்லெர் இவளிடம் வந்தார். "ஏது என்னிடம் ஒரு வார்த்தைகூடப் பேசாமல் கிளம்புகிறாய்" எனக் கேட்டார்.

"இல்லை, உங்களிடம் நீதிமன்றத்திற்கு வெளியே இரண்டொரு வார்த்தை பேசமுடியும் என நினைத்தேன்."

"இன்னொரு நாளைக்கு ப்ரூமாத்திலிருக்கும் என் வீட்டிற்கு வா. இருவரும் பேசுவோம். என் சினேகிதி, அப்பெண்ணை தடுப்புக் காவல் மையத்தில் சென்று பார்ப்பதாக வாக்கு அளித்திருக்கிறாள். மேல் முறையீட்டில் அவளுக்கு விடுதலை வாங்கிவிட முடியும் என்கிறாள். வீட்டிற்குச் சென்று இந்த உறையைப் பிரித்துப் பார். வழக்கறிஞரிடம், பெண் கொடுத்திருக்கிறாள். அவள் அவ்வபோது எழுதிவைத்த குறிப்புகள் இதிலுள்ளன. இதை அப்பெண்ணிடமிருந்து போலீஸார் கைபற்றாமல் விட்டுவைத்தது, நமக்கு இலாபம். தமிழில் இருந்தது காரணமாக இருக்கலாம். நீ படித்துப் பார். பயனுள்ள தகவலாக இருக்குமென்றால் இன்றைக்கேகூட உதவியிருக்கும். மேல் முறையீட்டிற்காவது அதிலுள்ள தகவல்கள் உதவுகிறதா எனப் பார்ப்போம்."

"OK, என்னன்னு பார்க்கிறேன். நித்திலாவை தடுப்புக் காவல் மையத்தில் உங்கள் தொண்டு நிறுவன சினேகிதி சந்தித்தபின்பு, அவரை நான் பார்க்கலாமா?"

"தாராளமாக, நானே அவளை வரச்சொல்கிறேன். என் வீட்டிலாவது உன்வீட்டிலாவது கலந்து பேசுவோம்."

❍

18

ஸ்ட்ராஸ்பூர், பிரான்சு: 2013 மார்ச் 15, சனிக்கிழமை

ஹரிணி வங்கிக்குள் நுழைந்து ஆறுமாதத்திற்கு மேல் ஆகப்போகிறது. எல்லாமே கணினி மயமாக்கப் பட்டிருப்பது காரணம், இணைய இணைப்பு மூலமே காரியத்தை முடித்துக்கொள்ளும்படி வாடிக்கை யாளர்களுக்கு அறிவுறுத்துகிறார்கள். இன்றைய மனிதனுக்கு இரத்தமும் சதையுமான மனித உறவுகள் தேவை குறைவு. உணர்வுகளின் எச்சிலோடு உரையாடல்; மின் அஞ்சல்கள், சமூக வலைத்தளங்கள், ஸ்கைப்புகள் என்கிற அரூபங்களுடன் உறவாடல். நதி கடலினைத் தேடவேண்டியதில்லை. கடல் நதியைத் தேடிவரும் காலம். உயிர் வாழ்க்கை அல்ல பிண வாழ்க்கை. அலுவலகம் போகவேண்டியதில்லை; கடைகளில் தொட்டுப்பார்த்து, நுகர்ந்து சுவைத்து பொருளை உடைமைகொள்ள தேவையில்லை. பிறந்த மேனிக்கு கதவை அடைத்துக்கொண்டு கேட்டதைப்பெற்று காலத்தைத் தேய்க்கலாம். ஒற்றை மனிதன், ஓர் இனம், குலக்குறி என்பதான அடையாள முத்திரை களை அழித்து நிறுவிய ஊரும் சமூகமும் மீண்டும் பூர்வீகத்தைத் தேடிக்கொண்டிருக்கின்றன. அனைத்தும் வீட்டில் இருந்தவண்ணம், அறையில் இருந்தவண்ணம், கணினித் திரைப் பார்த்த வண்ணம் வாழ்ந்து முடித்து, நாற்றமெடுத்த பிணமாக (அப்போதுகூட அடுத்தவர் தொட வாய்ப்பினை அளிக்காமல்!) அண்டை வீட்டாரின் புகாருக்குப் பிறகு சம்பந்தப்பட்டவர்கள் கூளத்தை

அள்ளிக்கொண்டு போகலாம். பிரச்சினை என்னவெனில் அந்த அண்டைவீட்டானும் அவனுடைய அறையில் அவனுடைய கணினி முன்னால் அழுகிய உடலாகக் கிடக்க வாய்ப்புண்டு. ஆடை வேண்டாம், ஆபரணங்கள் வேண்டாம், அலங்காரங்கள் வேண்டாம், வாசனை தைலங்கள் வேண்டாம். விரல்களை மட்டும் கூர் தீட்டிக்கொண்டு பார்வையை மெல்ல மெல்ல இழந்து வாழ்ந்து முடிக்கலாம். இப்பேராபத்தைத் தடுக்க அறிவியல் பாடத்தை, பாடத்திட்டத்திலிருந்து உடனடியாக நீக்கவேண்டும். இரண்டாவதாகச் சோதனைச் சாலைகளையும் அறிவியல் ஆய்வுக்கூடங்களையும் இடித்து தரைமட்டமாக்க வேண்டும். மூன்றாவதாக விஞ்ஞானிகளுக்கு விரல் சூப்பப் பயிற்சி அளிக்க வேண்டும் என முனகிக்கொண்டே ஹரிணி வங்கிக்குள் நுழைந்தாள்.

வங்கிக்குள் நுழைந்தவள் வரவேற்பில் மூக்கை நோண்டிக் கொண்டிருந்த பெண்மணியிடம் மிஸியே அந்த்துவானிடம் எனக்கு அப்பாயிண்ட்மெண்ட் இருக்கிறது என்ற பொருளில்– "*j'ai rendez-vous avec M. Antoine*" என்றாள். வரவேற்புப் பெண்மணி வாயைச்சுற்றி புழுக்கள் மொய்த்திருப்பதுபோல சுருக்கங்கள். அவள் பற்களை அப்புழுக்களே கடித்திருப்பதுபோன்ற தோற்றம். பெரிய மார்புகளை டெஸ்கில் கிடத்தியிருந்தாள். மூக்கில் இறங்கியிருந்த கண்ணாடியை ஒருமுறை அதனிடத்தில் அமர்த்திவிட்டு "என்ன?" என்பதுபோலப் பார்த்தாள். தனக்கு அந்த்துவான் என்பவரிடம் பத்துமணிக்கு அப்பாயிண்ட்மெண்ட் இருக்கிறதென்று, சற்று முன் பிரெஞ்சில் கூறிய வாக்கியத்தை, நேரத்துடன் இணைத்துக் கூறினாள். "பார்வையாளர்கள் இடத்தில் உட்காருங்கள். அவர் உங்களை அழைப்பார்!" என்றவள் இண்டர்காமில் தகவலைச் சம்பந்தப்பட்டவருக்குத் தெரிவித்தாள். ஹரிணி சென்று வாடிக்கையாளருக்கான காத்திருப்பு இருக்கையொன்றில் அமர்ந்தாள். வங்கி ஆறுமாதத்தில் பெரிய மாற்றத்திற்கு உள்ளாகியிருந்தது. நியான் விளக்குகளின் வெண்மை ஒளி வெல்வெட்டைப்போல மிருதுவாக இருந்தது. சுவர்களில் தகுந்த இடைவெளிகளில் பிரபல ஓவியர்களின் ஓவிய நகல்கள்; இடுப்பளவு உயர டெஸ்குகள். ஆறுமாதத்திற்கு முன்பு பணிபுரிந்த ஊழியர்களில் ஒருவருமில்லை. பணம் எப்போதும் ஆடம்பரத்தையும், வெளிச்சத்தையும் விரும்பும் என்பதுபோல வங்கியின் உருமாற்றம். இவள் அமர்ந்திருந்த இடத்திற்கு வலதுபுறம் ஒரு பெரிய பித்தளைத் தொட்டியில் கள்ளிச்செடி, தொட்டிக்கு இரண்டடி தள்ளி குளிர்காலத்திற்கென்று சுவரில் மின்சாரக் கணப்பு, தொடர்ந்து இடுப்பளவு உயரத்தில்

அடுத்தடுத்து இரண்டு அலமாரிகள், வரவேற்பு டெஸ்கின் பின்புறம். வாடிக்கையாளர்களுக்கு சில சமயங்களில் அங்கிருந்து புதிய கடனட்டைகளையோ அல்லது காசோலைகளையோ வரவேற்பிலிருந்த பெண்மணி எடுத்துக் கொடுத்து கையொப்பம் வாங்கினாள்.

"மத்மஸல் ஹரிணி!" என்ற அழைப்புக் குரல் கேட்டுத் தலை நிமிர்ந்தாள். அந்த்துவான் நின்றிருந்தார். ஐம்பது வயதுக்கு மேல் இருக்கலாம். இருவரும் கைகுலுக்கிக்கொண்டதும் அவர் முன்னால் செல்ல, பின்தொடர்ந்தாள். அவருடைய அலுவல் அறைக்கு அழைத்துச்சென்று உட்காரவைத்து, அவரும் அமர்ந்து கொண்டார்.

"என்ன செய்யவேண்டும்?" எனக் கேட்டார்.

"*Découvert* பிரச்சினை. சேமிப்பில் இருக்கிற பணத்தைத் தினசரி கணக்கில் போடவேண்டும். ஓரிரு மாதங்களில் நிலைமை சரியாகும்" என்றாள்.

"அதற்கென்ன சரி செய்துவிடலாம்", என்றவர் கணினியைத் தட்டி எழுப்பினார். திரையை இரண்டொரு நிமிடங்கள் கவனத்துடன் பார்ப்பது போலிருந்தது. நெற்றியைச் சுருக்கினார். "பிரச்சினை இருந்தது உண்மை, ஆனால் இரண்டு நாட்களுக்கு முன்பு உங்கள் கணக்கில் விழுந்தபணம் அக்குறையை நிவர்த்தி செய்துவிட்டது."

"பணமா? எங்கிருந்து? யார் எனக்குச் செலுத்தியது? வாய்ப்பே இல்லையே!"

"ஆனால் நிச்சயமாக நாங்கள் இல்லை", கலகலவெனச் சிரித்தார், தொடர்ந்து கணினித் திரையைப் பார்த்துவிட்டு, "மத்மஸல் முல்லெர் என்பவர் உங்கள் கணக்கில் இரண்டாயிரம் யூரோ செலுத்தியிருக்கிறார். காரணம் சொல்லப்படவில்லை."

"அப்படியா? நேற்றுகூட அவரைப் பார்த்தேன் அதற்கு இரண்டு நாட்களுக்கு முன்பு வீட்டிற்கும் வந்திருந்தார். இது பற்றிப் பேசவில்லை. தவறாக நடந்திருக்குமோ?"

"நைஜீரியா நாட்டு செல்வந்தர் எவராவது போட்டிருக்கலா மென்று நினைக்கிறீர்களா? அதெல்லாம் இல்லை. மத்மஸல் முல்லெர்தான் போட்டிருக்கிறார். அவரைக் கேளுங்கள், காரணம் கிடைக்கும்."

"ஓகே. நான் பார்த்துக்கொள்கிறேன்", எனக்கூறிவிட்டு கைப் பையை எடுத்தாள். அவரும் கைகுலுக்கி வழி அனுப்பிவைத்தார்.

ஸ்ட்ராஸ்பூர் இரயில் நிலையத்தில் என்ஸைம் செல்ல இரயில் ஏறினாள். தங்கள் நிறுவனத்திற்குச்சென்று கமிலியைப் பார்ப்பதென முடிவெடுத்தாள். கமிலியைத் தவிர்த்து இவளுக்குள்ள பணமுடை வேறு எவருக்கும் தெரியாது. அவள்தான் இரண்டொருமுறை சீக்கிரம் வேலையில் சேர்ந்திடு, உன்னுடைய பணப்பிரச்சினைக்குத் தீர்வு காணலாம் எனக்கூறியவள். அவளிடம் சண்டைபிடிக்க நினைத்தாள். என்ஸைம் இரயில் நிலையத்தில் இறங்கி தெற்கே நடந்தபோது மணி பதினொன்றரை. வழமைக்கு மாறாக கடுமையான வெயில். ஆனால் வீசிய காற்று வெயிலின் கடுமையைக் குறைத்திருந்தது. ஐம்பது மீட்டர் தூரம், என்ஸைம் விமானத் தளப் பார்க்கிங்கை ஒட்டி நடந்து இறுதியாக ஒரு ரௌண்ட் – அபௌட்டை நெருங்கியிருந்தாள். அதற்கு நேராக ஐந்து நாட்களுக்கு முன்பு நித்திலா பிரச்சினைக்காக வந்திருந்த காவல்துறை அலுவலகம். நான்கைந்து போலீஸார் சேர்ந்தார்ப்போல தங்கள் வாகனத்தில் ஏறிக்கொண்டிருந்தார்கள். சாலையைக் கடக்க இருந்தபோது ஒரு கறுப்புநிற வோல்க்ஸ்வாகன் பஸ்ஸாட் வேகமாகச் சென்று திரும்பியது. காரை ஓட்டியது சிரில் போல இருந்தது.

இவளை அவன் கவனிக்கவில்லை. கவனித்திருந்தால் ஒரு வேளை காரை நிறுத்தியிருக்கக்கூடும். டிராக்குலா. காம் நிறுவனத்திற்குள் நுழைந்தபோது மணி பன்னிரண்டு. நெடுக நடந்ததும் கண்ணாடிக் கதவுகள் தாமாகத் திறந்தன. உள்ளே வழக்கம்போல வரவேற்பு மேசையில் ஜெனிஃபர் நகத்தைக் கடித்துக்கொண்டிருந்தாள். உன்னுடைய சாப்பாட்டு நேரமா எனக் குரல் கொடுத்தாள். எதிர்பாராமல் வந்த குரல் ஜெனிஃபரைத் திகைப்பில் ஆழ்த்தியிருக்க வேண்டும். சில நொடிகள் திகைத்தவள்போல அவளைப் பார்த்தாள். பிறகு புரிந்தவளாக கண்களை அகல விரித்து, உதட்டுச் சாயம் பூசிய உதடுகளைக் குவித்து ‘ஹரிணி!’யென வீறிட்டாள். தொடர்ந்து முத்தமிட பாவனை செய்தவள்போல நடித்து, டெஸ்கின் ஸ்விங்–டோரைத் தள்ளிக்கொண்டு, ஹை–ஹீல்ஸ் சத்தமிட ஓடிவந்து கட்டிக்கொண்டாள். உணவு இடைவேளை என்பதால் போட்ட சத்தத்தில் பிற ஊழியர்களும் கூடிவிட்டார்கள். ஒவ்வொருவராக வந்து ஏதோ வி.ஐ.பியைப் பார்ப்பதுபோல நெருங்கி கைகுலுக்கினார்கள். வேறு சிலர் கன்னத்தில் முத்தமிட்டார்கள். கமிலியும் ஓடிவந்தாள். சந்தோஷத்துடன் கட்டி அணைத்து முதுகில் தட்டினாள். “கடந்த இரண்டு மூன்று நாட்களாக உன்னைப் பற்றிய பேச்சுதான். சிரில் தொந்தரவு வேற. வா! டைனிங்ஹாலுக்குப் போகலாம். எல்லோரும் சாப்பிடப் போகும் நேரம்!” என்றாள்.

முடங்கிக் கிடந்த எந்திரம் ஓடத்தொடங்கியதுபோல, டைனிங்ஹாலுக்குத் திடீரென்று சுறுசுறுப்பு வந்திருந்தது. மேசையை நகர்த்தும் ஓசை, நாற்காலிகள் தரையில் இழுபடும் ஓசை, கோப்பைகள் சத்தம். கோப்பைகளில் கரண்டிகள் கத்திகள் எடுத்துவைக்கும் 'ணங்' குகள். எவர்சில்வர் ட்ரேயில் அவற்றை நிரப்ப, கலகலவென்று உருளும் சத்தம். பேச்சுகள், சிரிப்புகள். கமிலியும் ஹரிணியும் ஆளுக்கொரு ட்ரேயைக் கையில் எடுத்தார்கள்; ஆளுக்கொரு பீங்கான் தட்டைக் கையிலெடுத்துக் கொண்டார்கள். சாலட் வைத்திருந்த இடத்தில் சாலட் தட்டு, கமிலி '*Boeuf bourguignon*'[1] எடுத்துக்கொண்டாள். ஹரிணி '*Hachis Parmentier*'[2] தேர்வு செய்தாள், தெஸ்ஸெ[3]ருக்கு கமிலி, கமாம்பெர் சீஸ் எடுத்துக்கொள்ள, இவள் ஆக்டிவியா தயிரொன்றை எடுத்துக்கொண்டாள். ஒயின் பாட்டிலையும் கொஞ்சம் ரொட்டித் துண்டுகளும் எடுத்துக்கொண்டு பணம் செலுத்தப்போனபோது, கமிலி தடுத்தாள். இருவருமாக மேசையைத் தேடினர். மேசை கிடைப்பது எளிதாக இல்லை.

"இங்கிருக்கிறது வாங்க!" என்றொரு குரல். குரல்வந்த திக்கில் சிரில் உட்கார்ந்திருந்தான். கமிலி தலையிலடித்துக்கொண்டாள். "இவன் அறுத்தெடுத்துவிடுவான். நாம இருவரும் அந்தரங்கமா இரண்டொரு வார்த்தைகள் பேசவே முடியாது" என்று புலம்பினாள்.

"நானும் உன்னுடன் சண்டை போடலாமென்று வந்தேன்! அதற்கு வாய்ப்பில்லாம போச்சு!"

"ஏன், என்ன விஷயம்?"

"சரி, எதிரே பார்த்துநட, நல்லவேளை மோதலை அவங்க கவனமாகத் தவிர்த்திட்டாங்க" – இவள் பக்கமாகக் கவனத்தைத் திருப்பிய கமிலியை ஹரிணியை எச்சரிக்க வேண்டியிருந்தது.

"மத்மஸல் எலிஸபத் என்னுடைய கணக்கில் இரண்டாயிரம் யூரோ போட்டிருக்காங்க?"

"அதனாலென்ன? பணம் வருவதை வேண்டாமென்று சொல்ற ஒருத்தியை இப்பதான் பார்க்கிறேன்."

"ம், யார் கொடுக்கிறாங்கண்ணு பார்க்க வேண்டாமா?"

"இப்ப என்ன சொல்ல வர, நாளைக்கு அந்தப் பணத்தைத் திருப்பி கொடுக்க முடிந்தால் திருப்பிக்கொடு. நான் வாங்கிக்கச்

1, 2. பிரெஞ்சு உணவுகள்.

3. தெஸ்ஸர்: *Dessert.*

சொல்றேன். நான்தான் உனக்கு பண நெருக்கடியென்று அவர்களிடம் சொன்னேன். அதற்கு என்னைத் தண்டிக்க நினைத்தால், *'je suis prêt'*. இதற்கா இவ்வளவு தூரம் வந்த?"

"சரி. . . சரி. . . நான் அந்தப் பேச்சை எடுக்கலை. வேற பேசுவோம்."

"வேறென்னா எப்படி, எனக்குப் பிடித்த விஷயங்களா?"

"ஆரம்பிச்சுட்டியா? கமிலி இயல்பாக இல்லையோ என்ற சந்தேகம் இருந்தது. அதை தீர்த்துவச்சுட்ட."

"இங்கே வைத்துச் சொல்றேன்னு நினைக்கக்கூடாது. எனக்குத் திருமணம் நிச்சயம் ஆயிருச்சு? நல்ல இஸ்லாமியப் பெண்ணாயிருன்னு வீட்டுலெ அட்வைஸ் வேற."

"என்ன திடீரென்று?"

"பேரண்ட்ஸ் தொல்லை தாங்கமுடியலை. கடந்த ஐந்து நாட்களாக இந்தத் தலைவலிதான்."

"சம்மதித்தபிறகு எதற்காக தலவலி என்று சொல்ற? கல்யாணம் என்றைக்கு?"

"25ஆம் தேதி, ஆனா 23, 24ஆம் தேதிக்கெல்லாம் என்கூட நீ இருக்க வேண்டியிருக்கும். நான் 18லிருந்து விடுமுறையிலே இருக்கேன். ஏப்ரல் முதல்தேதி நீ வேலையிலே சேரும்போது, வந்திடுவேன்."

"வந்திடுவ இல்லை? லுய்ன் தெ மியெல் மயக்கத்திலே என்னை மறந்திடமாட்டியே?"

இருவரும் சிரில் மேசையை நெருங்கியிருந்தனர். ஹரிணி அவனுக்கு ஹலோ சொன்னாள். இருவரும் கன்னத்தில் முத்தமிட்டுக்கொண்டனர்.

"வேலைக்கு என்றைக்கு வரப் போற? எல்லோரும் உனக்காக காத்துக் கொண்டிருக்கிறோம்" என்றான், ஹரிணியின் கண்களைப் பார்த்து. அவன் பார்வையைத் தவிர்த்துவிட்டு. "ஏப்ரல் முதல் தேதி" என்றாள்.

"ஏப்ரல் முதல் தேதி என்றால் அதற்கு வேறு அர்த்தம்" எனக்கூறிச் சிரித்தான். அவன் சன்கிளாஸ் தலைக்குமேலே இருந்தது. முழங்கையை மடித்துக்கொண்டு உட்கார்ந்தான். "மீண்டும் கொஞ்ச நாளைக்கு அனாலிஸ்டு புரோகிராமர் வேலையில் வைத்துக்கொண்டு அதன் பிறகு ஆறுமாதப் பயிற்சிக்கு

உன்னை அமெரிக்காவுக்கு அனுப்பலாம்னு இருக்கேன். உனது விருப்பத்தைத் தெரிந்துகொண்டுதான் எல்லாமே. உன்னை வற்புறுத்தபோவதில்லை. . .”

அதன் பிறகு கமிலியுடன் அதிகம் பேசமுடியவில்லை. சிரில் ஹரிணியை அழைத்துச்சென்று புதிய ஊழியர்களை அறிமுகப்படுத்தினான். அலுவலகத்தில் செய்திருந்த மாற்றங்களைக் காட்டினான். புறப்படும்போது “ஒரு நாளைக்கு டின்னர் வைத்துக்கொள்ளலாம்” என்றான். இவளும் “பார்ப்போம்” என்றாள். கமிலி, இவள் சொல்லிக்கொண்டு புறப்படும்வரை கூடவே இருந்தாள். பிற்பகல் நான்குமணிக்குத் திரும்ப முடிந்தது. தலை வலிப்பதுபோல இருக்க ஸ்ட்ராங்காக ஒரு பிளாக் காப்பி போட்டுக் குடித்தாள். அதன்பிறகு காலையில் உடுத்தியிருந்த ஆடைகளைப் பாரமாக உணர்ந்தாள். காலைமுதல் உடுத்திக்கொண்டிருக்கிற மொத்த உருப்படிகளையும் களைந்துவிட்டு, மெல்லிய காட்டன் ஸ்கர்ட்டிற்கு மாறினாள். கேசத்தைப் பின்புறம் மடித்துக் க்ளிப்பிட்டாள். முகத்தை அலம்பிக்கொண்டு, வரவேற்பறைக்குத் திரும்பினாள். சோபாவில் உட்கார்ந்து, கைப்பையைத் திறந்து மத்மஸல் எலிஸபெத் முல்லெர் இலங்கைப் பெண்ணுடையதென்று கொடுத்துவிட்ட உறையைப் பிரித்து, உள்ளிருந்த நோட்புக்கையும், போட்டோவையும் வெளியில் எடுத்தாள். ஓர் இளைஞன் படம் – படத்தின் பின்னே வாகீசன் என தமிழில் கையொப்பமிட்டிருந்தது. முகத்தை இதற்கு முன்பு பார்த்த ஞாபகம். எங்கென்றுதான் ஹரிணியால் உடனடியாக நினைவுகூர முடியவில்லை. இளைஞன் படத்தை மூண்டும் உறையில் பத்திரப்படுத்திவிட்டு, அங்கொன்றும் இங்கொன்றுமாக சில பக்கங்களை வாசித்துப் பார்த்தாள். அதில் சொல்லப்பட்டிருந்த தகவல்கள் மட்டுமின்றி, பிறர் அந்தரங்கங்களைத் தெரிந்துகொள்ள ஆர்வம் காட்டும் மனித இயல்பும் முதற்பக்கத்திலிருந்து அவளைப் படிக்கத் தூண்டின.

○

19

முல்லைத்தீவு, கொழும்பு, 2009 மே 20, புதன்கிழமை

நித்திலா கிரேக்க புராணத்தில் சொல்லப்படுகிற சிசிபஸ் *(Sisyphus)*போல பாறாங்கல்லைச் சரிவில் உருட்டி மலையுச்சிக்கு கொண்டுபோக சபிக்கப்பட்ட இனத்தைச் சேர்ந்தவள். உருட்டி உருட்டிக் கைகள் காப்புக்காய்த்திருந்தன. சமந்துசுமந்து முதுகு வளைந்திருந்தது. இறக்கி வைக்க இறக்கி வைக்க பாரம் கூடிக்கொண்டுபோனது. தலையில், தோள்களில், நெஞ்சில் என்று சுமக்கக்கூடிய இடங்களிலெல்லாம் பாரங்கள். இறக்கிவைத்து களைப்பாற சுமைதாங்கிகளையும் தருணங்களையும் எதிர்பார்த்துக் கொண்டிருக்கிறாள்.

முதன்முதலாக எப்போது சுமக்கத் தொடங்கி னாள்? அவளுக்கு ஞாபகமில்லை. கொழும்பு சென்ற தகப்பன் தனக்கொன்று, தமக்கைக்கொன்று என பொம்மை வாங்கி வந்ததாகவும், தமக்கையின் பொம்மைக்கு அடம்பிடித்து, பின்னர் அதனைக் கையில் வாங்கி நடந்தபோது விழுந்ததாகவும் அம்மா கதைத்திருக்கிறாள். புத்தகப்பையைச் சுமந்திருக்கிறாள், அம்மாவுக்கு ஒத்தாசையாக சந்தைக்குச் சென்று திரும்புகையில் அவள் உனக்குப் பாரமென்றபோதும் அடம்பிடித்துப் பொதியைச் சுமந்த ஞாபகம், காட்டிற்குச் சென்று காய்ந்த சுள்ளிகளை அவளால் முடிந்த அளவு கட்டாகக் கொண்டு வந்ததும் நடந்திருக்கிறது. பிறகு முதன்முதலாக துப்பாக்கியைச் சுமந்த தினம் ஞாபகத்திற்கு வந்தது. அப்போதெல்லாம்

வெளிஉடல் மட்டுமே சுமந்தது. உள்ளுடல் சுமக்கத் தொடங்கியது பெற்றோரை இழந்தபோதா அல்லது களத்தில் இவளுடன் போரிட்ட சினேகிதிகளில் ஒருத்தி நொடிப்பொழுதில் சீவனற்றுப் போனபோதா என்ற குழப்பம் நீடிக்கிறது. கால் கனக்க நடந்து, மூச்சிறைக்க ஓடியும் முடிவுறாத பயணம்.

"அக்கா! எங்களை எங்கே கொண்டு போறாங்கள்?"

தனக்கு முன்பாக வரிசையில் நின்றிருந்த பெண்ணிடம் கேட்டாள். "தெரியாது. நானும் உன்னைப்போலத்தான் கன நேரமாய் நிக்கிறன்" என்றாள் அவள்.

கூர்ந்து கவனித்தபோது, அப்பெண் ஒரு காலை இழந்திருப்பது தெரிய வந்தது. விடுதலைப்புலிகளின் அரசாங்கத்தில் பொருளாதார மேம்பாட்டு நிறுவனத்தில் பணியாற்றிய பாரதி ஏழு நாட்கள் விடுமுறையில் மன்னாரிலுள்ள தன் சொந்தக் கிராமத்திற்கு புதுவருடக் கொண்டாட்டத்திற்குச் சென்றிருக்கிறாள். சிறப்புப் பூசைக்காக தேவாலயத்தில் மக்கள் கூடியிருக்கிறார்கள். அரசாங்கம் விமானப்படைத் தாக்குதலை நிகழ்த்தியிருக்கிறது. அத்தாக்குதலில் பதினான்கு பேர் கொல்லப்பட்டிருக்கிறார்கள். ஐம்பதுக்கும் மேற்பட்டவர்கள் காயமடைந்திருக்கிறார்கள். அப்போதுதான் அப்பெண்ணின் கால் துண்டிக்கப்பட்டிருக்கிறது, தாயையும் இழந்திருக்கிறாள். பின்னர் நித்திலாவும் அவளுமாக பம்பைமடு முகாமில் தங்க நேர்ந்தபோது இச்செய்தி தெரிய வந்தது.

கண்ணுக்கெட்டிய வரை மேற்கூரை இழந்து, ஓடுகள் சிதறி, மூளியாய் கருகிய பனைகளுக்கிடையே நிற்கும் வீடுகள், துப்பாக்கிக் குண்டுகள் கொறித்த சுவர்கள், தீ விபத்தில் கருகிய உடல்களைக் குவித்து வைத்ததுபோலக் கிடக்கிற வாகனங்கள், துருப் பிடித்த நூற்றுக்கணக்கான சைக்கிள்கள், பார்வையை மீண்டும் வரிசைமீது செலுத்தினாள். ராணுவ வீரர்கள் கண்காணிப்பின்கீழ் மனிதவரிசை புழுபோல நெளிந்தது. அவர்கள் முதுகுக்குப் பின்புறம் இந்தியப் பெருங்கடல் ஓயாமல் புலம்பிக் கொண்டிருந்தது. கால்கள் வலித்தன. இரண்டு நாட்களாக நடந்திருக்கிறாள். ஆடைகளைக்கூட மாற்றவில்லை. வேர்வையில் ஊறி, மழையில் நனைந்த கோழிபோல இருந்தாள். கைப்பையில் அவசரத்தேவைக்கென இரண்டு ஜோடி பாவாடையும் சட்டைகளும் இருந்தன. அவற்றை அவசியம் இருந்தாலொழிய தொடுவதில்லையென உறுதியாக இருந்தாள். வெயில் அவ்வளவு கடுமையாக இல்லை, உப்புக்காற்று சிலுசிலுவென அடித்தது, ஈரக்காற்றில் கவிச்சியுமிருந்தது. வரிசை மெல்ல மெல்ல முன்நோக்கி இழுபட இவளும் நகர்ந்தாள். வரிசையில் நிற்பவர்கள் கதைப்பதாகத் தெரியவில்லை. எல்லோரும்

ஊமைகளாக இருந்தார்கள். ஊமைகளாகவே இருந்திருந்தால் பிரச்சினைகள் இருந்திருக்காதோ? பறவைகள், விலங்குகள் கூட வாய் திறந்தமைக்காகவே தண்டிக்கப்பட்டிருக்க வேண்டுமென நினைத்தாள்.

கடந்த இரண்டு நாட்களாக கால் நோக நடந்துகொண்டிருக்கிறாள். இடுகாடென்றாலும் ஆந்தைகள் இருக்கவேண்டுமில்லையா? அவற்றின் தடயத்தைக்கூட இல்லாதொழித்திருந்தனர். இவளேகூட கடந்த சில நாட்களாக வாய் மூடி இருந்தது நினைவுக்கு வந்தது. தமிழர்கள் பேசி என்ன சாதித்தார்கள்? தமிழர் பேச்சில் போலியும் பகட்டும் அதிகம் இருப்பதை இவளே உணர்ந்திருக்கிறாள். திகட்டும் அளவிற்குப் பொய் சொல்வார்கள், தானொருத்தியாவது பேசுவதைக் குறைத்து சாபத்திலிருந்து மீளவேண்டும் என நினைத்தாள். காலையிலிருந்து அவள் உதிர்த்தது: "அக்கா! எங்களை எங்கே கொண்டு போறாங்கள்?" என்ற கேள்வி ஒன்றைத்தான். அதைக் கேட்பதால் எவ்விதப் பயனுமில்லை என்பதை நன்றாகவே அறிவாள். இருந்தபோதும் கேட்டாள்.

பேருந்தில் ஏற்றப்பட்டபோது, காலிழந்த பெண்ணிடம், "அக்கா நீங்கள் என்னோடையே இருங்கோ" என வற்புறுத்தி பக்கத்தில் இருத்திக்கொண்டாள் நித்திலா. பேருந்தில் ஏற்றப்பட்ட அனைவரையும் ஓரிடத்தில் இறக்கினார்கள். விசாரித்ததில் ஓமந்தை சோதனைச் சாவடி எனச் சொல்லப்பட்டது.

"விடுதலைப் புலிகள் இயக்கத்தைச் சேர்ந்தவர்கள், அவர்களின் அரசாங்க ஊழியர்கள், அவர்களிடத்தில் வேறு பணிகளில் இருந்தவர்கள், தாங்களாக முன்வந்து உண்மையைத் தெரிவிக்கவேண்டும். தவறினால், கடுமையாகத் தண்டிக்கப் படுவார்கள்" என அங்கே சொல்லப்பட்டது. நித்திலாவும், காலிழந்திருந்த பாரதியும் தங்கள் பெயரையும், தாங்கள் செய்த பணியையும் முகாமில் தெரிவித்தார்கள். நித்திலா தான் யுத்தமுனையில் இருந்ததை மறைக்க வேண்டியிருந்தது. சொன்னாலும் ஆபத்து, சொல்லாவிட்டாலும் ஆபத்து என்பதால் வருவது வரட்டும் எனப் பொய் சொல்லிவிட்டு வந்தாள். உடனிருந்தவர்களை அனுப்பிவிட்டு, இவர்களைப் போகாமற் தடுத்தார்கள். இரண்டு நாட்கள் கழித்து வவுனியாவில் உள்ள பம்பைமடு முகாமிற்கு பேருந்தில் அழைத்துப் போனார்கள்.

பம்பைமடு முகாமில் பாரதியும், நித்திலாவும் சேர்ந்தே இருந்தனர். காலை ஐந்துமணிக்கெல்லாம் எழுப்பினார்களென்றால் பதினோருமணிவரை வேலை. இதுதான் வேலையென்றில்லை, எதுவென்றாலும் இருக்கும். சில நேரங்களில் வேலை எதுவும் இல்லையென்றால், செய்த வேலையைத் திரும்பச் செய்யவேண்டும்.

பதினொரு மணிக்கு விசாரணை ஆரம்பமாகும். ராணுவம், காவல்துறையென ஒருவர் மாற்றி ஒருவர் அழைப்பார்கள், நிற்க வைப்பார்கள், கேட்ட கேள்வியையே கேட்பார்கள். மனித உரிமை என்றால் கிலோ என்ன விலை எனக் கேட்கும் மனோபவத்துடனான விசாரணைகள். ஒரு கட்டத்தில் தலைக்குள் கேள்விகள் வெவ்வேறு தொனிகளில் கேட்டன. நித்திலாவுக்கு விசாரணை பற்றிய பிரக்ஞை இல்லை. ஒருநாள் பாரதி இவளை எழுப்பினாள். "கொஞ்சப் பேரை விடுதலை செய்யப்போறாங்கள் எண்டு அறிவிச்சு அவங்கடை பெயர் விபரங்கள் அரசாங்க அதிபர் அலுவலகத்தில் ஒட்டியிருக்குதாம், வா பார்ப்பம்" என்றாள். விடுவிக்கப்பட்டவர்கள் பட்டியலில் நித்திலாவின் பெயர் இருந்தது, பாரதி பெயரில்லை. "அக்கா எனக்கு உங்களை விட்டுப் பிரிய மனமில்லை, நடக்கிறது நடக்கட்டும். இஞ்சையே தான் இருக்கிறதெண்டு முடிவெடுத்திட்டன்", என நித்திலா அப்பெண்ணிடம் கூறினாள். ஆனால் பாரதி சம்மதிக்கவில்லை. "எனக்கு இவங்களிட்டை இருந்து என்னெண்டு தப்புறதெண்டு தெரியும், என்னைப்பற்றிக் கவலைப்படாதை" என்று நித்திலாவை அனுப்பி வைத்தாள். அதன்பிறகு நெருங்கிய பள்ளித் தோழியின் வீட்டில் நித்திலா சிலகாலம் தங்க நேரிட்டது. அவள் யுத்தமுனை யில் இருந்தது எப்படியோ ராணுவத்திற்குத் தெரிய வந்திருக்கிறது. அவளைத் தேட ஆரம்பித்தார்கள். இவளைக் காவல்துறை தேடுகிறது என்ற செய்தி வந்தபோது திருகோணமலையில் இருந்தாள். பாரதி என்னவானாள் என்ற கவலையும் நித்திலாவை அரித்துக்கொண்டிருந்தது. பம்பைமடு முகாமிலிருந்த மற்றொரு பெண்ணை திருகோணமலையில் ஓர் உறவினர் வீட்டில் எதிர்பாராதவிதமாக நித்திலா சந்தித்தாள். சிகிச்சைக்காக மருத்துவ மனைக்கு அழைத்துச் சென்றபோது பாரதி தப்பிய செய்தியை அவள் வாயால் கேட்ட பிறகே நித்திலாவிற்கு உறக்கம் வந்தது.

2010 செப்டம்பரில் தமக்கையின் கணவர் வீட்டு முகவரிக்கு வந்த கடிதம் நித்திலாவை உடனடியாக சென்னைக்குப் பயணப்படும்படி தெரிவித்தது. அதன் பிறகு காரியங்கள் துரிதமாக நடந்தன. 2010 அக்டோபர் மாதம் ஐந்தாம் திகதி மன்னாருக்குச் சென்று அங்கிருந்து படகில் இராமேஸ்வரத்தை அடைந்தபோது அதிகாலை மூன்றுமணி. பின்னர் சென்னையில் சிலகாலம் பயணம் ஏற்பாடுசெய்த ஏஜண்ட் வீட்டில் தங்கினாள். தமக்கையின் கணவர் நித்திலாவிற்கு எல்லா ஏற்பாடுகளையும் செய்து வைத்திருந்தார். ஏற்பாட்டின்படி, நவம்பர் மாதம் முதல் தேதி இந்தியாவிலிருந்து நேபாளத்திற்கும் அங்கிருந்து துருக்கிக்கும் துருக்கியிலிருந்து பிரஸ்ஸல்ஸ்க்கும் வந்து சேர்ந்தாள்.

20

பிராங்பர்ட், ஜெர்மன்: 2010 நவம்பர் 12, வெள்ளிக்கிழமை

சரக்கு வாகனத்தில் நித்திலாவுடன் சேர்த்து மொத்தம் ஏழு பேர். வாகனத்திற்கு மூச்சிரைத்தது, கடந்த நான்கு மணிநேரமாக ஓடிக்கொண்டிருக்கிறது. பிரஸ்ஸல்ஸைச் சேர்ந்த பாகிஸ்தானியர் ஒருவர் ஓட்டி வந்தார். அவர் அருகே பாரீஸைச் சேர்ந்த தமிழர். ஜெர்மன் தலைநகரம் பிராங்பர்ட்டின் புறநகர்ப்பகுதியிலிருந்து பயணப்பட்டிருந்தார்கள். இரவு 11 மணிக்கு, ஆழ்ந்த உறக்கத்திலிருந்தபோது எழுப்பினார்கள். ஒரு வாரத்திற்கு முன்பு பிரஸ்ஸல்ஸிலிருந்து இப்படித்தான் இரவிரவாகப் பயணம் செய்து பிராங்க்பர்ட் வந்திருந்தார்கள். வாகனம் முழுக்க பழைய மரத் தளவாடங்கள் நிரம்பியிருந்தன. இடையில் அவர்களை ரொட்டிக்குள் வைக்கும் தீனிபோலத் திணித்திருந்தார்கள், வெக்கையில் அவிந்துகொண்டிருந்தார்கள். ஒருவர் மீது ஒருவர் முகத்தைப் புதைத்ததுபோல உட்கார்ந்திருந்தனர். மெலிதான வாடை அடித்தது. சுவாசக்காற்றும், அதன் வெப்பமும், குறைவான சொற்களைக்கொண்ட முணுமுணுப்பும் அவ்விடத்தை நிரப்பியிருந்தன.

வாகனத்திலிருந்த பிள்ளைகளில் சிறுமியொருத்தி மட்டும் தேம்பித் தேம்பி விக்கலுக்கு இடைவெளி கொடுத்து ஓயாமல் அழுதுகொண்டிருந்தாள். அழுகையை நிறுத்த, அவள் தாயார் எல்லாத் தந்திரங்களையும் முயற்சி செய்து சலித்துக்கொண்டாள். பின்னர் அவளே ஒரு குழந்தைபோல, இரு கைகளையும்

தலைக்குக்கொடுத்து எதிரில் உட்கார்ந்திருந்த அவர்கள் மேல் முட்டுவதுபோல வளைந்து உட்கார்ந்து ஒரு சர்ரியலிஸ ஓவியம்போல அரையிருட்டில் விம்மினாள். பொலபொலவென்று சிந்திய கண்ணீர்த் துளிகள் அவளுடைய கால்களில் விழுந்தன. ஒருவருக்கும் தாயையையும் சிறுமியையும் தேற்றும் எண்ண மில்லை. அவர்களிடத்திலேனும் அழுவதற்குரிய பலமும், சிந்துவதற்குக் கண்ணீரும் இருந்தன. மற்றவர்களிடத்தில் அவை இரண்டும் வற்றியிருந்தன. வயிறு அவளுக்கு இரைச்சலிட்டது. தனக்கா, எதிரில் குத்துக்காலிட்டு உட்கார்ந்திருக்கிற சர்க்கரை வியாதிக் கிழவருக்கா என்ற சந்தேகம் அவளுக்கு. மலம் கழிக்க வேண்டும்போலிருந்தது. ஒன்றுக்கும் வந்தது. அடக்கிக்கொள்ள முயன்றாள். ஏற்கனவே மடியிலிருந்த பையனிடமிருந்து மூத்திரமும் மலமும் கலந்த வாசம். மடியில் அவனை உட்காரவைத்தபோதே சங்கடப்பட்டாள். பையனின் தாய், “நாளைக்குக் கலியாணம் கட்டினால் புள்ளை பொறக்காதோ?” எனக்கேட்டதும் அமைதி யானாள். நெருக்கடியான சூழலிலும் மற்றவர்கள் தங்கள் சங்கடங் களை மறந்து சிரிக்க முடிந்தது, அவளும் முறுவலித்தாள். நித்திலாவைச் சமாதானம் செய்பவள்போல பெண்மணி “நீங்க ஒண்டுக்கும் யோசிக்காதையுங்கோ, பக்கத்திலைதானே இருக்கிறம், டைப்பர் துண்டும் கட்டியிருக்கிறேன், பார்ப்பம்”, என்றாள். கடந்த ஒரு வாரமாகவே இளங்குழந்தைகளுக்கு டைப்பர் கட்டி பழக்கி வருகிறார்கள். ஆனால் அவளுடைய மடியில் உட்கார்ந்திருந்த பையன் மட்டும் டாய்லெட்டில் போகும் பழக்கத்தை மறந்து டைப்பரில் மட்டுமே கழிப்பேன் என்பதுபோல செய்தான். இரவு உணவை அவர்களுக்கு மறுத்திருந்தார்கள், தண்ணீரும் வேறு பானங்களுங்கூட பயணத்தின்போது இடைஞ்ச லாக இருக்குமெனத் தடைசெய்யப்பட்டிருந்தன. அடைத்து வைத்திருந்த ஆசாமியும் சாப்பிடவென்று கொடுத்ததெல்லாம் ரொட்டிதான். அதுகூட குருவிக்குப் போடுவதுபோல இருந்தது. பாங்காக்கில் இருந்த நாட்களிலேயே இதுபோன்ற நெருக்கடி களுக்கு ஓரளவு பழகியிருந்தாள். விமானம் ஏறியபோது உமிழ் நீரின் ஊற்றுக்கண் அடைபட்டு, நாவும் வாயும் வறண்டன. தொடர்ந்து அதுநாள்வரை அனுபவித்திராத பயமும், வலியும், தலைச்சுற்றலும் சேர்ந்துகொண்டன. பாரீஸில் அக்காளையும் வாகீசனையும் பார்க்கிற கணத்தில் மட்டுப்பட்டுவிடுமென்று தன்னைத் தேற்றிக்கொண்டாள்.

இரண்டு மாதத்திற்கு ஒருமுறை பாரீஸிலிருந்த தமக்கை கடிதம் எழுதிவந்தாள். யுத்தமுனையிலிருந்து காம்ப்பிற்கு திரும்பும்போது சிலவேளைகளில் இரண்டு கடிதங்களைச் சேர்ந்தாற்போல வாசிக்க நேர்ந்திருக்கிறது. அப்போதெல்லாம்

நிரந்தரமாக ஓரிடத்தில் இருந்ததில்லை. வாகீசன் பற்றிய கடிதம் வந்தபோது திருகோணமலையில் தமக்கையின் கணவரின் பெற்றோர் வீட்டில் இருந்தாள். தமக்கையின் கணவர் மத்யூஸுடைய வற்புறுத்தலின் பேரில் திருகோணமலை போக நேர்ந்தது. அதுநாள்வரை நித்திலாவின் குடும்பத்தினரைப்பற்றி அக்கறை காட்டிய மனிதரில்லை. தமக்கைகூட "அத்தானுக்குத் தெரியாமத்தான் ரெலிபோன் கதைக்க வந்தனான், வேலைக்கு வந்த இடத்திலை கடிதத்தை எழுதி போஸ்ட் பண்ணினனான், நான் வேலை செய்யிற மடம் தந்த காசை அனுப்பியிருக்கிறன்" என்றே தனது ஒவ்வொரு நடவடிக்கைக்கும் காரணம் சொல்வாள். எனவே திடீரென்று திருகோணமலைக்கு அதுவும் அவர்கள் வீட்டில் தங்க வற்புறுத்தும் அத்தானின் அக்கறையில் சூது இருக்கவேண்டுமென நினைத்து, யோசனையை உடனடியாக நிராகரித்தாள். மறுநாளே தமக்கையிடமிருந்து தொலைபேசி அழைப்பு: ஐந்து நிமிடப்பேச்சில் நான்கு நிமிடத்திற்கு மேலாக தன்னுடைய கணவர் வீட்டில் அவளைத் தங்கச்சொல்லும் வேண்டுதல் இருந்தது. இவளைப் பேச, பதில் சொல்ல அனுமதிக்காத மூர்க்கத்துடன் விம்மலும் வெடிப்புமாக அந்த வேண்டுதலை வைத்தாள். 'எனக்காக' என்ற சொல்லை பல முறை உபயோகித்தாள். உரையாடலின் இறுதியில் நலம் விசாரித்து முடித்துவிட்டு, "நீ அங்கை போய் இருக்கிறதுதான் உனக்குப் பாதுகாப்பு" என அறிவுறுத்தினாள்.

யுத்தம் முடிந்த பின்பு, பெற்றோர்களும் இல்லையென்றான பிறகு தற்கொலை செய்துகொண்டிருக்கலாமோ என்ற எண்ணங்கூட வந்ததுண்டு. தன்னோடு உண்டவர்கள், உறங்கியவர்கள், காயம்பட்டவர்கள், பரஸ்பர சிசுருட்சை செய்துகொண்டவர்கள், கண்ணீரைத் துடைத்தவர்கள், தோள் கொடுத்தவர்கள், மருத்துவமனைப் படுக்கையில் கிடந்தபோது நலன் விசாரித்தவர்கள்... எல்லோருமே இல்லையென்றான பிறகு தான் மாத்திரம் எரிந்த காட்டின் சாட்சி மரங்களுள் ஒன்றாக எதற்காக உயிர்வாழ்வதென நினைத்ததுண்டு. இயக்கத்திலிருந்த போது சயனைட் குப்பி உபயோகம் – அதன் முடிவு – புனிதச் சடங்காக வர்ணிக்கப்பட்டது. நூற்றுக்கணக்கான சக தோழியரைப்போல அவளுங்கூட மூளைச்சலவையில் கூடுதலாக வெளுத்திருந்தாள். தற்போது, அதுவேகூட அவளுடைய விமர்சனத்திற்கு உள்ளாகியிருக்கிறது. யுத்தத்திற்குள்ளிருந்த அரசியலை, அதன் நீக்குப்போக்குகளை, சிடுக்குகளை அறியாத அப்பாவி மக்களின் உயிர்ப்பலிகளுக்குத் தானும் ஒருவகையில் காரணம் என்பதை உணர்ந்த நாளில் ஆயுதமேந்தலும் மரணத்

தேடலும் தீண்டத்தகாதவையாகத் தோன்றின. தற்கொலை ஒருபோதும் தீர்வாகாது என்ற முடிவுக்கு வந்தாள். தமக்கையின் 'எனக்காக' என்ற சொல்லின் மகத்துவத்தில் திருகோணமலைக்குப் புறப்பட்டுப் போனாள். யாழ்ப்பாண வாழ்க்கையோடு ஒப்பிடுகிறபோது திருகோணமலை பரவாயில்லை என்றிருந்தது. யாழ்ப்பாணம் அளவிற்கு ஆர்மி கெடுபிடிகள் திருகோணமலையில் இல்லை. தமக்கையின் மாமன் மாமியும் திகட்டும் அளவிற்கு அனுசரணையாக நடந்துகொண்டார்கள். எனினும் தொடர்ந்து அங்கிருப்பதில் தனக்குள்ள மனச்சங்கடத்தைத் தமக்கையிடம் ஒருமுறை தொலைபேசியில் தெரிவித்தாள். தமக்கையும் பிரான்சு நாட்டிற்கு அழைத்துக்கொள்ள அத்தான் ஏற்பாடு செய்வதாக தெரிவித்தாள்.

'பெற்றோல் அடிக்கவேணும். நிப்பாட்டறம். கோப்பி குடிச்சிட்டு வாறம். மூச்சு விடாம உள்ளே இருங்கோ. இன்னும் மூன்று மணித்தியால ஓட்டத்தில பரிசு வந்திடும்", என்று போன தமிழரும் வாகன ஓட்டியான பிரஸ்ஸல்ஸ் பாகிஸ்தானியரும் அரைமணி நேரம் கழித்துவந்தார்கள். பிள்ளைகள் பசியால் வாடின. அவர்களின் முகங்களைப் பார்க்க அவளுக்கும் வேதனையாக இருந்தது. மீண்டும் நினைவுகளில் உழன்றாள்; தமக்கைக்கு பத்து ஆண்டுகளாகக் குழந்தை இல்லை என்ற கவலை திடீரென்று மனதை வாட்டியது. "அத்தான் தன்னை அடிக்கடி துன்புறுத்துவதற்குக் காரணம் தனக்குக் குழந்தை இல்லாததுதான்" என ஒருமுறை கடிதத்தில் குறிப்பிட்டிருந்தாள். பொதுவாக தொலைபேசி உரையாடல் என்றான பிறகு தமக்கையின் கடிதச் செய்திகள் சுருக்கமாக இருந்துவந்திருக்கின்றன. ஜூலை யில் வந்த கடிதம் பெரிய கடிதம். வெள்ளைத்தாளில் ஒரு பக்கத்திற்கு இருந்தது. அத்தானைப் பற்றியும், அவருடைய சம்பாத்தியம் பற்றியும், பத்துசவரனில் தனக்குத் தாலிக்கொடி செய்து போட்டது பற்றியும் புகழ்ந்திருந்தாள். திருமணம் ஆன பத்தாண்டுகால வாழ்க்கையில் அத்தானைப் புகழ்ந்து தமக்கை எழுதியது அதுதான் முதல் தடவை. கூடவே வாகீசனைப்பற்றியும் எழுதியிருந்தாள். அத்தானுக்கு உறவுக்காரப் பொடியன் என்றும், அவர்கள் குடும்பம் வெகுகாலமாக கொழும்பில் இருந்ததென்றும் தெரிவித்துவிட்டு, இத்துடன் போட்டோ அனுப்பியிருக்கிறேன், இவளுடைய முடிவைத் தெரிவித்தால் அவனுக்குக் கல்யாணம் செய்துவைக்க விருப்பமென அதில் கூறியிருந்தாள். தொடர்ந்து 'இல்லையெண்டாலும் உன்னை இஞ்சை கூப்பிட்டு நல்ல பொடியனாப் பாத்துக் கட்டி வைக்கலாமெண்டுதான் அத்தான் நினைக்கிறார், நீ உன்ரை விருப்பத்தைத் தெரிவி", என எழுதியிருந்தாள்.

கல்யாண எண்ணமெல்லாம் அவளுக்கு இல்லை. அப்பா அம்மா போய்ச் சேர்ந்த பிறகு, எத்தனை நாட்கள் அடுத்தவர் வீட்டில் ஒளிந்து வாழ்வதென்கிற கவலையன்றி வேறு கவலைகள் இல்லை. அக்காவோடு போய்ச்சேரலாம் என்று நினைத்தாள். அவளைக் கண்டும் பத்தாண்டுகள் ஆகியிருந்தன. திருமணத்தைப்பற்றிப் பிறகு யோசிக்கலாமென நினைத்தாள். முதன்முதலாக அவளும் பள்ளித் தோழியும் தங்கள் பெற்றோரிடம் சொல்லிக்கொள்ளாமல் இயக்கத்தில் சேர்ந்தபோது, பன்னிரண்டு வயது. தெரிந்ததெல்லாம் துப்பாக்கி பிடிக்க, குறிபார்த்துச் சுட, துப்பாக்கிக் குழல்கள் ஓய்வுறும் வேளைகளில் காயம்பட்ட சகதோழியருக்கு முதலுதவி, படுகாயமுற்ற பிறரைச் சிகிச்சைக்குப் பாதுகாப்பான இடங்களுக்குக் கொண்டுசெல்லுதல் போன்றவைதான். யுத்த முனையிலிருந்து திரும்பி காம்ப்பில் இருந்த நாட்களில் கடுமையான பயிற்சிகள், பிற பணிகளென்று ஈடுபட்டிருக்கிறபோது ஆண்களோடு பழகச் சந்தர்ப்பம் வாய்த்திருக்கிறது. இயக்கத்தில் விலக்கப்பட்டதொரு சொல்லாக 'அது' இருந்தாலுங்கூட, அவளுக்கு அதுபற்றியெல்லாம் யோசிக்க நேரமில்லை. அக்காவின் கடிதத்தை அறைக்குள் இருந்த குறைவெளிச்சத்தில் படிக்க முடிந்தது. மாறாக இளைஞன் படத்தை வெளியில் எடுத்துச்சென்று ஒருவரும் அவளது காரியத்தை அறிய வாய்ப்பில்லை என்ற இடத்தில்வைத்துப் பார்க்கத் திட்டமிட்டாள். அந்த எண்ணம் தோன்றிய மறுகணம் நெஞ்சில் பருவத்தின் குறுகுறுப்பும் வெட்கமும் இணைந்துகொண்டன. பலாமர நிழலில், கட்டெறும்புகள் வரிசையாக ஊர்ந்து எழுதிய கோட்டோவியங்களை மிதித்திடாது ஓரமாக நின்று இளைஞன் படத்தை அவதானித்தாள்.

அவளைக்காட்டிலும் உயரம் கூடியவனாக இருந்தான். அதிகம் சிரிக்காமல் 'உம்' என்று இருந்தான். முன்பக்க கேசம் கொத்தாகக் கையிற்பிடிக்கும் அளவு இருந்தது. பிற பகுதிகளில் வழித்ததுபோல ஒட்ட வெட்டியிருந்தான். பிரான்சு நாகரீகமோ என நினைத்தாள். கையை அகலவிரித்து நடிகன்போல நின்றிருந்தான். நீண்ட முகம்; மீசையற்ற சிறிய உதடுகள்; ஸ்வெட் ஷர்ட் டெனிமுக்குமேல் இடுப்பை மூடியிருந்தது. கழுத்தின் இருபுறமும் ஸ்வெட் ஷர்ட்டின் நாடாக்கள். சிறிது அலட்சிய சுபாவமுள்ளவனாக இருப்பானோ என்ற ஐயம். அடுத்தடுத்து வந்த அக்காவின் கடிதங்கள் அவனிடத்தில் பிரியத்தை உண்டாக்கியிருந்தது. அவனே எழுதியதாக ஒரு கடிதம்கூட வந்தது. சுருக்கமான கடிதம். "உங்களைக் காண்பதற்கு மிகவும் ஆவலாக இருக்கிறேன்", என்கிற ஒற்றை வரி, பின்குறிப்பு போல. இவ்வளவு ஆசையுடன் இருப்பவன்

ஏன் போனில் கதைக்கக்கூடாது என்ற கேள்வி மனதைக் குடைந்தது. தமக்கையிடம் அவனைப் பேசச்சொல்லிக் கேட்க வேண்டுமென பலமுறை நினைத்திருந்தாள். ஆனால் தமக்கையின் கணவர் தமக்கை போனில் பேசும்போதெல்லாம் கூடவே ஒட்டிக்கொண்டு இருந்தார். திரகோணமலையில் இருந்தபோதும் சரி, அதன் பிறகு பாங்காக்கிற்கு வந்தபோதும் சரி, வாகீசன் நினைப்பு அவ்வளவாக இல்லை. சங்கடங்களின்றி பிரான்சுக்குப் போய்ச்சேரவேண்டுமென்ற கவலை மட்டுமே அவளிடத்தில் இருந்தது. பாரீஸ் நகரை நெருங்கும் இந்த வேளையில் மனம் அவனைப் பற்றிக்கொண்டது. மிச்சமிருந்த பயண அலுப்பைக் குறைக்கவல்ல போதை வஸ்துவாக அவனது நினைவுகள். ஏதேதோ திட்டங்கள், ஆசைகள், கனவுகள்: "மீசை இல்லாத அவன் முகம் பெண்பிள்ளைபோல இருக்கிறது, மீசைவைக்கச் சொல்லவேண்டும், உடம்பில் இன்னும் கொஞ்சம் சதைபோடச் செய்யவேண்டும், ஒரு கிழமைக்கு அவனை எங்கும் விடாமல் வகைவகையாய் சமைத்துப்போடவேண்டும், கைகோர்த்தபடி பாரீஸ் தெருக்களில் கால்கள் நோக நடக்கவேண்டும். . ."

வாகனம் மெதுவாக ஊர்வதுபோல இருந்தது. முன் இருக்கையிலிருந்த தமிழர், அவர்களையும் வாகன ஓட்டியின் ஆசனங்கள் பகுதியையும் பிரிக்கிற தடுப்பைத் தட்டினார். "இப்ப பரிசுக்குள்ள வந்திட்டம், இன்னும் பத்து நிமிசத்திலை எங்கடை இடம் வந்திடும். எல்லாருக்கும் பொதுவாச் சொல்றன். எல்லாரும் ஒண்டாய் மட்டும் இறங்கக்கூடாது. இறங்கின உடனை அங்கையும் இங்கையும் வாய் பார்க்கிறேல்லை. நேரை நடக்கவேணும்", என்கிற எச்சரிக்கைக் குறிப்புகளை வழங்கினார். வாகனத்தின் உள்ளிருந்த நித்திலாவும் மற்றவர்களும் ஒருவர்மாற்றி ஒருவர் கையைப்பிடித்து தங்கள் மகிழ்ச்சியைத் தெரிவித்துக்கொண்டார்கள். ஓர் ஒதுக்குப்புறமான பார்க்கிங்கில் வாகனம் நின்றதும் பக்கக் கதவு திறக்கப்பட்டது. தளபாடங்கள் அகற்றப்பட்டன. சட்டென்று பனிக்காற்று உள்ளே நுழைய உடல் வெடவெடத்தது. அவள் முதலில் இறங்கினாள். இருள், கடுங்குளிர். பற்கள் அடித்துக்கொண்டன. பொழுது புலரவில்லை. விடியற்காலை நான்கு அல்லது ஐந்து மணி இருக்கலாமென ஊகித்தாள். மனதில் இலேசாக அச்சம் தலைகாட்டியது. தனியாக எப்படி? அக்கா தொலைபேசியில் கூறியதுபோல அத்தான் வந்திருப்பாரா? ஒருவேளை வாகீசனும் வந்திருக்கலாமோ? இதயம் வேகமாகத் துடித்தது, பதட்டத்துடன் இருபக்கமும் அவதானித்தபடி நடந்தாள். கண்ணிவெடி புதைத்த நிலத்தில் நடப்பதுபோல இருந்தது,

"நித்திலா!" என்று அதிகம் சத்தமில்லாமல் மெதுவாக ஒரு குரல் அழைக்கத் திரும்பினாள், தமக்கையின் கணவர் நின்றிருந்தார். இவள் நெருங்கியதும், "நல்ல குளிரடிக்குது. இந்த ஜாக்கெட்டைப் போடு!" எனத் தான்போட்டிருந்த ஜாக்கெட்டைக் கழட்டினார். மறுத்தாள். அத்தானுடையதென்றாலும், அசூயையாக இருந்தது. "சரி பரவாயில்லை. கையில பாரமா இருக்கிறத்தைத் தா", எனக்கேட்டு வாங்கிக்கொண்டு நடந்தார். பத்து நிமிட தூரம் நடந்து அவர்கள் வாகனம் நிறுத்தப்பட்டிருந்த இடத்திற்கு இருவரும் வந்தார்கள். மீண்டும் அரைமணித்தியால வாகன ஓட்டம். தமக்கை கணவரின் பயணம் பற்றிய சம்பிரதாயக் கேள்விகள். அவற்றைக் காதில் வாங்காமலேயே 'ஓம்' என்றாள், அவர் எதுவும் கேட்காதபோதும் தலை ஆடியது. பிறகு உறக்கத்தில் இருந்தவளை தமக்கையின் கணவர்தான் "வீட்டை வந்திட்டம்" எனக் கூறி, எழுப்பி அழைத்து போனார். தமக்கை உறங்காமல் விழித்திருந்தாள். பத்தாண்டுகளுக்குப் பிறகு சந்திக்கிறார்கள். இருவருமே என்ன பேசுவதென்று தெரியாமல் ஒருவரையொருவர் பார்த்தவண்ணம் சில நொடிகள் நின்றார்கள். சகோதரிகள் இருவரும் கண்களில் நீர் தளும்ப கட்டிப் பிடித்துக்கொண்டார்கள்.

○

21

பாரீஸ், பிரான்சு: 2010 நவம்பர் 13, சனிக்கிழமை

'ணங்.' பாத்திரமொன்று சுவரில் மோதி கீழே விழுந்து உருண்டோடும் சத்தம், தொடர்ந்து தடித்த மனிதக்குரல்கள். குரலுக்குரியவர்கள் யாரென விளங்கிற்று, குரல்கள் உரத்தும் கேட்டன. அக்குரலுக்குரிய சொற்களை அரைகுறையாகத்தான் காதில் வாங்க முடிந்தது. பாதிக்கண் மூடியவளாக சில நொடிகள் அமைதியாகக் கட்டிலிற் கிடந்தாள். பயண அலுப்பு வலிகளும் பாரமுமாக உடல் முழுதும் தேங்கிக்கிடந்தன. கண்களைத் திறக்க வெகுவாகச் சிரமப்பட்டாள். இமை மயிர்கள் ஒட்டிக்கிடந்தன. புறங்கை கொண்டும், விரல்முட்டி கொண்டும் இரு கண்களையும் ஒன்றுமாற்றி ஒன்றென அழுந்தத் துடைத்துத் திறந்தாள். அறையில் இருள் நூலாம்படைபோலப் படர்ந்திருந்தது. கட்டிலில் சிலந்திபோலக் கிடந்தாள். திடீரென்று முகத்தில் வெக்கை தாக்கியது. கம்பளிப்போர்வையை விலக்கிவிட்டு கட்டிலில் எழுந்து உட்கார்ந்தாள். அவிழ்ந்திருந்த கேசத்தை முடிந்து கொண்டை போட்டுக்கொண்டாள் கட்டிலைவிட்டு அரை இருட்டில் தடுமாறியவாறு நடந்தாள். மின்விசை பொத்தான் கதவின் பக்கத்தில் இருந்தது நினைவுக்கு வந்தது. மெல்ல ஒருவழியாகக் தட்டுத் தடுமாறி கண்டுபிடித்துப் போட்டாள். அறை முழுக்க புதுவெள்ளம்போல மின்சார வெளிச்சம். சுவர்க் கடிகாரம் மாலை ஆறுமணியைக் காட்டியது. யன்னலைத் திறந்து பார்க்கலாம் என்று தோன்ற, வேகமாக நடந்து சன்னலை அடைந்தாள். சுருள்

கதவைத் திறக்கும் முறை குறித்து காலையில் தமக்கை அறையில் கொண்டுவந்து இவளை விட்டபோது பாடம் படித்திருந்தாள். அதுபோலவே கைப்பிடியை அதன் பிடியிலிருந்து எடுத்து ஒருகையால் பிடித்துக்கொண்டு மறுகையால் சுழற்ற சுருள் கதவு பரபரவென்று சத்தமிட்டுக்கொண்டு மேலேறும் அழகை ரசித்தாள். சன்னற்கதவுகள் கண்ணாடியிட்ட கதவுகள். ஒரு பக்கக் கதவு திறக்கக்கூடியதாக இருந்தது. கதவிலிருந்த கைப்பிடியை வலப்பக்கமாக ஓர் அரைச்சுற்றுச் சுழற்றி திறந்த மறுகணம் குளிர்காற்று முகத்தில் அறைந்தது. வெளியில் மழைத்தூறலும் பனித்தூவல்களுமாக இருந்தன. காற்றும் வீசியது. உள்ளேயும் ஒன்று இரண்டென ஆரம்பித்து பனித் துளிகள் கோலப்புள்ளிகள்போல சன்னல் தடுப்புகளிலும் அறையின் தரை விரிப்பில் விழுவதும், விழுந்த மறு கணம் நீர்த் துளிகளாக உருமாறுவதும் வேடிக்கையாக இருந்தது. இரண்டொரு துளிகளை கைகளில் வாங்கினாள். தலையைச் சன்னலுக்கு மறுபக்கம் கொடுத்து வானத்தைப் பார்த்தாள். கேசத்தை அள்ளி முடிந்திருந்ததால் பிடரியில் பனித்துளிகள் விழும் நொடிகள்தோறும் எதிர்விசைபோல முதுகுத்தண்டிலும், அடிவயிற்றிலும் சிலிர்ப்பை உணர்ந்தாள். மறுகணம் கழுத்தை உட்பக்கம் இழுத்துக்கொண்டு தாளிட்டாள். தலைமுடி மழைத்தூறல் விழுந்ததுபோல நனைந்திருந்தது. இரண்டுமுறை தும்மினாள்.

காலையில் தமக்கையிடமும் அத்தானிடம் பேசிவிட்டு மேலே இவளுக்கென்று அவர்கள் ஒதுக்கியிருந்த அறையில் கண்ணயர்ந்தபோது ஏழுமணி. இரவு முழுக்க உறங்காமல் பயணம் செய்ததால் நித்திரை உடனடியாக வந்திருந்தது. கிட்டத்தட்ட பன்னிரண்டு மணி நேரம் உறங்கியிருக்கிறாள், வியப்பாக இருந்தது. அவள் வாழ்நாளில் இப்படியொரு உறக்கத்தில் நினைவு தெரிந்து விழுந்தவளல்ல. வாய் புளித்தது. அக்காளிடம் தேத்தண்ணி கேட்டுக் குடிக்கவேண்டுமென நினைத்தாள். பசியும் எடுத்தது. காலையில் பிரெஞ்சு பாணென்று தமக்கை கொடுத்தாள். வாய்க்கு உறைப்பாக வேணும். தமக்கை என்னெண்டாலும் சமைக்கட்டும் என நினைத்தாள். போன ஒரு கிழமையா காஞ்ச பாணைத் தின்று நாக்கும் செத்து, வயிறும் ஒட்டிக்கிடக்குது. தமக்கையின் கைப்பக்குவத்தில் உண்டும் கனகாலம் ஆகின்றது. தொடர்ச்சியாக வாகீசனைப்பற்றிய நினைவு. பாரீஸ் வந்திறங்கிய போது தமக்கையின் கணவரோடு அவனையும் எதிர்பார்த்தாள். அவன் வராதது பெரிய ஏமாற்றமில்லை என்கிறபோதும், அடிமனதில் குறையாக இருந்தது. கண்ணுக்குப் புலப்படாத சிராய்ப்புபோல எரிச்சல் தந்தது, தனது அன்னிய பூமி

உயிர்வாழ்க்கைபற்றிய துர்ச்சகுனம்போல அவனற்ற வெறுமை முதன்முதலாக உறைத்தது. ஒருவேளை மாலை தவறினால் இரவுக்குள் எப்படியும் வரலாம் என்ற நம்பிக்கை பிறக்க, மெல்ல முறுவலித்துக்கொண்டாள். நெஞ்சில் சந்தோஷம் பரவ ஓடிச்சென்று கண்ணாடி முன் நின்றாள். தனது அலங்கோலத்தைப் பார்க்கக் கோபம் வந்தது. கண்களைப் பெரிதாய்த் திறந்து, வாய்க்குள் விரலை வைத்து அகட்டி, நாவைத் தொங்கவிட்டு 'வ்வே' என்று பழிப்புக்காட்டினாள். "இவ்வளவு நேரமும் விசரி போலை அறிவில்லாமல் நித்திரை கொண்டிருக்கிறேன். ச்சே!" என்று தன்னைத்தானே நொந்துகொண்டு, அறைக்குள் இருந்து கீழே இறங்கியபோது மீண்டும் குரல்கள் கேட்டன:

"என்னைச் சாக்காட்டிப்போட்டு நீங்கள் என்னெண்டாலும் செய்யுங்கோ. நான் உயிரோடிருக்கும்வரையும் இது நடக்காது."

"நீ மாட்டனெண்டா என்ன மாதிரி? மலடியோடை இன்னும் குடும்பம் நடத்துவனெண்டு நினைக்கிறியே?"

"என்னை மலடி எண்டு சொல்லுறனீர், எப்பவெண்டாலும் உம்மடை உடம்பைக் கொண்டுபோய்க் காட்டிப்பாத்தனீரே? காட்டிப்பாரும் உண்மை என்னெண்டு தெரியும்!"

'பளார்!' என்று கன்னத்தில் அறையும் சத்தம். தொடர்ந்து பாத்திரங்களை எறிவதும், விளங்கிக்கொள்ள முடியாத கூச்சலும்.

"பெட்ட நாயே! திருப்பியே கதைக்கிறாய்! வரவர உனக்கு வாய் நீண்டு போச்சு. உனக்கு எங்கையிருந்தடி இந்தத் துணிச்சல் வந்தது. வீணாய் என்ரை ஆத்திரத்தைக் கிளப்பாதை. அவ்வளவு தான். நீ என்ன செய்வியோ ஏது செய்வியோ எனக்குத் தெரியாது. உன்ரை தங்கச்சியை ஓமெண்டப் பண்ணிறது உன்ரை பொறுப்பு. தட்டிக்கழிச்சியெண்டா நடக்கிறதே வேறை. உன்னை நாய் மாதிரி இழுத்துக்கொண்டு போய் றோட்டிலை போட்டு மிதிப்பன்."

தொடர்ந்து கதவை இழுத்து மூடிக்கொண்டு, கால்களை தொம் தொம்மென்று வைத்து தமக்கையின் கணவன் கடந்து செல்வது கேட்கிறது. இரண்டொரு நிமிடங்கள் இவள் அமைதியாக நின்றாள். அறைக்குள் கேட்ட குரல்கள் தமக்கைக்கும், தமக்கையின் கணவனுக்கும் சொந்தமானவை, அண்டை வீட்டிலிருந்து வந்ததல்ல என்ற உண்மை அச்சத்தையும் சஞ்சலத்தையும் ஏற்படுத்தியது. தலை சுற்றுவதுபோலிருந்தது, கால்கள் சோர படிகளில் உட்கார்ந்துவிட்டாள். அவள் மயக்கம் தெளிந்தபோது கூடுதலாக இருட்டியிருந்தது. கதவைத் திறந்துகொண்டு வரவேற்புக் கூடத்தில் கால் வைத்தாள். உட்காரும் இருக்கைகளும், சாப்பிடும்

மேசையும் நாற்காலிகளும், கண்ணாடிக் கதவுகளைக்கொண்ட காட்சிப்பிழையும், தொலைக்காட்சித் திரையும், பிறவும் உறைந்ததுபோல மௌனம் சாதித்தன. எங்கும் வெறுமை. அமானுஷ்யமான காடொன்றில் இருப்பதைப் போன்றிருந்தது, தரையில் விரித்திருந்த இரத்தினக் கம்பளத்தில் கால்வைத்தபோது, ஊரில் துப்பாக்கியைக் கைகளில் பிடித்தபடி ஒற்றை வரிசையில் கால்களை அழுந்தப் பதிக்காமல், காயல்களில் நடந்தது நினைவுக்கு வந்தது. தமக்கை எங்கே என்று தேடினாள். கழிவறைக் கதவின் அடியில் கசிந்த மின்சாரவிளக்கின் ஒளியைப் பார்க்க உள்ளே இருப்பதுபோலவிருந்தது. மீண்டும் வரவேற்பறைக்குத் திரும்பிக் காத்திருந்தாள். நேரம்போனதே தவிர கழிவறையிலிருந்து அவள் வெளியே வரவில்லை. வேகமாய் எழுந்து சென்று கழிவறைக்கதவைத் தட்டினாள், திறந்துகொண்டது. உள்ளே எவருமில்லை. விளக்கை அணைத்துவிட்டு கதவை இழுத்து மூடினாள். கீழே இருந்த மற்றொரு அறையின் கதவைத் தட்டினாள். திறந்தாள், அவள் இல்லை. குசினிமட்டும் மிச்சமிருந்தது. பதற்றத்துடன் ஓடினாள். கதவு தாழ்ப்பாளிட்டிருந்தது. கதவைப் படபடவென்று தட்டினாள். "அக்கா, கதவைத் திறவுங்கோ!" எனக்கூவினாள். கதவு திறந்தது. கண்களைக் துடைத்துக்கொண்டு தமக்கை நின்றாள் வெகுநேரம் அழுதிருக்க வேண்டும். கண்களும், மூக்கும் சிவந்திருந்தன. கன்னங்களில் ஈரக்கறை மினுங்கலாக ஒட்டியிருந்தது.

"என்ன நடக்குது? உங்கள் ரெண்டு பேருக்கும் என்ன பிரச்சினை?"

தமக்கை நித்திலாவின் முதுகிற் கைகொடுத்து, அவளைத் தன்னோடு இறுக அணைத்தாள். தங்கை என்பதை மறந்தவளாய் அவள் மார்பில் தலைவைத்து சிறுகுழந்தைபோல தேம்பி அழுதாள். அழுது முடிக்கட்டுமென தங்கையும் பொறுமையாக இருந்தாள். தன்னிடத்தில் தமக்கை புதிய பொறுப்பை ஒப்படைத்திருப்பது போல இருந்தது. தலையை உயர்த்திய தமக்கை, கண்களைத் துடைத்துக்கொண்டு. தங்கையின் கண்களை வெறித்துப் பார்த்தாள்:

"நித்திலா! நீதான் பார்க்கிறியே? ஊரிலை இருந்ததுபோலையே இருக்கிறன். வீடு, கார், நகை எண்டு அத்தான் நிறைய சம்பாதிச்சிருக்கிறார். உடம்புக்குச் சீலையும், வயிற்றுக்குச் சோறும் கிடைக்குது. இதுக்கு மேலை என்ன வேணும். புருசன் பெண்டாட்டியெண்டு இருந்தால் சண்டைச் சச்சரவுகள் இருக்குந்தானே. நீ ஒண்டையும் காணாதமாதிரி இருந்தால் ஒரு

பிரச்சினையுமில்லை. நான் சமாளிப்பன். நல்லபடியாய் உன்னை ஒருத்தன்ரை கையிலை பிடிச்சுக் குடுக்கவேணும். அது மட்டும் எங்கடை குடும்பத்து பிரச்சினையைக் காணாததுபோலை இரு! மிச்சத்தை நான் பார்த்துக்கொள்ளுறன்."

"அக்கா! இதென்ன, என்ரை பிரச்சினை உன்ரை பிரச்சினை யெண்டு பிரிச்சுக் கதைக்கிறாய். இஞ்சை நடக்கிறதைப் பாத்தா ஏனடா வந்தனெண்டு கிடக்கு."

"அப்பிடிச் சொல்லாதை! அங்கை நீ இருந்த நிலைமைக்கு, எங்களுக்கு உன்னையும் என்னையும் விட்டா ஆர் இருக்கினம்? நீ வந்ததிலையிருந்து எனக்குத் தைரியமாய் இருக்குது. என்ரை கஷ்டங்களிலையிருந்து விடுதலை கிடைச்சிடுமெண்டு ஒரு நம்பிக்கை வந்திருக்குது. இனிமேல் நான் தனி ஆளில்லை எண்டு அந்த மனிசனுக்குத் தெரியும். மனிசன் இனி அடங்கிடும்." தங்கையின் கண்களில் வழிந்த நீரைத் துடைத்தாள். தொடர்ந்து "காலமை நீ ஒண்டும் வடிவாச் சாப்பிடேல்லை. ரெண்டு தரம் மேலை வந்து கதவைத் தட்டினனான். நீ நல்ல நித்திரைபோலை. நானும் இன்னும் சாப்பிடேல்லை. எனக்கும் சரியான பசி!" எனக் கூறியவளாய், தங்கையைக் கைகளைப் பிடித்து சாப்பாடு மேசையின் நாற்காலியில் உட்கார வைத்தாள். சோறு, ஆட்டிறைச்சிக் குழம்பு, இறால் பொரியல் என்று மேசையில் மணத்தது. தங்கை கோப்பைத் தட்டுகளைக் கழுவி வைத்தாள். குவளையில் குழாய்த் தண்ணீரை பிடிக்கப்போன தங்கையிடம், குடிக்க போத்தல் தண்ணீர் இருக்கிறது. அது வேண்டாம் என்றாள். தங்கைக்குத் தமக்கையும், தமக்கைக்குத் தங்கையும் பரிமாறினார்கள். இருவர் கவனமும் சோற்றில் பாதியும் அடுத்தவர் முகத்தில் பாதியுமாக இருந்தது. "அக்கா! நீ சரியாய் மெலிஞ்சுபோனாய், அப்ப பாத்தமாதிரி இல்லை!" என்றாள் தங்கை. "என்னைக் கேக்கிறது இருக்கட்டும், நீ மாத்திரம் என்ன, கொழுத்தா இருக்கிறாய்!" என்றாள் பதிலுக்குத் தமக்கை. புரையேறியபோது இருவர் கைகளும் நீண்டன. குழம்பில் அவள் எதிர்பார்த்ததுபோலவே நல்ல உறைப்பு. மூக்கொழுக புறங்கையால் துடைத்துக்கொண்டு சாப்பிட்டார்கள். நித்திலாவிற்கு வாகீசனைப்பற்றிக் கேட்கலாம் என்று தோன்றியது.

"அக்கா!"

"ஓம். . . என்ன!"

"உன்னட்டை ஒண்டு கேக்கவேணும்? பிழையா நினைக்க மாட்டியே?"

“நீ என்ன கேக்கப்போறாய் எண்டு தெரியும்.”

“வாகீசன் போன் பண்ணினவரே? வாறன் எண்டு சொன்னவரே?”

“ஏன்?”

“என்னக்கா நீ! எனக்கு இந்த வாகீசனை யாரெண்டு தெரியுமே? நீதானே அவரைப்பற்றி எழுதினனி, அவற்ரை போட்டோவையும் நீதான் அனுப்பினனி. இண்டைக்கு வரையும் நானாய் ஏதாலும் அவரைப்பற்றிக் கேட்டனானே? குழந்தைப்பிள்ளைக்கு அம்புலி மாமா காட்டுறது மாதிரியெல்லோ கிடக்கு உங்கடை கதை?”

தமக்கை சில நொடிகள் மௌனமாக இருந்தாள். கையில் பிடித்திருந்த சோற்றுருண்டை அவள் வாய்க்கும் போகாமல் தட்டிலும் விழாமல் கையிற் காத்திருந்தது.

“கோப்பையிலை போட்ட சோறு அப்பிடியே கிடக்கு. நல்லாய்க் குழம்பை விட்டு குழைச்சுச் சாப்பிடு. இறாலையும் தொடாமல் வச்சிருக்கிறாய். அவருக்கும் தேவையானதை எடுத்து வச்சிருக்கிறன். அதாலை இதெல்லாத்தையும் நாங்க ரெண்டு பேருந்தான் முடிக்கவேணும் விளங்கிச்சே?” பொய்யாய்க் கோபம் காட்டினாள்.

“விளங்குது விளங்குது நீ கதையை மாத்தாதை. வாகீசன் வருவாரா மாட்டாரா? எனக்கு டிரெக்டான மறுமொழி வேணும்.”

“அவன் வரத்தான் வேணும்! ஆனா ஏன் வரேல்லை எண்டு எனக்குத் தெரியாது.”

அதன் பிறகு தமக்கையும் தங்கையும் வாய் திறக்கவில்லை. தமக்கை பாத்திரங்களை எடுத்துத் தண்ணீர்த் தொட்டியில் போட்டுக் கழுவினாள்; தங்கை மேசையைச் சுத்தம் செய்தாள்; தங்கை முன்பாக, தமக்கை ஐஸ்க்ரீம் ஒன்றை எடுத்துவைத்தாள்; அவள் அதைத் தொடாமல் தள்ளிவைத்தாள். சீப்பை எடுத்துவா தலை பின்னுகிறேன் என தமக்கை கூறியபோது, நான் ஒன்றும் குழந்தை இல்லை, எனக்குத் தலைவாரத்தெரியுமென்று வீராப்புடன் எழுந்த நித்திலா வரவேற்பறை சோபாவில் சென்று அமர்ந்தாள். தமக்கை அவள் அருகிற் சென்று, தங்கையை அணைத்து மடியில் படுக்கவைத்தாள். தமக்கை தொலைக்காட்சித் தொடர்கள் பார்த்துக்கொண்டிருக்க இவள் விழிக்கதவுகள் தெருக்கதவைப் பார்த்தபடி விரியத் திறந்துகிடந்தன. தொலைபேசியின்மீதும் கவனம் சென்றது. எப்போது உறங்கினாள் என்று தெரியாது.

இரவு பதினோரு மணிக்கு அழைப்பு மணி அலறியது, சோபாவில் இவள் தலைக்குத் தலையணையைக் கொடுத்து அக்காள் படுக்க வைத்திருந்தாள். அவள் கைகளை மேசைமீது மடித்து பாதி உடம்பையும் கிடத்தி நித்திரையிலிருந்தாள். உறக்கத்திலிருந்த தமக்கையைத் தொந்தரவு செய்யக்கூடாதென்று எண்ணியவளாகக் கதவைத் திறந்தாள். தமக்கையின் கணவர் நல்ல குடியிலிருந்தார். கதவு திறந்ததும், தள்ளாடியபடி இவள் மேலே விழுந்தார். அவரைச் சுமக்காத குறையாக இழுத்துவந்து மேசையில்போட்டாள்.

சந்தடி கேட்டு, தமக்கை விழித்துக்கொண்டாள்.

"நித்திலா மேலை போய்ப்படு! அந்த மனிசன் இனி இரா முழுக்க சோபாவிலைதான் கிடக்கும். விடியக் காலமைதான் அறைக்குள்ளை வருவார். பிறகு என்னை மலடி எண்டுவார்."

தமக்கைக்குப் பதிலேதும் சொல்லாது, மாடியிலிருந்த அறைக்கு நித்திலா படுக்கச் சென்றாள்.

◯

22

பாரீஸ், பிரான்சு: 2010 நவம்பர் 15, திங்கட்கிழமை

நித்திலாவின் தமக்கை காலை ஏழுமணிக்கே இவளுடைய நித்திரையைக் கலைத்திருந்தாள். "நீயொரு குமர்ப் பிள்ளை இப்பிடியே நித்திரைகொள்ளுறது. எழும்பு! நேற்று வெள்ளென எழும்பி காலமை அலுவலுக்குப் போக வேணுமெண்டு சொன்னது ஞாபகமில்லையே? அந்த மனிசன் உன்னட்டைச் சரியான நேரத்தைச் சொல்லேல்லையெண்டு என்னோடை சண்டைக்கு வரும்" என்றாள்.

அத்தானும் முதல்நாள் கண்ட அத்தான் இல்லை. அக்காளும் முதல் நாள் கண்ட அக்கா இல்லை. இருவருமே ஒருநாளில், ஏதோ மந்திரம் மாயம் பண்ணியதுபோல மாறியிருந்தார்கள். முந்தா நாள் பூசல்களெல்லாம் அண்டைவீட்டில் நடந்ததுபோன்ற எண்ணத்தை உருவாக்கியிருந்தார்கள். சனிக்கிழமை மாலை மனைவியை அடித்ததும், இரவு குடித்துவிட்டு சுயநினைவின்றி வீடு திரும்பியதும், அவருக்கு வெட்கத்தை அளித்திருக்க வேண்டும். ஊரிலிருந்து வந்திருக்கும் மச்சாள் முன்னால், முதல் நாளன்றே தமது பிம்பத்தைச் சிதைத்துக்கொள்ள எந்த அத்தான் விரும்புவார். பிழையைத் தற்காலிகமாகமாத் திருத்திக்கொள்ள நினைத்தார். சில உபாயங்களைக் கையாளுவது நல்லதென்று அவருக்குத் தோன்றியது.

ஞாயிறுகாலை பத்துமணிக்கெல்லாம் தமிழர் கடைகள் அதிகம் இருக்கும் பகுதிக்குச் சென்றார். மரக்கறி, நண்டு, மீன் என வாங்கிவந்தார்.

கடலுணவுகளைச் சுத்தம் செய்ய முன்வந்த மனைவியைத் தடுத்து: "இண்டைக்கு மட்டும் நீ குசினிக்கை வராதை, நானே எல்லாம் சமைக்கிறன். சாப்பிட வந்தாக் காணும். உன்ரை தங்கச்சியைக் கனகாலத்திற்குப் பிறகு கண்டிருக்கிறாய், ஊரிலையிருந்து வந்திருக்கிறாள். கதைக்கிறத்துக்கு கன புதினங்கள் இருக்கும். மேலே போயிருந்து கதையுங்கோ. எல்லாம் முடிஞ்சதும் கூப்பிடிறன்" என்றார். அக்காளுக்கும் தங்கைக்கும் திடீரென்று அவரிடம் ஏற்பட்ட இந்த மாற்றம் நம்ப முடியாததாக இருந்தது. நித்திலா தமக்கை தன் கணவன் இப்படி குறைகாலமும் இருந்தாரென்றால் பிரச்சினைகளில்லை என கனவுகாண ஆரம்பித்தாள்.

பிற்பகல் திரும்பவும் நித்திலாவின் அகதி விண்ணப்பம் விஷயமாக லா ஷப்பெல்வரை போகவேண்டுமென்றார். அங்கே ஒரு தமிழர் ஓலை எழுதிக்கொடுக்கிறாராம். அந்த வேலையை முடித்துக்கொண்டதும் தமக்கைக்குப் போன் வந்தது. "தமிழ்க் கடையிலை சாமான்கள் வேண்டிட்டன், இனி ஒரு சாப்பாட்டுக் கடைக்குப் போறன். இராச் சாப்பாட்டுக்கு நீ ஒண்டும் செய்ய வேண்டாம், நான் இஞ்சை சாப்பாடு கட்டிக்கொண்டு வாறன்" என்றார். அவர் மனைவி பதிலின்றி மறுமுனையில் "ம். . ." கொட்டினாள். போனை வைத்துவிட்டு "இந்த மனிசன் எப்பவும் இப்படித்தான், இவரோடு நான் கிடந்து படுறபாடு இருக்கே, அதை என்னெண்டு சொல்ல" எனத் தங்கையிடம் புலம்பினாள். பின்னர் அதை சமாளிப்பதுபோல புன்னகைக்கவும் செய்தாள். போனில் கூறியதைப்போல அடுத்த ஒரு மணி நேரத்தில் வீட்டிற்குத் திரும்பினார். புட்டு, கொத்துரொட்டி, இறைச்சிக் குழம்பு என்று பிளாஸ்ட்டிக் பைகளிலிருந்து வாங்கி வந்தவற்றை மேசையில் பரப்பினார். பெண்கள் இருவரிடமும் 'நான் சொன்னதுபோல நடந்துகொண்டேனா இல்லையா?' என்பதுபோல ஒரு பார்வை, தொடர்ந்து:

"கமலா! நேற்று நடந்ததையெல்லாம் மறந்திடு. இனி குடியையும் விடப்போறன். நீ நம்ப மாட்டாய். அதுதான் உன்ரை தங்கச்சியையும் வச்சுக்கொண்டு இதைச் சொல்லுறன். நித்திலாவின்ரை விசாப் பிரச்சினையெல்லாம் முடிஞ்சவுடனை, நானும் சொந்தமா ஒரு தொழில் துடங்கவேணும். ஒரு ரெஸ்டாரெண்ட்டோ, தமிழ்க் கடையோ திறக்கலாமெண்டொரு யோசினை, நீ என்ன சொல்றாய்?"

தான் மாய உலகில் இருக்கிறோம் என்று நினைத்திருக்க வேண்டும், கனவு காண ஆரம்பித்தாள் நித்திலாவின் அக்காள். சில நொடிகள் என்ன பதில் கூறலாம் என யோசிப்பவள் போல இருந்தாள். பின்னர் சுயநினைவுக்கு வந்தவள்போல:

"ஒரு கிழமைக்கு முதல் பிள்ளையார் கோயிலுக்குப் போனனான். என்ரை பிரச்சினையை எங்கடை ஊர் மனிசி ஒராளோடை கதைச்சனான். வீட்டிலை கணபதிஹோமம் நடத்தினால், பிரச்சினையெல்லாம் இல்லாமற்போகும் எண்டு அவ சொன்னா. அதுக்கு 250 யூரோ செலவாகுமெண்டு சொன்னா. எங்கடை வீட்டிலை அதைச் செய்தன். நீங்கள் இப்பிடி மாறியிருக்கிறத்துக்குக் காரணம் அதின்ரை பலன்தான்" என சிலிர்ப்புடன் கூறினாள்.

நித்திலா அதைக்கேட்டு உதட்டைச் சுழித்ததை கணவன் மனைவி இருவருமே கவனித்தனர்.

"ஏன் உனக்கு இதிலை நம்பிக்கை இல்லையே?" – தமக்கை கணவர்.

"இல்லை, இப்படியொரு யாகத்தை ஊரிலை நடத்தியிருந்தால், யுத்தத்திற்கு அவசியம் வந்திருக்காதோ எண்டு நினைச்சன்."

"உனக்கு இதிலையெல்லாம் நம்பிக்கை இல்லையா?"

"இல்லை. மனிதர் வாழ்க்கையில் அமைதியை மீட்டுத்தராத சடங்குகள் முயற்சிகள் எவற்றிலும் நம்பிக்கையில்லை."

"ஏனப்பா, அவளை விடுங்கோ, என்னைக் கேளுங்கோ. அவளுக்கும் நாளைக்கு புருஷன், பிள்ளைகள், குடும்பமெண்டு வந்தா, தன்னாலை நம்பிக்கை வரும். சொன்ன விஷயத்துக்கு வாங்கோ. உங்கடை விருப்பப்படியே செய்யங்கோ", கணவரிடம் மாற்றத்தைக் கண்ட சந்தோஷத்தில், தமக்கைக்கு அதற்குமேல் சொல்ல வார்த்தைகள் இல்லை. அவளுக்குக் கிடைத்திருந்த இப்புதிய சந்தோஷத்தை விரட்டும் மனநிலை இல்லை. இரவு விடிய விடியப் பேச்சிருந்தது. நித்திலாவிற்கு வாகீசன் பற்றிய கேள்விகள் இருந்தன. குடும்பத்தின் மகிழ்ச்சிச் சூழலை இவள் கேள்விகள் கெடுத்துவிடுமோ? என பயந்து அவற்றைத் தள்ளி வைத்தாள், அவற்றுக்கான நேரம் வருமென்ற நம்பிக்கை இருந்தது.

தன்னை எழுப்ப வந்த தமக்கை கதவடியில் இன்னமும் காத்திருக்கிறாள் என்பதை உணர்ந்த மாத்திரத்தில் நேற்றைய நினைவுகளிலிருந்து வெளியில் வந்தாள். தமக்கையிடம்:

"அக்கா இப்ப எத்தினை மணி? இன்னும் ஏழரைகூடி ஆகேல்லை. அத்தான் 10 மணிக்கு வெளிக்கிட்டாக் காணும் எண்டுதானே சொன்னவர். நீ ஏன் விடியக்காத்தாலை என்னை இந்தப்பாடு படுத்துறாய். நான் வெளிக்கிட கன நேரம் எடுக்காது. நீ கீழை போ! நான் இறங்கி வாறன். ஒரு மணித்தியாலத்திலை

வெளிக்கிட்டிடுவன்" – வார்த்தைகள் துண்டு துண்டாய் வெட்டப் பட்டதுபோல வந்து விழுந்தன.

உறுதி அளித்ததுபோலவே, பல் துலக்கிக் குளித்து, தலை சீவி, சின்னதாய் ஒரு பொட்டையும் வைத்து. தமக்கையின் முழங்காலைத் தொடும் பாவாடையையும், முழுக்கைச் சட்டையையும், ஸ்வெட்டரையும், ஓவர் கோட்டையும் உரிமையுடன் அணிந்தவளாய் கீழே இறங்கினாள்.

தமக்கையிடம் சொல்லிக்கொண்டு தமக்கையின் கணவரும் இவளுமாக வெளியில் வந்தார்கள். பனிப்பொழிவு நின்றிருந்தது. நீல வானத்தைப் பார்க்க முடிந்தது. வெயில் சுளீர் என்று அடித்தாலும், உடலை நடுங்கச்செய்வதுபோலக் குளிர்காற்று இருந்தது. சாலையில் பாதி நடைமேடையில் பாதியென வாகனங்கள் நிறுத்தியிருந்தன. வாகனங்கள் அனைத்தையும் பனி மூடியிருந்தது. அடையாளம் காண்பதில் சிரமங்கள் இருந்தன. இவள் சாலை ஓரத்தில் குளிரில் நடுங்கிக்கொண்டிருக்க, அவர் ஒவ்வொரு வாகனமாக பார்த்துக்கொண்டு முன்னேறினார். சில அடிகள் எடுத்துவைத்த பிறகு தனது வாகனத்தை கண்டு பிடித்துவிட்டதன் அடையாளமாகக் கையை அசைத்தார். இவள் அவரை நோக்கிச் செல்லவும், காரின் டிக்கியைத் திறந்து ஒரு கத்திவடிவ ஸ்க்ராப்பரைக்கொண்டு, காரின் முன் கண்ணாடியில் படிந்தும், உறைந்துமிருந்த பனியை அகற்றுவதில் மும்முரமானார். கதவைத் திறந்து இவளை ஓட்டுனர் இருக்கைக்குப் பக்கத்தில் அமரச் செய்தார். அவரும் அமர்ந்தார். எஞ்சினைக் கிளப்பி சிறிதுநேரம் ஓடவிட்டார். வாகனத்தின் உள்ளே கடுமையான குளிர். சிறிது நேர ஓட்டத்திற்குப் பிறகு போதிய வெப்பம் கிடைத்துவிடுமென்று அவளுக்குத் தைரியம் கூறினார்.

"கன தூரமே?" எனக் கேட்டாள்.

"எது?"

"நாங்கள் போற ஓஃபீஸ்."

"ம். . . அரைமணித்தியாலம் எண்டாலும் எடுக்கும், முப்பது கிலொமீட்டர் போகவேணும். நோமலாய் எண்டா அரைமணித் தியாலம் காணும். இப்பிடி சரியா ஸினோ விழுற நேரத்திலை பத்து இருவது நிமிசம் கூடத்தான் எடுக்கும்."

" நாங்கள் போற நேரம் ஓஃபீஸ் திறந்திருப்பினமே? நாங்கள் போக மத்தியானச் சாப்பாட்டு நேரமாயெல்லே இருக்கப்போகுது!"

"நாங்க போற ஓஃபீஸ் ஒரு மணிக்குத்தான் திறப்பாங்கள். நாங்கள் ரெண்டு மணிக்கு அங்க நிண்டமெண்டாக் காணும்."

“பேந்தேன் நீங்களும் அக்காவும் இந்தக் குதிகுதிச்சனீங்கள். கொஞ்சம் ஆறுதலா வெளிக்கிட்டிருக்கலாமே?”

“இல்லை அதுக்கு முதல் லாச்சப்பல் போவம். உன்னோடையும் கொஞ்சம் கதைக்கவேணும். அவளை வச்சுக்கொண்டு இதெல்லாம் கதைக்கேலாது.”

அவள் பதில் சொல்லவில்லை. மனம் என்னென்னவோ நினைத்தது. தமக்கையை வைத்துப் பேசக்கூடாதென்றால், அதற்கு என்ன அர்த்தம்? இந்த மனிதர் என்ன பேசப்போகிறார். முதல்நாள் இவரும் அக்காவும் சண்டையிட்டுக்கொண்டதற்கும் பூடகமான இந்த வார்த்தைக்கும் சம்பந்தமிருக்குமோ? ஒருவேளை வாகீசன் சம்பந்தப்பட்ட விஷயங்கள் ஏதாவது?

“என்ன யோசினை? அக்காவுக்குத் தெரியாமல் அப்பிடி என்ன சொல்லப்போறன் எண்டுதானே நினைக்கிறாய்? அரைமணித்தியாலம் பொறு. எல்லாம் தெரிஞ்சிடும்.”

லா ஷப்பலில் தமிழ் உணவகங்கள் நிறைய இருந்தன. மத்யூஸ் அவற்றைத் தவிர்த்துவிட்டு ஒரு பிரெஞ்சு பாருக்குள் நுழைந்தார். காலை பதினொரு மணி என்பதால் மேசைகள் காலியாக இருந்தன. பாரில், டெஸ்க்குக்கு முன்னால் நல்ல உயரமான ஸ்டூலில் வயிறு தள்ளிய வெள்ளைக்காரர் ஒருவர் உட்கார்ந்திருந்தார். வெள்ளைச் சட்டை போட்டிருந்த நடுத்தரவயது பார்மென், கண்ணாடிக் குவளையில் அளவாக மதுவை ஊற்றி எதிரிலிருந்த மனிதர் முன்வைத்துவிட்டு, இவர்களைப் பார்த்தார். அங்கிருந்த படியே முறுவல் செய்து ‘போன்ஜூர்!’ என்றார். உள்ளே யாரும் புகைபிடிப்பதுபோலத் தெரியவில்லை. ஆனாலும் நித்திலா சிகரெட் புகையும், மதுவாசமும் அங்கு நிரம்பியிருப்பதைப்போல உணர்ந்தாள். அவளுக்கு அசௌகரியமாக இருந்தது. உட்காரத் தயங்கினாள். அவள் எண்ண ஓட்டத்தை புரிந்துகொண்டவர்போல தமக்கையின் கணவர்:

“கொஞ்ச நேரம்தான் போயிடலாம். சாப்பிடுறத்துக்கு தமிழ் ரெஸ்ரோறன்றுகள் இருக்கு.”

“ஒண்டும் வேண்டாம். அலுவல் முடிஞ்சவுடனை வீட்டை போவம். அக்கா தனிய இருப்பா. அவவோடை வீட்டை சாப்பிடுவம்.”

“வீட்டை திரும்பிப் போக மூண்டு நாலு மணியாப் போடும். அவ்வளவு நேரமும் சாப்பிடாமல் இருக்கப் போறியே?”

“ரெண்டு மூன்று மணித்தியாலம் சாப்பிடாட்டிச் சாக மாட்டேன். நீங்க வேணுமெண்டால் சாப்பிடுங்கோ, என்னை ஃபோர்ஸ் பண்ண வேணாம்.”

“சரி, சாப்பிடப்போகேக்கை அதைப்பத்திக் கதைப்பம். ரெண்டு கோப்பிக்கு மாத்திரம் சொல்லுறன். இங்க சும்மா இருந்து நாங்கள் கதைக்கேலாது”, எனக் கூறிவிட்டு, பாரில் இருந்த மனிதரிடம் இரண்டு விரல்களை உயர்த்தி, “*Deux Café, S’il vous plaît!!*”, என்றார்.

“நித்திலா! எனக்கு எப்பிடி எங்கை தொடங்கிறதெண்டு தெரியேல்லை. . .” அவர் கவனம் நித்திலா அணிந்திருந்த ஓவர்கோட்டின் மீது சென்றது. “கோட்டைக் கழட்டு, அதை என்னைப்போல கதிரைக்குப் பின்னாலை கொழுவு. கொஞ்சம் வசதியா இரு.” நித்திலா தனது ஓவர்கோட்டைக் கழற்றி அவர் கூறியதுபோல செய்து முடித்து உட்கார்ந்ததும், தொடர்ந்தார். “இப்ப கொஞ்சக் காலமாய் வீட்டிலை ஒரே பிரச்சினை. நிம்மதியே இல்லை. உன்ரை அக்கா மாதிரி ஒராள் மனிசியாய்க் கிடைக்கிறத்துக்கு நான் குடுத்து வச்சிருக்க வேணும். அவளை நான் கஷ்டப்படுத்தி இருக்கிறன். ஆனா எனக்கு அவளிலை சரியான விருப்பம். நீங்க நினைக்கிறமாதிரி நான் கெட்டவனில்லை. பத்துவருசமா அவளுக்காண்டியும் குடும்பத்துக்காண்டியும் ஓடியோடி உழைச்சிருக்கிறன். தன்னாலை ஒரு குழந்தையைப் பெற்றுத் தர முடியேல்லை எண்டு அக்காவுக்குச் சரியான கவலை. அவளின்ரை உடம்பும் வரவர மோசமாய்ப் போய்க் கொண்டிருக்கு. நீயுந்தானே பாக்கிறாய். நான் எல்லா வைத்தியமும் செய்து பாத்தாச்சு. ஒரு முன்னேற்றமுமில்லை. கொஞ்ச நாளாய் என்னை வேறை ஆரையெண்டாலும் கலியாணம் கட்டச் சொல்லி ஒரே ஆக்கினை. எனக்கும் ஒரு பிள்ளை இல்லையெண்டிறது கவலைதான். அதுக்காண்டி உன்ரை அக்காவின்ரை இடத்துக்கு இன்னொருத்தியைக் கொண்டு வரேலுமே? என்னவோ நடக்கிறது நடக்கட்டும் எண்டு நானிருக்கிறன். ஆனா அக்காதான் பிடிச்ச பிடியிலை நிக்கிறா. இப்பிடி இருக்கேக்கை நான் ஒரு கனவு கண்டன். அதை எப்பிடிச் சொல்லுறதெண்டு தெரியேல்லை. எண்டாலும் சொல்லத்தான் வேணும். ஆனா நான் கதைக்கிற இந்த விசயத்தை அக்காவிட்டைச் சொல்ல மாட்டன் எண்டு எனக்குச் சத்தியம் பண்ணோணும்.”

“அக்காவுக்குத் தெரியக்கூடாதபடிக்கு, அப்பிடி என்ன கனவு?”

“ஒரு கடற்கரையோரத்தாலை நடந்துகொண்டிருக்கிறன். ஒரு புல்வெளி, நாலைஞ்சு தென்னை மரம். அந்த வெள்ளை மணலிலை கொஞ்ச நேரம் ரெஸ்ட் எடுக்கவேணும் போலக் கிடக்கு. தோளிலை கிடந்த துண்டை எடுத்து மணலில விரிச்சு சரியப் போறன். அந்த நேரம் பார்த்து ஒரு பெரிய பால் சுறா, ஒரு நீர்மூழ்கிக்கப்பல் மாதிரி தண்ணிக்குள்ளை இருந்து படாரெண்டு வெளிலை வருகுது. நான் பயத்திலை எழும்பி இருக்கிறன். அது என்னட்டைத்தான் நேரை வருகுது. தன்ரை செட்டையாலை தள்ளித் தள்ளி மெல்லமா வருகுது. ஆரெண்டாலென்ன பகத்திலை இல்லையோ எண்டு அங்காலையும் இங்காலையும் திரும்பித் திரும்பிப் பாக்கிறன். நீ வாறாய். கையைப் பிடிச்சு என்னை எழும்பச் சொல்லுறாய். உங்களுக்கு இனி ஒரு பிரச்சினையும் வராது, எல்லாத்துக்கும் நானிருக்கிறன் எண்டு சொல்லுறாய். திரும்பிப் பாக்கிறன். மீனைப் பாத்தா அது எங்களுக்குப் பக்கத்திலை நிக்குது. அய்யோ இனி ஒரு செக்கன்கூட இஞ்சை நிக்கேலாது வாங்கோ போவம் எண்டு என்ரை கையைப் பிடிச்சு இழுக்கிறாய். மணலுக்குள்ளை கால் புதையப் புதைய ரெண்டு பேரும் மூச்சிரைக்க ஓடுறம். அடிவானத்தில சூரியன் தெரியுது. அந்தப் பக்கமாய் ஓடுறம். பிறகு அப்பிடியே முழிச்சிட்டன்.”

“பகற்கனவா? உங்களுக்கு வெறியில்லைத்தானே, ஒழுங்காத் தானே இருக்கிறீங்கள்.”

“வாயை ஊதிக்காட்டட்டா? நேற்றுத் துவக்கம் நான் குடிக்கிறேல்லை.”

தலையை உயர்த்தி, தமக்கையின் கணவரின் கண்களை சில நொடிகள் நேரிட்டுப் பார்த்தாள். அக்கண்களில் பொய்யிருந்தது. மைத்துனியின் பார்வை சுட்டு இருக்கவேண்டும். யுத்தக்களத்தில் தீயில் வெந்த ஜீப்புகளில் கருகிப்போன உடல்களைப் பார்க்கும் கணத்தில் முகத்தைத் திருப்பிக்கொள்வதுண்டு. அப்படி நினைத்து முகத்தைத் திருப்பிக்கொண்டாள்.

“கபே”, என்ற குரல் கேட்டுக் கவனம் திரும்பியது. பார்மேன் இரண்டு கப் காப்பியை மேசைமீது வைத்துவிட்டுத் திரும்பி நடந்துகொண்டிருந்தார். எதிரிலிருந்த நபரை நிமிர்ந்து பார்க்கும் உத்தேசமில்லாதவள்போல, கண்களைத் துடைத்துக் கொண்டு சாசரிலிருந்த தனது கப்பை எடுத்தாள். காப்பியை உறிஞ்சும்போது இவர் ஆபத்தான ஆசாமி என்று மனம் எச்சரித்தது. ராஜபக்ஷேக்கள் தமிழரிலும் உண்டென்று தெரியும். ஆனால் அவன் தமக்கையின் கணவனாக தன்னுடைய குடும்பத்திலும் இருக்கக்கூடுமென்று யோசித்துப் பார்த்ததில்லை.

தமக்கைக்காகவும் தனக்காகவும் இங்கும் ஓர் கொரில்லா யுத்தத்தை நடத்தவேண்டியிருக்குமோவென நினைத்தாள்.

"என்ன நித்திலா ஒண்டும் சொல்லேல்லை. இவ்வளவு பெரிய விசயத்தைச் சொல்லியிருக்கிறன். சும்மா இருந்தால் என்ன மாதிரி? இந்தப் பிரச்சினையிலை இருந்து வெளிலை வாறத்துக்கு நீதான் உதவி செய்யவேணும். என்ன சொல்லுறாய்?"

"அத்தான்! வெளிக்கிடுவமா? நேரம் போச்சு."

"ரெஸ்ட்ரொறன்றுக்குப் போய் ஏதாலும் சாப்பிட்டிட்டுப் போவமே?"

"இல்லை. எனக்கு ஒண்டும் வேண்டாம். நீங்க வேணுமெண்டால் சாப்பிடுங்கோ."

"வெளிக்கிடுவம். காரை எடுத்துக்கொண்டு போகக் கணக்காய் இருக்கும். அந்த பீரோவிலும் எந்த நேரமும் ஒரே சனம். எங்கடை வேலை முடிய ஒரு மணித்தியாலம் எண்டாலும் செல்லும்."

காப்பிக்குரிய பணத்தைக் கொடுத்துவிட்டு இருவரும் வெளியேறியபொழுது எதிரிலிருந்த ரெஸ்டாரெண்டில் நுழைந்தவன் வாகீசனைப்போல இருந்தான்.

❍

23

பாரீஸ், பிரான்சு: 2010 நவம்பர் 16, செவ்வாய்கிழமை

“அக்கா கொஞ்சம் இருங்கோ! உங்களோடை கதைக்க வேணும்.”

நேற்று பாரீஸிலுள்ள வல்துவாஸ் மாவட்ட ஆட்சியர் அலுவலத்தில் தனக்கு அகதி விண்ணப்பமிட போதிய ஆதாரங்கள் உள்ளதெனக் காண்பித்து பிரான்சுநாட்டில் இருப்பதற்கு ஒரு தற்காலிக அனுமதியை நித்திலா பெற்றிருந்தாள். அதற்கு முன்பாக தமக்கையின் கணவர், தெரிவித்த செய்தி அவளிடத்தில் சில ஐயங்களை விதைத்திருந்தது. அவருடைய பார்வையும், உதட்டசைப்பும், அவர் தடுமாறிய போக்கும் நித்திலாவை வெகுவாக யோசிக்க வைத்தது.

அக்காளுக்குத் திருமணம் நடந்து பத்தாண்டுகள் ஆகின்றன. மணமுடித்த மறுவருடமே கையில் பிள்ளை இருக்கவேண்டுமென எதிர்பார்க்கும் சமூகத்தில் பிள்ளையில்லாமல் இருப்பது ஒரு குறைதான். அதற்காக இனியும் குழந்தைப்பேறுக்கு வாய்ப்பில்லை என்று சொல்லமுடியுமா? அக்காளுக்கு முப்பந்தைந்து வயது, அத்தானுக்கு நாற்பதோ நாற்பத்திரண்டோ இருக்கும். இனிக் குழந்தை பிறக்காதென முடிவெடுக்கும் வயதா? அத்தானை மறுமணம் செய்துகொள்ள அக்காள் வற்புறுத்துகிறாள் என்பதில் உண்மை இருக்குமா? கனவு என்று அவர்கூறிய கட்டுக்கதையின் உள்நோக்கத்தை விளங்கிக்கொள்ள முடியாத வயதா அவளுக்கு?

அடுத்ததாக வாகீசன் என்ற பெயரும் அவனைப் பற்றிய செய்திகளும் எதற்காகத் தன்னிடத்தில் இருட்டடிப்பு செய்யப்படுகின்றன. மத்யூஸ் அத்தானைப் புரிந்துகொள்ள பத்தாண்டுகளா வேண்டும். அத்தானின் குணங்களைப்பற்றி அக்காவும் எழுதியிருக்கிறாள். இன்று தன்னையும் தொலைத்துக் கணவனுக்குத் துணைபோவது எப்படி? பத்தாண்டுகளுக்கு முன்பு கொழும்பில் இவளுடன் ஒன்றாக உண்டும், உறங்கியும், படித்தும், கதைத்தும், குழப்படி செய்தும், பள்ளி நாட்களில் ஆண்பிள்ளைகளிடம் நேருக்கு நேர் வாதிட்டுப் பழகிய தமக்கை, அத்தானின் சூதுகளுக்குத் துணைபோவாளென்பதை மனம் நம்ப மறுத்தது. திருமணத்திற்குப் பிறகு பெட்டிப்பாம்பாய் அடங்கிப்போகும் பெண்களையும் கண்டிருக்கிறாள். எனவே நம்பாமல் இருக்கவும் முடியவில்லை. இரண்டு நாட்களுக்கு முன்பு அத்தானுக்கும் தமக்கைக்கும் நடந்த உரையாடலை நினைவு கூர்ந்தாள், “என்னைச் சாக்காட்டிப்போட்டு என்னெண்டாலும் செய்யுங்கோ. நான் உயிரோடிருக்கும் வரை அதுக்கு ஒருக்காலும் சம்மதிக்கமாட்டன்” எனத்தானே அத்தானிடம் கூறினாள். மறுநாள் வீட்டில் எதுவுமே நடவாததுபோல தமக்கையும் அத்தானும் எப்படி மாற முடிந்தது. அத்தானைப் போன்ற ஆண்களுக்கு தமக்கை போன்ற பெண்களைக் கையாளுவது வெகு சுலபம் என்பது தன்னிடம் அவன் நடத்திய உரையாடலே சாட்சி.

அக்காள், அக்காள் கணவர் இருவருக்குமிடையில் ஏற்பட்டுள்ள சிக்கலுக்குத் தானே மையப்பொருள், சந்தேகமில்லை. தமக்கைக்குத் தன்னால் எந்தத் தீங்கும் ஏற்படத் தான் காரணமாகிவிடக்கூடாது. மத்யூஸ் போன்ற ஆட்டக்காரனிடம் எச்சரிக்கை தேவை. சாதுரியமாக காய் நகர்த்த வேண்டும். தமக்கைக்குச் சிறு சிராய்ப்புகூட ஏற்படக்கூடாது. அவளிடம் பேசவேண்டும். அத்தான் இல்லாத சமயமாகப் பார்த்து பேசவேண்டும். ‘நித்திலா என் தங்கை, அவளிடத்தில் எனது மனச்சுமைகளைத் தாரளமாக இறக்கிவைக்கலாம்” என்ற நம்பிக்கையை அவளிடம் விதைத்துவிட்டு பேசவேண்டும், நிதானத்துடன் செயல்பட வேண்டிய காரியம். அத்தான் போன்ற தந்திரசாலிகளை வெல்ல ஆயுதம் உதவாது, புத்தி வேண்டும். தொடர் சங்கிலியாக சிந்தனையை ஓடவிட்டு இரவை நித்திரை யின்றிக் கழித்தாள்.

அக்காவுக்குத் தங்கையின் ‘கதைக்கவேணும்’ என்ற சொல் சிறுபயத்தை ஏற்படுத்தியிருந்தது. எது நடக்கக்கூடாதெனத் தள்ளிப்போட்டு வந்தாளோ அது நடக்கப்போகிறது. “தங்கை முன் இரண்டு நாட்கள் நடிக்க நேர்ந்ததே” என்ற கவலை அவளையும்

வாட்டிக்கொண்டிருந்தது. எப்போது வேண்டுமானாலும் தான் உடைபடலாம் என்பதுதான் அவளுடைய நிலைமையும். எனவே பேசவேண்டும் என்றதும், “வா ரெண்டு பேரும் மேல போய்க் கதைப்பம். இஞ்ச வேண்டாம்” என்றாள். தமக்கையும் தங்கையும் படியேறி முதல் தளத்திற்கு வந்தார்கள். இருவரும் கட்டிலில் அமர்ந்தார்கள்.

“அக்கா! என்ரை கண்ணைப் பாத்துச் சொல்லு. என்னட்டை ஒண்டையும் மறைக்கக் கூடாது. அண்டைக்கு நீயம் அத்தானும் கதைச்சதெல்லாம் எனக்கும் கேட்டது. உன்னட்டைக் கேட்க அதொண்டும் பெரிய விசயமில்லை எண்ட மாதிரிக் கதைச்சு என்ரை வாயை மூடிப்போட்டாய். நானும் அதுக்கு மேலை தெண்டிக்கேல்லை. உன்னாலை அப்பிடிக் கன நாளைக்கு இருக்கேலாதெண்டு எனக்குத் தெரியும். நீ என்னை வெளியாள் போல நடத்திறாய். இஞ்ச எங்களுக்கு வேறை யாரும் உதவி செய்வினம் எண்டு நான் நினைக்கேல்லை. அத்தானையும் சேர்த்துத்தான் சொல்லுறன். ஒரு மனிசர் எப்பிடி எண்டிறத்தை அவையள் இவ்வளவு நாளும் எப்பிடி இருந்தவை எண்டிறத்தை வச்சுத்தான் ஒரு முடிவுக்கு வரலாம். அத்தான் எப்பிடிப்பட்டவர் எண்டிறத்தை நீதான் எனக்கு ரெலிபோனிலையும் கடிதங்களிலையும் சொல்லி இருக்கிறாய். அதுகள் எல்லாம் அந்தாளைத் தலையிலை தூக்கி வைக்கிறமாதிரி ஒண்டும் இல்லை. சொல்லு! இந்த வீட்டிலை என்ன நடக்குது? அண்டைக்கு நான் கேட்டதும், நேற்று அத்தான் சொன்னதும் உண்மையாய் இருக்கக்கூடாதெண்டு நினைக்கிறன்.”

தங்கையிடமிருந்து முகத்தை விலக்கிக்கொண்ட தமக்கை அழுதாள். விழிகளைக் காட்டிலும் தூக்கலாக இருந்த கன்ன எலும்பில் பட்டு கண்ணீர்த் துளிகள் முழங்கால் முட்டியில் பாதி அணிந்திருந்த பாவாடை விளிம்பில் பாதியென விழுந்து தெறித்தன. நித்திலா ஒரு கைக்குட்டையைக் கொண்டுவந்து அக்காளிடம் கொடுத்தாள். அவள் கண்களைத் துடைத்துக்கொள்ளட்டுமென அமைதியாக இருந்தாள்.

“அக்கா கதையுங்கோ! நான் ஏதாவது பிழையாய்ச் சொல்லிற்றனோ?”

“இல்லை” என்பதுபோல தமக்கை தலையாட்டினாள்.

“அத்தானிட்டை நீ சொன்ன ஒவ்வொண்டும் எனக்கு நல்லா ஞாபகம் இருக்கு. ஆனா முழுப்பூசணிக்காயை சோத்திலை மறைச்சமாதிரி அந்தாள் வேறையொரு கதை சொல்லுது.

அதுதான் உன்னட்டைக் கேட்டு உண்மை என்னெண்டு எனக்குத் தெரியவேணும். எதெண்டாலும் நீ என்னட்டச் சொல்லலாம் தானே?"

"இப்பிடியெல்லாம் கதைச்சு நீயும் என்னைக் கவலைப் படுத்தாத. உனக்கு இப்ப என்ன வேணும்?"

"கேக்கிற கேள்விக்கு மட்டும் பதில் சொல்லு. தொப்புள்கொடி உறவு எண்டெல்லாம் சொல்லி நான் உன்னை வெருட்டப் போறேல்லை. உன்ரை எச்சில் பாலைக் குடிச்சிருக்கிறேன். ஊரிலை தங்கச்சி கஷ்டப்பட, நான் இஞ்சை சோறு தின்னேலுமோ எண்டு முந்தியொருக்காச் சொன்னனி. ஆனால் நீ படுற பாட்டைப் பார்க்கேக்கை என்ரை நிலைமை பரவாயில்லை எண்டுதான் தெரியுது. எதிரிகளை விடவும் போலி உறவுகளோடைதான் கவனமாய் இருக்க வேணும் என்டிறதுதான் எனக்குக் கிடைச்ச பாடம். அதை உறுதிப்படுத்திற மாதிரித்தான் இங்கை எல்லாமே நடக்குது. அத்தான் நேற்றொரு விசயம் சொன்னார். அது பயப்படுத்திற விசயம். என்னை எல்லாரும் துணிச்சல்காரி எண்டு தான் சொல்லி இருக்கினம். எத்தினையோ கஷ்டமான வேலை எல்லாத்தையும் துணிஞ்சு செய்திருக்கிறன். ஆனால் அத்தான் சொன்னதைக் கேட்டதிலயிருந்து எனக்கு நித்திரை இல்லை. அதை நம்பவும் முடியேல்லை, நம்பாமல் இருக்கவும் முடியேல்லை. அதுக்காண்டி கேர் பண்ணாமலும் இருக்கேலாது. அத்தான் நினைக்கிறதுகள் சரிமாதிரிப் படேல்லை. ஏன் உனக்குச் சுத்தி வளைப்பான். நேரை விசயத்துக்கு வாறன். நீ அவரை இன்னொரு கலியாணம் கட்டச் சொல்லி கரைச்சல்படுத்திறியோ?"

"ஓமோம்."

"அண்டைக்கு நீங்கள் ரெண்டு பேரம் கதைச்சதைப் பார்த்தா நீ அவரைக் கஸ்டப்படுத்தின மாதிரித் தெரியேல்லை. நீ அதுக்கு மாட்டன் எண்டு சொன்ன மாதிரியெல்லோ இருந்துது. சரி நீ சொல்லுறத்தை நம்புறன். ஆனா அத்தான் என்ன சொல்லுறார்?"

" ஏன் அவர் உன்னட்டை என்ன சொன்னவர்?"

"ஏன் அவர் என்னட்டைச் சொன்னதுக்கு எதிர்மாறாய் ஏதாலும் சொல்லிட்டாலும் எண்டு பயப்பிடிறியோ?"

"நான் எதுக்குப் பயப்பிடோணும்?"

"அதுதானே என்னத்துக்குப் பயப்பிடோணும். உனக்கென்ன வயசே போட்டுது? எத்தினை பொம்பிளையள் நாப்பது வயசிலை பிள்ளை பெறுகுதுகள். இப்ப இதுகளுக்கெல்லாம் எத்தினை

வழியள் கண்டுபிடிச்சிருக்கினம் எண்டு உனக்குத் தெரியாதே? அவர் இன்னொரு கலியாணம் செய்தால் எல்லாம் முடிஞ் சிடுமே? இதுக்கு அத்தான் என்ன சொல்லுறார்?"

"அவர் வேண்டாமெண்டுதான் சொல்லுறார். என்ரை இடத்திலை இன்னொராளை நினைச்சக்கூடப் பாக்கேலாது எண்டிறார்."

"என்னட்டையும் அப்பிடித்தான் சொன்னவர். ஆனா நான் அதை நம்பேல்லை. நீயும் அவர் சொல்லுறத்தை முழுக்க முழுக்க நம்பிறாய் எண்டு நான் நினைக்கேல்லை. அடுத்தமுறை அப்பிடிச் சொன்னாரெண்டா நீ அவரிட்டை 'ஓமப்பா, நல்லதுங்க, எனக்கு மேல நீங்க வச்சிருக்கிற அன்பைக் கொஞ்சமும் விளங்கிக் கொள்ளாம சொல்லிப்போட்டன். நீங்க இன்னொரு கலியாணம் செய்யவேணாம்' எண்டு சொல்லிப்பார். என்ன நடக்குதெண்டு பார்ப்பம்."

தமக்கையின் முகம் இறுகிக்கிடந்தது. மௌனமாகத் தலையாட்டிவிட்டு எழுந்திருக்க முயன்றாள். நித்திலா அவள் கையைப் பிடித்து இழுத்து மீண்டும் கட்டிலில் உட்கார வைத்தாள்.

"அக்கா, இஞ்சை என்னைப் பாருங்கோ! எனக்கு இன்னும் இரண்டொரு கேள்வியள் கிடக்கு. இதிலை நானும் சம்பந்தப் பட்டிருக்கிறன் எண்டுதான் நான் நினைக்கிறன்."

"நீ சும்மா விசர்த்தனமாய் எல்லாம் யோசிக்காதை. உனக்கும் இந்தப் பிரச்சினைக்கும் எந்தச் சம்பந்தமுமில்லை. அவ்வளவு தான்."

"சரி, சத்தியமா அத்தான் ஒரு உத்தமர் எண்டும் அக்காவை அம்மாவின்ரை இடத்திலையும் வைச்சு உங்களை நம்புறன். ஆனால் வாகீசன் எங்கை எண்டிறத்துக்கு எனக்கு மறுமொழி சொல்லு. நீதான் அவன்ரை போட்டோவை எனக்கு அனுப்பினனி. அத்தான் எனக்கு மாப்பிளை பார்த்திருக்கிறார் எண்டு எழுதினாய். பேந்து என்ன நடந்துது? நான் பிரான்சுக்கு வரவேணுமெண்டு நினைச்சிருக்கவேயில்லை. எல்லாருக்கும் ஐரோப்பாக்கு வரமுடியுமே? அங்கை இருக்கிற சனம் தங்கடை விதி எண்டு அங்கைதானே கிடக்குதுகள். வாகீசனைப் பற்றிச் சொன்னது எழுதினது எல்லாம் நீதான். இப்ப கொஞ்ச நாளாய் அந்த நினைப்பிலையும் கனவிலையும் வாழ்ந்திட்டன். எங்கடை சனத்தைப் போலை எனக்கும் இந்த ஏமாற்றம் எல்லாம் பழகிப்போச்சு. ஆனால் என்ரை கவலையெல்லாம் இந்த ஏமாற்றங்களைப் பற்றியில்லை. ஆனால் இப்பிடியே எங்கடை

மனசில கனவையும் கற்பனையையும் வளர்த்துவிடுற ஆட்களைப் பற்றித்தான். உண்மையைச் சொல்லு. வாகீசன் எண்டிற பேரே நீங்கள் இட்டுக்கட்டினதுதான் எண்டு. அதுக்குப் பிறகு நான் உன்னட்டை ஒண்டும் கேட்கப் போறேல்லை."

"என்னத்தைச் சொல்லிறது. உன்னைப் போலத்தான் அந்தப் பெடியனையும் ஒருநாள் வீட்டை கூட்டிக் கொண்டு வந்தார். நல்ல பெடியன் மாதிரிக் கிடந்துது. நீயும் சண்டைக்குப் பிறகு அங்கை இருக்க இடமில்லாமல் அலைஞ்சு கொண்டு திரிஞ் சாய். அத்தானிட்டையும் சொன்னன். அவரும் ஓமெண்டு சொன்னார். அந்தப் பெடியன்ரை ஒஃப்ரா கேஸ் அலுவல் சரிவரேல்லை. அதாலை பெடியனுக்க விசா இல்லை. அவனை உனக்குக் கட்டிவைக்க ஏலாதெண்டு தெரிஞ்சாப்பிறகு அவனை ஏன் இஞ்சை வைச்சிருக்கவேணுமெண்டு அத்தான் கேட்டார். எனக்கும் அது சரியாத்தான் பட்டுது. அவரே ஒரு நாள் பெடியனைக் கூப்பிட்டு நிலைமையைக் கதைத்தார். அவனும் விளங்கிக்கொண்டு, போட்டான். இதுதான் நடந்தது. அந்தப் பெடியனுக்கு விசா கிடைச்சிருந்தால் பிரச்சினையே இல்லை."

"என்ன அக்காவும் தங்கச்சியும் அப்பிடி முக்கியமான கதையிலை இருக்கிறியள்?"

குரலைக்கேட்டுத் தமக்கையும் தங்கையும் திரும்பினார்கள். மத்யூஸ் நின்றுகொண்டிருந்தார். அவர் கையில் இரண்டு பைகள் இருந்தன. 'இந்தாங்கோ ஆளுக்கொரு பஞ்சாபியும், சாரியும் வாங்கிக்கொண்டு வந்தனான். பிடிச்சிருக்கோ எண்டு பாத்துச் சொல்லுங்கோ. நித்திலா நீ பார்த்துச் சொல்லு. அக்காவுக்கு இதுகள் சரியாப் பாக்கத் தெரியாது." பஞ்சாபியைப் பிரித்து அவள் தோளில் தொங்கவிட்டபடி, "உன்ரை கலருக்கு பழுப்பு நிறம்தான் நல்லாய் இருக்குமெண்டு நினைச்சு ஐஞ்சாறு கடையள் ஏறி இறங்கினன்" என்றார்.

24

பாரீஸ், பிரான்சு: 2010 நவம்பர் 18, வியாழக்கிழமை

கடந்த ஒரு வாரமாகவே பனி விட்டு விட்டுப் பொழிந்து கொண்டிருந்தது. வாகனங்கள், மரங்கள் செடிகொடிகள், அதிகப்போக்குவரத்தற்ற சாலைகள் வீடுகளின் கூரை ஓடுகள் எங்கும் வெண்பனி மூடியிருந்தது. இரவுடன் ஈர நிலமும், குளிர்காற்றும் இணைந்து மக்களின் இயல்பு வாழ்க்கையைப் பாதித்திருந்தந்தன. எங்கள் ரெஸ்டாரெண்டில் வியாழக்கிழமைகளில் சபிக்கப்பட்டதுபோல வாடிக்கையாளர்கள் மேசைக்கு இரண்டொருவர் இருந்தாலே ஆச்சரியம். இன்றைக்கு குளிரும் பனியும் ஜோடி சேர்ந்திருந்ததால் அதுகூட அதிகமென்பதுபோல வாடிக்கையாளர் வரவை முற்றாகக் குறைத்திருந்தன. நான்கைந்து நாட்களுக்கு முன்பு குளிருக்காகத் தாமர் மார்க் உள்ளாடைகள் வாங்கியிருந்தேன். ஒருவாரமாக சீதோஷ்ண நிலை மைனஸுக்குக் குறைவாக இருந்தது. தேவையிருந்தாலொழிய வெளியிற் செல்வதைக் குறைத்துக்கொண்டிருந்தேன். பிரெஞ்சு இளைஞர்கள் கடுங்குளிரிலிருந்து தப்பிக்க இரவு விடுதிகளுக்குப் போகிறார்கள். மது, பெண்கள், டான்ஸ் என்று இரவுகளைக் கழிக்கிறார்கள். அதுபோன்ற இரவு விடுதிகளுக்குப் போக ஆசைதான், ஆனால் சம்பாதிக்கும் பணம் அதற்கெல்லாம் காணாது. தவிர தற்போதைக்கு விசா சிக்கல் தீரும் வரை எங்கேனும் ஓரிடத்தில் முடங்கிக்கிடப்பதுதான் உத்தமமென்று அறிவும் எச்சரித்தது. வெளியில் போவதென்றாலும்,

ஏதோ போனோம் வந்தோம் என இருக்க முடிகிறதா என்ன? உடலைப் போர்த்திக்கொள்வதுபோல ஒன்றுக்கு இரண்டாக கம்பளி ஆடை, ஸ்வெட்டர், ஓவர்கோட், ஸ்கார்ப், சாக்ஸ், ஷூ என்று சுமக்கவேண்டும். ஏற்கனவே இங்கே வருவதற்கு செலவு செய்தபணத்தில் இந்தியாவில் ஒரு பெட்டிக்கடை வைத்திருந்தால் கூட கௌரவமாகப் பிழைத்திருக்கலாம். நாகர்கோவில் ஆசாமிக்கே சுளையாக ஐந்து லட்சரூபாய், பாக்கித் தொகைக்கு மாதம் ஐந்நூறு யூரோ என்று அழுதுகொண்டிருக்கிறேன். இந்த லட்சணத்தில் பத்து நாட்களாகப் புதிய நெருக்கடி.

“அண்ணே கேட்டது ஆடு, நீங்க கோழி கொடுத்திருக்கீங்க.” என்னைவிட இரண்டுவருடங்கள் வயதில் குறைந்த சர்வர் பீங்கான் தட்டிலிருந்த பிரியாணியைச் சுட்டிக்காட்டிக் காட்டித் தலையைச் சொரிந்தார்.

இதைக் கவனித்த ரெஸ்டாரெண்ட் முதலாளி காரைக்கால் பாய், என்னைத் தேடிவந்தார்.

“தம்பி நானும் ரெண்டு நாளா பார்க்கிறேன். வேலையிலே கவனம் இருக்கிற மாதிரி தோணலையே! விருப்பமிருந்தா செய்யுங்க. இல்லைன்னா புறப்படுங்க” என்றார், கோபத்தை வார்த்தைகளில் காட்டத் தெரிந்த மனிதர்.

அவர் “புறப்படுங்க” என்று கூறினாலும் என்னிடத்தில் புறப்படுகிற திட்டங்களெல்லாம் எதுவுமில்லை. அதற்கு மூன்று காரணங்களைச் சொல்ல முடியும். முதலாவதாக முறையான விசா ஏதுமின்றி பிரான்சு நாட்டில் இருக்கிற எனக்கு, வேலை கொடுத்திருக்கிறார். தங்குவதற்குக் குடியிருப்பு அனுமதி கிடைக்காத நிலைமையில், எங்களுக்கு நியாயமான வேலைகள் கிடைக்காதென்று காரைக்கால்பாய் போன்றவர்களுக்குத் தெரியும். பிரான்சு நாட்டில் உள்ள பல உணவுவிடுதிகள் எங்கள் நெருக்கடிகளைப் பயன்படுத்திக்கொண்டு இலாபம் பார்க்கிறார்கள், தெரியவந்தால் அரசாங்கத்தால் இவர்களுக்குத் தண்டனையுண்டு. இருந்தும் இலாபமிருப்பதால் தண்டித்தாலும் பரவாயில்லையெனத் துணிந்து இதுபோன்ற காரியங்களில் இறங்குகிறார்கள். இவர்களைப்போன்ற மனிதர்கள் எளிதாகக் கிடைப்பதில்லை என்பது சொந்த அனுபவம். அரசாங்கத்தை ஏய்க்கிற துணிச்சலுள்ள ஆசாமிகள் எல்லா நாட்டிலும் இருக்கிறார்கள், ஆனால் அவர்களைத் தேடிக் கண்டுபிடிக்கவேண்டுமே! இரண்டாவதாக, நானே போவதென்று முடிவெடுத்தாலும், என்னை பாய் வற்புறுத்தமாட்டார். அவருக்கு என்னைப்போல இந்தியத் துணைகண்டத்தைச் சேர்ந்த கூமுட்டைகள் லட்சக்கணக்கில் செலவுசெய்து கனவுகளுடன்

இங்குவந்து கொத்தடிமையாயிருக்கக் காத்திருக்கின்றன. மூன்றாவதாக கடந்த சிலநாட்களாக கறிகாய்களையும், பிறவற்றையும் போட்டுவைத்திருக்கிற பத்து சதுர அறையொன்றில், காரைக்கால் பாயின் தயவில் நான் இருப்பதும் ஒரு காரணம்.

இரவு பத்தரை மணியை நெருங்கிக்கொண்டிருந்தது. நண்பன் ஒருவன். தான் தங்கியுள்ள இடத்தில் ஒரு அரபுநாட்டவர் வெளியேறினால் எனக்குத் தங்க இடம் கிடைக்கும் எனக் கூறியிருந்தான் அவனைக் கடந்த அரைமணி நேரமாக எதிர்பார்த்துக் கொண்டிருந்தேன்.

வாடிக்கையாளர்கள் ஒருவரும் இல்லை. "மேசை நாற்காலியை ஒழுங்குசெய்து ரெஸ்டாரெண்டைச் சுத்தம் செய்யலாம்", என்றார் காரைக்கால் பாய். பெருக்கி முடித்து தரையைத் துடைத்துக் கொண்டிருந்தபோது, கதவு திறந்தது, கதவுக்குமேலே கட்டப்படிருந்த சீன மணியும் கலகலவென்று சிணுங்கி ஆள் வரவை உறுதி செய்தது. கையிலிருந்தவற்றை அப்படியே போட்டுவிட்டு நண்பனை வரவேற்றேன். நண்பன் ஓவர்கோட்டைக் கழட்டி அருகிலிருந்த நாற்காலியில் வைத்தான். தலைமுழுதும் பனியும் ஈரமுமாக இருந்தது.

"தலை ஈரமாக இருக்கிறது, துவட்ட துண்டு கொண்டு வரட்டுமா?" எனக் கேட்டேன்.

"அதெல்லாம் ஒன்றும் வேண்டாம். பனி அதிகம்."

"ஆமாம், காலையிலிருந்து பார்க்கிறேன். உட்கார்! என்ன நடந்தது? காயா பழமா? முதலில் அதைசொல்" என்றேன்.

"பழம் தான், பயப்படாதே! நான் சொல்லியிருந்த அறை நாளை காலியாகிறது. வீட்டுக்குடையவர்களிடமும் பேசிவிட்டேன். இப்போதேகூட என்னுடன் புறப்பட்டு வரலாம். உன்னை அழைத்துபோக நான் ரெடி. உன்னுடைய உடைமைகளை எங்க வச்சிருக்கிற? பழைய இடத்திலா? அல்லது இங்கேயா?" எனக்கேட்டான். தொடர்ந்து, "நீ தங்கி இருந்த இடத்தில் என்ன நடந்தது? அந்த ஆள் நல்ல ஆள் மாதிரி தெரிந்ததே, திடீரென்று உன்னை ஏன் காலி செய்யச் சொன்னார்? அந்த அளவிற்கு என்ன பிரச்சினை?"

"எனக்குப் புரியலை. திடுதிப்பென்று அந்த ஆள் குணம் மாறினதுக்கு என்ன காரணம்னு தெரியலை. முதல் நாள்வரை நன்றாகத்தான் அந்த மனுஷன் என்னிடம் பேசினார். பிறகு என்ன ஆயிற்றோ? ஆனால் என்னிடத்தில் ஒரு காரணம் இருக்கிறது.

சில நாட்களுக்கு முன்பு அவருடைய மனைவியின் சகோதரி இலங்கையிலிருந்து வருவதாகச் சொல்லிக் கொண்டிருந்தார்."

"ஏன் ! மனைவியை நம்பியவர் மைத்துனியை நம்பலையா ?"

"அதுதான் எனக்கும் புரியலை. சரி அதைவிடு, இரட்சகன் போல என்னைக் காப்பாற்ற நீ இருக்கிறபோது அந்த டாப்பிக் எதற்கு? ஏதாவது குடிக்கிறியா. . ? காப்பி?"

"இன்னும் அரைமணிநேரத்துலே அப்பார்ட்மெண்ட்டுக்குத் திரும்பினா படுக்கப்போறேன். இந்த நேரத்துலே காப்பியா. விஸ்கி கொடுத்தா குடிப்பேன்."

"அங்கே பாரு, அந்த ஆந்தைகண்ணன் நம்மையே பார்க்கிறான். நான் அப்படி ஏதாவது கொடுத்திடப் போறேன் என்பதற்குத்தான் காவலிருக்கிறான். நீ விஸ்கி எடுத்திட்டு வண்டியெல்லாம் ஓட்டமுடியாது. ஏற்கனவே கார் லைசெண்சுலே நாலு புள்ளிதான் இருக்கிறதென்று சொன்ன. வம்பு எதற்கு? நீ கிளம்பு. நாளை போன் செய்யறேன். வெளியிலே வேற பனி அதிகமாப் பெய்யுது. சூடா ஓர் எஸ்ப்ரஸ்ஸோ குடிச்சிட்டு போ," எனக்கூறி காப்பி மெஷினில் ஓர் எஸ்பிரஸ்ஸோவை கப்பில் பிடித்து சாசரோடு அவன் எதிரே மேசையில் வைத்துவிட்டுத் திரும்பியபொழுது ரெஸ்டாரெண்ட் வாசல் கண்ணாடிக் கதவில் ஒரு பெண் நின்றுகொண்டு கையை அசைத்தாள்.

எனக்குப் புரிய அதிக நேரம் பிடிக்கவில்லை. நண்பனிடம், "இதை எங்கே பிடித்தாய்?" எனக் கேட்டேன்.

"எது?" எனக்கேட்டு என் பார்வை இருந்தப் பக்கம் அவன் கவனம் சென்றது. தொடர்ந்து "அவள் காரில் இருப்பதை மறந்துட்டேன். நாளைக்குப் பேசுவோம்." காப்பியை ஒரே மிடறில் விழுங்கிவிட்டு ஓவர் கோட்டை எடுத்துக்கொண்டு ஓடினான்.

இரவு படுக்கப்போனபோது பதினொன்று. ஆறுமாதமாக தனது வீட்டுக் கராஜில் என்னை வைத்திருந்த மனிதர் திடீரென்று காலிசெய்ததற்கான காரணமென்னவென்று நண்பன் கேட்டபோது மனதிற் தோன்றியதைத் தெரிவித்திருந்தேன். சிகரெட்டொன்றைப் பற்றவைத்து யோசித்துப் பார்த்தபோது அக்காரணம் சரியென்றே பட்டது.

○

25

பாரீஸ், பிரான்சு: 2010 நவம்பர் 21, ஞாயிற்றுக்கிழமை

நிர்வாணம் அழகானது.

இலைகளின்றி மரங்கள் வெறும் கொப்புகளும் கிளைகளுமாக நின்று எனதெண்ணத்தை உறுதி செய்தன. மழையில் குளித்தும் பனித்தூவலைத் தரித்தும் ஈர மினுமினுப்பின் உச்சத்திலிருக்கும் மரங்களின் தரிசனம் ஓர் தனித்த அழகு. ஆடைகளைந்து பனிநீராடும் மரங்களையும், வெண்ணிற மேகங்களையும் ஒரு பைத்தியக்காரனைப்போல வெறித்துப் பார்த்துக்கொண்டிருந்தேன். நிர்வாணத்தின் அகங்காரமும் ஒயிலும் காய்ச்சல் தரும், உடலை முறுக்கேற்றும், உறங்கவிடாமல் சில்மிஷம் செய்யும், சிற்சில சமயங்களில் வதைப்பதுமுண்டு. ஓடிய சக்கரங்களின் தடத்துடன் இன்னமும் உருகாமல் புகையும் அழுக்குமாய் ரோட்டோரத்தில் திரண்டிருக்கும் பனி, அதைக் கரைத்துக்கொண்டிருக்கும் சூரியன், வாகனங்கள் ஓடும்போது எழும் விநோதமான சப்தம் ஆகியவற்றைக் கேட்கவேண்டும் போலிருக்க நின்றேன். ஐந்து நிமிடங்கள் அதுபோல நின்றிருப்பேன். மிக்ஸியில் முதல் சுற்றின்போது காதில் விழும் ஓசைபோல இருந்தது. பலமுறை கேட்டும் அந்த ஓசையை எதனுடன் ஒப்பிடுவது என்று தெரியாமல் குழப்பத்துடன் நடந்தேன். ஷூ நனைந்து காலெடுத்து வைக்கிறபோது பாரமாக இருந்தது. பனியில் கால்கள் புதைய நடக்கிறபோது தோல் ஷூ வீணாய்ப்

போகிறது. பனிக்கென்று இருக்கிற ஷூக்களை எப்பாடுபட்டாவது வாங்க வேண்டுமென நினைத்துக்கொண்டு நடந்தேன்.

அரசாங்கத்தின் குடியிருப்புகள் நிறைந்த பகுதி. கால் முதல் தலைவரை உடலை முழுவதுமாகக் கம்பளி ஆடைகளில் மறைத்த பையன்களும் பெண்களும் பனியைச் சேகரித்துப் பந்துபோல உருட்டி ஒருவர்மீது ஒருவர் எறிந்து விளையாடிக்கொண்டிருந்தனர். அதிலொன்று என்மீதும் விழுந்தது. நின்று, வீசிய பையனை எச்சரிப்பதுபோலப் பார்த்தேன். மன்னியுங்கள் என்ற பொருளில் "*Excusez-moi*" என்றான். ஆனால் நான் தொடர்ந்து நடந்தபோது இன்னொரு பனி உருண்டை என் முதுகில் விழுந்து சிதறியது. திரும்பிய வேகத்தில் சிறுவர்களை நோக்கி கையை ஓங்கிக்கொண்டு சென்றேன், "நான் இல்லை மிஸியே, அதோ ஓடுகிறானே அவன்தான்" என்ற ஆப்பிரிக்க சிறுவனிடம்:

"இங்கே எட்டாம் எண் கட்டிடம் எங்கே இருக்கிறது?" எனக்கேட்டேன்.

"இன்னும் கொஞ்சம் தூரம் போகவேண்டும்" என்றான்.

அவன் கூறியதுபோல எனது வலதுபக்கமிருந்த கட்டிடத்தில் எண் 2 என்றிருந்தது. இரட்டைப்படை எண்கள் எல்லாம் இந்தப் பக்கத்தில் என்றால் அச்சிறுவன் கூறுவதுபோல இன்னும் இரண்டு கட்டிடங்களைத் தாண்டினால், எண் எட்டு. பிரதான வாயிலருகே நான்கைந்து இளைஞர்கள் ஒருவர்மேல் ஒருவர் எச்சில் துப்பி விளையாடிக் கொண்டிருந்தார்கள். வடக்கு மத்திய ஆப்பிரிக்காவைச் சேர்ந்தவர்களாக இருக்கக்கூடும். ஒரு யூகம்தான். மூர்த்தி, ஆட்களைப்பார்த்து அவர்கள் நாடு எது எனச் சொல்லகூடியவன் (ஒருபோதும் அது உண்மையா பொய்யாவெனத் தெரிந்துகொள்ள முயன்றதில்லை). ஆசியர்களை ஓரளவு எந்த நாடென நான் கூறிவிடுவேன் (அவர்கள் அதிகமுமில்லை), ஆனால் ஆப்பிரிக்கர்களையோ ஐரோப்பியர்களையோ உறுதியாக என்னால் சொல்லமுடியாது.

நுழைவாயில் கதவில் வரிசையாக பெயர்களும் தள எண்களும் இருந்தன. கையிலிருந்த முகவரியைப் பார்த்தேன்: ஆந்த்ரே செல்வநாதன், 10, *rue Eugènc verlin 92000 - Nanterre* என்றிருந்தது. சரியான முகவரிக்கு வந்திருப்பதாகத் தோன்றியது, மூன்றாவது தள எண்ணிற்கு நேராக செல்வநாதன் என்று பெயர் இருந்தது. அதற்கு நேரெதிராக இருந்த பொத்தானை அழுத்தினேன். சில நொடிகளுக்குப் பிறகு கதவில் பொருத்தியிருந்த சிறிய ஸ்பீக்கரில், " '*C'est qui?*" என்று கரகரத்த குரல். தோள் குலுக்கல் ஆசாமியின் குரல்தான் என்பதை வெகுச்சுலபமாக அடையாளப்படுத்த

முடிந்தது. "புதுச்சேரி பாலன், கப்ரியெல் நண்பன்." என்னை அவருக்கு நினைவூட்டினேன். நொடிகள் நிமிடங்கள் ஆயின. கதவு திறக்கிற அறிகுறி இல்லை. இவ்வளவு தூரம் வந்துவிட்டுத் திரும்பப் போவதா என நினைத்து மீண்டும் பொத்தானை அழுத்தினேன். இம்முறை குறைந்தது 30 நொடிகளாவது என் ஆட்காட்டிவிரல் பொத்தானை அழுத்திக்கொண்டிருந்திருக்கும். மீண்டும், "*C'est qui?*" என தோள் குலுக்கல் ஆசாமி கேட்கிறார். நானும் சளைக்காமல், "புதுச்சேரி பாலன், கப்ரியெல் நண்பன்" என பல்லைக்கடித்துக்கொண்டு கூறினேன். கதவு திறந்ததற்கான அறிகுறியாகக் 'கடக் கடக்' என்ற சத்தம் கேட்கக் கதவை அழுத்தினேன், திறந்துகொண்டது. படிகளில் ஏறி மூன்றாவது தளத்தை அடைந்தபோது கதவைத் திறந்துகொண்டு அவர் நின்றிருந்தார்.

ஆறுமாதத்திற்கு முன்பு, புதுசேரிக்கு வந்திருந்தபோது, "நீங்க பிரான்சுக்கு வந்ததும் என்னைவந்து பாருங்க, எனக்கு நிறையபேரத் தெரியும், முதலாளிகளைத் தெரியும் சுலபமா வேலை எடுக்கலாம்" என்ற அவரின் வார்த்தையை நம்பி, பிரான்சுக்கு வந்ததும் போன் பண்ணினேன். போனை எடுத்ததும், பிரான்சுக்கு எப்படி வந்தேன் என்றெல்லாம் விசாரித்தார். நானும் அவரிடம், எனக்களித்த எச்சரிக்கைகளையும் மறந்து வந்த விதத்தைத் தெரிவித்தேன். அரசாங்கத்திடம் விசாவுக்கு விண்ணப்பித்திருக்கிற தகவலையும் சுருக்கமாகக் கூறினேன். ஒரு வேலைக்கு உத்தரவாதமென்றால் விசா பிரச்சினை இருக்காது என்றேன். நான் அந்த வாக்கியத்தை முடிக்கக்கூட இல்லை மறுமுனையில் அலறினார்: "தம்பி விசா பிரச்சினை முடியறவரை இங்கே வந்திடாதீங்க. போலீஸ் வீணா சந்தேகப்படுவாங்க" என்றார். என்னிடம் ஏதோ கெஞ்சுவதுபோல அவரது வார்த்தைகள் இருந்தன. அவரிடம், "என்னிடத்தில் *préfecture* கொடுத்துள்ள தற்காலிக விசா இருக்கிறது. அதனாலெ உங்களுக்கு எந்தச் சிக்கலுமில்லை என்று கூறியதை அவர் காதில் வாங்கவே இல்லை. திரும்பத் திரும்ப, "வேண்டாங்க ம்ஸெ, என்னை வம்புல இழுத்துவிட்டுடாதீங்க ம்ஸெ" என்று அழுதார். எனக்குக் கடுங்கோபம், "போடா கூமுட்டை" எனக்கூறி போனை வைத்துவிட்டேன். அவர் காதில் விழுந்ததிருக்குமா எனத் தெரியாது, கேட்டால் சமாளித்துக் கொள்ளலாம் என்றிருந்தேன். நண்பனிடம் நடந்த கதையைக் கூறினேன். "புதுச்சேரி வந்தப்போ அந்த ஆள் பண்ண பந்தாவும், இங்கே இப்படிக் கத்தறதும் ஒரு எழவும் புரியலை" என்றேன். "அப்படியா? அவன் எப்படியும் அடுத்த ஞாயிற்றுக்கிழமை போன் பண்ணுவான். என்னண்ணு விசாரிக்கிறேன்? உனக்கு ஏதாவது செய்தே ஆகணும்", என்றான்

சினேகிதன். தோள் குலுக்கல் ஆசாமியை எனக்கிருந்த சிக்கல்களில் சுத்தமாக நானும் மறந்திருந்தேன். இரண்டு நாட்களுக்கு முன்பு என் சினேகிதனிடத்தில் வழக்கம்போல பேசினேன். எனது விசா பிரச்சினையைப்பற்றித் தெரிவித்தான். மறுத்திருக்கிறார்கள் மேல் முறையீடு செய்திருக்கிறேன் என்றேன். அப்போதுதான் தோள்குலுக்கல் ஆசாமியின் பெயரையும், முகவரியையும் கொடுத்து அவரை மறுபடியும் போய்ப் பார் என்றான். அந்த ஆளிடம் எனக்கேற்பட்ட அனுபவத்தை ஏற்கனவே கூறியிருந்தேனே என்றேன். நண்பன், "என் தங்கை மகனை அந்த ஆளுடன் பிரான்சுக்கு அனுப்பியிருந்தேன். அவனை அந்த ஆள் மிக மோசமாக நடத்துகிறானென்று கேள்விப்பட்டேன், அது உண்மையா என்கிற தகவல் வேண்டும்", என்றான். அவன் கொடுத்த தைரியத்தில் நானும் விடுவதில்லையென்று அந்த ஆளை நேரில் பார்த்து விடுவது என்று புறப்பட்டு வந்திருந்தேன்.

"வாங்க மிஸியெ, எங்க போன் பண்ணீங்க, அதற்கப்புறம் ஆளை காணோம், வாங்க வாங்க." எதிரே சிட்னிபாய்ட்டர்போல நின்றிருந்த ஆந்தரே செல்வநாதன் கை நீட்டினார். இம்முறை தோளுடன் வயிறும் சேர்ந்து குலுங்கியது. நீட்டிய கையை எனது தோளிலிருந்து பிய்த்துவிடத் தீர்மானித்தவர்போல இழுத்தார்.

"என்ன செய்யறீங்க மிஸியே, எங்கிட்ட இருக்கிறது இரண்டுதான். அதிலையும் ஒண்ண உங்கக்கிட்ட கொடுத்திட்டு நான் என்ன செய்யறது", எனக் கூறியதும் பிடித்திருந்த கையைச் சட்டென விட்டார். 'கெக்கெக்கெ' என சத்தம் வந்தது. அபானவாயுவாக இருக்குமோவென்ற சந்தேகம். அப்படி எதுவுமில்லை, சிரித்திரிக்கிறார். எனக்கு முன்பாக நடந்து வரவேற்பறையிலிருந்த சோபாவில் உட்கார்ந்தார். என் பின்னால் திறந்த கதவு மூடப்படாமல் இருந்தது, பின்பக்கம் இழுத்துச் சாத்திவிட்டு வரவேற்பறைக்குள் நுழைந்தேன், ஷூவைக் கழட்டக் குனிந்தேன்.

"அதற்கெல்லாம் அவசியமில்லை, உட்காருங்க", என்றார். டி.வி.யில் தமிழ்ப்படம் ஓடிக்கொண்டிருந்தது. ரஜினிகாந்த் நல்ல தமிழில் வசனம் பேசிக்கொண்டிருந்தார். இந்தப்படம் பார்த்திருக்கீங்களா? என ஆரம்பித்து படத்தின் ஜாதகத்தையே கூற ஆரம்பித்தார். முடிவாக எனக்கு ஒரு நாளைக்கு இரண்டு ரஜினி படம் பார்க்கணும் மிஸியெ என்றார். கொஞ்சம் இடைவெளிவிட்டு, மதாமுக்கு ஒருநாளைக்கு இரண்டு கமல் படம் பார்க்கணுமென்றார். தொடர்ந்து, சுவரைப் பாருங்கள் என்றார். தலையை நிமிர்த்தி எதிரே பார்த்தேன். தமிழ்நாட்டு நடிகர்களுடன்

அவர் எடுத்துக்கொண்ட படங்கள் சுவரை அலங்கரித்திருந்தன. மற்றொரு சுவரில் ஒரு பெண்மணி (அவருடைய மனைவி?) தனக்குப்பிடித்த நடிகர்களுடன் எடுத்துக்கொண்ட படங்கள்.

"போன்ழூர் மிஸியே" என்ற குரலைக்கேட்டுத் திரும்பினேன்.

போட்டோவில் இருந்த பெண்மணி சுவரிலிருந்து இறங்கி வந்திருந்தார். ஓர் ஆணுக்குப் பெண்வேடம் போட்டதுபோல இருந்தார். ஆந்த்ரே செல்வநாதன் தோள்குலுக்கினால் பிரச்சினை இல்லை. இந்த அம்மா எதையாவது குலுக்கிடப்போகுதென யோசித்துக்கொண்டிருந்த வேளை, மனிதர் தன் மனைவிக்கு என்னை அறிமுகப்படுத்த நினைத்திருக்கவேண்டும்:

"இஸாபெல்! மிஸியே பேரு பாலன். நம்ம கப்ரியலோட கமராது, பிரான்சுக்கு வந்து ஆறுமாசம் ஆவுது. ஊருக்குப் போனப்ப, அவரை பார்த்தேனென்று உங்கிட்டகூட சொன்னேன் ஞாபகம்கிதா?" எனக் கேட்டார்.

பெண்மணியின் ஞாபகத்தைச் சீய்த்துப் பார்க்கச் சொன்னவர், தனது தலையைச் சொறிந்துகொண்டிருந்தார். அந்த அம்மாவின் ஞாபகக் குப்பையில் மயிற்கந்துபோலக் கிடப்பேனோ என்று பயந்தேன். பெண்மணி கைகொடுக்க முன்வந்தார், அவர் கைக்கு முன்னே மற்றதெல்லாம் வந்தது. அவர் கணவருடன் கைகுலுக்கியதில் தோள் வலியோடு இருந்தேன். பிரான்சு நாட்டில் வேறொரு பிரச்சினையும் இருக்கிறது. தெரிந்தவர்வீட்டுப் பெண்கள் என்றால் கன்னங்களில் மாற்றி மாற்றி இரண்டுமுறை 'முத்தி' கொடுக்கும் சம்பிரதாயம் உண்டு. இதிலுள்ள பிரச்சினை இளம்பெண்கள் இச்சம்பிரதாயத்தை அவ்வளவாகக் கடைபிடிப்பதில்லை. அவர்கள் மிக நெருக்கமானவர்களிடம் மட்டுமே அதைச் செய்கிறார்கள். ஆனால் நாற்பது வயதைக்கடந்த பெண்மணிகள் நெய்விளக்கு ஏற்றும் அதே ஆர்வத்துடன் நெருங்குகிறார்கள். அதிலும் மீன்குழம்பு சாப்பிட்ட வாயை சரியாகக்கூட அலம்பாமல் ஓர் அம்மாள் முத்தமிட்டதில் இரண்டு கிழமைக்குமேல் படுக்கையிற் கிடக்கவேண்டியதாயிற்று.

"சொல்லுங்க ம்ஸே, இன்னா எடுக்கறீங்க" – தோள் குலுக்கல் கேட்டது.

"இருக்கிறதை கொடுங்க" என்றேன்.

"ஜே.பி இருக்கு எடுக்கறீங்களா?"

"எனக்கு ரொம்ப ஆர்வமில்லை, நீங்கவேணா விஸ்கி எடுங்க. எனக்குத் ஜூஸ், தண்ணி இப்படி ஏதாவது. . ."

“இன்னா ம்ஸே!” – தோளைக் குலுக்கினார், கெக்கெக்கேயெனச் சிரித்தார். மனைவியை சில நொடிகள் பார்த்தார், மீண்டும் சிரிப்பு. அற்ப ஜீவன்போல என்னைப் பார்த்தார். நான் சிறிது ஒடுங்கி காலை மடித்து உட்காரவேண்டியிருந்தது. தொடர்ந்து, “சும்மா கொஞ்சம் எடுங்க, ஒண்ணும் பண்ணாது. பஸ்ஸுலதான வந்தீங்க. இல்லைனா, நான் கொண்டுபோய் உங்களை விடறேன்” என்றார்.

“கொடுங்க” என்றேன்.

பாட்டிலும் கண்ணாடிக் குவளைகளும் சோடாவும் சிப்ஸும் வந்தன. கணவன் மனைவி இருவருமே ஜோடியாக எதிரில் அமர்ந்துகொண்டார்கள். மனைவியின் கண்ணாடிக் குவளையையும் பக்தி சிரத்தையுடன் நிரப்பினார், எனக்கு ஊற்றும்போது முகத்தைப் பார்த்தார். நான் போதுமென்றதும் நிறுத்தினார். இஸாபெல் இரண்டு பெக் குடித்திருந்தும், நிதானத்துடன் இருந்தார். தோள் குலுக்க ஆசாமிதான் நிறைய பேசினார்:

“எனுக்கும் படத்துலேல்லாம் சான்ஸ் வந்துது ம்ஸே! நான்தான் வேணான்னு உட்டுட்டேன். நாங்க இரண்டு பேருமே நல்லா பாடுவோம். அங்க பாருங்கண்ணு”, கையைக் காட்டினார். அவர் கைகாட்டிய பக்கம் கண்ணாடி அலமாரியொன்றில் ஒரு ஜோடி தபேலா இருந்தது. “தபேலா, மிருதங்கம் நல்லா வாசிப்பேன். ஒரு வீக் எண்ட்க்கு வீட்டுக்கு வாங்க. விடிய விடிய சீட்டு, பாட்டுக் கச்சேரிணு ஒரே அமர்க்களமாக இருக்கும்” என்றார்.

“மிஸியே நான் வந்த வேலையை மறந்திட்டேன். போன்ல சொல்லியிருந்ததுபோல தற்காலிக விசா கிடைத்திருக்கிறது. ஓரிடத்துலே வேலையும் செய்யறேன். ஆனா நிரந்தர வேலைண்ணு ஒண்ணு கிடைச்சா, விசா கிடைக்கிறதுலே சிரமமிருக்காதுண்ணு சொன்னாங்க. உங்களைத் தொந்திரவு செய்யக்கூடாதுண்ணுதான் இருந்தேன். கப்ரியல்தான் உங்களைப் பார்க்க வற்புறுத்தினான்.”

“இந்த ஆளையா?” – கணவர் அருகிலிருந்த பெண்மணிதான், அதுபோன்றதொரு வாக்கியத்தை உதிர்த்தார்.

தோள் குலுக்கல் ஆசாமி, குடித்திருந்த கண்ணாடிக் குவளையை, உடனடியாக மேசையில் வைத்தார். சூழலைச் சமாளிக்க நினைத்தவர்போல இரண்டொரு சிப்ஸை எடுத்து வாயிற்போட்டபடி மனைவியையும் என்னையும் மாறி மாறிப் பார்த்தார். அவர் மனைவி தொடர்ந்தார்:

"ஏங்க மிஸியெ பிச்சேரி[1]யிலே இந்த ஆளு உங்கக்கிட்டே இன்னா சொன்னாரு. அர்மேயிலே இவரை எப்படிச் சேர்த்தாங்கன்னு தெரியலை, வெளியேவந்து பதினஞ்சு வருஷமாவுது. இந்த ஆளு கூட இருந்தவங்கள்ளாம் கர்தியன், சுர்வெய்யான் வேலை கண்டுபிடிச்சு செய்யறாங்க. இவர் சுத்தி சுத்தி வராரு. வீட்ட வித்துட்டு இந்தியாவுக்குப் போவனும்னாரு, போனோம், அங்கே ஓட்டல் நடத்தர ஒருத்தனோட கூட்டுச் சேர்ந்தாரு. அந்த ஆளு பொண்ணுங்களைக் காட்டி, போட்ட முதலைப் பிடுங்கிட்டான். மறுபடியும் பிரான்சுகு வரணுமென்று வந்து அஞ்சி வருஷமாவுது. புள்ளைங்களும் நீ எக்கேடாவது கெட்டுப்போ என்று வெள்ளைகாரிச்சிகளை வச்சிகிட்டு ஆளுக்கொரு பக்கம் இருக்குதுங்க. அதுகளை இன்னா ஏதுன்னு கேட்கத் துப்பில்லை. இந்த லட்சணத்திலே இவரு உங்களுக்கு வேலை வாங்கித் தருவாராமா?"

எனக்குச் சங்கடமாக இருந்தது. மிஸியே ஆந்தரே செல்வநாதனைப் பார்த்தேன், மரவட்டைபோல சுருண்டு கிடந்தார். கண்கள் செருகி, உயிர்பிரியும் நிலையிருக்கிற வேட்டையாடப்பட்ட விலங்குபோல, பரிதாபமாக இருந்தார். இவரிடம் காரியம் ஆகாதென்று புரிந்துகொண்டேன். பேச்சின் போக்கை உடனடியாக மாற்றவேண்டும். கப்ரியெல் கேட்டிருந்த உதவி நினைவுக்கு வந்தது. அவனுடைய அக்காள் மகன் இவர்கள் வீட்டில் இருந்ததாத் தெரிவித்திருந்தான். அவனைப்பற்றிய தகவல்கள் வேண்டுமென்றான். ஆனால் அவன் இந்த வீட்டில் இருப்பதற்கான எந்த அறிகுறியுமில்லை.

"ஏங்க மிஸெயெ கப்ரியெல் அக்காள் மகன், உங்க வீட்டில் இருக்கானாமே?"

"எதற்காக அவனைப் பார்க்கணும்?" – தோள் குலுக்கல் ஆசாமி, மனைவிமீதுள்ள கோபத்தை என்மீது காட்டுவது போலிருந்தது. முகம் இறுக்கத்துடன் இருப்பதைக் கவனித்தேன்.

"கப்ரியெல் பார்த்துட்டு எழுதச் சொன்னான்."

"நல்லா இருக்கான்னு எழுதுங்க?"

"பார்க்காம அவன் நல்லா இருக்கான்னு எப்படி எழுதறது?"– தயக்கத்துடன் கூறினேன்.

"நோயெல். . . நோயெல்" என தோள் குலுக்கல் ஆசாமியின் மனைவி எழுந்துபோய்க் குரல் கொடுத்தார். கதவைத்

---

1. புதுச்சேரி

திறந்துகொண்டு வெளியில்வந்த இளைஞனைப் பார்த்தேன். என்னைக்காட்டிலும் இரண்டொரு வயது குறைவாக இருக்கலாம், ஒரு கையில் தரை துடைக்கப் பயன்படும் நூல் திரட்டுகளைக் கொண்ட ஒரு கொம்பு. மற்றொரு கையில் ஒரு பிளாஸ்டிக் வாளி. உடல் முழுவதும் வியர்வை. விலா எலும்புகள் தூக்கலாகத் தெரிந்தன. நோயெல் என்ற பதின்வயது இளைஞனுக்குத் திடீரென்று முன்பின் தெரியாத ஒருவன் முன் அலங்கோலமாக நிற்பது உறுத்தியிருக்கவேண்டும். கூச்சத்துடன் நெளிந்தான். எழுந்துசென்று கைகளைக் குலுக்கினேன். அவன் கைகள் ஜில்லிட்டு இருந்தன. கைரேகைப் பார்ப்பவன்போல சட்டென்று உள்ளங்கையைத் திருப்பிப் பார்த்தேன். சோகையாய் வெளுத்து, ரேகைகள் அந்திமக் காலத்தில் இருந்தன. என்னிடம் சொல்ல எதுவுமில்லை என்பதுபோல மௌனமாக இருந்தான்.

"பாருங்க தம்பி! இப்படித்தான் ஏதோ பறிகொடுத்தவன் மாதிரி இருக்கான். இப்படியிருந்தால் இந்த நாட்டுலே எப்படிக் குப்பை கொட்ட முடியும்? எங்க புள்ளைமாதிரிதான் பார்த்துக்கறோம். ஆனா எப்படி இருக்கான் பாருங்க. உங்களை மாதிரி வீட்டுக்கு வரவங்க என்ன நினைப்பாங்க. நாங்கதான் அந்தப் பையனுக்கு ஒழுங்கா சாப்பாடு போடறதில்லைன்னு சொல்ல மாட்டாங்க. எங்களுக்குக் கெட்ட பேரு வந்துடக்கூடாது பாருங்க."

அதற்குமேல் அங்கிருக்கப் பிடிக்காமல் அவர்களிடம் சொல்லிக்கொண்டு வந்த பிறகும் அந்த அம்மாள் கூறிய வார்த்தைகள் வெகுநேரம் காதில் ஒலித்துக்கொண்டிருந்தன. என்னால் இதில் என்ன செய்ய முடியும்? கப்ரியெலுக்கு ஒரு மின்னஞ்சல் அனுப்புவதென்றும் போனில் பேசும்போது அந்தப் பையனின் நிலைமையை அவனிடம் உறைப்பதுபோல் புரியவைக்க வேண்டுமென்றும் எண்ணமிருந்தது.

O

26

**பாரீஸ், பிரான்சு: 2011 மார்ச் 20,
ஞாயிற்றுக்கிழமை காலை**

ஞாயிற்றுகிழமை என்பதால் எழுந்திருக்க மனம் வரவில்லை. இரவு போர்த்திக்கொண்டுதான் படுத்திருந்தேன். விழித்தபோது உடல்மீது எதுவு மில்லை. கையிலிருந்த வாட்சைப் பார்த்தேன், மணி ஒன்பது. நேரமிருக்கிறது. பத்துமணிக்கு தமிழ்க் கடைக்குப்போக நண்பனும் நானும் திட்டமிட்டிருந் தோம். அறை 2X2 சதுர மீட்டரில், நேற்று காயவைத்த ஜட்டி, மேசையில் மூடாத நிலையில் பற்பசை ட்யூப், முனைகள் தேய்ந்த பற்பசைக் குச்சி, கில்லெட் ரேசர், தமிழ் இதழ்கள், ஒற்றைக் கட்டில், சிறியதொரு தொலைகாட்சிபெட்டி, சிறிய ஃப்ரிட்ஜ் என்று எல்லாமுமாக அடைத்துக்கொண்டிருந்தன. சிறியதென்றாலும் மூன்று மாதத்திற்கு முன்பு பட்ட அவதிகள் இல்லை. வயதான தம்பதியரின் வீடு. பாரீஸின் புறநகரில் அந்தோனி என்ற இடத்தில் இருந்தது. வீட்டை மொத்தமாக வாடகைக்கு எடுத்து இரண்டு இளம்பெண்களும் மூன்று இளைஞர்களு மாகப் பங்கிட்டுக் கொண்டிருந்தார்கள். அரபு இளைஞன் ஒருவன் திடீரென்று காலிசெய்யவே அவனிடத்தில் என்னை குடிவைக்க நண்பன் உதவி செய்தான்.

அடுத்தடுத்த பிரச்சினைகளால் எழுதாமல் இருந்தேன். வெகு நாட்களுக்குப் பிறகு சிறுகதை யொன்றை எழுதியிருந்தேன். அதை ஒருமுறை வாசித்துத் திருத்தம் செய்தால் மின்அஞ்சலில்

அனுப்பிவைக்கலாம். இனியும் தாமதம் செய்வது சரியல்ல என்று தோன்றியது. போர்வையைத் தள்ளிவிட்டு எழுந்து அவிழ்ந்திருந்த லுங்கியைக் கட்டிக்கொண்டு கணினியைத் தட்டி உயிர்ப்பித்தேன். வோர்டு பிராசெஸ்ஸிங் சாப்ட்வேரைத் திறந்து கோப்பிலிருந்த சிறுகதையை வாசித்தேன்:

சீச்சீ இந்தப் பழம் புளிக்கும்

"விஜி இங்கே வா! நம்ம பிரியா கையிலே ஏதோ நாய்க்குட்டி மாதிரித் தெரியுது. . ."

"மாதிரி என்ன? நாய்க்குட்டிதான். நம்ம பக்கத்து அப்பார்ட்மெண்ட்ல புதுசா வந்திருக்காளே. . . பேருகூட என்னவோ சொன்னாளே. . . ம். . . மறந்துபோச்சு. அவளோட நாய்க்குட்டி" – சமயலறையிலிருந்து என் மனைவியின் குரல்.

தயங்கித் தயங்கி உள்ளே நுழைந்த என் நான்கு வயது மகனின் அணைப்பில் புஸுபுஸுவென்று அடர்த்தியான முடியுடன் பனிக்குவியலாக ஒரு நாய்க்குட்டி. என்னைப் பார்த்துவிட்டு தலையை இருமுறை ஆட்டியது.. என்ன நினைத்தாளோ என் பெண், அதனைக் கீழே இறக்கிவிட உட்கார்ந்து தன் உடம்பை ஒருமுறை சிலிர்த்துவிட்டு என்னிடம் வந்து நின்றது.

"பப்பா. . . மத்மஸல் கரீனோட நாய்க்குட்டி! அழகா யிருக்குல்ல?"

"ஆமாம் அழகுதான்." அவள் கேள்விக்கான ஒப்புதல் என்றாலும், உண்மையிலேயே அழகாக இருந்தது.

எனக்கும் இதுமாதிரியான பிராணிகளுக்கும் உள்ள உறவு என்பது ஆளும் கட்சிக்கும் எதிர்கட்சிகளுக்கும் உள்ள உறவு. செல்லப் பிராணிகளை வளர்ப்பது என்பது ஐரோப்பியர்களிடையே ஓர் அத்தியாவசியத் தேவையாயிருக்க எனக்கென்னவோ அது ஓர் அநாவசியத் தேவையாகத் தோன்றியது. ஒருமுறை என் மூத்தப் பையனும் அடுத்த பெண்ணும் நாய் வளர்க்க வேண்டுமென்று விரும்பி, 'விண்ணப்பம்' மனைவியின் ஒப்புதலுக்குப் பிறகு என்னால் நிராகரிக்கபட்டது என்பதை இங்கே உங்களிடம் சொல்லியாக வேண்டும். . . அச்சம்பவத்திற்குப் பிறகு பிள்ளைகளின் அநேக வேண்டுதல்கள் என் மனைவி மட்டத்திலேயே ஒப்புதல் பெறப்பட்டு நிறைவேற்றிக் கொள்ளப்பட்டன.

நாயை என் செல்லப் பிராணியாக ஏற்றுக்கொள்ள முடியாமல் போனதற்கு வீட்டில் கொட்டுகிற அதன் முடிகளால் ஒவ்வாமைப் பிரச்சினை வருமென்கிற சுகாதாரக் காரணம் ஒருபுறம் இருக்க,

அதன் பராமரிப்பிற்கு மினி பட்ஜெட் போடவேண்டிய அவசியமும் இருந்தது.

"ஏங்க என்ன சொன்னீங்க? குழந்தையைப் பாருங்க, சோர்ந்து போய் நிக்கிறா..."

"ம்... நான் அவளை ஒன்றும் சொல்லலை. முதலில் அந்த நாயைச் சேர்க்க வேண்டியவங்ககிட்டே சேர்த்துட்டு வந்திடு."

"ஏங்க... இப்பதான் சொன்னேன். பக்கத்து அப்பார்ட் மெண்ட்லெ ஒரு பெண் புதுசாக் குடி வந்திருக்குது... அவளோட 'பெட்' இதுன்னு. யூனிவர்சிடியிலே என்னவோ படிக்கிறாளாம். நேற்றுதான் முதன்முதலாகப் பார்த்தேன். அசப்புலெ எங்க சித்திபெண் வினிதாவேதான்! போன ஜூன்லகூட நாம இந்தியா போயிருந்தப்ப, பிரியா அவளோட பிடிவாதமா ஒட்டிக்கொண்டிருந்தாளென்று தெரியுமில்லையா? அதிலும் இந்த நாய்க்குட்டியோட அந்தப் பெண்ணைப் பார்த்ததும் பிரியாவுக்கு அவளை ரொம்பப் பிடிச்சுபோச்சு. இன்னொண்ணு அவ இங்கிலீஷ் பேசினதுல எனக்குச் சந்தோஷம். இந்தியாவுக்கெல்லாம் கூட போயிருக்காளாம். ஆனால் பனாரஸ், கொல்கத்தாங்கறா. நம்ம பக்கம் போலை."

"நான், அவளைப் பத்திக் கேக்கலை..."

"ஆமாங்க! அதைத்தான் சொல்லவந்தேன்... அவ யூனிவர்சிட்டிக்குப் போற சமயத்துல, இந்த நாய்க்குட்டி வீட்டுலெ அடைஞ்சிக் கிடக்குதாம். பிரியாவுக்கு நாய்க்குட்டியைப் பிடிச்சிருக்கென்று கொண்டாந்து விட்டிருக்கா. நான் வேண்டாமென்று சொன்னேன். கேட்கலை."

"மக்கு... மக்கு அவளுக்குப் பராமரிக்கிறதுக்கு ஒரு ஆளு தேவைப்பட்டிருக்குது. இங்கே கொண்டுவந்து உங்க தலையில கட்டிட்டா. நேரத்திற்கு வெளியே அழைத்து போகனுமென்று சொல்லியிருப்பாளே?"

"ஆமாம் சொன்னா..."

"இப்பப் புரியுதா? நம்மைச் சரியான இளிச்ச வாயர்களென்று நினைச்சுத் தலையில் கட்டிட்டா."

"என்ன நடந்துபோச்சுன்னு இந்த குதி குதிக்கிறீங்க? முடியாதென்று சொல்லிட்டாப் போச்சு. இங்கே பாருங்க நானாக, அவளிடம் நாயைக் கொண்டுவந்து எங்க அப்பார்ட்மெண்ட்ல விட்டுட்டுப்போன்னு சொல்லலை. உங்க பொண்ணுதான் ஆசைப்பட்டா. அவளும் இருக்கட்டுமேன்னு விட்டுட்டுப்போயிருக்கா. இதுல என்ன தப்பு?"

"விஜி! நான் என்ன சொல்ல வறேனென்று புரிஞ்சுகிட்டுப் பேசு. நாளைக்கே நாயை வளர்க்கணும் பூனை வளர்க்கணும் என்று நம்ம பிள்ளைங்க ஆசைபட்டா, நம்மால முடியுமா? யோசித்துப்பாரு! கடைசியா ஒரு சந்தேகம்... கோவிச்சுக்காதே! இதற்குமட்டும் பதில் சொல்லிடு... இன்றைக்கு ஞாயிற்றுகிழமைதானே? நாயை விட்டுட்டு எங்கே கிளம்பிட்டா?"

"பாங்க் ஒன்றிலே, தற்காலிக வேலைக்கு எடுத்துள்ள மாணவர்கள்ல அவளும் ஒருத்தியாம். ஞாயிற்றுகிழமையிலும் வேலை இருக்காம். அப்படித்தான் அவள் சொன்னாள்."

"சரி சரி... விடுவிடு நான் அவளிடம் பக்குவமாக சொல்லிக் கொள்கிறேன்" என்றுகூறி பொறுப்பை ஏற்றுக்கொண்டாலும், என்ன பேசுவது, எப்படிப் பேசுவது எனப் பலமுறை ஒத்திகை பார்த்துக்கொண்டேன். இடைக்கிடை என் மனைவியின் 'பக்குவமாப் பேசுங்க. என்ன இருந்தாலும் பக்கத்து வீட்டுக்காரி. ஏதாவது உளறிவச்சு மானத்தை வாங்காதீங்க" என்று கூடுதல் எச்சரிக்கை வேறு.

நவாஸ் ஷெரீப்பை சந்திக்கத் தயாராக இருந்த மோடிபோல, அவளை வரவேற்கத் தயாரானபோது மாலை மணி ஆறு.

அழைப்பு மணி ர்... ர்... எனத் தேவையில்லாமல் என்னைப் படபடக்கவைக்க என் மனைவி சென்று கதவைத் திறந்தாள். நான் அவள் பின்னால். துணைக்கு என் மகள், நாய்க்குட்டியுடன்.

அவளும், மனைவியும் பரஸ்பர வணக்கத்தைத் தெரிவித்துக் கொண்ட பிறகு, பிரெஞ்சு முறைப்படி கன்னங்களில் முத்தங்களைப் பரிமாறிக்கொண்டனர். அடுத்து என் பெண்ணின் மூக்கினைச் செல்லமாகத் தொட்டுச் சீண்டிவிட்டு, அவள் கன்னத்தில் முத்தமிட்டபின் என்னைப் பார்த்தாள். அந்நியப் பெண்களைக் கண்டால் ஆண்கள் தடுமாறுவது இயற்கையே, நான் சிறிது கூடுதலாகத் தடுமாறியிருந்தேன்.

"என் கணவர்" என்று தேவையின்றி வார்த்தையை மனைவி விரயம் செய்தாள். எனக்கும் அறிமுக முத்தமிட்டுக்கொள்ள ஆசைதான், என்றாலும் தாலிக்கட்டியவள் பக்கத்திலிருக்கிற ஞாபகம்வரத் தவிர்த்தேன். அவளிடம் கைகுலுக்கிக் கொண்டேன். என் பெண்ணிடமிருந்த நாய்க்குட்டி எஜமான விசுவாசத்துடன் வாலை ஆட்டியது. எனக்கு சிரிப்பு வந்தது. ஒருவேளை எனக்குக்கூட வால் இருந்தால் இப்படித்தான் ஆட்டி சந்தோஷத்தைத் தெரிவித்திருப்பேனோ என்னவோ?

"என் நாய்க்குட்டியால் தொந்தரவு ஒன்றும் இல்லையே?" வசுந்தராதாஸ் குரலில் கேள்வி.

இப்போது அதற்கான பதிலைச் சொல்லவேண்டியது நான். மனைவி என்னைப் பார்த்தாள். அவளிடம் சொல்லவேண்டுமென நினைத்துப் பயிற்சி எடுத்திருந்த வசனங்கள் மறந்து போயிருந்தன.

"இல்லை... இல்லவே இல்லை. இப்படியொரு நாய்க்குட்டியை இங்கே விட்டுச் சென்றதற்கு நாங்கள்தான் நன்றி சொல்லவேண்டும். இவ்வளவு அழகான ஒரு நாய்க்குட்டின்னா ஒன்றல்ல ஆயிரம் கொண்டுவாங்க. நாங்க சமாளிப்போம்." நான் ட்ராக் மாறியதில், என் மனைவிக்குக் கோபமா, வியப்பா? அவள் பார்வையில் வித்தியாசமிருந்ததென்னவோ உண்மை. அதனை ஒதுக்கிவிட்டு, அப்பெண்ணிடம், "கொஞ்சம் உள்ளேவந்து உட்காரலாமே?" என்றேன்.

"மன்னியுங்கள். நேரமில்லை. பக்கத்தில்தானே இருக்கேன். அடிக்கடி வருகிறேன். நாய்க்குட்டியைப் பார்த்துக்கொண்டதற்கு மிக்க நன்றி" எனப் பாதி பிரெஞ்சிலும் பாதி ஆங்கிலத்திலும் தெரிவித்துவிட்டு என் மகளைப் பார்த்தாள்.

"பிரியா நீ என்னோட வரியா?"

"நோ நோ... இப்போது வேண்டாம். பிறகு அனுப்பறேன்." என்னை முந்திக்கொண்டு மனைவியின் பதில்.

"ஓகே... பிறகு பார்ப்போம்", எனப் பிரெஞ்சில் கூறிவிட்டு நாயுடன் விடைபெற்றபோது மனைவிக்கும், நாயைப்பிரிந்த சோகத்தில் இருந்த என் பெண்ணுக்கும் மனதில் என்ன இருந்ததோ? ஆனால் என்னிடத்தில் கொஞ்சம் கிளுகிளுப்பை வைத்துச் சென்றிருந்தாள். அவளை வழியனுப்பிக் கதவை மூடிவிட்டு வந்த மனைவி நம்பாததுபோல என்னைப் பார்த்தாள்.

"என்ன நடந்தது? அவள் வரும்வரை தாம் தூம் என்று குதித்துவிட்டு இப்போ எதிர்பாட்டுப் பாடறீங்க? வேறு ஏதேனும் காரணம் இருக்கா?"

"பைத்தியம்... பைத்தியம். ஏதாவது கற்பனை பண்ணிக்காதே", நான்.

"கற்பனையை நான் பண்ணலை, நீங்க பண்ணிகிறீங்களோன்னு நெனைச்சேன்.. பிரியா காலையிலேருந்து பார்க்குக்குப் போகனும்னு அடம் பிடிக்கிறா. கொஞ்சம் குடும்பஸ்தன்ங்கிறதை மறக்காமல் அவளை அழைச்சுகிட்டுப் போயிட்டு வாங்க..."

அடுத்த சில நாட்களுக்கு, அவளால் கிடைத்த சந்தோஷத்தை எப்படித் தக்கவைத்துக் கொள்வது என்பதற்காகக் காரணங்களைத் தேடினேன். மறுநாள் அலுவல் முடித்து காரில் வரும்போது மிகப்பெரிய விளம்பரம் கண்ணிற்பட்டது. அது ஐரோப்பிய

கூட்டமைப்பு வளாகத்தில் நடக்கின்ற நாய்கள், பூனைகள் பற்றிய ஐம்பதாவது கண்காட்சிக்கான விளம்பரம். ஒருவேளை அந்தப்பெண்ணும் அங்கே சென்றிருப்பாளோ? என்ற உணர்வின் கேள்விக்கு மனம் ஆமாம் சொல்ல, நகரத்தைவிட்டு 6 கி.மீட்டர் தள்ளியிருந்த அந்த வளாகத்திற்குச் சென்று நூற்றுக்கணக்கான கார்களுக்கு மத்தியில் என் வாகனத்தை நிறுத்தி, வரிசை எண்ணை ஞாபகத்தில் ஒற்றி, ஐந்து யூரோ கொடுத்து நுழைவுச் சீட்டைப் பெற்று உள்ளே நுழைந்தால் ஏமாற்றம். ஸ்டால்கள் ஈயடித்துக்கொண்டிருந்தன. நின்றிருந்த இரண்டொரு ஐரோப்பியத் தலைகள் ஆசியன் ஒருவனை எதிர்பார்க்கவில்லையோ என்னவோ என்னை ஆச்சரியத்துடன் பார்த்துவிட்டுத் திரும்பிக்கொண்டன.

வீட்டிற்குத் திரும்பலாமா? என்று நினைத்தபோதுதான் நுழைவு வாயிலை ஒட்டியிருந்தவரவேற்பு ஹால் கண்ணில் பட்டது. வரவேற்புப் பணியில் இருந்த பெண்களிடம் நெருங்கிச்சென்று "போன்ழூர்" என்றேன். அவர்களும் பதிலுக்குத் தெரிவித்துவிட்டு, "நாங்கள் ஏதாவது உதவ முடியுமா?" எனக் கேட்டார்கள்.

"நன்றி, இதுபோன்ற கண்காட்சிக்கு வருவது இதுதான் முதல் தடவை. எங்கே? எப்படி ஆரம்பிப்பது என்பதில் குழப்பம்", நான்.

"நீங்கள் நாயா? பூனையா??" என்று உதட்டை மடித்து நமட்டுச் சிரிப்புடன் கேட்க, "இரண்டுமில்லை மனிதன்" என சிரித்தபடி பதில் கூறவேண்டியிருந்தது. .

"இல்லை. நாயைப்பற்றிய தகவல்கள் வேண்டுமா? பூனைபற்றிய தகவல்களா? என அறிவதற்காக இந்தக் கேள்வி. நாய்களைப் பற்றித் தெரிந்துகொள்ள உங்களின் வலது பக்கம் திரும்பவேண்டும். . நாய்களின் ரகம், பூர்வீகம், குணம், உணவு முறை, பராமரிக்கும் விதம், ஆலோசனைகள், உபகரணங்கள் எனச் சுமார் 50 ஸ்டால்கள் உள்ளன. பூனைகள் பற்றிய தகவல்கள் வேண்டுமென்றால்..." எனத் தொடர்ந்தவளை இடைமறித்து:

"நன்றி! எனக்கு நாய்கள் பற்றிய தகவல்கள் மட்டுமே வேண்டும்", என்றதும் ஸ்டால் தகவலடங்கிய குறிப்பினைக் கொடுத்தாள். மீண்டும் ஒருமுறை நன்றி கூறிவிட்டு நடக்கத் தொடங்கினேன். 'நாய்களின் பூர்வீகம் மற்றும் அவற்றின் குணநலன்கள்' எனத் தெரிவித்த அறிவிப்புப் பலகையின் பக்கம் நுழைந்தேன்.

நூற்றுக்கணக்கில் நாய்களின் படங்கள் அவற்றைப் பற்றிய செய்திகள். எங்கள் வீட்டிற்கு பிரெஞ்சுப் பெண் கொண்டுவந்தது எந்த ரகமென்று கண்டுபிடிக்க அரைமணி நேரம் ஆயிற்று. ரோமம் அடர்ந்த வெள்ளை செம்மறி ஆட்டுக்குட்டிபோலிருந்த அந்த நாய்க்குப்பெயர் "கனீஷ்" எப்சி 1, குரூப் 9, செக்ஷன் 2, ஆயுள் 17

வருடம் என்றிருந்தது. கூடவே அதனைப் பற்றிய வர்ணனை கலந்த குட்டிக் குட்டியான தகவல்கள். புத்திசாலித்தனமும் சுறுசுறுப்பும் கொண்ட அழகான நாய் (அவளைப்போலவா?) நம்பிக்கைக்குப் பெயர்போனது (அவள் எப்படியோ?) பழக்குவதற்கு எளிதானது (அப்படியா?) சுவாரஸ்யமாகப் படித்துக்கொண்டிருந்தேன்.

“அடடே உங்களுக்கும் நாய்கள் என்றால் பிடிக்குமா?” பின்னாலிருந்து ஒரு குரல்.

குரலுக்குடையவள் யார் என்று நினைத்தீர்கள். உங்கள் ஊகம் தப்பில்லை. அவள்தான்.

“என்ன அப்படிப் பார்க்கறீங்க? நேற்று உங்கள் அப்பார்ட்மெண்ட்டிற்கு வந்திருந்தேனே மறந்துட்டுதா?”

“மன்னிக்கனும் மத்மஸல்! உங்களை இப்படித் திடீரென்று இங்கே எதிர்பார்க்கவில்லை.”

“இதிலென்ன ஆச்சரியம்! உங்களை இங்கே பார்க்க நேர்ந்ததுதான் ஆச்சரியம்.”

“நீங்க சொல்வதும் ஒருவகையில் உண்மைதான். எப்படிச் சொல்வதென்று தெரியலை. நேற்று எங்கள் வீட்டுக்கு நீங்க வந்தது எவ்வளவு சந்தோஷம் தெரியுமா? நாய்கள் மேலேகூட உங்களால் எனக்குத் திடீரென்று ஒரு பிடிப்பு வந்துவிட்டது.”

“அப்படியா ரொம்ப சந்தோஷம். நான்கூட சொல்ல வேண்டுமென்று நினைத்தேன். வாவ் உங்க பெண் எவ்வளவு அழகு.”

“அவள் என் ஜாடை” எனச் சொல்லிவிட்டு அவள் கண்களைப் பார்த்தேன்.

“உங்கள் மனைவி மட்டுமென்ன? எவ்வளவு அழகா இருக்காங்க. என்ன அன்பாப் பழகறாங்க. நீங்க கொடுத்து வச்சிருக்கணும்.”

அவள் பதில் என்னை யோசிக்க வைத்தது. அவளை வளைத்துப் போட மனது பரபரத்தது. வார்த்தைகளைத் தேர்ந்தெடுத்துப் பேச ஆரம்பித்தேன்.

“என் மனைவி அழகா இருக்கிறாங்க, அன்பாப் பழகறாங்க என்று சொல்றீங்க. நன்றி. எங்களோட கசப்பான வாழ்க்கையை முதல்நாளே சொல்லக்கூடாது. சுருக்கமாகச் சொல்லவேண்டுமென்றால் எங்க பெண்ணுக்காகத்தான் நாங்க சேர்ந்து வாழ்கிறோம்.” மனம் துணிந்து பூசணிக்காய் அளவிற்குப் பொய்யை அவிழ்த்தது. உடம்பு மறைக்க மறுத்து வேர்த்தது.

“அப்படியா?” என்று கேட்ட அவள் குரலில் அவநம்பிக்கையின் சாயல். ‘அய்யோக்கியப் பயலே! அவசரப்பட்டுவிட்டாயே!’ என்றது மனம்.

“வேண்டாம் கரீன்! உங்களிடம் இதைப்பற்றி பேசியிருக்கக் கூடாது. மன்னித்துக்கொள்” என வார்த்தைகளில் நடிப்பைக் காட்ட, அவன் வந்தான். நல்ல உயரம், அதற்கேற்ப உடம்பு. தலையை மொட்டை அடித்திருந்தான். முகத்தில் பாதியை மறைத்த தடித்த உதடுகள். நல்ல கறுப்பு. மத்திய ஆப்பிரிக்காவைச் சேர்ந்தவனோ?

“மிஸ்டர் ராஜ்! இவன் என்னோட நெருங்கிய நண்பன். பெயர் பசீல்போலி. நம்ம ஸ்ட்ராஸ்பூர் புட்பால் கிளப்புலே விளையாடறான். பசீல்! இவர் என்னோட பக்கத்து வீட்டுக்காரர்”, இருவரையும் அறிமுகம் செய்துவைத்தாள்.

நெருங்கிய நண்பன் என அழுந்த உச்சரித்ததில் அவள் என்ன சொல்லவருகிறாள் என்பது புரிந்தது. இருவரும் கைகுலுக்கிக்கொண்டோம். அந்த கணநேர கை குலுக்கலில் நான் துவம்சம் செய்யப்பட்டிருந்தேன். . தோற்றவனாய் அவர்களிடம் விடைபெற்றுக்கொண்டு விபத்தில் சிக்காமல் காரைச் செலுத்தி வீட்டை அடைந்தபோது வீட்டில் மனைவியும் பிள்ளைகளும் சந்தோஷத்தில் இருந்தார்கள். அறையில் நுழைந்து உடைகளைக் களைந்துவிட்டு:

“விஜி ஒரு காப்பிக்கொடு! தலைவலி மண்டையைப் பிளக்கிறது”, எனக் குரல் கொடுத்தேன்.

“என்னங்க மணி ஏழாகுது. எங்கே போயிருந்தீங்க? பிள்ளைங்க எல்லாம் ஐந்து மணியிலிருந்து காத்திருக்கிறாங்க.”

“எதுக்கு?”

“காலையில் நீங்க ஆபீஸுக்குப் போன பிறகு அந்தப் பெண் கரீன் போன் செய்திருந்தாங்க. அவ பிரண்டுகிட்டே நல்ல ஆப்கானிய ரக நாய் ஒண்ணு இருக்காம்” எனத் தொடந்தவள் என் முகம் போன போக்கைப் பார்த்து நிறுத்திக்கொண்டாள்.

“நாய்க்கு என்ன பேரு பின்லாடனா? நாய் பூனையென்று இன்னொருமுறை இந்தவீட்டில் ஒருவரும் பேசக்கூடாது.. நம்ம வீட்டுக்கு அவள் என்ன சிபாரிசு? கொஞ்சம் முன்னாடிதான் ஒரு ஆப்பிரிக்கனோடப் பார்த்தேன். மேயற ஜென்மம்னு நினைக்கிறேன்!” என நான் சொல்லிக்கொண்டுபோக, என் மனைவி குழம்பிபோய் நின்றாள்.

கதை ஓரளவு நன்றாக வந்திருந்தது. சிலவரிகளை மாத்திரம் திருத்தம் செய்தால் போதும், மாலை மின்னஞ்சலில் அனுப்பி விடலாம் என்ற திருப்தியுடன் கணினியை அணைத்தவேளை நண்பன் கதவைத் தட்டினான். "என்ன கிளம்பிட்டியா?", என்ற அவனுடைய அதிகாரக் குரல். "ஓர் அரைமணி நேரம் பொறு வந்திடறேன்", என்றேன். அவசரவசரமாக ஒரு ஜீன்ஸைக் கட்டிலில் உட்கார்ந்து கால்களிற்கொடுத்து இடுப்பில் பொத்தான் களை போடவிருந்தபோது, "ஆச்சா?" என்றொரு குரல். அவன் எப்போதும் இப்படித்தான், தீ மிதிப்பவன்போல பரபரப்பான். ஹேங்கரில் விருப்பமில்லாலேயே ஒரு கைத்தறிச் சட்டையை முதுகிலிட்டு கைகளைக்கொடுத்து பொத்தானிட்டபோது அழுக்கு வாசம், கடந்த மூன்று நாட்களாகத் தொடர்ந்து போட்டுக்கொண்டிருக்கிறேன். அழுக்கு நிறைய சேர்ந்திருந்தது. நேரம்கிடைத்தால், தானியங்கித் துணி துவைக்கும் எந்திரத்தில் மொத்தத்தையும் துவைத்து வேண்டும். சீப்பை எடுத்தபோது அதன் பற்களிடை சிக்கிக்கொண்டிருந்த ஒன்றிரண்டு கேசங்கள் அருவருத்தன. ஊரில் தமக்கைகள் இதற்காகவே என்னிடம் சண்டை பிடிப்பார்கள். அவர்கள் தமக்கென வாங்கிவைத்திருந்த சீப்பைத் தொடக்கூடாது என்று அம்மாவரை பஞ்சாயத்து போகும். காலுறைக்குச் சில நொடிகள், நாடா இல்லாத ஷூவிற்கு இரண்டொரு நொடிகள், கண்ணாடியிற் தலையை ஒழுங்குசெய்ய அல்லது கொஞ்சம் கலைத்துக்கொள்ள இரண்டொரு நொடிகள் என நேரத்தை உறிஞ்சிக்கொண்டிருந்தேன். கதவைப் பூட்டியபோது, நண்பன் இல்லை, படிகளிற் தடதடவென இறங்கிக் கொண்டிருந்தான்.

❍

27

பாரீஸ், பிரான்சு: 2011 மார்ச் 20, ஞாயிற்றுக்கிழமை பிற்பகல்

அந்த்தோனியிலிருந்து புறநகர் இரயில் ஒன்றைப் பிடித்து பிரான்சு நாட்டின் வடபகுதிகளை இணைக்கும் பாரீஸ் நகர வடக்கு இரயில் நிலையச் சந்திப்பில் நண்பனும் நானுமாக இறங்கியபொழுது மணி காலை பதினொன்றாகியிருந்தது. இரயிலைவிட்டுக் கீழே இறங்குவதற்குள் இரண்டொருவர் எங்களைத் தள்ளிக்கொண்டு ஏறமுயல, சாதாரண உடைமீது மஞ்சள் அங்கி அணிந்த இரயில்வே சிப்பந்தி ஓடிவந்தார். அவர்களைத் தடுத்து நிறுத்தி எங்களை இறங்கவைத்தார். ருமேனிய நாட்டைச் சேர்ந்த இளம்பெணொருத்தி இடித்துக்கொண்டு சென்றாள். ஜாக்கெட்டை எச்சரிக்கையுடன் தடவிப்பார்த்தேன். அவள் இளம் மார்பும், வேர்வை மணமும் நலம் விசாரித்த இடத்தில் பர்ஸ் பத்திரமாக இருந்தது. குவியல் குவியலாக மனிதர்கள். எஸ்கலேட்டரில் ஏறுகிறவர்கள் எஸ்கலேட்டரில் இறங்குபவர்கள். அடுத்த இரயிலுக்குக் காத்திருப்பவர்கள், வேலையின்றி இருக்கும் ஏழை இளைஞர்கள் என்று பார்க்கும் இடமெல்லாம் மனிதர் கூட்டம். ஆங்கிலம், பிரெஞ்சு, ஸ்பானிஷ், இத்தாலி, தமிழ், சீனம் என உலக மொழிகள் ஒன்றையொன்று நலன் விசாரிப்பதும், சிரிப்பதும், சீறுவதும், கொஞ்சுவதும், சமாதானம் செய்வதுமாக இருந்தன. மேட்டிமை மொழியல்ல, அலுவலக மொழியல்ல, வியாபார மொழியல்ல, அறிவியல் சூத்திரங்களால் பின்னப்பட்ட மொழியல்ல, மனிதரின் மொழி.

"ஏன் பேசாம வற? பல் வலி இன்னும் இருக்குதா?", நண்பன் கேட்டான். அவன் கேட்ட பிறகுதான் பல்வலி என்ற ஒன்று இரண்டு நாட்களாக எனக்குத் தொந்தரவு கொடுப்பது நினைவுக்கு வந்தது. பல் மருத்துவரிடம் சிகிச்சைக்காகச் சந்திப்பு ஒன்றை ஏற்பாடு செய்திருந்தேன். அதற்குத் தேவையிருக்காதென்று தோன்றியது. பல்வலி இல்லையென்றால் நாளை பல்மருத்துவரின் பெண் செயலருக்குப் போன் போட்டு அப்பாயிண்ட்மெண்ட்டை இரத்துச் செய்யவேண்டும். இரத்துச் செய்ய மறந்தால் அந்தப் பல் மருத்துவர் போகாவிட்டாலும் அதற்குரிய கட்டணத்தை வாங்கிவிடுவார் என நண்பன் கூறியிருந்தான்.

"காலையிலிருந்து வலி இல்லை. பல்வலி குறைந்ததுபோலத்தான் தோணுது. இராத்திரிக்கு எப்படி இருக்குதுன்னு பார்க்கணும். பிரச்சினை இல்லைன்னா *rendez-vous*வை *annuler* பண்ணிடலாம்னு இருக்கேன்", என்றேன் நண்பனிடம்.

எஸ்கலேட்டரில் ஏறிக்கொண்டிருந்தோம். கைப்பிடியில் படிந்த எனது கையைத் தட்டிவிட்டான் "வைக்காதே, ஒருத்தன் பாக்கியில்லாம வைக்கிறான். தொற்று நோய் சுலபமாகப் பரவுவது இந்த மாதிரி இடங்களிற்தான்" என்றான் நண்பன்.

நான் சிரித்தேன். "ஏன் சிரிக்கிற?" – நண்பன்.

"உங்கிட்டருந்து எனக்கெதுவும் தொத்தாமலிருந்தால் சரி. கண்ட இடத்திற்குப் போயிட்டு வர. எல்லா நாட்டுப் பெண்களையும் ருசிபார்க்கணுங்கிற. இந்தப்பெண் பல் டாக்டர் கிட்ட அப்பாயிண்ட்மெண்ட் வாங்கினபோதும், "போய்ப்பாரு அடிக்கடி பல்லைக் காட்டத் தோணுமென்று சொன்னவன் நீ. உங்கிட்டதான் முதலில் நான் எச்சரிக்கையாக இருக்கணும்."

"சரி சரி *gare du nord*ல என்ன புரொகிராம் வச்சிருக்கிற?" என்று கேட்டான் நண்பன்.

"புதுசா என்ன? வழக்கமானதுதான். தமிழ்கடைக்கென்று எழுதி வைத்திருக்கிற லிஸ்ட்படி வாங்கணும். பிறகு வயிற்றை கவனிக்க, ஏதாவது சாப்பிடணும், வீட்டுக்குத் திரும்பணும். சிறுகதை ஒண்ணு எழுதிவச்சிருக்கேன் அதை *Email*செய்யணும். அவ்வளவுதான்."

"இரவுக்கு நீதான் ஏதாவது ஸ்பெஷலா சமைக்கணும். உங்க ஓட்டலில் சமைக்கிற ஐட்டம் எதுவும் வேணாம். எல்லாம் நார்த் இந்தியன் ஐட்டமா இருக்குது, நம்ம பக்கத்து டேஸ்ட்ல என்ன செய்யாலாமென்று யோசி, அதற்கேத்தமாதிரி சாமான்களை வாங்கிக்கலாம்."

இருவருமாக வெளியில் வந்தோம், ஆங்காங்கே தமிழர்கள், யாழ்ப்பாணத் தமிழ் காதில் விழுந்தது. புதுச்சேரித் தமிழர்களின் பிரெஞ்சு கலந்த தமிழல்ல. நாங்கள் வாடிக்கையாகச் செல்லும் கடைக்குச் சிறிது தூரம் நடக்க வேண்டும். இடதுபக்கம் திரும்பி நடைபாதைத் தளத்தில் நடந்தோம். இருபெண்கள் குறுக்கிட்டார்கள். அவர்கள் புடவை கட்டியிருந்த விதத்தைப் பார்த்தபோது ஆந்திரப்பெண்கள் போலிருந்தார்கள். அவர்கள் நீட்டிய துண்டுப் பிரசுரங்களில் "கைரேகை, எண் ஆரூடம், தோஷங்கள், பிள்ளைபேறில்லா குறைகள் ஆகியவற்றிற்கு பிரபல இந்திய ஜோதிடரைச் சந்தியுங்கள்" என அறிவித்துக் கோவில் முகவரி ஒன்றையும், ஏற்பாட்டாளரின் தொலைபேசி எண்ணையும் கொடுத்திருந்தார்கள். சில அடிகள் நடந்திருப்போம் மீன் வாசம். மீன் கடைக்கு எதிரே இருந்தோம்.

"இண்ணைக்கி மீன் குழம்பு, மீன் வறுவல்னு ஏதாச்சும் செய்யலாமா?" என்று நண்பனிடம் கேட்டேன்.

"வேணாம் மாப்ள. நம்மகூட இருக்கிற வெள்ளைக்காரப் பசங்களுக்குப் பிடிக்கலை. வீடு முழுவதும் நாறுதுன்னு வீட்டுக்காரன் கிட்ட போட்டுக்கொடுத்துட்டானுவ. மீன் சாப்பிடும் ஆசைவந்தால் இனி வெளியிலதான் வச்சிக்கினம்."

எப்போதுமே அந்தக் கடையில் நெரிசல் அதிகம் இருக்கும்; இலங்கைத் தமிழர்கள், இந்தியத் தமிழர்கள், மொரீஷியஸ் தமிழர்கள், வியட்நாமியர்கள், சீனர் ஒருவர், வடக்கு ஆப்ரிக்க நாட்டைச்சேர்ந்த இரண்டு இஸ்லாமியப் பெண்கள், கடை ஊழியர்களெனக் கூட்டம் முண்டியடித்துக் கொண்டிருந்தது. ஓடி ஓடி அவரவர்க்குரிய பொருட்களை எடுத்துக்கொண்டிருந்தார்கள். நாங்கள் இரண்டு பேருக்குமாகச்சேர்ந்து ஐந்து கிலோ பாசுமதி அரிசி, சப்பாதி மாவு இரண்டு கிலோ, வெந்தயம், சீரகம், மிளகு, கரம் மசாலா, தந்தூரி, பிரியாணிப் பவுடர்கள், பத்தக் மார்க் ஊறுகாய், ஊதுபத்தி, பி.ஜி. டிப்ஸ் டீத் தூளென்று எதையும் மறைக்கவில்லை. இரவுக்கு இந்தப் பொருட்களை வைத்தே சமாளிக்கலாம் என்ற யோசனையை நண்பன் ஏற்றுக்கொண்டான். வேண்டுமானால் கொஞ்சம் பனீர் வாங்கிக்கொள்வோம், சப்பாத்தி அல்லது பூரிக்கு பனீரில் ஏதாவது செய்துகொள்ளலாம். பிரிட்ஜில் ஆட்டிறைச்சி, கோழி எல்லாம் போதுமான அளவிற்கு இருக்கிறதில்லையா? எனக் கேட்டதற்கு நண்பன் தலையாட்டினான்.

பொருட்களை வாங்கிக்கொண்டு, மீண்டும் வடக்கு இரயில் நிலையத்தின் மேற் தளத்திலிருந்த ஒரு துரித உணவகத்திற்குள் நுழைந்தபோது பிற்பகல் ஒரு மணி. மேசைகளைப் பார்த்துக்

கொண்டே நடந்தபோது ஒரு மேசையில் இரண்டு தமிழ்ப்பெண்கள் அப்போதுதான் தட்டை வைத்துவிட்டு உட்கார்ந்தார்கள். அணிந்திருந்த ஜாக்கெட்டைக் கழற்றி உட்காரவிருந்த நாற்காலிகளின் முதுகில் மாட்டிய பின்னர், சிரித்தபடி உரையாடினார்கள். அவர்கள் மேசைமீதிருந்த தட்டில் பர்கரும், உருளைக்கிழக்கு ஃபிங்கர்சிப்ஸும், இரண்டு கொக்கா கோலா நிரம்பிய தம்ளர்களும் இருந்தன. அவர்களில் ஒருத்தியை ஏற்கனவே பார்த்த ஞாபகம். எங்கென்று சட்டென்று நினைவூட்ட முடியவில்லை. அப்பெண்கள் எதிரே இரண்டு நாற்காலிகள் காலியாக இருந்தன.

“மூர்த்தி, நீ போயிட்டு உனக்குப் பிடிச்சது எதுன்னாலும் வாங்கி வா. நான் இடம் பிடிச்சு வைக்கிறேன்.”

“ஏன் என்ன விஷயம்?”

“அந்த பெண்களில் ஒருத்தியை ஏற்கனவே பார்த்திருக்கேன். எங்கேண்ணுதான் தெரியலை. அங்கேயே உட்காரலாம். அவங்கக் கூட பேசிக்கொண்டு இருக்கேன், நீ வாங்கிட்டு வந்திடு” என நண்பனிடம் கூறிவிட்டு, அவனது பதிலுக்குகூடக் காத்திராமல் விறுவிறுவென்று நடந்தேன்.

லெவிஸ் ஜீன்ஸில், இளமையை லாகோஸ்த் டீ ஷர்ட்டில் அடைத்து, போனி டெய்ல் முறையில் தலைமுடியைப் பின்பக்கம் உயர்த்தி ரப்பர் வளைய கட்டுக்குள் வைத்திருந்தாள். அவளை நெருங்கியபோது ஹாம்பர்கரின் ‘கார்லிக் மயோ’ மணத்தையும் தாண்டி மெலிதாக டியோடறண்ட் வாசனை மூக்கைத் தொட்டது.

“இங்கு யாருமில்லையே, உட்காரலாமா?”, எனக் கேட்டேன்.

அருகிலிருந்த தோழியை வியப்புடன் பார்த்தாள். என்ன சொல்லலாம் என்பதுபோல. கோலாவை சிறிதளவு உறிஞ்சி திருப்திப்பட்டுக்கொண்ட தோழி, அதை மேசையில் வைத்துவிட்டு தோளைக் குலுக்கினாள். புதுச்சேரியைச்சேர்ந்த தோள் குலுக்கல் ஆசாமியை நினைத்துக்கொண்டேன். பிரான்சு நாட்டிற்கு வந்த இந்த ஏழெட்டுமாதங்களில் பிரெஞ்சு மொழியைப் புரிந்து கொள்ள முடிந்தது. தோள் குலுக்கல்களை புரிந்துகொள்ள சங்கடப்பட்டேன். ஆம், இல்லை, எனக்குத் தெரியாது, உனது விருப்பம், எனக்கென்ன என்றெல்லாம் தோள்குலுக்கலுக்குப் பொருள் இருந்ததால், இந்தக் குலுக்கலை எதில் சேர்ப்பதென்று குழம்பினேன். பிரெஞ்சுக்காரர்களைக் காட்டிலும், பிரான்சுக்குள் இருக்கும் வெளிநாட்டவர் அதிகம் இந்த உடல் மொழியைப் பயன்படுத்துவதுபோலவும் இருந்தது. இம்முறை பெண்ணின்

தோள்குலுக்கலை 'உட்காரலாம், பிரச்சினையில்லை!' என்று அர்த்தப்படுத்திக்கொண்டு உட்கார்ந்தேன்.

ஃபிங்கர் சிப்ஸை எடுத்து வாயில் வைத்து கடிக்கப் போனவளிடம் "உங்களை ஒன்று கேட்கலாமா?" என்றேன்.

இந்த முறையும் தோழியைப் பார்த்தாள். ஆனால் தோழியின் பதிலுக்காகக் காத்திருக்கவில்லை.

"கொஞ்ச நேரத்துக்கு முதல், நீங்கள் ஓர் ஆளுடன் உள்ள போனதைக் கண்டனான். இவளிடம் அதுபற்றிப் பேசிக் கொண்டிருந்தேன். எனக்கு ஒருவரைத் தெரியும், அவரைப் போட்டோவில் பார்த்தது. அது நீங்களாக இருக்குமோ என்ற சந்தேகம் இருந்தது. சரியாகத் தெரியாமல் எப்படி கதைக்கிறதெண்டு தயங்கினனான். நல்லவேளை நீங்களே முன்வந்தீங்க. உங்கட பேர் வாகீசனா?"

"ஆமாம். அப்படித்தான் வைத்துக்கொள்ளுங்கள்."

"ஏன் வேறு பெயர்கள் இருக்குதா?"

"இல்லை, வாகீசன்தான், ஒரு பேச்சுக்காக அப்படி மறுத்தேன்."

"என் பெயர் நித்திலா. மத்யூஸ் அத்தானைத் தெரியுமில்லையா. அவருடைய மனைவியின் தங்கை, நவம்பர் மாதம் ஊரிலிருந்து வந்தேன். ஊரிலிருந்து வந்த அண்டைக்கு உங்களைப் பார்க்கலா மெண்டு நம்பின்னான். என் அக்கா வீட்டில்தானே இருந்தனீங்கள். என்ன நடந்தது?"

"நாம் இருவர் மட்டும் பேசிக்கொண்டிருக்கிறோம், உங்கள் தோழிக்கு வருத்தமிருக்காதா?"

"எனக்கு வருத்தமெதுவுமில்லை. உங்களுக்கு வருத்தமென்றால் சொல்லுங்கள், நான் வேறு மேசைக்குப் போகிறேன். நீங்கள் மனம் விட்டுப் பேசலாம்" என்றாள் அவள் தோழி.

"மனம் விட்டுப் பேசுவதற்கெல்லாம் ஒன்றுமில்லை. நீங்கள் சொல்லுங்கள். திடீரென்று என் தமக்கை வீட்டைவிட்டுப் போவதற்கு என்ன காரணம்?" – நித்திலா.

"உங்கள் அத்தானிடம் கேட்கத் தயக்கமிருந்திருக்கும், அது நியாயம். உங்கள் அக்காளைக் கேட்டால் காரணம் சொல்லி யிருப்பாரே!"

"நீங்கள் அந்த வீட்டில்தானே இருந்தீர்கள். என் அக்காவைப் பற்றி உமக்குத் தெரியாதா?"

காஃப்காவின் நாய்க்குட்டி

"ம். . . நீங்கள் சொல்வது உண்மைதான். ஆனால் அதைப்பற்றி யெல்லாம் தற்போது பேசி என்ன ஆகப்போகிறது. நீங்கள் ஊரிலிருந்து வருவதற்கு ஒரு வாரம் இருக்கும், அதுவரை என்னிடம் நன்றாக பேசிப் பழகிக்கொண்டிருந்த உங்கள் அத்தானின் போக்கில் மாற்றம் தெரிந்தது. ஒரு நாள், "வீட்டிற்குள் வரவேண்டாம். உனக்கு கராஜ் மட்டும்தான் வாடகைக்கு விட்டிருக்கிறேன்", என்று கூறினார். இரண்டு நாள் கழித்து, "வேறு இடம் பார்த்துக்கொள்ளுங்கள்; கராஜ் எங்களுக்குத் தேவைப்படுகிறது" எனக் கூறினார். உங்கள் தமக்கையின் வீட்டைவிட்டு வெளியில் வந்த பிறகு நான்கைந்து நாட்கள், எனக்குப் பெரும் பிரச்சினையாக இருந்தது. உங்கள் அத்தான் மனிதாபிமானமற்ற ஆளென்று நினைக்கையில் கடும் கோபம் வரும். உங்கள் தமக்கையை நினைத்துத் தவிர்த்துவிடுவேன். தவிர உங்கள் அத்தானிடம் ஏற்பட்ட மாற்றத்திலும் நியாயமிருப்பது போலிருந்தது."

நண்பன் எங்கள் இருவருக்கும் எதையெதையோ வாங்கித் தட்டில் அடுக்கிக்கொண்டு எனது அருகில் உட்கார்ந்தான்.

"ஃபாஸ்ட் புட் கடைகளில் எங்கே போனாலும் கூட்டம். எல்லோரும் ஓடிக்கொண்டிருக்கிறார்கள் போலிருக்கிறது, ரெஸ்டாரரெண்ட்டிற்குப் போய் சாப்பிட நேரமில்லையோ என்னவோ", எனக் கூறியவன் எங்கள் மூவரையும் சில நொடிகள் அமைதியாகப் பார்த்தான். "ஏதாவது முக்கிய விஷயமாகப் பேசிக்கொண்டிருந்தீர்களா? நான் குறுக்கிட்டுவிட்டேனா" எனக் கேட்டான்.

"முக்கிய விஷயம்தான். உலக சமாதானத்திற்கு என்ன செய்யலாமென்று கேட்டார். நான் சில யோசனைகளைச் சொல்லிக்கொண்டிருந்தனான். இடையிற் குழப்பிவிட்டீர்"– நித்திலா.

"நான் குழப்பத்தை உண்டு பண்ணியது இருக்கட்டும். அங்கே வாசலில் எனக்குப் பின்னால் கதவைப் பிடித்தபடி இருவர் இன்னமும் நிற்கிறார்களா பாருங்கள். அதில் நீல ஸ்வெட்டர் போட்டிருப்பவர் கவனமெல்லாம் உங்கள் மீதுதான் இருக்கிறது" என்றான்.

தலையைத் திருப்பிப் பார்க்கலாமா என நினைத்தேன். நண்பன் வேண்டாம் என்பதுபோல கையை இழுத்துத் தடுத்தான். ஆனால் எதிரிலிருந்த நித்திலா திரும்பவேண்டிய அவசிய மில்லாமலிருந்ததால், நேரடியாகவே அவள் பார்வை நண்பன் சொன்ன திசையிற் சென்றது.

“அய்யய்யோ!” என்றாள்.

“ஏன் என்ன விஷயம்?” எனக் கேட்டேன் அவளிடம்.

“நிற்பது வேறு யாருமல்ல. அத்தான் நான் போயிட்டுவாறன். சந்தர்ப்பம் கிடைச்சால் திரும்பச் சந்திப்பம்” எனக்கூறி எழுந்து கொண்டாள்.

“உங்கள் தோழி சாப்பிட்டுவிட்டார். நீங்கள் பர்கரை அப்படியே வைத்திருக்கிறீர்கள்.”

“எண்ட ராசி அப்படித்தான், நான் போறன்” எனப் புறப்பட்டுபோனவளை “இரு இரு நானும் வாரன்”, எனக் கூறிக்கொண்டே அவள் தோழி துரத்திக்கொண்டு ஓடினாள். இருவரும் துரித உணவக வாயிலைக் கடந்து கூட்டத்தில் மறையும்வரை பார்த்துகொண்டிருந்தேன். பின்னர் திரும்பி அவள் அத்தான் இருக்கிறாரா என்று பார்த்தேன். இல்லை.

❍

28

பாரீஸ், பிரான்சு: 2011 மார்ச் 20, ஞாயிற்றுக்கிழமை பிற்பகல்

நித்திலா தன் கைவசமிருந்த திறப்பைப் போட்டு கதவைத் திறக்கமுயன்றபோது, மறுபக்கம் கைப்பிடியை சுழற்றி கதவைத் திறக்கும் சப்தம் கேட்டது. அமைதியானாள். கதவு திறந்தது. தமக்கை.

"வா! ஏன் லேட்? எத்தினை மணி தெரியுமே பின்னேரம் 3 மணி. வெளியிலை போனா நேரஞ் செல்லுமெண்டா போன் பண்ணெண்டு எத்தின தரம் சொல்லி இருப்பன். இப்பவும் ஊரிலை இருக்கிறமாதிரி நினைச்சுக் கொண்டிருந்தா? உனக்கு விசாப் பிரச்சினை இருக்கெண்டு தெரியுமெல்லே? முந்தநாளும் எங்கடை பெடியள் ஒருத்தனைப் பிடிச்சுப் போட்டாங்களாம். இஞ்சை பொலிஸ் எல்லா இடமும் எங்கடை ஆக்களைப் பிடிச்சுச் செக் பண்ணிறாங்களாம். அதுவும் தமிழ்க்கடைப் பக்கம் இன்னும் கெடுபிடி கூடவாம் எண்டு சொல்லுகினம். உன்ரை முகத்தைப் பார்த்தா ஒண்டும் சாப்பிடாத மாதிரிக் கிடக்கு. காலமை எழும்பி ஒரு தேத்தண்ணி மட்டும்தான் குடிச்சிட்டுப் போனனி. எழும்பி முகத்தைக் கழுவிப்போட்டு ஏதாலும் சாப்பிடு. உன்னை நினைச்சுத்தான் இண்டைக்குச் சமைச்சனான்."

"எனக்குப் பசிக்கேல்லை. மனசும் சரியில்லை. கஷ்டப்படுத்தாதை. நீ ஒண்டும் விளங்காமல் இருக்கிறாய் எண்டு நினைக்க எனக்குக் கவலையாய்க் கிடக்கு. உன்னட்டை ஒண்டு கேக்கட்டே? மூண்டு தரமும் நல்லாத்தானே சாப்பிடிறாய். பிறகேன்

இப்பிடி இருக்கிறாய்? உயிரைத் தவிர உன்ரை உடம்பிலை என்ன கிடக்கு. வாழ்க்கையிலை மனிசருக்குச் சாப்பாட்டை விட்டா வேறையொண்டும் இல்லையே?"

"ஏனடி இப்பிடி ஆத்திரப்படுறாய்? இப்ப என்ன நான் கேட்டனான். சாப்பிடத்தானே சொன்னனான்."

"ஓமோம். வயித்துக்குச் சோறிருந்தா பிரச்சினை எல்லாம் முடிஞ்சிடுமே?"

"நீ நினைக்கிற மாதிரி எனக்கொரு பிரச்சினையுமில்லை. அத்தான் என்னை நல்லாத்தான் வச்சிருக்கிறார்."

"அதுதான் பாக்கத் தெரியுதே. ஒரு நாளைக்கு இரண்டு வேலை செய்யிறாய், ஓடிக்கொண்டே இருக்கிறாய், இருக்க நேரமில்லை. இருக்கிறது பத்தாதே, யாருக்காண்டி நீ உழைக்கிறாய் எண்டு சொல்லு பார்ப்பம்?"

"உனக்கு என்ன நடந்தது? ஏனிப்பிடிக் கதைக்கிறாய்? என்னைப்பற்றி உனக்குக் கொஞ்சமெண்டாலும் யோசினை இருக்கே? உள்ளுக்கு வந்து இரு. கதவைத் திறந்து வைச்சுக்கொண்டு கதைக்கக்கூடாது."

தமக்கையின் அழைப்பை ஏற்று நித்திலா உள்ளே வந்தாள். கைப்பையைத் தூக்கி எறிந்தாள். ஜக்கெட்டையும் கழற்றிப் பக்கத்தில் வைத்தாள்.

"நீ கோவிச்சாலும் பரவாயில்லை. நீ சாப்பிடிறது முக்கியம். முகம் வாடிப்போய் இருக்கிறதைப் பார்த்தால் ஒண்டுமே சாப்பிடேல்லைப் போலதான் கிடக்கு. ஒரு வாய் சாப்பிடு. எனக்கும் பசிக்குது. உன்னோடை சேர்ந்து சாப்பிடுவம் எண்டு தான் பார்த்துக்கொண்டிருந்தனான்."

"ஐயோ அக்கா! நீ ஏன்தான் இப்படி இருக்கிறியோ. வா சாப்பிடுவம்."

தமக்கையும் நித்திலாவும் சாப்பாட்டு மேசைக்கு வந்தனர். மேசையிலேயே எல்லாம் இருந்தது. தமக்கை இவள் தட்டை எடுக்கப்போனாள். நித்திலா தடுத்தாள்.

"நீ இரு! நான் எனக்களவாப் போடுறன். நீயெண்டா அள்ளிக் குவிப்பாய். நேரங்கெட்ட நேரத்திலை எனக்குச் சாப்பிடோணும் போலையும் இல்லை. மனசும் சரியில்லை."

"தீபிகா இன்னொரு விசயமும் சொன்னாள். வாகீசன் பற்றி."

"அவளுக்கு என்னெண்டு அந்தப் பெடியனைத் தெரியும். இந்தப் பக்கம் வந்ததுகூட இல்லை."

"அக்கா எல்லாருக்கும் எல்லாம் தெரியும், அதுவும் எங்கடை ஆட்களுக்கு சொல்லவே வேண்டாம். அவள் அப்பிடி ஒண்டும் பிழையாச் சொல்லேல்லை. வாகீசனை லாச்சப்பலிலை பார்க்கேக்கை, நான்தான் கண்டுபிடிச்சனான். அவன் அடையாளம் காணேல்லை."

"என்ன வாகீசனை லாச்சப்பலிலை பாத்தனியோ கதைச்சனியோ? என்ன சொல்லுறாய்?" – அக்காவின் கண்களில் அதிர்ச்சியும் திகைப்பும் இருந்தன.

"ஓமோம் கண்டனான். அரைமணித்தியாலத்துக்கு மேலை என்னோடை கதைச்சவன். ஆனால் நீங்களும் சரி, அவனும் சரி இந்த விசயத்தில் ஒரு புதிராகத்தான் இருக்கிறீங்கள். அத்தான் அவனிடம் இனி உனக்கு எங்கள் வீட்டில் இடமில்லையென்று சொல்லியிருக்கிறார். அதனால் அத்தான்மீது கோபம் இருந்திருக் கிறது. பின்னர் அத்தான் அவ்வாறு நடந்துகொண்டதில் நியாய மிருப்பதுபோல பட்டதாம்."

"இதிலை எங்களிலை சந்தேகப்படுறத்துக்கு ஒண்டுமில்லை யெண்டு விளங்கிச்சுதோ?"

"ஆனால் இதில் என்னை வச்சு நீங்கள் விளையாடி யிருக்கிறீங்கள். நேற்று அவனோடை கதைச்சத வைச்சுப் பார்க்கேக்க அவனுக்குப் பெரிய நம்பிக்கை ஒண்டும் இல்லை. நடந்ததெல்லாம் ஏதோ கதை எழுதிப் பார்த்த மாதிரியும் கதை சரியில்லாததால் கிழித்துப் போட்டுவிட்டது போலத்தான் அவன் நடந்துகொண்டான். அவனைப்பற்றி நான் கட்டின கோட்டை இடிந்தபோது முகத்திலும் கண்களிலும் விழுந்த மணல் ஓரிரு நிமிடங்கள் அரித்தது. அவ்வளவுதான்" எனக்கூறி கண்களைத் துடைத்துக்கொண்டாள்.

தமக்கை சோற்றையும் ஆட்டிறைச்சிக் குழம்பையும் சேர்த்துப் பிசைந்துகொண்டே உரையாடலின் போக்கை திசைதிருப்ப நினைத்ததுபோலக் கேட்டாள்:

"உன்ர பிரெண்ட் வேலைக்கெண்டு கூட்டிக் கொண்டு போன இடத்திலை என்ன நடந்துது. வேலை இருக்கெண்டு சொன்னாங்களோ இல்லாட்டி. .?"

"வேலைக்குப் பிரச்சினையில்லை. களவாய் வேலை செய்யிறதுதானே எப்பவெண்டாலும் தொடங்கலாமாம். ஒரு சினுவாட்டைத்தான் வேலை. துணியள் விக்கிற ஒரு ஹோல்சேல் கடை. எனக்குத் தனியப் போய் வரப் பழகும்வரையும் தீபா தன்ரை வேலை நேரத்தைக் கொஞ்ச நாளைக்கு மாத்திறாவாம்."

"அவள் ஒரு ஜேர்மன் பெடியனைக் கட்டப்பொறாளாம் எண்டு சொன்னாங்கள்."

"ஓமோம் அடுத்த மாசம் கலியாணம். ஆனா அவங்க கனக்கச் சீதனம் எதிர்பார்க்கிறாங்களாம். அவள் ஒரு சீட்டுக் கட்டினவள். அந்த ஆள் காசையும் கொண்டு கனடாவுக்கு மாறிட்டுதாம். எங்கடை அத்தானை நம்பித்தானாம் அந்தாளிட்டை சீட்டுப் போட்டவள்."

"இப்பிடித்தான் அந்தப் பெட்டை சொல்லிக்கொண்டு திரியுது. அவருக்குத் தெரிந்தால் கோவிப்பார். அவளின்ரை சகவாசமே வேண்டாம். பேசாமல் வேறை எங்கையாவது வேலை தேடுவம்."

"நான் அப்படி நினைக்கேல்லை அக்கா. கதைக்கிற விதத்தை வைச்சு எப்பிடியான ஆக்கள் எண்டு சொல்லலாம். எனக்கு தீபிகாவைப் பார்த்தால் பொய் சொல்லுற மாதிரித் தெரியேல்லை."

"அது சரி. அவளை நம்புவாய். ஆனா உன்ரை அத்தானை நம்ப மாட்டாய்."

"நீ அத்தானை நம்புறியோ? உன்ரை மனசைத் தொட்டுச் சொல்லு பாப்பம்."

தமக்கை குனிந்துகொண்டாள். இக்கேள்வியை தங்கையிடம் இருந்து எதிர்பார்க்கவில்லை. என்ன பதில் சொல்வாள்? உன்னைப் பசித்த புலியருகில் நிறுத்தியிருக்கிறேன், சிறிது கவனமாக இரு என்று தங்கையிடம் சொல்லலாமா? அவளுடைய அத்தானின் குணத்தை மோப்பம் பிடித்திருப்பாளா? இதுவரை நிலைமை சீராகத்தான் இருக்கிறது. ஆனால் கூடிய சீக்கிரம் எதுவும் நடக்கலாம். கட்டினவனுக்கா தங்கைக்கா – யார் பக்கம் நிற்பது? இந்தப் பிரச்சினையை எப்படி எதிர்கொள்ளப்போகிறேன்? சாப்பிட்டுக்கொண்டிருந்த தட்டை முடிக்காமல் மேசையில் வைத்துவிட்டு எழுந்து சென்றாள்.

தங்கையும் தமக்கையின் மனநிலையைப் புரிந்துகொண்டு, அவள் வைத்துவிட்டுப்போன தட்டை எடுத்து மூடி வைத்துவிட்டு, தன்னுடைய தட்டைக் கழுவினாள். மேசையில் இருந்தவற்றை ஒழுங்கு செய்தாள். குசினிக் கதவை இழுத்து மூடிவிட்டு மாடிப்படியேறியபோது, அக்காள் இருந்த அறையை எட்டிப் பார்த்தாள். கதவடைத்திருந்தது. உள்ளே விசும்பல் சத்தம் கேட்டது, சிறிது நேரம் கதவருகே நின்றாள். அவள் அழட்டும், தங்கை இருக்கிறாள் என்பதால் மனதைத் தளர்த்தி அவளால் அழமுடிந்திருக்கிறது, நல்லதுதான். அத்தான் இல்லாத நேரங்களில் தமக்கையுடன் பேச நிறைய விஷயங்கள் இருக்கின்றனவென நினைத்துக்கொண்டாள்.

29

பாரீஸ், பிரான்சு: 2011 மார்ச் 21,
திங்கட்கிழமை மாலை

தினமும் எழுதும் ஆசை உண்டு. ஒவ்வொரு விரலிலும் மையை நிரப்பி நகங்கொண்டு எழுதுவது போல நேற்றிரவு கனவு கண்டேன். அக்கனவில் சுவர் முழுவதும் மைநிரப்பிய விரல்கள். சுற்றிலும் எழுதி எழுதி மலைபோலக் குவித்து முடித்த தாள்கள். எழுதிச்சோர்ந்து நாட்கணக்கில் தாள் குவியலுக்கிடையில் சோர்ந்து கிடக்கிறேன். இடிபாடுகளுக்கிடையில் மனித உடல்களைக் கண்டெடுப்பதுபோல மோப்ப நாய்கொண்டு குவியலிலிருந்து என்னை மீட்கிறார்கள். லாரிகளில் காகிதங்களை இரவுபகலாக ஏற்றுகிறார்கள். நீதிமன்றத்தில் நிறுத்துகிறார்கள். பார்வையாளர்கள் வரிசையில் அம்மா, அக்காள், முறைப்பெண் ஈஸ்வரி, நித்திலா, அவள் தோழி. சாட்சிகளாக மூர்த்தி, காரைக்கால் பாய், மத்யூஸ் ஆகியோர் விசாரிக்கப்படுகிறார்கள். 'கனம் நீதிபதி அவர்களே' என அழைத்து, "வேலையில் கவனமின்மையும் கனவில் மிதப்பதும் இவருக்குள்ள நோய்கள் என்றும், நேரங்காலமின்றி எழுதியும் சிந்தித்தும் காலத்தை விரயம் செய்யும் மனிதர்கள் நமது கார்ப்பொரேட் உலகின் அறத்திற்கு எதிரானவர்கள்" என்றும் அரசு வழக்கறிஞர் வாதிட்டார். 'குற்றவாளி! உனக்கு ஏதேனும் இதில் சொல்ல இருக்கிறதா?' என நீதிபதி கேட்டார். "தண்டிக்கப்பட்டால், எனக்கு சிறையில் எழுதுவதற்கு வசதிகள் செய்து தரவேண்டும், கனம் நீதிபதி அவர்களே!" எனக் கூறினேன்.

"தாள்களை விரயம் செய்து சுற்றுச்சூழலை மாசுபடுத்திய குற்றத்திற்கு ஆறுமாதமும், இலங்கைப் பெண்ணுக்குப் பொய்யான வாக்குறுதி அளித்து அவள் களவாய் பிரான்சு நாட்டிற்குள் நுழையக் காரணமாக இருந்த குற்றத்திற்கு நான்குமாதமும் ஆகமொத்தம் பத்துமாதம் சிறைதண்டனையை ஏககாலத்தில் அனுபவிக்க வேண்டுமென்று தீர்ப்பு வழங்கப்படுகிறது" என்று நீதிபதி வாசித்தபோது, எனது கவலையெல்லாம் அவர் மூக்கிலிருந்து நழுவிக்கொண்டிருந்த கண்ணாடி பற்றியதாக இருந்தது. தீர்ப்பைக்கேட்டதும் பார்வையாளர்கள் பெஞ்சிலிருந்து அழுகுரல்கள் வந்தனவா என்று தெரியாது. விழித்துக்கொண்டேன்.

உணவுவிடுதியில் வேலைசெய்துகொண்டு எழுத்தில் கவனம் செலுத்துவது கடினம். வாசிக்கவும் நேரம் கிடைப்பதில்லை. பிரான்சுநாட்டிற்கு வந்திருக்கக்கூடாது. வரவேண்டும் என்றிருந்தால், ஓரளவிற்குப் பிரெஞ்சு படித்துவிட்டு வந்திருக்கவேண்டும். விசா பிரச்சினை தீர்ந்தால் மேலே படிக்கலாம், எழுத்துக்குக் கூடுதலாக நேரத்தை ஒதுக்குகிற வேலை எடுக்கலாம். ஏன் நேற்று லா ஷப்பலில் சந்திக்க முடிந்த நித்திலாவைக்கூட மணம் முடித்திருக்கலாம். பலரும் சொல்வதுபோல எனக்கு நிதானமிருப்பதில்லை. எதிலும் அவசரம்: 'டேய் ஏன் இப்படி ஓடற? எங்கேயாவது இடிச்சுக்கப்போற' எனப் பாட்டி எட்டு வயதுவரை எச்சரித்திருக்கிறாள். "அவசரப்பட்டு உங்க அப்பனோடு சேர்ந்து வார்த்தையைக் கொட்டிட்ட, இப்ப எந்த முகத்தோட எங்க வீட்டுக்கு வந்த" என அத்தையின் கணவர் ஒருமுறை கேட்டதுண்டு. "கொஞ்சம் ஆற அமர நிதானமா முடிவெடுக்கவேண்டிய விஷயம். உனக்குப் பிரான்சு சரிவருமா? யோசிச்சியா?" என அம்மா எச்சரித்தது நினைவுக்கு வந்தது. அரைகுறை மொழி அறிவோடு வந்தது மிகப்பெரிய தவறு. புதுச்சேரித் தமிழர்களில் பெரும்பாலோர் செய்த தவறையே நானும் செய்திருந்தேன்.

பிரான்சுக்கு வந்தபோது புதுச்சேரித் தமிழர்களைப் பற்றிய பெரிய எதிர்பார்ப்பு இருந்தது. இங்குவந்த பிறகுதான் பெரும்பாலான பிரெஞ்சுக் காலனி மக்களைப்போலவே இவர்களும் பெரும் எண்ணிக்கையில் கடைநிலை ஊழியர்களாக இருப்பதை அறிந்தேன். இவ்விஷயத்தில் பிரிட்டிஷ் காலனி நாடுகளுக்கும், பிரெஞ்சுக் காலனி நாடுகளுக்கும் பெரும் வித்தியாசமிருந்தது. பிரெஞ்சுக்காரர்கள் தங்கள் காலனிநாடுகளில் வாழ்ந்த மக்களை அதிகம் கற்காமல் பார்த்துக்கொண்டனர். எங்களுடன் தங்கியிருந்த அல்ஜீரிய நண்பன் கூறிய செய்தி உண்மைதான் என்பதைப் பின்னர் உறுதிப்படுத்திக்கொண்டேன்.

காலனிநாடுகளுக்கு பிரெஞ்சுக்காரர்கள் அதிகபட்சமாக கொடுத்த கல்விக்கொடை உயர்நிலைப்பள்ளிக்கூடங்களுக்கு இணையான 'லிஸ்ஸே' தான். ஆங்கிலேயர்களைப்போல பல்கலைகழகங்களைத் தங்கள் காலனிநாடுகளுக்கு இவர்கள் காட்டியதே இல்லை. பிரெஞ்சு காலனிய ஆதிக்கத்திலிருந்த ஆப்பிரிக்க நாடுகள் இன்றளவும், ஆங்கிலேயரின் காலனி ஆதிக்கத்திலிருந்த ஆப்பிரிக்க நாடுகளினும் பார்க்க கல்வியிலும் பொருளாதாரத்திலும் பின்தங்கி யிருப்பதை அறியவந்த பிறகுதான் பிரெஞ்சுக்காரர்களின் அரசியலை முழுமையாகப் புரிந்துகொள்ள முடிந்தது. மூத்த புதுச்சேரித் தமிழர்கள் இன்னமும் காலனிய மனப்பாங்கிலிருந்து விடுதலை ஆகாமல் இருப்பதன் ரகசியமும் விளங்கிற்று. சுதந்திரம் என்ற சொல்லோடு பிரான்சுநாடு இணைத்துப் பார்க்கப் படுகிறது, நகைமுரணாக சுதந்திரக்காற்றைச் சுவாசிக்க விரும்பிய குற்றத்திற்குக் கொல்லப்பட்ட காலனிமக்களின் எண்ணிக்கை பிரெஞ்சு ஏகாதிபத்தியத்தில் அதிகம். இந்தியப் பெருங்கடலிலும், பசிபிக் சமுத்திரத்திலும் கரீபியன் கடலிலும் ஆப்பிரிக்க பூர்வீக மக்களின் தீவுகள் சிலவற்றைத் தமது அதிகாரத்தின்கீழ் இன்றைக்கும் பிரான்சு நாடு வைத்திருக்கிறது.

காலையில் வேலைக்குச் சென்றிருந்தேன். பிறபகல் விடுமுறை எடுத்துக்கொண்டேன். போனவாரமே உணவுவிடுதியை நடத்தும் காரைக்கால் பாயிடம், திங்கட்கிழமை பிற்பகல் விடுமுறை வேண்டுமெனக் கேட்டிருந்தேன். முதலாவது காரணம், நண்பன் மூர்த்தி: "திங்கட்கிழமை லீவு போட்டிருக்கேன், நீயும் போட்டியானா எங்கேயாச்சும் போகலாம்" என்றான். அவன் விடுப்புபற்றிப் பேசியபோது எனக்குப் பல்வலியும் இருந்தது. பல்மருத்துவரிடம் போய்விட்டு, மாலை இருவருமாக வெளியில் போய்வரலாம் என்று முடிவு செய்திருந்தோம். திங்கட்கிழமை வாடிக்கையாளர்கள் குறைவு என்பதால் காரைக்கால் பாயும் மறுப்பு சொல்லவில்லை. ஒரு நாளைக்குப் பத்துமணி நேரத்திற்கு அதிகமாக எனக்கு வேலையிருந்தது. சாப்பாட்டுக்கடை முதலாளி காரைக்கால் பாய் அரசாங்கத்திற்கு நான்கு மணிநேரத்தை மட்டுமே அறிவித்திருந்தார். மொத்த மணிநேரத்தையும் அரசுக்குத் தெரிவித்தால் தொழிற்சட்டங்கள் வற்புறுத்துகிற மேலதிகக் கட்டணங்கள் அவருக்குச் சுமை. முதலாளி என்ற சொல் பணம் சம்பாதிக்கத் தூண்டுகிறது. காலை மாலை இரண்டு வேளையும் எனக்கு வேலை. காலையில் பத்து மணிக்குத் தொடங்கினால் பிற்பகல் இரண்டு மணிக்கு முடிப்பேன். அதன்பிறகு மாலை ஐந்து மணிக்குத் தொடங்கி, முடிக்க நடுநிசியைத் தாண்டிவிடும். பிறகு

இரயில் பிடித்து ஒருமணி நேரம் பயணம் செய்து, அறைக்குத் திரும்ப வேண்டும். பெரும்பாலும் அது கடைசி இரயிலாக இருக்கும். தவறினால் திரும்பவும் வேலை செய்யும் ரெஸ்டாரெண்ட்டிற்குச் சென்று சரக்குகள் வைத்திருக்கும் அறையில் உறங்க வேண்டிவரும். எத்தனை மணிநேரம் வேலை செய்தாலும் எனக்கு எவ்வளவு கொடுக்கலாம் என பாய் ஒரு கணக்கு வைத்திருக்கிறார். அதற்குக் கூடுதலாகவோ குறைவாகவோ தருவதில்லை. அப் பணத்தில் என்னுடைய இரண்டு வேளை உணவுக்கான தொகையும் நண்பர்களையோ தெரிந்தவர்களையோ உபசரிக்க நேரிட்டு காப்பியோ வேறு எதுவோ நான் வாங்கிக் கொடுத்தால் தவறாமல் கணக்கெழுதிவைத்து அதையும் பிடித்தம் செய்தே கொடுப்பார்.

பல்வலி இல்லையென்றானதால், பல் மருத்துவரிடம் செல்வது இல்லையென்றானது. காலையிலேயே போன்போட்டு பல்மருத்துவரின் செயலகத்திற்கு தகவலைத் தெரிவித்துவிட்டேன். நண்பன் வந்தானென்றால், எழுத்தாளர்கள் இன்றளவும் அதிகம் வந்துபோவதாக நம்பப்படும் *Saint-Germain-des-Près* வரை போய்வரலாம் என நினைத்தேன். வெகு நாட்களாக நெஞ்சில் இருக்கும் ஆசை, தள்ளிக்கொண்டு போனது. நேற்றிரவு வேலையிலிருந்து திரும்பும்போது பனி பெய்தது நினைவுக்கு வந்தது. மார்ச்மாதத்தில் குளிர்காலம் முடிவுக்கு வரும் காலம். இவ்வருடம் வெகு காலத்திற்குப்பிறகு மார்ச் மாதத்திலும் பனிபொழிவது சீதோஷ்ணநிலையில் ஏற்பட்டுள்ள தலைகீழ்மாற்றமென தொலைகாட்சிச் செய்தி தெரிவித்தது. சாலைகள் எப்படி இருக்கின்றன என்றறியும் ஆர்வத்தில் சன்னற்கதவைத் திறந்து எட்டிப் பார்த்தேன். உறைந்திருந்தப் பனியைக் கரைக்க உப்புக்கலந்த மணலை இறைந்துக்கொண்டுபோனது ஒரு வாகனம். இலைகளை உதிர்த்திருந்த மீமோசா மரங்கள் கட்டிய பனியால் பனிமரங்களாக உருவெடுத்திருந்தன. துக்கத்தில் ஆழ்ந்திருப்பவர்களைப்போல நடுத்தரவயதைக் கடந்த மக்கள் கருப்பு அங்கிகள், கையுறைகள், தலையில் தொப்பி சகிதம் கவனமாகக் கால்களை எடுத்துவைத்து நடக்கிறார்கள். கதவைத் தட்டும் சத்தம் கேட்டது. சன்னலை மூடிவிட்டு அவசரமாய்ச் சென்று கதவைத் திறந்தேன். எதிர்பார்த்ததுபோல மூர்த்தி. அவனுடன் ஐம்பதுவயது மதிக்கக்கூடிய ஒருவரும் நின்றிருந்தார். நண்பன் அவரை அறிமுகப்படுத்துவதுபோல, “கருப்பசாமி. புதுச்சேரியிலிருந்து வந்திருக்கிறார்” என்றான். அவருக்கு வணக்கம் தெரிவித்து உட்காரச் சொன்னேன். அறையில் இருந்த ஒரே நாற்காலியை வந்தவருக்குக் கொடுத்துவிட்டு நானும் நண்பனும் கட்டிலில் அமர்ந்தோம்.

"சார் பள்ளி ஆசிரியராக இருந்தவர். தேங்காய்த் திட்டு அருகே சொந்தமாக ஒரு பள்ளிக்கூடம் கட்டுகிறார். அதற்கு நிதி திரட்ட வந்திருக்கிறாராம்" – நண்பன் கூறினான்.

"உங்கள் நண்பர்கிட்டே நான் கொண்டுவந்திருக்கிற பேப்பர்ஸ், படங்கள் எல்லாற்றையும் காட்டட்டுமா" என்றார் வந்தவர்.

"அதற்கு அவசியமில்லை மிஸியெ. நான்தான் பார்த்தேனே, இவனிடத்தில் பிறகு சொல்றேன்" என்றான் நண்பன்.

"அதற்கில்லை, உங்கள் நண்பர் அவருக்கு விருப்பமான தொகையைக் கொடுக்க முடிந்தால் நல்லதுதானே" என இழுத்தார்.

"கொடுக்க முடிந்தால் நல்லதுதான், ஆனா அவன் பாடே இங்கே சிரமத்தில் இருக்கிறபோது எப்படிச் சாத்தியம்?" என்றான் நண்பன் சிரித்தபடி.

நண்பனின் பதிலில் கருப்பசாமி முகம் சிறுத்துப்போனது.

"பரவாயில்லை. லண்டனில் என்னிடம் படித்த மாணவன் ஒருவன் இருக்கிறான். அவனிடம் பேசவேண்டும். ஒரு போன் பண்ணிக்கலாமா, இப்போதுதான் ஞாபகம் வந்தது" என்றார்.

"அதற்கென்ன பேசுங்கள்" எனப் போனை எடுத்து அந்த மனிதரிடம் கொடுத்தேன்.

போனை வாங்கியவர், எண்களை ஒற்றிக் காதில் வைத்தார். மறுமுனையில் போனை எடுத்திருக்க வேண்டும். ஹலோ எனக்கூறி மாணவன் பெயரைக்கூறி அவனிடம் பேச வேண்டுமென்றார். திடீரென்று, கருப்பசாமி, "ஆங்கிலத்தில் சொல்லுங்கள் ஆங்கிலத்தில் சொல்லுங்கள்" எனப் பைத்தியம் பிடித்தவர்போலக் கூவினார். மூச்சுவிட மிகவும் சிரமப்பட்டார். அவருக்கு ஆஸ்மா இருக்கவேண்டும். இரண்டொரு தடவை சப்தமிட்டு முடித்து போனை நண்பனிடம் கொடுத்து, "நீங்கள் பேசுங்கள்!" என்றார். நண்பன் போனை வாங்கிப் பேசினான். ரிஸீவரை கையில் வாங்கிய மறுகணம், "அப்படீங்களா?" எனத் தமிழில் அவன் கூறியது கருப்பசாமிக்கும் எனக்கும் வியப்பாக இருந்தது. தொடர்ந்து "பக்கத்திலேதான் இருக்கிறார் பேசுங்க!" என அவரிடம் ரிசீவரைக் கொடுத்தான். பதினைந்து நிமிடம் மூச்சுவிடாமற் பேசினார். கட்டவிருக்கும் பள்ளிக்கு அவனை நிதி வசூலித்துக் கொடுக்க முடியுமா எனகேட்டார். அவனிடமிருந்து என்ன பதில் வந்ததோ தெரியவில்லை. போனை வைத்துவிட்டார், முகம் வெளுத்திருந்தது.

“நான் கிளம்பறேன், என்னுடன் வந்த புதுச்சேரிக்காரர் ஒருவர் கீழே காத்திருக்கிறார்” என்றார்.

“காப்பி குடிச்சுட்டு போங்களேன் சார்” என்றான் சினேகிதன்.

“இன்னும் நிறையப் பேரைப் பார்க்கவேண்டியிருக்கு. இத்தனை தூரம் பயணம் செய்துவந்ததற்கு விமான டிக்கெட்டுக் குரிய பணத்தைக்கூட இன்னும் வசூல் பண்ணலை. வந்த காரியம் நல்லபடியா முடியணுமென்ற கவலை. தமிழர்களைத் தேடிபோயிருக்கக் கூடாது. வெள்ளைக்காரனிடம் கேட்டிருந்தால் தாரளமாக உதவுவான்” என வருத்தத்துடன் கூறி விடைபெற்றார். நண்பன் அவரை வழி அனுப்பிவிட்டு வந்தான். கலகலவென்று சிரித்தான்.

“அவர் காதில் விழபோகிறது, மெதுவாக சிரி” என்றேன்.

“வெள்ளைக்காரன்கிட்டே போவதுதானே, இல்லை இந்தியாவிலிருக்கிற அம்பானிகள், டாட்டாக்களிடம் போவது தானே. எதற்கு விமான டிக்கெட் செய்து இவ்வளவு தூரம் வரணும்?”

“அதிருக்கட்டும், நீ அழைத்து வந்தவராயிற்றே, பத்தோ இருபதோ கொடுக்கலாமென்று நினைத்தேன். அதை ஏன் கெடுத்தே?”

“என்னது பத்தோ இருபதோவா? அவர் ஐந்நூறு ஆயிரம் என்று எதிர்பார்ப்பார். உன்னால் முடியுமா? இவரைப்போலவே ஒருத்தர் இரண்டு வருடங்களுக்க முன்பு வயதான கிறிஸ்துவ சாமியாரைச் சாட்சிக்கு அழைத்துக்கொண்டு பள்ளிக்கூடம் கட்டுகிறேன் எனப் பணவசூலுக்கு வந்தார். ஏழை மாணவர்களைக் குளிக்க வைப்பதுபோலவும், சாப்பிடுவதுபோலவும், புத்தகங்களுக்கு மத்தியில் வாசித்துக்கொண்டிருப்பதுபோலவும் படங்களெல்லாம் கொண்டுவந்தார். நாங்க வசூல் பண்ணிக்கொடுத்தோம். இப்போது அவருடைய நிலைமையைப் பார்க்கணுமே? கோவில் கட்டறேன், பள்ளிக்கூடம் கட்டறேன்னு நம்மகிட்டெ வந்திடறாங்க. உன்னிடம் அதிகமாக இருக்கிறதென்று நினைத்தால் இம்மாதிரி ஆட்களிடம் கொடுக்காதே. காப்பிக்கூட தரக்கூடாதென்றுதான் அதிகம் வற்புறுத்தாமல் அனுப்பி வச்சேன். எனக்குக் காப்பி குடிக்கணும். கலந்து கொடு.”

“உட்கார், கொண்டுவரேன்” எனக்கூறிவிட்டு பிரிட்ஜைத் திறந்து பாலைக் கோப்பையில் ஊற்றி ஓவனில் இரண்டு நிமிடம் வைத்து, தூள்கலந்து நண்பன் முன் நீட்டினேன். சர்க்கரைக் கட்டிகள் இரண்டை எடுத்து பக்கத்தில் வைத்தேன்.

காப்பியில் ஒரு சர்க்கரைக்கட்டியைக் கலந்துகொண்டே நண்பன்:

"நேற்று முழுதும் கேட்கவேண்டுமென்று நினைத்து கேட்காமலே போனது. அந்தப்பெண்ணிடம் அப்படி என்னதான் பேசின?"

"பேச என்ன இருக்கிறது? நான் தங்கியிருந்த வீட்டுப் பெண்தான் என உறுதிப்படுத்திக்கொண்டேன்."

"என்னம்மா இது கதை விடற. எனக்கும் உன் வயசுதான். ஒரு பெண்ணைப் பார்த்தேன். ஹலோ சொன்னேன், எழுந்து வந்தேன் என்கிற கதையெல்லாம் என்னிடம் எடுபடாது. அதை உறுதிப்படுத்திக்கொண்டு என்ன ஆகப்போவுது. உங்கிட்ட வேற பிளான் இருக்கும்மா?"

"எங்கிட்ட எந்தப் பிளானுமில்லை. அவள் அக்காள் கணவருக்கு அப்படியொரு எண்ணமிருக்குது. அதைச் சொல்லப்போனா, வீணா அந்தப் பெண்ணோட நிம்மதி கெடும். அவளுக்கும் அவள் அக்காளுக்கும் சிக்கல் வரும். எனக்கு எம்பிரச்சினையே பெரும் பிரச்சினை. பிரான்சுலேருந்து இந்தியா திரும்பாம இருக்கணுமென்றால், பிரெஞ்சு நேஷானாலிட்டிக்காரி ஒருத்தி கிடைச்சா சந்தோஷமா கட்டிக்குவன்."

"அதனாலே மத்யூஸ் என்பவர் போகச்சொன்னதும் எதார்த்தத்தைப் புரிந்துகொண்டு அவர்கள் வீட்டைவிட்டு வந்திட்டேங்கிற, அதானே?"

". . ."

"அதற்குபேரு எதார்த்தம் இல்லை, இளிச்ச வாயன் என்று அர்த்தம். நான் ரொம்ப நல்லவன், எந்த வம்புதும்பும் வேண்டாம், எதார்த்தத்தை புரிந்துகொண்டு நடப்பவன் என்பதெல்லாம் கோழைத்தனத்தை பிறர் அறிந்துவிடக்கூடாதுதென்பதற்காக நடத்தும் நாடகம். பக்கம் பக்கமாய்க் கதை எழுதற பிற மனிதர் களை புரிந்துகொண்டமாதிரி காட்டிக்கொள்ற, அவ்வளவும் பாசாங்கா?"

எனக்கு வெட்கமாக இருந்தது. தலை குனிந்து அமைதியாக இருந்தேன். நண்பன் கால்கள் என்னை நெருங்கின. எனது சிகையில் வைத்து அளைந்தான்: "எழுந்திரு! *Saint-Germain-des-Près* போகலாமா?" எனக் கேட்டான்.

"இல்லை மனம் சரியில்லை. நாளைக்குப் போகலாம்" எனக்கூறி அவன் கைகளை விலக்கிவிட்டுக் கட்டிலில் சுருண்டுப் படுத்தேன்.

நண்பன் கட்டிலருகே சில நிமிடங்கள் காத்திருந்தான். "சரி, படுத்திரு. ஓர் அரைமணிநேரம் கழித்து புறப்படுவோம்" எனக்கூறி வெளியேறினான். எழுந்து சென்று சன்னல் திரையை இழுத்து வெளிச்சத்தை முற்றாகத் தடுத்தேன். அறை இருள் மெல்லமெல்ல என்னை விழுங்கத் தொடங்கியது.

○

30

பாரீஸ், பிரான்சு: 2011 ஏப்ரல் 10, சனிக்கிழமை

பேல்வீல் பெயர் பிரெஞ்சு மொழியில் அழகான நகரம் என்றாகிறது. ஆனால் அப்படியொன்றும் மோசமான இடமும் அல்ல. நித்திலா ஊரிலிருந்து வந்து நான்கு மாதங்கள் இன்னமும் முடிவுறாத நிலையில், அனைத்தையும் இடிபாடுகளாகவே பார்த்துப் பழகிய கண்களுக்கு மேற்கத்திய நகரங்கள் கனவுகளாகத் தோற்றம் தந்தன. அதிசயிக்கவும் வியக்கவும் மட்டுமே அவளால் முடிந்தது. பாரீஸ் நகரின் இருபதாவது வட்டத்தைச் சேர்ந்த அப்பகுதியில் சீனர்கள் அதிக எண்ணிக்கையில் இருப்பதாகச் சினேகிதி தெரிவித்தாள்.

பேல்வீல் பகுதியே சீனர்களின் அதிகாரத்திற்கும் ஆட்சிக்கும் உட்பட்டது போல இருந்தது. காய்கறிகள், கடலுணவுகள், மதுவகைகள், தளவாடங்கள், துணிகள், மின்னணுப்பொருட்கள், கணினி உதிரிப்பாகங்களென விளம்பரங்கள். தேவையற்ற பொருட்களின் வியாபாரம் சுறுசுறுப்புடன் நடந்தது. பிரெஞ்சுப் போலீஸார் பலமுறை யோசித்துவிட்டு உள்ளே வரும் பகுதியென தீபா முதல்நாள் கூறினாள். நித்திலாவை அங்கு அழைத்துவந்ததும் அவள்தான். அவர்கள் வேலைசெய்யும் கடை, முகப்பில் பார்க்க சிறிய நிறுவனம் போலிருந்தது. நான்கு சுவர்களிலும் வரிசையாக நீளுருளைகளில் சுற்றிய துணிகள், வரிசையாக அடுக்கியிருந்தன. கடைக்கு வெளியே, வீதிகளில் இருந்த சுறுசுறுப்பு உள்ளே இல்லை. பனியன் தெரிய பூப்போட்ட சட்டை அணிந்த சீனர்தான் நித்திலாவையும் அவளுடைய

சினேகிதியையும் வரவேற்றார். அவரோடு பெண்மணி ஒருத்தியும் இருந்தாள். அவளைப்பார்க்க தமிழ்க்கடைப் பக்கம் சமோசா விற்கிற பெண்மணிபோல இருந்தாள். சீனர்கள் அனைவரும் ஒரே முகத்துடன் இருப்பதுபோலிருந்தது. இவர்களைக் கண்டதும் சீனர் முகம் மலர, தலையைக் கீழிறக்கி வரவேற்றார். பெண்மணியிடம் சீன மொழியில் என்னவோ கூறிவிட்டு அவர்களை அழைத்துக்கொண்டு கடையின் பின்பக்கமிருந்த திரையை விலக்கி கீழே இறங்கினார். பெண்கள் இருவரும் மௌனமாகப் பின்தொடர்ந்தார்கள். பத்து பதினைந்து படிகள் கீழே இறங்கியிருப்பார்கள். குளிர்ச்சியான ஈர மணம் நாசிகளைத் தொட்டது. வண்டுகள் கூட்டமாக இரைவதுபோல விநோதமான சப்தமும் மெல்லமெல்ல அதிகரித்துக்கொண்டு வந்தது. கூடுதலாகப் பத்துபடிகள் இறங்கியதும், சுவர்போல ஓர் இரும்பினாலான தடுப்பினைக் கண்டார்கள். வெளியே “மொத்த வியாபாரிகளுக்கு மட்டும்” என பிரெஞ்சில் எழுதியிருந்தது. அதற்குக்கீழே இருந்த அழைப்பு மணியின் பொத்தானை இரண்டுமுறை சீனர் அழுத்தினார். மறுபக்கம் யாரோ நடந்துவருவதுபோலிருந்தது. இம்முறை இரும்புத் தடுப்பில் அதிசயம்போல சிறு கதவு திறந்தது. ஒரு ஜோடிக் கண்கள் வந்திருந்த மூவரையும் சில நொடிகள் பார்த்தன. நம்பிக்கைக்குரியவர்கள்தான் என்ற முடிவுக்கு வந்திருக்கவேண்டும். கதவு திறந்தது. மூவரும் உள்ளே நுழைந்தார்கள். நுழைவாயிலில் இடதுபக்கம் நாற்காலி மேசைபோட்டு நாற்பது வயது எனச் சொல்லக்கூடிய இரு சீனர்கள் இருந்தார்கள். ஆட்கள் நடமாட்டம் இருந்தது. வலதுபக்கம் நீளமானதொரு கூடம். ஐம்பது மீட்டருக்குக் குறையாமல் இருக்கக்கூடுமெனக் குத்து மதிப்பாக ஒரு முடிவுக்கு நித்திலா வந்திருந்தாள். அக்கூடத்தின் நீளத்திற்கும் மேசைகள் போடப்பட்டிருந்தன. வண்டிரைச்சலுக்கான காரணத்தை அவள் புரிந்துகொண்டாள். நூற்றுக்கணக்கான தையல் எந்திரங்கள். அதிக எண்ணிக்கையில் சீனப்பெண்களும் இடைக்கிடை வேறு நாட்டுப்பெண்களும் தையல் எந்திரங்களுக்குள்ள சுதந்திரத்தைக்கூட இழந்து மௌனமாக ஆடை தயாரிப்பில் இருந்தார்கள்.

பெண்கள் இருவரையும் அங்கிருந்த நிர்வாகிகளிடம் ஒப்படைத்துவிட்டு, இவர்களை அழைத்து வந்த சீனர் மீண்டும் படியேறினார். வயதில் மூத்த சீனர் அங்கிருந்த நாற்காலிகளில் அமரச் செய்தார். நித்திலாவின் தோழியிடம் ‘எல்லாவற்றையும் விளக்கிச் சொன்னாயா? எப்படி நடந்துகொள்ளவேண்டும் என்பதெல்லாம் உனது சினேகிதிக்குத் தெரியுமா?’ எனப் பிரெஞ்சில் கேட்டார். நித்திலாவுக்கு அவர் கேட்டதெதுவும் விளங்கவில்லை. அந்த ஆள் கேட்பதற்கெல்லாம் தோழி

தலையாட்டுவதுபோல இருந்தது. நித்திலாவை ஒரு தையல் எந்திரத்தின் முன்னால் உட்காரவைத்தார்கள். பிரச்சினை இல்லாமல் வேலை நடந்தது. வாரத்திற்கொருமுறை கூலியையும் கொடுத்தார்கள். வேலைக்குச்சேர்ந்து இரண்டு கிழமைகள் கழிந்திருந்தன.

இன்று நிர்வாகிகளில் மூத்த வயதுடைய ஆள்தான் அவளை அழைத்து நான்கைந்து நிமிடங்களாகத் திட்டிக்கொண்டிருக்கிறார். நொடிக்கொருதரம் அவருடைய கண்ணிரப்பைகள் மூடிக் கொண்டன. அவை திறக்கும்போது வெண்முழிமட்டும் மல்லிகை அரும்புபோல கண் சிமிட்டின. கண்கள் மலரச் சிரிக்கிறபோது தெரிகிற வாழைப்பூ நிறப் பற்கள் தற்போது பெரிய உதடுகளின் அடக்குமுறைக்குப் பணிந்திருந்தன. சீனமொழி கோபத்துக்குரிய மொழியாக இருக்கமுடியாது என்பதால் அவற்றைக் குறைத்து உபயோகிக்கிறாரோ என்று சந்தேகப்பட்டாள். ஆங்கிலம் அல்லது பிரெஞ்சில் பேசுகிறபோது அவற்றிடத்தில் இயற்கையாகவே அடிமைகளை மிரட்டும் அதிகாரத் தொனி இருப்பதை சீனர் விளங்கிக்கொண்டிருக்கிறார். அதன் காரணமாகவே தன்னைத் திட்டுவதற்கு மேற்கத்திய மொழிகளைப் பயன்படுத்துகிறார் என்ற ஐயமும் அவளுக்கிருந்தது. முதல்நாள் பார்த்த சீனர் வேறு, அப்போது அவர் மிகவும் அமைதியாக இருந்தார். அடிக்கடி சிரித்தார். கிரீன் டீ கொடுத்தார். தற்போது பள்ளிக்கூடத்துத் தண்டவாள மணிபோல கண கணவென்று மூக்கால் பேசிக் கொண்டிருக்கிறார். சீன மொழியில் ஆரம்பித்தார். பிறகு பிரெஞ்சுக்குப் பயணித்து, இறுதியில் உடைந்த ஆங்கிலத்தில் பேசினார். இவளைச் சீனரின் கோபத்திலிருந்து காப்பாற்ற நினைத்ததுபோல பாகிஸ்தானியர் ஒருவர் உள்ளே வந்தார். அந்த ஆள் அடிக்கடி அங்கு வருகின்ற ஆள்தான். ஆனால் அவன் இவளையும் வேறு சிலரையும் பிராங்க்பர்ட்டிலிருந்து வாகனத்தில் கொண்டுவந்தவன் போலவும் இருந்தான். வந்த பாகிஸ்தானியர் அந்தச் சீனரை அழைத்துக்கொண்டு மேலே போனார். சீனப்பெண் ஒருத்தி இவளைத் தேடிவந்தாள். “அவர் எது பேசினாலும் வாய் திறக்காதே. தலையாட்டு! பிரச்சினைகள் வராது” என்றாள். “இப்போது நான் போய் வேலை செய்யலாமா கூடாதா? அந்த ஆள் எப்படி?” என்றாள். “சத்தம்போடுவாரே தவிர நல்ல ஆள்தான்” எனக்கூறியவள், தொடர்ந்து, “என்ன நடந்தது? அவர் கோபப்படும்படி என்ன செய்தாய்” எனக் கேட்டாள். “அவர்தான் துணி பண்டலொன்றை எடுத்துவர என்னை அனுப்பினார். நான் வழி தெரியாமல் வேறொரு இடத்திற்குப் போய்விட்டேன். அங்கு உங்கள் ஆட்களை ஜெயில் கைதிகள்போல நூற்றுக்கணக்கில் அடைத்துவைத்திருப்பார்களென்று எனக்குத்

தெரியாது" என்ற நித்திலாவிடம், "அது ஜெயில் அல்ல. களவாய் இந்த வேலைக்கென எங்கள் நாட்டிலிருந்து கொண்டு வரப்பட்ட மனிதர்கள். வேலை செய்த நேரம்போக மற்ற நேரங்களில் அங்குதான் தங்கவேண்டும். மருத்துவம் உட்பட எல்லாமும் அதே இடத்தில்தான். வெளியிற் போகக்கூடாது. நான்கூட அப்படி இருந்தவள்தான். சரி சரி, போய் வேலையைப் பாரு! அந்த ஆள் பார்த்தால் மறுபடியும் பிரச்சினை" எனக் கூறினாள். மீண்டும் தையல் எந்திரத்திற்கு முன்னால் உட்கார்ந்து தைப்பதில் இறங்கினாள். "கவனப்பிசகாக நடந்துவிட்டது. இல்லையென்றால் எதற்காக அங்கு போகப்போகிறேன். அந்த இரகசியத்தை தெரிந்து எனக்கென்ன ஆகப்போகிறது" எனத் தனக்குள் சொல்லிக்கொண்டாள். தீபிகா வேலைக்கு வரவில்லை. அவளிடம் சொல்ல இவளுக்குச் செய்திகள் இருந்தன.

நித்திலா நேற்று வேலைக்கு வந்திருக்கவேண்டும். காலையில் தலைவலி. தமக்கையிடம் தெரிவித்தாள். அவள், "பரவா யில்லை. இன்றைக்குப் போகவேண்டாம், வீட்டிலை இரு. எங்கையாவது வெளியில போட்டு வருவம்" என்றாள். இவளும் சம்மதித்து வீட்டில் இருந்தாள். தமிழ்ப் பாடல்கள் கேட்டாள். தமக்கை தமிழ்க் கடைகளில் அவ்வப்போது வாங்கி வருகிற புத்தகங்களை அடுக்கி வைத்திருந்தது நினைவுக்கு வந்தது. அவற்றில் ஒன்றிரண்டை எடுத்து வாசித்தாலென்னவென்று தோன்றியது. தமக்கையின் அறைக்குள் நுழைந்தாள். அலமாரிக்குப் பக்கத்தில் இருந்த ஷெல்பில் புத்தகங்களைப் பார்த்த ஞாபகம். நினைத்ததுபோலவே அங்கிருந்தன. அக்காள் உயரத்திற்கு அங்கு கொண்டுபோய் எதற்காக வைத்தாள் என முணுமுணுத்தபடி அவற்றில் இரண்டை எட்டி எடுத்தாள். ஒரு பிளாஸ்டிக் பை திறந்துகொள்ள பத்து பதினைந்து பாஸ்போர்ட்டுகளுக்குமேல் விழுந்தன. அதில் நித்திலாவின் பாஸ்போர்ட்டுமிருந்தது. பிரஸ்ஸல்ஸில் இறங்கியபோது, தன்னிடமிருந்து சென்னை ஏஜென்ஸியின் ஆள் எனக்கூறி ஒரு பாகிஸ்தானியர் இவள் பயணம் செய்த பாஸ்போர்ட்டை வாங்கிக்கொண்டார். சென்னையில் பயண ஏற்பாட்டை செய்த ஏஜென்ட்டின் உத்தரவும் பிரஸ்ஸல்ஸில் இறங்கியதும் பாஸ்போர்ட்டை தங்கள் ஆளிடம் கொடுத்துவிடவேண்டும் என்பதுதான். எனவே மறுபேச்சின்றிக் கொடுத்தாள். ஆனால் அந்தப் பாஸ்போர்ட் அத்தானிடம் எப்படி வந்தது? அவளுடையது மட்டுமல்ல மேலும் பல பாஸ்போர்ட்டுகள் அங்கிருந்தது சந்தேகங்களை எழுப்பின. ஒருவேளை அத்தானும் ஆள்க்கடத்தலில் கூட்டோ என யோசித்தவளாய் அவற்றை ஒழுக்காக அடுக்கி பிளாஸ்டிக் பையில் போட்டு எங்கு இருந்ததோ அதே இடத்தில் வைத்துவிட்டு, புத்தகங்களை எடுத்துக்கொண்டு,

கதவைச் சாத்தினாள். தமக்கையைத் தேடிக்கொண்டு கீழே இறங்கினாள். திடீரென்று அன்றொருநாள் கேட்டதுபோல கதவை இடித்துத் திறக்கும் சத்தம், தொடர்ந்து அத்தானின் குரலும் தமக்கையின் குரலும் சேர்ந்து கேட்டன. கீழே இறங்கலாமென நினைத்தாள். பிறகு சிறிது நேரம் பொறுத்துப் பார்க்கலாம், நிலைமை மீறினால் எட்டிப்பார்க்கலாமெனத் தீர்மானித்து. தனது அறையின் கதவருகே நின்றாள். வழக்கம்போல அவர்கள் பேசுவது துல்லியமாகக் கேட்டது:

"இங்கயொரு மனிசன் கழுதைபோலக் கத்துறன், நீ ஒண்டும் சொல்லாமல் இருந்தால் என்ன அர்த்தம்?"

"நான் கத்திறத்தக் கேட்டாத்தானே. இதுக்கு மேலை கத்தி பக்கத்தில இருக்கிற சனம் போலீஸுக்குப் போனால் எனக்குக் கவலையில்லை. உங்களை நினைச்சாத்தான் கவலையாய்க் கிடக்குது."

"வெளியிலை வா! உன்னோடை கதைக்கவேணும்."

"இதென்ன இப்பிடி என்ரை கையைப்பிடிச்சு இழுக்கிறீங்கள்? வா எண்டா வருவன்தானே!"

"ஓமோம் நீயொரு குமர், உன்ரை கையைப்பிடிச்சு இழுக்கிறன். நீ உள்ளுக்க இருந்துகொண்டுதான் கதைச்சுக்கொண்டிருப்பாய் எண்டால் நான் பிடிச்சிழுத்து வெளியில போடவேண்டி இருக்கும். உன்ரை தங்கச்சி எங்க? வேலைக்குப் போட்டாளோ?"

"இல்லை. வீட்டிலைதான் இருக்கிறாள்."

"இதை முதலே சொல்லித் துலைக்க வேண்டியதுதானே?"

"நீங்கள் கத்தி ஊரைக்கூட்டிப்போட்டு என்னை வெருட்டி னால்? நாளைக்கு எப்பிடியும் உங்கட குணம் அவளுக்குத் தெரியவரத்தானே போகுது."

"நல்லாத் தெரியட்டும், தெரியத்தானே வேணும். நீ அவளோட கதைச்சனியோ இல்லையோ?"

"ஐயா! உங்கட காலில விழுந்து கும்பிடுறன், அவளை விட்டுடுங்கோ. என்னை நம்பி வந்திருக்கிறாள். நீங்களும் ஒரு தகப்பன்ரை இடத்திலையிருந்து அவளுக்கு ஒரு கலியாணத்தை முடிச்சு வையுங்கோ. வேற யோசினை ஒண்டும் வேண்டாம்."

"இன்னும் எத்தினை வருசத்துக்கு உன்னைப்போலை ஒரு மலடியோட வாழ்க்கை நடத்திறது."

"உங்கட விருப்பம்போலை ஆராலும் ஒருத்தியைக் கலியாணம் செய்து சந்தோஷமாக் குடும்பம் நடத்துங்கோ. நாங்கள் ரெண்டு பேரும் எங்கையாவது போறம்."

“அப்பிடிப் போக விடுவனே? எத்தினை வருசமாக் காத்துக்கொண்டு இருந்தனான். வேறொருத்தன் அவளைக் கொண்டு போக விடுவனோ?”

“அவளின்ரை வயசென்ன உங்கடை வயசென்ன? பெத்தவங்களை வாரிக்கொடுத்துட்டு அக்காவையும் அத்தானையும் நம்பி வந்திருக்கிறாள். அதில மண்ணை அள்ளிப் போடாதையுங்கோ. அவள் அங்க பீல்டில இருந்தவள், சும்மா அவளோடை கொழுவித் தலையிலெ கொள்ளி வைக்கிற வேலை பார்க்காதையுங்கோ.”

“அதையும் ஒருக்காப் பார்ப்பம்.”

‘படீர்’ எனக் கதவு அறைந்து சாத்தப்படும் ஓசை. அதன் பின் கால்களை வழக்கம்போல ஆனைபோல அழுந்த வைத்து வெளியேறுவதும் கேட்டது.

புற்றுக்குள் இருந்த பாம்பு வெளியில் வந்துவிட்டது. ஓடுவதா கையில் பிடிப்பதா என நித்திலா யோசித்துக்கொண்டிருக்கையில்:

“வேலை செய்யாமல், கனவு கண்டுகொண்டிருக்கிறாய் போலிருக்கிறது” என்ற குரலைக்கேட்டு சுய நினைவுக்கு வந்தாள். சற்று முன்பாக இவளைத் திட்டிக்கொண்டிருந்த சீனர் நின்று கொண்டிருந்தார்.

“இனிக் கவனமாக இருப்பேன். வேலையில் பிழைவிட மாட்டேன்” என்றாள்.

“எதிர்பார்க்கிறேன். அப்படி நடந்துகொண்டால் உனக்குத் தான் நல்லது. சரி சரி, உன்னைத்தேடி உனது உறவினர் வந்திருக்கிறார். போய் என்னவென்று கேள்.”

தன்னைத்தேடி வருகிற உறவினர் யாராக இருக்குமென வாயிலை நோக்கி நடந்தாள். தமக்கையின் கணவர் நின்றுகொண்டிருந்தார், விரல்களில் சிகரெட் புகைந்துகொண்டிருந்தது. தமக்கைக்கும் அத்தானுக்குமிடையில் நடந்த சண்டையின் எதிரொலியா? நேற்றிலிருந்தே இது போன்றதொரு சந்திப்பை எதிர்பார்த்திருந்தாள். அப்படியொன்று நிகழ்ந்தால் அத்தான் என்ன கேட்பார், தான் என்ன பதில் சொல்வதென்றெல்லாம் பலமுறை யோசித்து ஒத்திகை பார்த்திருந்தாள். தமக்கையின் நலனுக்கு எதுவும் நேர்ந்திடக்கூடாது. நிதானமாகவே இப்பிரச்சினையைக் கையாள வேண்டும் என்கிற தீர்மானமும் அவளிடம் இருந்தது.

31

பாரீஸ், பிரான்சு: 2011 ஏப்ரல் 10, சனிக்கிழமை மாலை

நித்திலாவுக்கு அசோகவனத்தில் இருப்பது போலிருந்தது. இவளுடைய அசோகவனம் பிரான்சு நாட்டில் பாரீசுக்கருகே இருந்தது. பெயர் சர்சல். இலங்கையிலிருந்து வந்திருக்கிறாள். இது இதிகாச சீதைக்கும் அவளுக்குமான முரண். இராவணனுக்கு நாற்பத்தைந்து வயது. தமக்கையின் கணவர் என்பதால் அவரை அத்தான் என்றழைக்க வேண்டியிருக்கிறது. சீதைக்கு அப்படி ஒரு நெருக்கடி இருந்திருக்குமா? தெரியவில்லை. இவளுக்கு வில்லை வளைக்கவோ, நவீன இராவணனுடன் யுத்தம் செய்யவோ தற்போதைக்கு எவருமில்லை. இதுவரை எந்த இராமனுக்கும் வாழ்க்கைப்படாத நிலையில் இராவணனைக் குறை சொல்லவும் அவள் யோசித்தாள். சில நேரங்களில் வாகீசன் போன்ற இராமர்களைக் காட்டிலும், மத்யூஸ் இராவணன் தேவலாமென்று நினைத்தாள். சகோதரி மண்டோதரியாக இருப்பதால்தான் யோசிக்க வேண்டியிருக்கிறது. எனினும் அத்தான் என்ற வார்த்தையை முன்புபோல உரிமையுடனும் மரியாதையுடனும் உச்சரிக்கும் ஆர்வம் கடந்த சில கிழமைகளாக அவளிடத்தில் குறைந்திருந்தது. தன்னைத் தேடிக்கொண்டு வேலைசெய்யும் இடம் வரை வந்திருப்பதை வைத்தே ஏதோ அசம்பாவிதம் காத்திருக்கிறதென்று விளங்கியது. காலையில் சீனனிடம் பேச்சு வாங்கவேண்டியிருந்தது. அவளிடம் தப்பினோமென அவள் நினைத்தவேளை இவர் வந்து

நிற்கிறார். எல்லாவற்றையும் ஏற்கனவே திட்டமிட்டிருந்ததுபோல வாகனத்தை ஓட்டிக்கொண்டே பேச ஆரம்பித்தார்.

'லாச்சவிப்பெல் போறம். முதலே கடை ஒண்டு பார்க்கவேணும் எண்டு சொன்னானெல்லோ? அதைப் பார்த்துப் போட்டு வாடகைக்கு எடுக்கிறதா இல்லாட்டி ஒரேயடியா வேண்டிறதா எண்டு இடத்தைப் பார்த்திட்டு வீட்டை போய் ஆறுதலாக் கதைப்பம். அதோடை உனக்கு கொஞ்ச பாவாடை சட்டைகளும் வேண்ட வேணும்; உனக்கு விருப்பமெண்டா ஜீன்ஸ்சும் டீஷர்ட்டுகளும் கூட எடுக்கலாம்."

"எனக்கொண்டும் வேண்டாம் அத்தான். சினுவாட்டை நூறு யூரோ அட்வான்ஸ் கேட்டிருக்கிறன். அவன் தந்த பிறகு அவசரத் தேவைக்கு சிலதை வாங்கலாமெண்டுதான் இருக்கிறன்."

"அது மட்டும் வெயிற் பண்ண வேண்டாம். பிறகு ஏதும் நடந்துதெண்டா அத்தானைக் குறை சொல்லக்கூடாது."

"எனக்கு விளங்கேல்லை?"

"உன்ரை அக்காவின்ரை உடுப்புகளை நீ போட்டிருக்கேக்கை. மாறி ஏதும் நடந்திடும். அதுக்காண்டித்தான் சொல்லுறன். எதுவும் முறைப்படி நடக்கிறதுதானே நல்லது?"

"அத்தான் காரை நிப்பாட்டுறீங்களே?"

"ஏன்?"

"நான் இறங்கவேணும்."

"எதுக்கு?"

"உங்களுக்கு ஏனெண்டு தெரியும். சும்மா நடிக்க வேணாம்."

"இதுதான் உனக்கும், அக்காவுக்கும் உள்ள வித்தியாசம். நீ உடனை பிடிச்சுட்டாய் பார். உன்னை நடுவழியில எல்லாம் இறக்கேலாது. பேசாமல் வா. இரு. நான் என்ன சொல்லுறன் எண்டு கேள். அதுக்குப் பிறகு உன்ரை முடிவைச் சொல்லு."

நித்திலாவை லா ஷப்பலில் ஒரு பிராஸ்ஸெரி[1] வாசலில் இறக்கிவிட்டார். "கொஞ்சம் பொறு, எங்காவது இடம்பார்த்துக் காரை நிறுத்திவிட்டு வருகிறேன்" என்று காரைக் கிளப்பிக்கொண்டு போனார். இலேசாகத் தூறல் விழ ஆரம்பித்தது. மூன்று நான்கு தமிழ் இளைஞர்கள் இவளைப்பார்த்து ஏதோ சொல்லிக்கொண்டு போனார்கள். சிறிது தூரம் சென்றதும் மீண்டும் அதில் இரண்டுபேர்

---

1. *Brasserie*, பிரெஞ்சு ரெஸ்டாரெண்ட், அதிகமாக பானங்களும், எளிதான உணவுகளும் கிடைக்கும் இடம்.

மூன்றாவது இளைஞனிடம் ஏதோ கூறியிருக்க வேண்டும் அவனும் திரும்பிப்பார்த்துச் சிரிக்கிறான். தூறல் சற்று வேகமாக விழ ஆரம்பித்தது. பிராஸ்ஸெரிக்குள் நுழையவும் கூச்சமாகவும் அச்சமாகவும் இருந்தது. தலையைத் திருப்பிப்பார்த்தாள். எல்லோரும் ஆண்களாக இருந்தனர், தவிர அவர்கள் அனைவரும் வெள்ளைக்காரர்களாக இருந்தனர். கையில் அத்தாட்சிப் பத்திரமின்றி இருந்தாள். திடீரென்று காவல்துறையினர் ஏதேனும் கேட்டால் என்ன பதில் சொல்வதென்ற அச்சமும் இருந்தது. அருகில் துணிக்கடை ஒன்று இருந்தது. தமிழ்ப் பெண்கள் இருவர் வியாபாரத்தைக் கவனித்துக் கொண்டிருந்தார்கள். அத்தான் காரை நிறுத்திவிட்டு வரும்வரை அங்கே போய் நிற்கலாம் என நினைத்தாள். அவள் திரும்பி துணிக்கடையை நோக்கி நடக்கவும், எதிரே ஓடிவந்தார். “மழை பெருக்குது, உள்ளே போவம்” என்றார். பிராஸ்ஸெரிக்குள் இருவரும் நுழைந்தார்கள். இவர்கள் நுழையவும் மழை சடசடவென விழுந்தது. உள்ளே இருந்த பார்மேனும், மற்ற சூழல்களும் ஏற்கனவே தமக்கையின் கணவர் அவளை அழைத்து வந்த இடமென்று புரிந்தது. அதே மேசையில் உட்கார்ந்தார். எல்லா மேசைகளிலும் இரண்டொருவர் உட்கார்ந்து பேசிக்கொண்டு மதுவோ காப்பியோ குடித்துக்கொண்டிருந்தார்கள். பெரும் சலசலப்புடன் இருந்தது. மதுவாடை அவளை முகம் சுளிக்க வைத்தது. சுவரை ஒட்டிப்போட்டிருந்த மேசையில் குச்சியை வைத்துக்கொண்டு இரண்டு நடுத்தரவயதைக் கடந்த ஆண்கள் பந்துகளைத் தள்ளிக்கொண்டிருந்தார்கள். நித்திலாவைக் கேட்காமலேயே மத்யூஸ், பார்மெனிடம் தமக்கொரு ஹைனெக்கன் பீரும் அவளுக்குக் காப்பியும் ஆர்டர் செய்தார்.

மைத்துனியை சில நொடிகள் நேரிட்டுப் பார்த்தார். அவளுக்கு உடல் கூசுவதுபோல இருந்தது, தலையைத் திருப்பிக்கொண்டாள். இதுவரை அப்படியொரு மனநிலையில் அவள் இருந்ததில்லை. முதன்முதலாக ஒருவித அச்சம் தலைகாட்டியது, இதயத்தில் படபடப்பினை உணர்ந்தாள். மேசைமீது போட்டிருந்த அவளது கையைத் திடீரென்று அவர் பற்றினார். அருவருப்புடன் உதறினாள்.

பார்மென் பீரையும் காப்பியையும் வைத்துவிட்டு பில்லையும் பக்கத்தில் வைத்தார். அவர் போகட்டுமெனக் காத்திருந்ததுபோல:

“நித்திலா, நான் இஞ்ச எப்பிடி இருக்கிறன் எண்டு பார்க்கிறாய்தானே? இருக்கிற வீடு மாத்திரமில்லை, இரண்டு அப்பார்ட்மெண்ட்கள் எனக்குச் சொந்தம். மூன்று வாகனங்கள் வைச்சிருக்கிறேன். இதுக்கெல்லாம் ஒரு பிள்ளை இல்லையெண்டா எப்படி? என்ரை சகோதரங்களும், உன்ரை அக்காவை டிவோஸ்

எடுத்துப்போட்டு வேற ஆரையும் கட்டச் சொல்லி வற்புறுத்தினம். எனக்கு வேற ஆரிலயும் விருப்பமில்லை. உன்ரை அக்காவிலை அன்பு வைச்சிருக்கிறன். வாறவள் அவளோடை அப்பிடி இருப்பாளே நீயே சொல். அதாலதான் உன்னைக் கட்ட நினைக்கிறன். அரசாங்கத்திற்கு அவளை டிவோஸ் செய்தாச்சு எண்டு அறிவிச்சுப் போட்டு நாங்களெல்லாரும் ஒண்டாய் இருக்கலாம். அக்கா ஏதாச்சும் கதைச்சவளே?" எனக் கேட்டார்.

அவள் பதில் சொல்ல எதுவும் இல்லை என்பதுபோல கேள்வி இருந்தது, அமைதியாக இருந்தாள்.

"ஏன் ஒண்டும் கதைக்காம இருக்கிறாய்?"

"நீங்களே எல்லாம் முடிவெடுத்ததுபோல இருக்கேக்க நான் என்னத்தைச் சொல்ல?"

"அப்ப உனக்கும் விருப்பமெண்டு சொல்லு."

"இல்லை, எனக்கு விருப்பமில்லை."

"இப்பிடியான பதிலைத் தெரிவிக்கிற நிலைமையிலே நீ இல்லை. ஏஜென்சிக்கு மட்டும் பதினைந்தாயிரம் குடுத்தன். பிறகு மிச்சச் செலவுகள். இதையெல்லாம் உன்னால திருப்பித் தரேலுமா? விசா விஷயத்தில் உனக்கிருக்கிற பிரச்சினையள் என்னெண்டும் தெரியும். அதோடை உன்ரை அக்காவின்ரை வாழ்க்கைப் பிரச்சினையும் இதில் அடங்கியிருக்குது. அவள் எப்பிடிப்போனால் எனக்கென்ன என்றெல்லாம் நீ முடிவெடுக்க மாட்டாய்தானே?"

"இப்பிடியெல்லாம் வெருட்டினால், பயப்பிடுவன் எண்டு நினைச்சீங்களோ?"

"அப்ப உன்ரை அக்காவை நடுத்தெருவிலை விட்டிட்டு ஆரையெண்டாலும் கலியாணம் கட்டினா உனக்குப் பிரச்சினை இல்லை, சரிதானே?"

"அதெப்படி பிரச்சினை இல்லையென்று சொல்லேலும். அக்காவுக்கு இன்னும் வயசிருக்கு. இனியும் குழந்தை பிறக்கலாம். நீங்கள் இப்பிடி அவசரப்படுறதுதான் ஐமிச்சமாக் கிடக்கு."

"ஒண்டு செய்யலாம். உண்மையில் அக்கா மேல உனக்கு அக்கறையிருக்குமெண்டா இரண்டொரு வருடங்கள் நான் காத்திருக்கிறேன். அதுவரை நீயும் எந்தவொரு முடிவுக்கும் வந்திடக்கூடாது. சரியா?"

"ம். . ."

இருவருக்குமே இந்த ஒப்பந்தம் தேவையாக இருந்தது: நித்திலாவிற்குள்ள நெருக்கடியை மத்யூஸ் கோடிட்டுக் காட்டியிருந்தார். தான் ஏதேனும் முடிவெடுக்கப்போய் அது தமக்கையையும் பாதித்துவிடக்கூடாதென்கிற கவலை அவளுக்கு. அதிகம் கயிறை முறுக்கினால் அவளை இழப்பதுமட்டுமல்ல, பிரெஞ்சுச் சட்டங்களுக்கும் தான் பதில் சொல்லவேண்டிவரும் என்ற அச்சம் அவருக்கு.

பார்மெனைக் கூப்பிட்டு பீருக்கும் காப்பிக்கும் உண்டான பணத்தைச் செலுத்தினார். அங்கிருந்து இருவருமாக கடை நடத்துவதற்கு அவர் பார்த்து வைத்திருந்த இடத்தைப் பார்க்க சென்றார்கள். "உனக்குத் தையலெல்லாம் வருமென்று உன்ரை அக்கா சொன்னா. இரண்டொரு தையல் மெசினை வாங்கிப் போட்டாக் காணும். சீனனிடம் கொத்தடிமை வேலை பார்க்கவேண்டாம். சின்னதாய் குழந்தைகள் பெண்களுக்கான ரெடிமேட் கடையொன்றையும் இதோடை சேர்த்து நடத்தலாம்" என்றார். அங்கிருந்து நித்திலாவை அழைத்துக்கொண்டு நகைக்கடைக்குப் போனார். இவள் வேண்டாமென்று மறுத்த போதும் தமக்கைக்கொன்று தங்கைக்கொன்று என இரண்டு தங்கச்சங்கிலிகள் வாங்கினார்.

○

32

**பாரீஸ், பிரான்சு: 2011 மே 22,
ஞாயிற்றுக்கிழமை**

'என்னிடத்தில் டிக்கெட் இல்லை, எடுக்க வேண்டும்' எனக் கூறிய மூர்த்தி தானியங்கி எந்திரத்தை நோக்கி ஓடினான்.

காலை 10 மணி, மூர்த்தியும் நானும் அந்தோணி இரயில் நிலையத்தில் இருந்தோம். மூர்த்திக்கு என்னுடைய வயதைக்காட்டிலும் இரண்டொரு ஆண்டுகள் கூடுதலாகவோ குறைவாகவோ இருக்கக்கூடும். சில மாதங்களுக்கு முன் நவம்பரிலா டிசம்பரிலா என்று ஞாபகமில்லை பிறந்தநாள் கொண்டாடினான், அழைத்திருந்தான். அப்போதெல்லாம் அவனிடத்தில் அதிக நெருக்கமில்லை. தவிர கையை வீசிக்கொண்டு போகமுடியாது. பரிசென்று எதையாவது கொடுக்க வேண்டும். என்னுடைய நிதிநிலைமைக்கு ஒத்துவராது. மூர்த்தி நாகப்பட்டணத்திற்கு அருகிலிருந்த காரைக்காலைச் சேர்ந்தவன். கிரகங்களிடம் தங்கள் தலையெழுத்தை ஒப்படைத்திருக்கிற தமிழர்களுக்கு காரைக்கால் வேறுவகையில் அறிமுகம்பெற்ற ஊர். தங்கள் இந்தியக் காலனி வரலாற்றைப் பற்றி பேசுகிறபோது, ஞாபகமிருந்தால் "புதுச்சேரி, காரைக்கால், மாஹி, ஏனாமென" கூறி வயதான பிரெஞ்சுக்காரர்கள் சிரித்து முடிப்பார்கள். அச்சிரிப்புக்குள்ள பொருளெல்லாம் உங்களுக்குப் புரிந்திருக்குமா என ஒருமுறை மூர்த்தியைக் கேட்டேன். "உனக்குப் புரியுதில்லை. திரும்பப்

போக வேண்டியதுதானே? இத்தனைப் பிரச்சினைக்கிடையிலும், எதற்காக இங்கே இருந்துகிட்டு அவதிப்படணும்?" எனத் திரும்பக் கேட்டான்.

அந்த்தோனி ஒரு சிறிய இரயில் நிலையம். அதன் அமைப்பும் இயக்கமும், சேவையைப் பயன்படுத்திக்கொள்ளும் மக்களின் இயல்புகளும் பாரீஸிலுள்ள இரயில் நிலையங்களில் பொதுவாக காணக்கூடியதுதான். நான்கைந்து கருப்பரின இளைஞர்கள் டிராக்சூட்; நீலம், வெள்ளை, ஊதா நிறத்தில் ஸ்போர்ட்ஸ் ஷூக்கள்; தலையில் விளிம்பு மடித்த உல்லன் குல்லாக்கள், கழுத்தில் வளையம்போல ஹெட்போன்கள்.

"*Ce soir, je dîne avec mon mec!*"

"*C'est vrai? C'est une bonne nouvelle alors!*" என உரையாடியபடி சென்ற பெண்களை கும்பலிலிருந்த மொத்தப் பேரும் பார்த்தார்கள். நானும் பார்த்தேன். அறுபது வயது அல்ஜீரிய முதியவர் ஒருவர், மில்லிமீட்டர்கள் உயர வித்தியாசத்தில் நான்கு பிள்ளைகளுடன் தள்ளாடியபடி வந்தார். 2:1 என்கிற பாலினவிகிதத்தில் அவ்வப்போது எதிர்கொள்கிற பிரெஞ்சுப் போலீசார் அங்கும் நின்றுகொண்டிருந்தார்கள். ஏதோ ஒருவித துணிச்சலில் நடமாடிக்கொண்டிருந்தாலும் தடுத்து நிறுத்தி எனது அடையாள அட்டையைக் கேட்பார்களோ என்ற அச்சம் இருந்தது.

"வா போகலாம்! டிக்கெட்டை எடுத்துட்டேன்" என்ற மூர்த்தி எனக்கு முன்பாகவே கையிலிருந்த பயணச்சீட்டை எந்திரத்தில் கொடுக்க அது 'கீக்' என விழுங்கி, வெளியில் துப்பவும், தடுப்புகள் திறந்தன. டிக்கெட்டை எடுத்துக்கொண்டு தடுப்பைக் கடந்து எனக்காகக் காத்திருந்தான். என்னிடம் மாதாந்திர பயண அட்டை இருந்தது. எந்திரத்தில் ஒற்றி எடுக்கவும் வழிவிட்டது. இருவரும் பாரீஸ் திசைக்குச் செல்லும் நடைகூடத்திற்கு படிகளில் இறங்கினோம். பயணிகள்: முத்தமிட்டுக் கொண்டிருப்பவர்கள், எதையோ நினைத்து சிந்தனையில் மூழ்கி இருப்பவர்கள், வாசிக்கவென்று பிரித்த புத்தகத்தை மூடாமல் இருப்பவர்கள். சிலர் எச்சரிக்கையாக நடைமேடையில் எச்சரிக்கையுடன் ரயில் பாதையைவிட்டுத் தள்ளி நிற்கிறார்கள். நடைமேடையில் ஒரு சிறுவன் கைப்பெட்டியொன்றை இழுத்துக்கொண்டு ஓடினான். பகலென்றாலும் நியான் விளக்கின் வெளிச்சம் அங்கு தேவையாக இருந்தது.

புறநகர இரயிலான *RER-B* வந்து நின்றது. கதவு திறந்ததும் இருக்கையைத் தேடி அமர்ந்தோம். "நேரமிருந்தால் சேன் ழெர்மன்

தெ ப்ரே *(Saint Germain de prés)* போகலாம். அறிவுஜீவிகளெல்லாம் கூடிக் கதைத்த இடம்" என மூர்த்தியிடம் கூறியிருந்தேன். அவன், "அறிவுஜீவிகள்தான் அங்க கூடிப் பேசணுமா என்ன, நாமும் போகலாம். பிறந்ததிலிருந்து தெருநாய் போல பல வீதிகளில் காரணமின்றி அலைஞ்சிருக்கேன், அப்படி உன்னோட வந்ததா நினைச்சுக்கிறேன்" எனப் பதில் சொல்லியிருந்தான்.

"மதாம் மிஸியே இரண்டு நாட்களாக சாப்பிடலை. உங்கள் கையிலிருப்பதைக் கொடுங்க. நன்றியுடன் நினைவு கூர்வேன்", என நாற்பது வயது மதிக்கத்தக்க ஒரு மனிதர் தன் கையிலிருந்த பூனை அடைத்த கூண்டை கீழே வைத்தபிறகு கேட்டார். கூண்டிலிருந்த பூனை, இரந்து உயிர்வாழ்வதில் தனக்கு உடன்பாடில்லை என்பதுபோல அமைதியாக இருந்தது. மனிதர்கள் ஏறுவதும் இறங்குவதுமாக இருந்தார்கள். போர் – ரொயால் ஸ்டேஷனில் இரயில் நின்றபோது எங்கள் பெட்டியில் எதிர்பாராதவிதமாக ஏறிய அவரைப் பார்த்ததும் நண்பன், "வந்துட்டார்யா வந்துட்டார்" என இராகம் போட்டுச் சொல்லவும் திரும்பினேன். கைப்பையுடன் ஏறியிருந்த ஒருவர் அக்மார்க் சிரிப்புடன் எங்களை நெருங்கினார்.

"மிஸியெ பேரு புண்ணியகோடி. தமிழ் படிச்சவரு." எதிரிலிருந்த நடுத்தர வயது நபரை அறிமுகப்படுத்திய கையோடு மூர்த்தி அவரிடம் என்னைப் பற்றியும் கூறினான், குதிரைபோலக் கனைத்தார், சிரித்திருக்கிறார். என் நண்பனிடம், "உங்களுக்கு சாம்பசிவத்தைத் தெரியுமில்ல, நேத்து கார் துய் நோர்ல பாத்தேன். ரொம்ப அலட்டிக்கிறாரு. நான் மேடையிலெ பேசறத அப்படியெ காப்பி அடிச்சுப் பேரு வாங்கிட்டாரு" என ஆரம்பித்தார். திடீரென்று நினைவுக்கு வந்ததைப்போல, தனக்குக்கூட எழுதவருமென்றும், ஆனால் நேரம் மாத்திரம் கிடைப்பதில்லை என்று ஆரம்பித்து "ஒரு நாளைக்குச் சாப்பிட வீட்டுக்கு வாங்க" என முடித்தார். அதற்கென்ன வருகிறேன் மிஸியே, என்றேன். நாங்கள் இறங்கவேண்டிய 'ஷத்லெ–லெ–ஹால்' ஸ்டேஷன் வந்தது. "அப்போ நான் வரேன், சந்தர்ப்பம் கிடைத்தால் மூர்த்தியோட வீட்டுக்கு வாங்க" எனக்கூறியவாறு எங்களுக்கு முன்பாக இறங்கினார். அவரைத் தொடர்ந்து நாங்களும் இறங்கவேண்டியிருந்தது. 'லெ ஹால்' ஸ்டேஷனில் 'மெட்ரோ 4' எடுத்து, அடுத்த ஸ்டேஷனில் இறங்கி, 'பிளாஸ் தெ கம்பாட்டா'விற்கு வந்தோம். ஸ்டேஷனை விட்டு வெளியேறி மேலே சம தளத்திற்கு வந்தபோது, பாரீஸ் இருபதாவது வட்ட நகராட்சி அலுவலகத்திற்கு முன்னால் ஆப்பிரிக்கர்கள், ஆர்ப்பாட்டம் செய்துகொண்டிருந்தார்கள்.

❍

33

பாரீஸ், பிரான்சு: 2011 மே 22,
ஞாயிற்றுக்கிழமை

காலை மணி 11. எண்ணிக்கையில் ஆணும் பெண்ணுமாக ஓர் இருபது ஆப்பிரிக்கர்கள் கூடியிருந்தார்கள். அவர்களுடன் மூன்று பிரெஞ்சுக்காரர்களும் இருந்தார்கள். ஒருவர் டிரம் ஒன்றை வைத்துக்கொண்டு பரபரவென்று தட்டிக்கொண்டிருந்தார். மற்றொருவர் கையில் ஒலிவாங்கியையும், வாய்க்கு நேராகப் பிடித்த ஒலிபெருக்கியையும் வைத்திருந்தார். பெண்ணொருத்தி கைவசமிருந்த துண்டுப் பிரசுரங்களை போராட்டத்தை வேடிக்கை பார்த்துக் கொண்டிருந்தவர்களிடமும் பாதசாரிகளிடமும் விநியோகித்துக் கொண்டிருந்தாள். காவல் துறை வாகனங்கள் இரண்டும், CRS என அழைக்கப்படும் பிரெஞ்சுப் போலீஸாரும் போதிய எண்ணிக்கையில் நிறுத்திவைக்கப்பட்டிருந்தனர். ஆர்ப்பாட்டத்தில் தங்களுக்கு அக்கறை இல்லாததுபோல பாதசாரிகள் இருந்தார்கள். வாகனங்கள் மட்டும் ஆர்ப்பாட்டம் செய்தவர்களை மெதுவாகக் கடந்து போனது. "பிரான்சு நாட்டில் அதிபர் தேர்தல் பிரச்சாரம் உச்சத்தை எட்டிக்கொண்டிருந்த நேரம், முதற் சுற்று இன்னும் பத்து நாட்களே இருந்த நிலையில் ஆளுங்கட்சி, அதிலும் பாரீஸ் மாநகராட்சியின் இருபதாவதுவட்டம் வலதுசாரிகளின் கையில் இருக்கையில், இந்த ஆர்ப்பாட்டத்தை எப்படி அனுமதித்தார்கள் என்று தெரியவில்லை" என மூர்த்தி காலையில் புறப்படுவதற்கு முன்பாகப்

புலம்பினான். எனக்கு இன்னும் இந்த நாட்டு அரசியல் குறித்துப் பெரிதாக எதுவும் தெரியாது. தெரிந்ததெல்லாம், இங்கும் இனவாதம் இருக்கிறதென்ற உண்மை.

ஒலிவாங்கியைக் கையில் பிடித்திருந்தவர் "பிரெஞ்சு அரசே நீதி வழங்கு" என முழங்கவும் மற்றவர்கள் அதைத் திருப்பிச் சொன்னார்கள். முழங்கியவர் தனது முழக்கத்தை நிறுத்தி சுவாசத்தை சீராக்கிக்கொள்ள முயன்றதுபோல இருந்தது. பிறகு தொடர்ந்து:

"நாங்கள் மேற்கு மற்றும் மத்திய ஆப்பிரிக்காவைச் சேர்ந்தவர்கள். பல ஆண்டுகளாக லிபியா நாட்டில் வசித்துவந்தோம். உள்நாட்டு யுத்தம் எங்களை அங்கிருந்து வெளியேறச்செய்தது. தற்போது வேலைசெய்வதற்காகப் பிரான்சு நாட்டிற்கு வந்திருக்கிறோம். மாவட்ட நிர்வாகங்கள் துரித கதியில் எங்கள் விண்ணப்பங்களைப் பரிசீலனைக்கு எடுத்துக்கொள்ள வேண்டும். சட்டப்படி நாங்கள் குடியிருப்பதற்கு அனுமதிக்கும் வழிமுறைகளை அரசு கவனத்திற்கொள்ள வேண்டும். வேலையை அடிப்படையாகக்கொண்டு, வதிவிடம் வழங்குவதில் மிகவும் சிக்கலான அணுகுமுறைகளை அரசு கையாளுகிறது, அவற்றை எளிமைப்படுத்த வேண்டும். நாங்கள் களவாய்ப் பணியாற்றவில்லை. எங்களை வேலையில் அமர்த்தியிருப்பவர்கள், அதனை மறைக்கவில்லை. 'சுத்தம் செய்தல், கட்டுமானத் தொழில், பாதுகாப்புப் பணி, ஓட்டல் தொழில்' ஆகியவற்றிற்குப் பெரும் எண்ணிக்கையில் ஆட்கள் தேவைப்படுவதை உணர்ந்து சம்பந்தப்பட்டவர்கள் எங்களுக்கு ஆதரவாக இருக்கிறார்கள். அதிபர் தேர்தல் நடக்கும் இத்தருணத்தில், உரிய உரிமம் இன்றி இந்நாட்டில் பணிசெய்துகொண்டிருக்கிற எங்களுக்கு நிரந்தரமாகக் குடியிருப்பதற்குரிய வதிவிட உரிமையை அரசாங்கம் வழங்க அரசாங்கம் ஆவண செய்யவேண்டும்", என முடிக்கவும், டிரம் வேகமாக ஒலித்தது. தொடர்ந்து கைத்தட்டலும் டிரம் ஒலியோடு சேர்ந்து கொண்டது.

"நீங்க எலங்கைக்காரரா?" என்ற குரல் கேட்டுத் திரும்பினேன். அவர் கேட்ட பாணியை வைத்து புதுச்சேரிக்காரர் என்று புரிந்துகொண்டேன்.

"ஏங்க, எதுக்குக் கேக்கறீங்க?" என அவரிடம் கேட்டேன்.

"இல்ல இவ்ளோதூரம் வந்துகிறீங்களே, அதாலெதான் கேட்டென்."

"உங்க சந்தேகம் எனக்கும் இருக்குது, இதற்கு நீங்கள் என்ன சொல்றீங்க?" என்று கேட்ட என்னை ஏற இறங்க சில நொடிகள் பார்த்தவர், மறு பேச்சின்றி முணுமுணுத்துக்கொண்டு சென்றார்.

“என்ன நீங்க கலந்துகொள்ளலையா?” என்றொரு பெண் குரல்.

நானும் மூர்த்தியும் ஏக காலத்தில் திரும்பினோம். நித்திலாவும் வேறொரு பெண்ணும் நின்றுகொண்டிருந்தார்கள்.

“அடிக்கடி பிரண்ட்ஸ்கள மாத்துவதுபோலத் தெரியுது?” மூர்த்தி அவளிடம் கேட்டான்.

“அடிக்கடியா? என் பழைய பிரண்டு ஜேர்மனிக்குப் போயிட்டா. அங்கையே ஒரு தமிழ்ப் பொடியனைக் கலியாணம் முடிச்சு அங்கையே இருந்திட்டா. நீங்க தமிழ்க்கடைப் பக்கம் வருவீங்களெண்டு நினைச்சன். என்ன ரெண்டு மாசமா ஆளையே காணேல்லை” என்றாள்.

“வராம என்ன? தேவை இருக்கும்போது வரத்தான் செய்யறோம். ஆனா அடிக்கடி வாறமாதிரி நிலைமை இல்லை. இந்த ஆர்ப்பாட்டத்தில நானும் கலந்துகொள்ளலாமென்றுதான் வந்தன். ஆனால் இது முழுக்க முழுக்க ஆப்பிரிக்காக்காரங்கள் நடத்திற ஆர்ப்பாட்டமா இருக்குது. அதநால பிரண்டும் நானும் வேடிக்கை பார்த்துக்கொண்டு நிற்கிறோம். நீங்கள் என்ன இந்தப் பக்கம்?” – அவளிடம் கேட்டேன்.

“ஏன் உங்களைப்போலை நானும் வரக்கூடாதோ?”

“ஏன் வரக்கூடாது? ஆனா உங்க தமக்கையின் கணவர் அனுமதிக்கணுமே?”

“பிரச்சினை இருக்கும்தான். ஆனா முந்திமாதிரி இல்லை. ஏதும் நடந்தாலும், என்னெண்டு சமாளிக்கிறதெண்டு எனக்குத் தெரியும்.”

“இப்படி வெளியில் நின்று எதற்குப் பேசனும், எங்கேயாவது உட்கார்ந்துபேசலாமா?” என்ற மூர்த்தியின் யோசனை எங்களுக்கு ஏற்கக்கூடியதாக இருந்தது.

நான்குபேரும் மெட்ரோ ஸ்டேஷனுக்குள்ளிருந்த ஒரு துரித உணவகத்திற்குள் நுழைந்தோம். “நீங்க இடம் பார்த்து உட்காருங்க. ஏதாவது வாங்கிட்டு வரேன்” என வழக்கம்போல கௌண்ட்டரை நோக்கிப் போனான் மூர்த்தி. அவன் நோக்கம் எங்கள் இருவரையும் தனிமையில் விடவேண்டும் என்பதாக இருந்தது. அவன் சென்றதும், தனது தோழியிடம், “நீ கொஞ்சம் பக்கத்து மேசையிலை இரு. நான் இவரோடை கொஞ்சம் தனியக் கதைக்கவேணும்” என்றாள் நித்திலா. தோழியும் அவள் கேட்டுக்கொண்டது போலவே இரண்டு மேசைகள் தள்ளிக் காலியாகவிருந்த மேசையைத் தேடிப் போனாள்.

நித்திலா தனது கைப்பையிலிருந்து ஒரு போட்டோவை எடுத்து, மேசைமீது போட்டாள். என்னுடைய படம் அது. பின்பக்கம் வாகீசன் எனக் கையொப்பம் இருந்தது,

"இத்தனை நாளும் கைப்பையில் பத்திரப்படுத்தி வைத்திருந்தது போல சட்டென்று எடுத்துப் போடறிங்க!"

"ஊர்ல நிண்டு வெளிக்கிட்டு வரேக்கை கவனமாய் எடுத்து வச்சது. உங்களை முதல் தரம் பாக்கேக்க இதைப்பத்திக் கேக்க வேணும் எண்டு யோசிச்சனான். ஆனா அண்டைக்கு மிஸ் பண்ணிட்டுது. அண்டைக்குத் தொடக்கம் எப்பிடியாவது ஒரு நாளைக்கு உங்களைப் பாக்கேக்க கேக்கவேணும் எண்டு நினைச்சன். இது உங்கடை படந்தானே?"

"என்னுடைய படம்தான். இல்லைன்னு எப்படி சொல்றது. உங்களுக்கு என்னைப் பற்றின முழு விபரமும் தெரியாதுன்னு நெனைக்கிறென். முதல்நாளே நான் பேசிய தமிழை வைத்து உங்க ஊர்க்காரனில்லை என்பதை விளங்கிக்கொண்டிருப்பீங்க. இருந்தாலும் சில உண்மைகள உங்க வீட்டிலே இதுவரை உங்களிடம் சொல்லலைன்னா நானாவது தெரிவிக்கனும், ஆமாம் நான் இந்தியாவிலிருந்து திருட்டுத்தனமா பிரான்சுக்குள்ள வந்தேன். அநேகமா நீங்க வந்த வழிமுறைதான், இருவருக்குமுள்ள வித்தியாசம் நீங்க இந்தியா வழியாக பிரான்சுக்கு வந்தீங்க, நான் இந்தியாவிலிருந்து பிரான்சுக்கு வந்திருக்கன், அவ்வளவுதான். எனக்கும் வேறொருத்தர் பாஸ்போர்ட் இங்கே வர உதவியது. பாஸ்போர்ட் உண்மையா போலியாவென்று தெரியாது. ஆனா பிரச்சினையில்லாமல் பிரான்சுக்குள் வர முடிஞ்சுது. இங்கே இதுபோல மனிதர்களை ஒரு நாட்டிலிருந்து இன்னொரு நாட்டுக்கு களவாய் வர பணத்தை வாங்கிக்கொண்டு உதவும் ஆட்களுக்கு '*passeurs*'னு பேரு."

"கேள்விப்பட்டிருக்கேன், அந்தக் காலத்து எகிப்துல ராஜாக்கள் செத்த பின்பு ஆத்தங்கரையிலே போய் நிண்ணு படகு ஓட்டுகிறவர்கிட்ட 'மறுகரையிலெ இருக்கிற சொர்க்கத்துலே சேர்த்துடுங்க'ன்னு வேண்டுதலை வைப்பாங்களாம். அந்தப் படகோட்டிக் கடவுளுக்குப் பேரு என்ன தெரியுமா? *passeur* தான்."

"தெரிஞ்சுதான் வச்சிருக்கீங்க ஆனா நம்ம *passeur* கொண்டு வந்து சேர்த்திருப்பது என்னைப் பொறுத்தவரை தற்போதைக்கு நரகத்துலெ. அப்படியொரு *passeur*க்கு கூலியாக நான் பத்து இலட்சம் கொடுப்பதென்று பேச்சு. இந்தியாவில் வச்சு அஞ்சு இலட்சம் கொடுத்தேன், மீதி அஞ்சு லட்சத்தை நான் கொடுக்க

வேண்டிய நபராக சந்திச்சது யாரைத் தெரியுமா? உங்க அக்காளின் கணவரை. அத்தொகைக்கு ஈடான யூரோவை உங்கள் அத்தானிடம் கொடுக்கவேண்டுமெனச் சொல்லப்பட்டதால, அவருக்குக் கடன்பட்டிருந்தேன். அந்த மனுஷன் எனக்குச் சில நல்ல காரியங்களும் செய்தார். அகதி விண்ணப்பத்திற்கு உதவிசெய்தார், தங்கள் கராஜில் தங்கிக்கொள்ள இடம் கொடுத்தார், ஒரு பாகிஸ்தானியரிடம் வேலை வாங்கிக் கொடுத்தார். சில நேரங்களில் வீட்டில் அழைத்துச் சோறும் போட்டிருக்கிறார். முடியுமென்றால் அந்த நேரம் உங்க அத்தானுக்கு ஒரு கோவிலையே கட்டியிருப்பேன், கேட்டிருந்தால் தமிழர் அறத்தின்படி தீக்குளித்தும் இருப்பேன். உங்களைப்பற்றி என்னிடம் பேசியபோதும், உங்க போட்டோவைக் காட்டியபோதும், இது நடக்குமா நடக்காதா என்ற கேள்விகளெல்லாம் என்னிடத்தில் இல்லை. அதைப்போல என்னுடைய போட்டோவைக் கேட்டு கையொப்பமிடக் கூறியபோதும் மறுக்கல. எல்லாவற்றையுமே அறிவுபூர்வமாகச் சிந்திக்க முடியாதில்லையா? அதே அத்தான் நீ வருவதற்கு ஒரு கிழமை இருக்கையில் 'இனி உனக்கு இங்கு இடமில்லை' எனக் கூறியபோது அவர் எது செய்தாலும் சரியாகவே இருக்குமென்ற நம்பிக்கையில் வெளியேறவும் வேண்டியிருந்தது" என்று நான் கூற இடையில் குறுக்கிட்டாள்.

"மன்னிக்கோணும்! பிறகென்றால் மறந்துடுவன். இது என்னுடைய மொபைல் நெம்பர். உங்கள் மொபைல் நம்பரையும் முகவரியையும் பிரச்சினை இல்லையெண்டால் கொடுங்க" என அவள் கேட்டபோது ஓரிரு நொடிகள் தயங்கினேன். பிறகு "இதில் பிரச்சினை எங்கிருந்து வந்தது?" எனக்கூறி என்னுடைய மொபைல் நெம்பரைக் குறித்துக்கொடுத்தேன். தொடர்ந்து, "ஞாயிற்றுகிழமை தவிர மற்ற நாட்களில் லா ஷப்பலில் *chez Pondichéry* என்ற ரெஸ்டாரெண்ட்டில் இரவு பத்துமணிவரை இருப்பேன், இல்லையென்றால் அந்த்தோனியில் எடுத்திருக்கும் ரூமில் இருப்பேன். வேண்டுமென்றால் அதையும் குறித்துக் கொடுக்கிறேன்", என்று மளமளவென எழுதித் தந்தேன். "நன்றி" எனக்கூறி வாங்கி வைத்துக்கொண்டு என்னிடம்:

"இப்ப என்ன முடிவிலை இருக்கிறீங்கள்?" எனக் கேட்டாள்.

"முடிவுகளைத் தீர்மானிக்கும் சூழலில் நாம் இருவருமே இல்லை. தற்போதைக்கு உடனடியாகச் செய்யவேண்டியது எனக்குள்ள சிக்கலிலிருந்து வெளிய வரணும். பிரெஞ்சு நேஷனாலிட்டியுள்ள பெண்ணா தேடிக்கொண்டிருக்கிறேன்."

"பிறகு?"

“அது அடுத்தகட்டப் பிரச்சினை. நான்தான் சொன்னேனே முடிவினைத் தீர்மானிக்கும் இடத்தில் நாம் இல்லை.”

“வாகீசன், நான் என்ன நினைக்கிறன் தெரியுமா? நெருக்கடிகளுக்கு அடிபணிகிற சராசரி மனிதப் பண்பை நீங்கள் எதார்த்தத்துடனும் அறிவுடனும் முடிச்சுப்போடுகிறீர்கள். எங்கடை பிரச்சினையைக் கொஞ்சம் உணர்வுபூர்வமாப் பாக்கவேணும். நீங்க கதைக்கிறதைப் பார்த்தா முயல்வேட்டையிலை திருப்தியடையிற ஆளெண்டு தெரிஞ்சிட்டுது. என்ரை முடிவைச் சொல்லட்டுமா?”

“. . .”

“நேசனாலிட்டிக்காண்டி ஒருத்தியைக் கலியாணம் கட்டி நீங்கள் அவளுக்கும் உண்மையாய் இருக்கப்போறேல்லை, உங்களுக்கும் உண்மையாக இருக்கப்போறேல்லை” எனக் கூறியவள் விருட்டென்று எழுந்துகொண்டாள். அவள் முகம் சிறுத்துப் போயிருந்தது. “நித்திலா கொஞ்சம் இரு, ப்ளீஸ்!” என்ற எனது வார்த்தைகளைக் காதில் வாங்கியதாகத் தெரியவில்லை. தோழியைப் பார்த்துக் கை காட்டினாள். அவள் எழுந்து வந்ததும், அவளைத் தரதரவென்று இழுத்துக்கொண்டு வெளியேறினாள். ஒரு தட்டில் பாஸ்த்தா நிரப்பிய அட்டைப்பெட்டிகளையும் குளிர்பானங்களையும் அடுக்கிக்கொண்டு வந்த நண்பன், “என்ன நடந்தது?” எனக் கேட்டான்.

34

பாரீஸ், பிரான்சு: 2011 மே 22, ஞாயிற்றுக்கிழமை மாலை

நித்திலா வீடு திரும்பும்போது மாலை ஐந்து மணி. எப்போதும்போல பக்கத்துவீட்டில் குடியிருக்கும் ஸ்பானியர் எந்திரம் கொண்டு புல் வெட்டிக்கொண்டிருந்தார். குடியிருக்கும் வீதியில் நுழைந்தபோது செவிப்பறைகள் பிய்ந்து போகுமளவிற்கு இரைச்சல் கேட்டது. புல் வெட்டாத நேரங்களில் கிட்டார் வாசித்துக்கொண்டிருப்பார். அப்போதும் சத்தத்திற்குக் குறைவிருக்காது, கிழமைக்கு ஒரு நாளேனும் தமக்கையின் கணவரும் ஸ்பானியர் மனைவியும் சண்டைபோட்டுக்கொள்வார்கள், சண்டை பிரெஞ்சு மொழியில் தொடங்கும், உச்சத்தைத் தொடுகிறபோது நித்திலாவின் அத்தான் தமிழுக்கும் ஸ்பெயின்காரர் மனுஷி ஸ்பெயின் மொழிக்கும் போய்விடுவார்கள். அந்தப்பக்கம் ஸ்பெயின்காரரும் இந்தப்பக்கம் நித்திலாவின் தமக்கையும் வேடிக்கைப் பார்ப்பார்கள்.

கிழவர் புல்வெட்டுவதை நிறுத்திவிட்டு இவளைப் பார்த்து கை அசைத்தார். அறுபது வயதிலும் கிழவரிடமுள்ள பெண்சபலத்தை நித்திலாவின் பெண்மை உணர்த்தியிருந்தது, அவரது கை அசைவை அலட்சியம் செய்துவிட்டு வீதியைக் குறுக்கில் கடந்தாள், வாசல் எதிரில் வீதி ஓரமாக மத்யூஸ் தனது வாகனத்தை வழக்கமான இடத்தில் நிறுத்தி வைத்திருந்தார். பொதுவாக அவருடைய வாகனத்தை மாலை ஆறு மணிக்கு முன்பாகக் காண முடியாது. அப்படி இருந்தால் அன்று வீட்டில்

ஏதோ பிரச்சினை இருக்கிறதென கடந்த ஆறுமாத தமக்கை வீட்டுடனான வாழ்க்கை அனுபவம் போதித்திருந்தது. ஆறுமணிக்கு முன்பாக வீட்டிற்குத் திரும்பும் நாட்களில் தடித்த வார்த்தைப் பிரயோகங்கள் கேட்கும். பாத்திரங்கள் சுவரில் மோதி விழும். தமக்கையின் கன்னம் வீங்கும். கிளைமாக்ஸ்போல ஒவ்வொரு முறையும் தமக்கை கதவை அடைத்துக்கொண்டு அழுவாள். நித்திலா வந்த புதிதில் இடையில் சில நாட்கள் தம்பதிகள் இவளை வைத்துக்கொண்டு சண்டையிடக் கூச்சப்பட்டதுபோல இருந்தது, அண்மைக் காலமாக இவளைப் பற்றிய பிரக்ஞை அவர்களுக்கு இருக்குமா என்பதே சந்தேகமாக இருந்தது. மற்ற நேரங்களில் தம்பதிகள் இழைவதைப் பார்க்கிறபோது இவளுக்கு மயக்கம் வரும். அத்தானும் அக்காளும் சண்டையிடும் நேரங்களினும் பார்க்க அவர்கள் சமாதானமாகி செயற்கையாக இழைகிற தருணங்களே அருவருப்பாக இருந்தன.

மத்யூஸ் அத்தானை எதிர்கொள்வதற்கு தமக்கைக்குப் பாடமும் எடுத்தாள், கைமேல் பலன் கிடைத்தது. கணவர் பேச்சுக்கு உரிய பதில்கள் இப்போதெல்லாம் அக்காள் கமலாவின் வாயிலிருந்து வருகின்றன. மத்யூஸும் "என்ன உன் தங்கை பாடமா, புருஷன் பேச்சுக்கு எதிர்ப் பேச்சுப் பேசுகிறாய்?" எனக் கேட்கிறார். அவருடைய கை ஓங்கும் பழக்கங்கூட மட்டுப் பட்டிருக்கிறது.

அழைப்பு மணியை இரண்டாவது முறையாக அழுத்தினாள். ஒன்றிரண்டு நிமிடங்களுக்குப் பிறகு கதவு திறந்தது. திறந்த கதவோடு நின்றிருந்த தமக்கையின் பார்வை நிலத்தில் இருந்தது.

"கையில் ஒரு திறப்பு இருக்கிறதுதானே, திறந்து வர வேண்டியது!"

"கவனப் பிசகா வீட்டிலை வச்சிட்டு வெளிக்கிட்டுட்டன்."

நித்திலா கூறியதைக் காதில் வாங்க விருப்பமில்லாதவள்போலத் தமக்கை திரும்பி நடந்தாள். தங்கள் அறையில் புகுந்து கதவை அடைத்துக்கொண்டாள். அவள் இதுபோல நடந்துகொள்வது இதுதான் முதல் முறை. இரண்டொரு வார்த்தைகள் கோபமாகச் சொல்லியிருந்தால் கூடப் பொறுத்திருப்பாள். அக்காள் கமலாவின் பேசா நோன்பு அவளை என்னவோ செய்தது. தெருக்கதவைப் பின்பக்கமாகத் தள்ளிச் சாத்திவிட்டு, அது கிளிக்கிட்டதும் வரவேற்பறையைக் குறுக்காகக் கடந்தாள். நடக்கும்போது கால்களைக் கவனத்துடன் எடுத்துவைத்து தனது அறைக்குச் செல்வதற்காக வேண்டி மாடிக்குச் செல்ல மரப்படிகளில் மெள்ள ஏறினாள்.

"நில்லு! உன்னட்டக் கொஞ்சம் கதைக்க வேணும்!"

குரலுக்குரிய மத்யூஸைத் திரும்பிப்பார்த்தாள், கண்கள் செருகியிருந்தன. நல்ல போதையில் இருந்தார். நிற்க முடியவில்லை, சாப்பாட்டு மேசையின் கதிரையைப் பிடித்துக்கொண்டு வெறித்துப் பார்த்தார், பார்வை ஊசிபோல அவள் நெஞ்சில் தைத்திருந்தது. ஊரில் முகாமில் இருந்தபோது ஒன்றிரண்டு சிங்கள அதிகாரிகளிடம் கண்ட அதே பார்வை, அண்டைவீட்டு ஸ்பானியக் கிழவனின் பார்வை. ஆனால் அவர்களின் பார்வைகளில் இவளுடைய சம்மதத்தை யாசிக்கும் குணமிருந்தது, மத்யூஸ் பார்வை கழுகொன்றின் பார்வை. நோஞ்சான் கழுகு, கல்லெறிந்தால் கிட்டவராது, பறந்துவிடும்.

"என்ன?" என்பதுபோல தமக்கையின் கணவரைப் பார்த்தாள்.

"இதென்ன வீடா சத்திரமா உன்பாட்டிற்கு வருவதற்கும் போவதற்கும்? நாங்கள் கௌவுரவமாக வாழ்ந்து கொண்டிருக்கிறோம், அதைக் கெடுக்கிற கதைகள் வேண்டாம். நீ எவனோட சுத்திட்டு வராய் எண்டு தெரியும். எக்கேடாவது கெட்டு போ எங்களுக்குப் பிரச்சினை இல்லை, ஆனா அதை எங்கட வீட்டில் இருந்து கொண்டு செய்யச் சம்மதிக்கமாட்டோம்."

தமக்கையின் கணவர் மனதில் வேறு என்னவோ இருக்கிற தென்பது புரிந்தது. வாகீசனோடு பின்னேரம் கதைத்ததை எப்படியோ தெரிந்துகொண்டிருக்க வேண்டும். இதற்கு முன்பு தன்னிடம் இதுபோல வார்த்தைகள் உபயோகித்தது இல்லை. ஒருவேளை அறிந்திருப்பாரோ? குடித்திருக்கிற மனுஷனிடம் எதற்கு வம்பு எனப் போக எத்தனித்தவளைத் தடுத்தார்.

"கொஞ்சம் இப்படி வந்தால் நல்லது. உன்னிடம் கொஞ்சம் கதைக்க வேணும்."

அவர் எதிரில் வந்து நின்றாள். அவளை உட்காரச் சொல்லும் எண்ணம் எதுவும் இல்லாததுபோல நின்றிருந்தார். பொறுமையின்றி அங்கிருந்த மற்றொரு கதிரையை இழுத்துப் போட்டுக்கொண்டு அமர்ந்தாள். தனது அறைக்கதவைத் திறந்து வெளிக்கிட்டு அக்காள் உதவிக்கு வந்தால் நல்லதெனத் தோன்றியது. ஒருவித இறுக்கத்தையும் சூன்யத்தையும் சேர்ந்தாற்போல உணர்ந்தாள். மாத்யூஸுடைய பெரிய உதடுகள் எதையோ சொல்வதற்குத் தம்மைத் தயார்படுத்திக் கொண்டிருந்தன.

"காலமேருந்து எண்ர மணிபர்ஸைத் தேடிக்கொண்டிருக்கிறன், பார்த்தனியா?"

"இதென்ன கேள்வி? ஒண்ரும் விளங்கேல்ல."

"கேட்டதற்குப் பதிலைச் சொல்லு! பாத்தியா இல்லையா?"

"நான் பாக்கேல்ல, போதுமா? இல்லை சத்தியம் பண்ணவோ?"

"தேவைப்பட்டால் அதைக்கூடச் செய்யவேணும்."

"இப்படிக் குற்றவாளியை விசாரிப்பதுபோல என்னைத் தடுத்து நிறுத்தி விசாரணை செய்தால் என்ன அர்த்தம்?"

"என் பர்ஸில் எவ்வளவு வைக்கிறன் எடுக்கிறன் எண்டு ஒரு கணக்கும் தெரியாது. இது நாள்வரை பர்சிலிருந்த பணம்தான் குறைந்தது. இன்றைக்குப் பர்ஸே போன இடம் தெரியவில்லை. உன் தமக்கைக்கு அந்தப் பழக்கமெல்லாம் கிடையாது. தேவையிருந்தால் என்னைக் கேட்டுத்தான் எடுப்பாள். போலீஸுக்கெல்லாம் போக வேண்டாமென்று பார்க்கிறன்."

எப்படிப் பேசினால் அவளை வதைக்க முடியும் என பலமுறை அப்பியாசம் செய்ததுபோல சிறிதளவும் இரக்கமின்றி வார்த்தைகளைக் கொட்டினார். நாற்காலியில் ஒரு பக்கமாகச் சரிந்து மேசையில் தலை வைத்திருந்தாள், தொடர்ந்து அவர் கூறிய சொற்கள் எதுவும் காதில் விழவில்லை. நெஞ்சை அடைப்பதுபோல இருந்தது. உடல் தகித்தது. அவளுக்கு ஆஸ்மா உடம்பு, வெகு நாட்களுக்குப் பிறகு அது தன் குணத்தைக் காட்ட, மூச்சிறைத்தது. மூக்கொழுக வெகு நேரம் கேவிக்கேவி அழுதாள். இவ்வளவு நடந்தும் தமக்கை வெளியில் வந்து ஆறுதலாக ஒரு வார்த்தை சொல்லாததுதான் பெருத்த அவமானமாக இருந்தது. எவ்வளவு நேரம் அழுதிருப்பாள் என்று தெரியாது. தலையை உயர்த்தி சுவர்க் கடிகாரத்தைப் பார்த்தபோது இரவு மணி எட்டைக் கடந்து ஐந்தாறு நிமிடங்கள் ஆகியிருந்தன. முதன் முறையாகத் தான் அனாதை என்பதை உணர்ந்தாள்.

மறுகணம், தான் அநாதை இல்லை என்றும் நினைத்தாள், வாகீசன் நினைப்பு ஆறுதலைத் தந்தது. ஆல விருட்சம்போல படர்ந்து அவள் உடலை விழுதுகளால் தாங்கக்கூடியவன், தமக்கை புருஷன் கொடுத்த விஷத்திலிருந்து காப்பாற்றக்கூடிய சஞ்சீவி. அவனிடம் கொண்டிருந்த காதல் முதன் முறையாக காமமாகப் பெருக்கெடுத்து கரை புரண்டது. கைப்பையை எடுத்துக்கொண்டு வெளியில் வந்தாள். கதவை இழுத்துப் பூட்டினாள், வீதியில் இறங்கி கால்கள் நோகும் வரை நடந்தாள். ஊர்பேர் தெரியாத ஸ்டேஷன் ஒன்றில் ஏறி, கார் துய் நோர் ஸ்டேஷனில் இறங்கி *"Chez Pondichéry"* எதிரே போய் நிற்கவும், அவன் ரெஸ்டாரெண்ட்டைவிட்டு வெளியில் வரவும் சரியாக இருந்தது. அவனைக் கட்டிக்கொண்டு ஓவென்று அழுதாள்.

35

பாரீஸ், பிரான்சு; 2011 மே 23, திங்கட்கிழமை

காப்பித் தூளின் மணம் மூக்கைத் தொட்டு எழுப்பியபோதுதான் புதிய இடத்தில் ஓர் ஆணுடன் தங்கி இருக்கிறோம் என்பது அவளுக்கு உறைத்தது. மனம் சட்டென்று கலவரப்பட்டது. தான் செய்தது சரியா? தீர யோசிக்காமல் அக்காள் வீட்டிலிருந்து புறப்பட்டுவிட்டோமா? என நினைத்ததும் நித்திலாவிற்கு அச்சம் பிறந்தது. மறுகணம் 'கள்ளி' என்று வாய்கூசாமல் அழைக்கும் ஓர் அத்தான், அதைக் கேட்டும் கேட்காதவள்போல நடந்துகொண்ட அக்காள் என எண்ணிய மாத்திரத்தில் அந்த வீட்டிலிருந்து வெளியில் வந்தது சரியான முடிவு என சமாதானம் சொல்லிக்கொண்டாள். இனியும் தங்கியிருக்க அவளுக்கென்ன பைத்தியமா? சூடும் சொரணையுமுள்ள மனுஷியாக இருந்துகொண்டு வேறு எவ்விதம் முடிவெடுத்திருக்க முடியும்?

வாகீசனை நம்பலாமா? தன்னை எதார்த்த வாதியென அடிக்கடி சொல்லிக் கொள்கிறான். ஏதோ மற்றவர்களெல்லாம் இறக்கைகட்டி கனவுலகில் சஞ்சரிப்பது போலவும், இவன் மட்டுமே நிலத்தில் கால் பதித்திருப்பதுபோலவும் கதைப்பது உண்மையில் எரிச்சலூட்டியது. வாகீசன், இருள் சூழ்ந்த முட்டுச் சந்து என்றபோதும் கடந்த சில மணி நேரங்களாக அவனுடன் இருந்த தருணங்களை உன்னதப்படுத்தியிருக்கிறான். இதற்குமேல் என்ன வேண்டும், சிறுகச் சிறுக சேர்த்தபொருளின் பலன் கணத்தில் ஒரு பெருமழைபோல கொட்டி நொப்பும்

நுரையுமாய் அவள் உடலில் இன்னமும் வடிந்து கொண்டிருக்கிறது. இனி அவளைக் கொலைசெய்தாலும் பிரச்சினை இல்லை.

நடந்ததனைத்தும் கனவுபோல இருந்தது. நேற்று பிற்பகல் வாகீசனை எதிர்பாராமல் சந்தித்தபோது ஏதோ இருக்கட்டுமென்று அவன் தொலைபேசி எண்ணையும் முகவரியையும் கேட்டு வாங்கினாள். அன்று இரவே அவனைத்தேடி அவன் வேலை செய்யும் ரெஸ்டாரெண்ட்டிற்குப் போக நேருமென்று அவள் நினைக்கவில்லை. ரெஸ்டாரெண்ட் வாசலில் சட்டென்று அவனைக் கட்டிக்கொண்டு அழுதபோது வாகீசனுக்கு என்ன செய்வதென்று புரியவில்லை. அப்பக்கமாக நடந்து சென்ற தமிழ்க் குடும்பமொன்று வேடிக்கைப் பார்க்கத் தொடங்கிவிட்டது. காரைக்கால் பாய்தான் வாகீசனையும் நித்திலாவையும் ரெஸ்டாரெண்டிற்குள் அழைத்துப்போய் ஆசுவாசப்படுத்தினார், அவளை ஏதாவது சாப்பிடச்சொல்லி பிறகு அழைத்துப் போ என்று வாகீசனுக்கு யோசனை சொன்னவரும் அவர்தான். அந்தோனிவரை வாகீசனிடம் தமக்கை வீட்டில் நடந்தது எதையும் நித்திலா கூறவில்லை. அவனும் கேட்கவில்லை. அவளைக் கூட்டிக்கொண்டு வந்த நண்பனைக் கண்டதும் மூர்த்திக்கு ஒன்றும் புரியவில்லை. அவளை எங்கே தங்கவைப்பது என நண்பர்கள் இருவரும் யோசித்தார்கள். ஏதாவதொரு அறையில் அவளைத் தங்க வைப்பது என்றும், நண்பர்கள் இருவரும் ஒரு அறையில் படுப்பதென்றும் முடிவுக்குவந்தார்கள். நித்திலா பிடிவாதமாக மறுத்துவிட்டாள். வாகீசனோடு கதைக்க நிறைய விஷயங்கள் இருக்கிறதென அதற்குக் காரணமும் கூறினாள்.

“என்ன செய்யறீங்க?”

“காப்பி போடறேன்.”

“என்னை எழுப்பியிருக்கலாம்தானே?”

“நல்லா அசந்து தூங்கின, வேண்டாமென்றுதான் எழுப்பலை.”

“இண்டைக்கு வேலைக்குப் போவனுமா?”

“திங்கட்கிழமைகளில் காலை வேலையில்லை. இரவுமட்டுமே வேலை. மாலை ஐந்து மணிக்குப் போனால் போதும்.”

“அப்ப ஐஞ்சுமணிவரை உங்களோடு இருக்கலாமெண்ரு சொல்லுங்க.”

“அடுத்து என்ன செய்யப் போகிறாய்?”

“கால்போன போக்கிலே போக வேண்டியதுதான். ஐரோப்பிய நாடுகளிலும் வீடற்றவர்கள் *sans abri* என்ற பெயரில் இருக்கிறார்கள்

என்பதை இங்கேவந்துதான் தெரிந்துகொண்டனான். நானும் ஏதாவதொரு பாலத்தின் கீழோ, காட்டில் ஒரு மரத்தடியிலோ இருந்துட்டுப் போறன். உங்களுக்கு என்ன வந்தது?"

"உங்க அத்தான் வந்துகேட்டா என்ன பதில் சொல்ல? நீ வேணுமானா வேண்டாம் என்று சொல்லிட்டுப் போயிடலாம். என்னால முடியாது, அவருக்கு பதில் சொல்ல கடமைப் பட்டிருக்கன்."

"சொரணையுள்ளவங்க எடுக்கக்கூடிய முடிவைத்தான் எடுத்தனான். எப்போது திருட்டுப் பட்டம் கட்டினார்களோ அப்போதே தமக்கைக் குடும்பத்துடனான உறவு அறுந்து போச்சென்று முடிவு கட்டிவிட்டேன்."

"நித்திலா மறுபடி மறுபடி தப்பு பண்ணாதே. எதார்த்தமென்று ஒண்ணிருக்குன்னு நேற்றுதான் சொன்னேன். ஆசைப்படுகிற விதத்தில் வாழ்க்கையை அமைத்துக்கொள்கிற நிலமையில் நாம இல்லை. சந்தர்ப்பமும் சூழலும் ஏற்படுத்திக்கொடுக்கிற வாழ்க்கையைப் புத்திசாலித்தனமா ஏத்துகிடுவம். இரண்டு பேரும் ஆத்துலே கிடக்கிறம். யாராவது ஒருத்தர் கரையிலே இருந்தால்கூட மற்றவருக்கு கைகொடுக்க முடிந்திருக்கும். உங்கிட்ட உள்ள சிக்கல் நீ அதிகமா கனவுகளை சுமக்கிற."

"இந்த வயசுலே கனவுகளை சுமக்காம, கூன் போடற வயதிலா சுமக்க முடியும்?"

"கூன் போடற வயசிலும் தாராளமா சுமக்கலாம், கொஞ்சூண்டு வித்தியாசமிருக்கு. இளமையிலே நம்மை பத்தின கனவுகள், வயசானா பிறத்தியாரை பத்தின கனவுகள்."

"எல்லாத்திற்கும் பதில்வச்சிருக்கிற."

"முதலில் இந்தக் காப்பியைக் குடி."

ஒரு கப் காப்பியை அவளிடம் நீட்டியவன் மற்றொரு கப்பை எடுத்துக்கொண்டு அருகில் உட்கார்ந்தான்.

"என்னை என்ன செய்யறதா உத்தேசம்?"

"இனி செய்யறதுக்கு என்ன இருக்கு?"

"நான் துப்பாக்கிப் பிடிச்சவ, பகடிக்குக்கூட இனி ஒருக்கா அப்படிச் சொல்லாத."

"நாம கொஞ்சம் சீரியஸா யோசிச்சுப் பாக்கணும், மறுபடியும் கனவுக்கு வரேன். உன் கனவுலே என்னை வாகீசனா வச்சிருக்கிறது மிகப்பெரிய சிக்கல். அவனுக்கென்று ஒரு மொழி இருக்கும்.

எழுத்து இருக்கும், வாசனை இருக்கும், ருசி இருக்கும், நான் பாலா. உனது வாகீசனின் மொழிக்கும், எழுத்திற்கும் நான் ஒத்துவரமாட்டேன். வாகீசனா உருமாற பாசாங்கு செய்ய எனக்குப் போதாது, இந்தப் பாழாப்போன எழுத்து என்னை நானாக இருக்க வற்புறுத்துது, எல்லாக் கனவுகளும் நிறைவேறி ஆகணுமென்பது கட்டாயமில்லை, உன் கனவுலே வாகீசன், என் கனவுலே முகம் தெரியாத ஒருத்தி, உன் அத்தானின் கனவில் தற்போதைக்கு நீ, உன் தமக்கையின் கனவில் ஒரு குழந்தை. இந்தக் கனவுகள் அத்தனையும் நிறைவேறவேண்டும் என்று ஆசைப்பட்டால் எப்படி முடியும்? ஒருத்தர் ஆசை நிறைவேற இன்னொருத்தர் ஆசை தோற்கடிக்கப்படணும் இல்லையா? அதனாலே. . ."

"அதனாலே. . ?"

"காலையில் உன் தமக்கை வீட்டிற்குப் போன்போட்டு நீ இங்கிருக்கும் விஷயத்தைத் தெரிவித்து விட்டேன். உங்க அத்தான் உன்னை நேற்று என்னுடன் பார்த்திருக்கிறார். அந்த ஆத்திரத்தில் குடித்துவிட்டு அறிவுகெட்டத்தனமாய் நடந்துகொண்டிருக்கிறார்."

"அந்த ஆள் நடந்துகொண்டார் சரி, இவள் ஏன் கதவடைத்துக் கொண்டு கேட்டுக்கொண்டிருக்க வேண்டும்? வெளிக்கிட்டு அந்த மனுஷனை ஒரு வார்த்தைக் கேட்டிருந்தால்கூட ஆறுதலா இருந்திருக்கும்."

"நீ சொல்றதுலெ உள்ள நியாயத்தை மறுக்க முடியாது, வந்தால் அவளிடம் ஏன் அதுபோல நடந்துகொண்ட என்று கேளு, பிற்பகல் வரச்சொல்லியிருக்கேன், அவர்களோடு போய் இருப்பதுதான் உனக்குப் பாதுகாப்பு. நாம எப்போதும் தொடர்பில் இருப்போம்."

நித்திலா அமைதியாகக் கேட்டுக்கொண்டிருந்தாள்.

○

36

ரிஷிகேஸ், இந்தியா: 2011 ஜூன் 20, திங்கட்கிழமை

நேற்றுதான் ஆஸ்ரமத்திற்குள் நுழைந்ததுபோல இருந்தது, ஆறுமாதங்கள் ஓடியிருந்தன. முதல் நாள் அதோ தெரிகிறதே அதே இரும்பு கேட் வழியாகத்தான் உள்ளே நுழைந்தார்கள்; கேட்டை ஒட்டி ஸ்டூலில் உட்கார்ந்திருந்த காவலாளி இவர்கள் வருவதைப் பார்த்ததும் கதவைத் திறக்கத் தயாரானவர்போல எழுந்தார். கேட்டை நெருங்கியதும் கம்பிக்கதவு கட்டளைக்குக் கீழ்ப்படிந்ததுபோல பிளிறிக்கொண்டு திறந்தது. தென் இந்தியாவின் குக்கிராமமொன்றில் தொடங்கிய பயணம். சிறகு தப்பிய இறகாய் காற்றில் எங்கெங்கோ கால்பாவி மீண்டும் மண்ணில் ஊன்றியிருக்கிறார். அவ்வளவும், உறங்கியதும் விழித்ததும் என்பதுபோல நடந்து முடிந்திருக்கிறது. இருபக்கமும் அடர்த்தியாக மரங்கள், காட்டுச் செடிகள். பசுமையின் மணம், தூரத்தில் சலசலக்கும் கங்கை நதியின் மெலிதான ஓசை. பறவைகளின் விசித்திரமான சப்தம். சாமிக்கு சரியான முகவரியை அடைந்திருப்பதைப்போன்ற உணர்வு. முதல் பாதம், நடைபாதை மண்ணில் பட்டபோது செருப்புக்குக் கீழ் கேட்ட கரகரப்பு சுகமாக இருந்தது. புற்களில் பின்னிய சிலந்திவலையில் ஊசலாடிக்கொண்டிருந்த நீர்த்துளி உலராமல் முத்துப்புல்லாக்குபோல ஆடுவதைக் கண்டதும், சோர்வைத் தருகிற அவருடைய பெண்மணியின் ஞாபகம். அருவருப்பில் கால் வைத்தவர்போல, மனங் கூசினார். எதைக்கூடாதென்று வந்தேனோ அதுவே திரும்பத்

திரும்பக் குளத்து பாசிபோல தள்ளத்தள்ள வருகிறதேயென வெதும்பினார். விரல்களிலும் உள்ளங்கையிலும் கெட்டியாய் ஒட்டிக்கொண்டு சவால் விட்டது. கழுதை! ஒருதரத்திற்கு இருதரமாய் அலம்பினால் போய்விடுமென்று நினைத்தார். அவளை மறந்து சுற்றியுள்ள காட்சிகளை நோட்டமிட்டார். முதன்முதலாக மனதில் வெதுவெதுப்பையும் குளிர்ச்சியையும் கலவையாக உணர்ந்தார், புதிதாய் பிறந்திருப்பதுபோல இருந்தது.

ரிஷிகேஷுக்கு ஐரோப்பியரும் அவரும் புது தில்லியிலிருந்து வாடகைக் காரில் வந்தார்கள், ஐரோப்பியர் செலவு. இவரை ஒரு பைசாகூட செலவிடக்கூடாது என தெளிவாகக் கன்னியாகுமரி இரயிலில் வைத்தே கூறியிருந்தார். புது தில்லியிலிருந்து அதிகாலையில் புறப்பட்டிருந்தார்கள். சாலைகளில் பனிமூட்டம் இருந்தது. வழி நெடுக பூமி வளமாக இருப்பதைபோலத் தெரிந்தது. இங்கே தமிழ்நாட்டின், குறிப்பாக இவருடைய விழுப்புர மாவட்ட வறட்சியில்லை. வழி நெடுக கரும்பு ஏற்றிய டிரக்குகள், சிற்சில இடங்களில் ஒன்றிரண்டு யானைகளையும் காண முடிந்தது. ஜுன் மாதத்திலும் பனிமூட்டம் இருந்தது. சாலைகளில் மக்கள் போர்த்திக்கொண்டு போனார்கள். அவர்களைப் பார்த்ததும் தமக்கும் ஒரு போர்வையோ, கம்பளி ஸ்வெட்டரோ கைவசமிருந்தால் நல்லதென பட்டது. புதுதில்லியிலேயே வாங்க நினைத்தார். ஜுன்மாதம்தானே, அத்தனை குளிர் இல்லையே என ஐரோப்பியர் தடுத்தார். என்னிடத்தில் தேவையின்றி சில உருப்படிகள் இருக்கின்றன, வேண்டுமென்றால் அவற்றில் ஒன்றிரண்டு தருகிறேன் என்றார். அடுத்தவர் ஆடைகளை அணிவதில் விருப்பமில்லை, பிடிவாதமாக மறுத்துவிட்டார். என்றைக்கு வடலூர் போக ஆரம்பித்தாரோ அன்றையிலிருந்து சட்டை அணிவதில்லை. மேலுடம்பை மறைக்க கதர்த் துண்டு போதுமானதாக இருந்தது. புது தில்லியில் வெற்று உடம்புடன் இருப்பது கடினமாக இருந்தது. ஐரோப்பியரும், அப்படி இருக்கவேண்டாமே! . இப்பகுதிகளில் குளிர்காலங்களில் கடினமென்றார். அவர் யோசனைப்படி கரோல் பார்க்கில் சட்டை வாங்கினார்கள். அப்போதுகூட கதரில்தான் இருக்கவேண்டுமென உறுதியாக இருந்தார். பின்பு புது தில்லி – ரிஷிகேஷ் பயணத்தின்போது கம்பளி ஸ்வெட்டர் மீது ஆசை பிறந்தது. வழியில் இரண்டு இடங்களில் வாடைகக்கார் நிறுத்தப்பட்டது. ரிஷிகேஷ் வந்தடைந்தபோது காலை பதினோரு மணி.

ஐரோப்பியரின் தயவால் இந்தப் புண்ணியம். இல்லை யென்றால் இவ்வளவுதூரம் எதற்காக வரப்போகிறேன் என மனதிற்குள் கூறிக்கொண்டார். ஊரில் இருந்தபோது

கோவிலென்றாலே வடக்கே திருப்பதி, தெற்கே சிதம்பரத்தில் ஆரம்பித்து இராமேஸ்வரம், கன்னியாகுமரி சென்றுவந்தால் பெரிய யாத்திரை முடித்துவந்ததாக பெருந்தனக்காரர்கள் சொல்வார்கள். ரிஷிகேஷில் நுழைந்தபோது பிரதான வீதியில் கடைகளும் யாத்ரீகர்களுமாக நிறைந்திருக்கக் கண்டார். புதுதில்லியில்கூட ஐரோப்பியர்களை அதிக எண்ணிக்கையிற் சேர்ந்தாற்போல பார்க்க இவருக்குச் சந்தர்ப்பம் வாய்க்கவில்லை. இலட்சுமண் ஜுலா என்ற பாலத்தைக் கடந்து ஆஸ்ரமத்திற்குள் நுழைந்தபோதுதான் ஐரோப்பியர்கள் இங்கே நிறைந்திருப்பதற்கான காரணம் அவருக்கு விளங்கிற்று. பாலமும் அதன்கீழ் வெளிர் நீலமா இளம்பச்சையா என விவரிக்கமுடியாத நிறத்தில் ஆர்பாட்டமின்றி நிதானமாக சுழன்றோடும் நதியின் கம்பீரமும் பிரமாண்டமும் அவரை உறையச் செய்தன. நெஞ்சுக்குள் தாமரைகள் இதழ் விரித்து மலர்ந்தன. சில நொடிகள் மௌனமாக நின்றார் கையை உயர்த்தி இமயம் நோக்கித் தொழுதார். ஐரோப்பியரை நெருங்கி, விழிகளில் நீர் தளும்ப, அவருடைய கைகளைத் தமது கைகளில் வாங்கினார். அவரிடம், “இந்தக் கட்டை உங்களுக்குக் கடன்பட்டிருக்கிறது”, என்றார். “பலமுறை சொல்லிவிட்டீர்கள், அப்புறம் கடன் தொகைக்கூடிப்போனால் என்னைக்குற்றம் சொல்லக்கூடாது” எனக்கூறி ஐரோப்பியர் சிரிக்கவும் இவரும் சிரிக்க வேண்டியிருந்தது.

“ஆயிரக்கணக்கான மைல்கள் பிரயாணித்து இந்த ஊருக்கு சாதுக்கள் ஏன் அதிக அளவில் வருகிறார்கள் என்பதற்கும் காரணம் விளங்குகிறது” என்றார்.

“உண்மைதான். எங்கள் ஆஸ்ரமம் வேறொரு ஊரில் இருந்திருந்தால் இப்போதுபோல அடிக்கடிவந்து தங்கியிருக்க மாட்டேன்” என்றார் ஐரோப்பியர் பதிலுக்கு.

இந்த ஆறுமாதங்களில் ஆஸ்ரம வாழ்க்கைக்கு நன்குப் பழகியிருந்தார். ஐரோப்பியர் அலுவலக நிருவாகத்தில் பொறுப்பேற்றிருந்தார். இவருக்கு ஆஸ்ரமத் தோட்டப் பராமரிப்பு, சமையற்கூடம், தியானமண்டப ஒழுங்கு என அவ்வப்போது பொறுப்புகள் சுழற்சிமுறையில் இருந்தன. அடுத்த கணத்தை பற்றிய அக்கறையின்றி, பசித்தபோது உண்டு, களைத்தபோது உறங்கி அலைந்து அங்காடி நாயாக கடந்த சில நாட்களாக வாழ்ந்த அவருக்கு, இன்று எல்லாம் நேரப்படி கிடைக்கிறது, நியதிப்படி நடக்கிறது. கூட்டுத் தியானம், கூட்டுப் பிரார்த்தனை, இயற்கை உபாதைகள், வயிற்றுக்கு உணவு, சலவைமணம் குறையாத உடைகள்.

ஒவ்வொரு நாளும் அதிகாலையில் எழுந்து காலைக் கடன்களை முடித்து நதியில் முங்கிக் குளித்து கூட்டுப் பிரார்த்தனையுடன் நாளைத் தொடங்கும் வழக்கமிருந்தது. பலரும் தங்களுக்குக் கிடைப்பதாகத் தெரிவிக்கும் உள்ளொளி தரிசனம் இவர் வரையில் இதுவரை வாய்க்கவில்லை. பல நேரங்களில் தனிமைப்பட்டிருப்பதைப்போல உணர்ந்தார், தாமரை இலை நீர்த் துளிபோல அதிகம் ஒட்டாமல் எப்போதுவேண்டுமானாலும் இலையிலிருந்து விடுவித்துக்கொள்ளும் மனப்போக்கும் இருந்தது. படுக்கை உறுத்தியது, நித்திரை வருவதில்லை. நடுநிசியில் அறைக்கதவை எவரோ தட்டுவதுபோல இருக்கும். எழுந்து சென்று கதவைத் திறக்கிறபொழுது திப்பித் திப்பியாய் இருளடைந்திருக்கும் இரவையும், மின்மினிப்பூச்சிகளையும், முகத்தில் அறையும் குளிர்ந்த காற்றைத் தவிர ஒருவரும் இருக்கமாட்டார்கள். மொழிப்பிரச்சினையும் இருந்துவருகிறது. அவருடன் தமிழில் உரையாடமுடிந்த ஒரே ஒருவர் ஐரோப்பியர். பிறர் இந்தி, வங்காளி அல்லது குஜராத்தி பேசுபவர்களாக இருந்தார்கள். இவருக்கு ஐரோப்பிய மொழியும் தெரியாது. ஆஸ்ரம உறுப்பினர்களிடமும், ஊழியர்களிடமும், சேவா தொண்டர்களிடமும் உரையாடி சில இந்தி சொற்களை கற்றிருந்தார். ஆனால் பேசுகிறபோது சங்கடப்பட்டார். பிறர் சிரிக்கும்படி இருக்கிறது.

ஐரோப்பியர் ஒவ்வொருமுறையும் நான்கைந்து மாதங்கள் ஆஸ்ரமத்தில் இருப்பாராம், அதன் பின்னர் கால்போன போக்கிலே இந்தியாவைச் சுற்றுவாராம். மறுபடியும் ஆஸ்ரம வாழ்க்கைக்குத் திரும்புவாராம். பிராகு நகரில் தானும் ஓர் ஆஸ்ரமம் வைத்திருப்பதாகவும் விருப்பமிருந்தால் தன்னுடன் இணைந்துகொள்ளலாமென்றும் சொன்னார். அதன்படி ஒருநாள் இருவரும் புறப்படலாம் என்றிருந்தபோதுதான் அது நிகழ்ந்தது. ஆஸ்ரமத்தின் தலைமைகுரு இறந்திருந்தார். அதிகாலையில் இருள் பிரியும் வேளையில் அது நடந்தது. காண்டாமணி அவசரமாக ஓங்கி ஒலித்து அச்செய்தியைப் பரப்பியது. ஆஸ்ரமம் சோகத்தில் ஆழ்ந்தது. மண்டபத்தில் எல்லோரும் கூடினார்கள். ஒரு மாதத்திற்கு தொடர்ந்து தலைமைகுருவை சிலாகித்து சொற்பொழிவும் கூட்டுப்பிரார்த்தனையும் இருந்தன. நாடெங்கிலிருந்து அவரது பக்தர்கள் பெரிய வாகனங்களில் வந்திறங்கினார்கள். வாசனாதி தைலங்கள் கட்டியங்கூற கம்பீரமாக நடந்துவந்தார்கள். வேதமந்திரங்களை மனனம் செய்வதை வேடிக்கைப்பார்த்தார்கள். சாமிக்கு நடந்ததனைத்துமே அவரது தினசரி கனவின் ஓர் அங்கமாகவே தோன்றியது. புதிய குரு பீடத்தில் அமரும்வரை அது தொடர்ந்தது.

ஒரு நாள் ஐரோப்பியர் இவரை அழைத்தார். பேசவேண்டு மென்றார். இருவரும் ஐரோப்பியருக்கென ஒதுக்கப்பட்டிருந்த அலுவலக அறையில் எதிரெதிராக அமர்ந்து உரையாடினார்கள். ஐரோப்பியர் முதலில் பேசினார்:

"சாமி! ஆஸ்ரமம் சார்பில் இதழொன்றை நடத்த வேண்டு மென்பது புதிய குருவின் கட்டளை. பல மொழிகளிலும் வெளியிட உள்ளோம். தமிழ்மொழியின் பொறுப்பை உங்களிடம் ஒப்படைக்கலாமென்பது என் யோசனை. அது தவிர இதழ் சம்பந்தப்பட்ட பிறபணிகளிலும் எனக்கு நீங்கள் உதவியாக இருப்பீர்களெனில் நான் மிகவும் நன்றியுள்ளவனாக நடந்து கொள்வேன்."

"தாராளமாக முடிந்ததைச் செய்யக் காத்திருக்கிறேன். இதழ் என்ற செய்திதான் என்னை யோசிக்கவைக்கிறது. சிட்டா, அடங்கல், பாண்டு பத்திரமென எழுதிக்கொண்டிருந்தவன். எனக்கு உருப்படியாத் தெரிந்த ஒரே மொழி தமிழ் மொழி மட்டுமே. அந்த ஒரு மொழியை வைத்துக்கொண்டு நான் எப்படி உங்களுக்கு உதவமுடியுமென யோசிக்கிறேன்."

"கவலைப்படாதீங்க நான் சொல்வதை நீங்கள் புரிந்து கொள்ளவும், நீங்கள் சொல்வதை நான் விளங்கிக்கொள்ளவும் போதுமான தமிழ் அறிவு இருவரிடமும் உள்ளது, அது போதும். மற்றவற்றை துணிச்சலுடன் நாம் எதிர்கொள்ளலாம். வாழ்க்கையைப் பற்றிய புரிதலும் உள்ளொளி தேடலும் உங்களிடம் இருக்கிறது. இந்தியத் தத்துவங்களின் தேடலே இப்படி ஆரம்பமானதுதான். பற்றற்ற மனநிலை; 'தான்', 'தனது' என்பதிலிருந்து விடுபட நினைப்பது ஆகும். அது பகுத்துண்டு பல்லுயிர் ஓம்பும் சிந்தனைக்கு ஆதரவானது. எனக்கும் உங்களுக்கும் சிந்தனையில் ஒத்திசைவு இருக்கிறது. இந்திய தேசாந்திரி வாழ்க்கையில் நான் கற்றுக்கொண்டது உயிர்களிடத்தில் அன்பும் வேற்றுமைகாட்டாத பண்புங்கூட ஆன்மீகத் தேடுதல் என்பது. நீங்கள் ஒருமுறை "எத்துணையும் பேதமுறாத எவ்வுயிரையும் தம்முயிர்போல எண்ணி உள்ளே ஒத்துரிமை உடையவராய் உவக்கின்றார் எவரோ அவர் மனம்தான் இறைவனின் இருப்பிடம்" என வடலூர் வள்ளலார் பாடியிருப்பதாக கூறினீர்கள். இதுபோன்ற சிந்தனையைத்தான் நமது இதழிலும் வலியுறுத்தப்போகிறோம். நான் வேதாந்தியுமல்ல மீமாம்சக்காரனுமல்ல. அப்படியென்றால் யார் எனக் குழம்பியிருந்த வேளை, எனது கண்களைத் திறந்தீர். ஆன்மீகம் என்றால் என்ன என்பதை விளங்க வைத்தீர். நீங்கள் கூறிய ஆன்மீகத்தை எடுத்துச்செல்ல வெறும் பேச்சும்,

கதையாடலும் உதவாது. ஒருவரிடமிருந்து இன்னொருவருக்குத் தொற்றுநோயைப்போல அதனைப் பரப்ப வேண்டும். எப்பொழுது நமது இதயவாசல் திறந்ததோ அப்போதே நமது நோக்கத்தில் பாதி நிறைவேறிவிட்டது. மறுபாதியை இருவரும் இணைந்து நடத்தவிருக்கும் இதழ்மூலம் நிறைவேற்றிக்கொள்வோம். என்ன சொல்கிறீர்?"

"எனக்குச் சொல்ல எதுவுமில்லை. நீங்கள் செய்வதனைத்தும் சரியாகவே இருக்குமென்ற நம்பிக்கை நிறைய உள்ளது."

இவர்கள் உரையாடலைத் துண்டிப்பதுபோல அறைக்கதவைத் தட்டும் சத்தம் கேட்டது. ஐரோப்பியர் உள்ளேவரலாம் என்றதும் ஆஸ்ரம ஊழியர் ஒருவர் உள்ளேவந்தார். என்ன என்பதுபோல ஐரோப்பியர் அவரைப் பார்த்தார் இருவரையும் உடனே தம்மை வந்து பார்க்கவேண்டுமென்பது குருவின் கட்டளையென ஊழியர் தெரிவித்தார்.

○

காஃப்காவின் நாய்க்குட்டி

37

பாரீஸ், பிரான்சு: 2012 ஆகஸ்டு 10, வெள்ளிக்கிழமை

இரண்டொரு மாதங்கள் அலைந்ததின் பலனாக அந்த்தோனியிலே ஓர் அப்பார்ட்மெண்ட் கிடைத்திருந்தது. அத்ரியானாவிற்கும் எனக்கும் பாரீஸ் புறநகர் நகராட்சியொன்றில் பதிவுத் திருமணத்தை செய்துகொண்டதில் மாவட்ட நிர்வாகம் ஒருவருட விசாவொன்றை கொடுத்திருக்கிறது. இனி அச்சத்துடன் பேருந்திலோ, இரயிலிலோ பயணம் செய்யவேண்டிய நிலையில் இல்லை, போலிஸார் தடுத்து நிறுத்தி அடையாள அட்டையைக் கேட்டுத் தொல்லைதருவார்கள் என்றெல்லாம் கலங்கிக்கொண்டிருக்கிற அவசியமுமில்லை. இத்திருமணத்தால் வாய்த்திருந்த மற்றொரு பலன் காரைக்கால் பாயிடமிருந்து விடுதலையாகி, ஒரு நட்சத்திர ஓட்டலில் ஏசியன் கேட்டரிங் பொறுப்பை ஏற்றிருப்பது. இவை எல்லாமே நல்ல விஷயங்கள்தான். ஆனால் அந்த நல்ல விஷயங்கள் அவள்போட்ட பிச்சை என்பதை அவ்வப்போது நினைவூட்டிக்கொண்டிருப்பது போல நடந்துகொள்கிறாள். தாலிக்காக ஒரு திருமணத்தை புதுச்சேரியில் செய்துகொண்டு பிரான்சுக்குத் திரும்பியநேரத்தில் இரண்டுபேரும் ஆளுக்கொரு திசையில் வசிக்கும்படி நேர்ந்தது. அவள் பாரீஸ் நகருக்கு தென் பகுதியிலும் நான் வடபகுதியிலுமாக வசித்தபோது எங்களுக்குள் எல்லாம் நடந்தது. அப்படியே இருந்திருக்கலாமோ என்றுகூட தற்போது

நினைக்கிறேன். பின்னர் என்னை வறுத்தெடுத்து மாதம் 900 யூரோவுக்கு ஓர் இடத்தை வாடகைக்குப் பிடித்தபின்பு, அவள் ஓர் அறையிலும் நான் ஓர் அறையிலுமாக படுத்துக்கிடக்கிறோம். அப்படி படுப்பதற்கு இரண்டு பெட்ரூம்கொண்ட குடியிருப்பை வாடகைக்கு எடுத்து, ஓர் அறையை சும்மா போட்டுவைத்திருந்தால் எப்படி போன்ற அதிபுத்திசாலித்தனமான யோசனைகள் எதுவும் அதிலில்லை.

முதலும் கடைசியுமாக ஒரு வாக்கியத்தில் சொல்வதெனில் திருமணத்திற்கு முன்பிருந்த அத்ரியானா இல்லை. எனது நினைவு சரியென்றால் கடந்த இரண்டு மாதங்களாக 'பாலா' என்ற எனது பெயரும் அது சம்பந்தமான தடயங்களும் அவளுக்கு அலுத்துவிட்டன. நான் செய்த சீஸ் நானையும், மசாலா தோசையும் தொடர்ந்து சில வாரங்கள் சாப்பிட்ட பின் "வேண்டாம் பாலா! எனக்கு அலுத்துவிட்டது, 'கார்லிக் நான்' கொண்டுவா" என்றவள் அவள். அதுபோலத்தான் இதுவும் என நினைத்துக்கொண்டேன். 'பாலன்' என்ற பெயரும் சலித்துவிட்டதோ என்ற சந்தேகம் இருக்கிறது. இந்த அப்பார்ட்மெண்ட்டிற்கு குடிவருவதற்கு முன்பு, இருவரும் தனித் தனியாக அறை எடுத்துக்கொண்டு தங்கியிருந்தபோது என்னைப் பார்க்காமல் ஒரு நாளும் இருந்ததில்லை. மறுநாள் இருவருமே வேலைக்குப் போகவேண்டும் என்கிறபோதும், "என்ன அவசரம் பாலா? இரவு பன்னிரண்டுவரை மெட்ரோ இருக்கிறதே!" என்பாள். அந்த அத்ரியானாதான் மாறியிருந்தாள். எல்லா மனிதர்களையும் போல அவளிடமும் இரண்டு அத்ரியானாக்கள் இருந்தார்கள். எப்போது கோபம் வரும், எப்போது அமைதியாவாள் என்பதை விளங்கிக்கொள்ள மிகவும் சங்கடப்பட்டேன்.

புதுச்சேரியில் எங்கள் திருமணத்தின்போது ஈஸ்வரியைச் சந்தித்திருந்தாள். "ஈஸ்வரியைத்தான் பாலா கட்டவேண்டும், திடீரென்று உன்னை இழுத்துக்கொண்டுவந்துவிட்டதால் தவறிப்போனது" என்று தனக்குத் தெரிந்த ஆங்கிலத்தில் என் தமக்கை அவளிடம் உளறிக்கொட்டியிருந்தாள். அதை அப்போதே மறந்துவிட்டாளென நினைச்சேன். ஒரு நாள் புதுச்சேரிக்குப் போன் செய்யவேண்டியிருந்தது. அம்மாவிடம் பேசிக்கொண்டிருந்த போது எப்போதும் போல அவள் "ஈஸ்வரிக்கு எப்பொ தாலிகட்டி பிரான்சுக்குக் கூப்பிட்டுக்க போற?" எனக் கேட்டாள், நான், "அவள் கட்டிலில் மூத்திரம் போறதை நிறுத்தட்டும். தாலி கட்டுறதை பத்தி அப்புறம் பார்த்துக்கலாம்" எனக் கோபத்துடன் போனை கட் பண்ணிவிட்டேன். அத்ரியானா காதில் ஈஸ்வரி என்ற பெயர் விழுந்திருக்கிறது. "எனக்கு

உங்கள் தமிழே புரிவதில்லை! என்னதான் பேசுவீர்களோ? ஒரு விஷயத்தை நிறைய வார்த்தைகளிட்டுப் பேசுகிறீர்கள் எனப் புலம்பிக்கொண்டிருந்தவளிடம் ஈஸ்வரி என்ற சொல்லையும் அது சார்ந்த விஷயத்தையும் எப்படி புரிந்துகொள்ள முடிந்தது" எனக் கேட்டுபார்த்தேன். பதில் சொல்ல விருப்பம் இல்லாதவளாக நாள் முழுக்க மௌனம் சாதித்தாள். இப்பிரச்சினை இரண்டு வாரங்களுக்கு முன்பு நடந்தது. அவள் குணத்தில் தடாலடியாக பெரும் மாறுதல். மனதில் வேறு என்னவோ இருக்கிறது.

முதற் பிரச்சினை, எங்கள் வாடகைவீட்டை ஏற்பாடு செய்த ஏஜென்ஸியிடம் ஆரம்பித்தது. "பிணைத்தொகையைக் கொடுத்துட்டு, வாடகை ஒப்பந்தம், பிறவற்றிலும் கையொப்பமிட்டு முடிந்து, சாவியையும் கையில் வாங்கியாயிற்று. பிறகு எதற்கு அந்த பொம்பிளைகிட்ட பல்லை இளித்துக்கொண்டு ஊர்க்கதைக் கேட்டுக்கொண்டிருக்கிறீர்கள்" என்று ஆரம்பித்த பேச்சு இரவு வெகுநேரம் வரை நீடித்தது. இரண்டு நாட்களுக்குப்பின் மாலை வேலை முடிந்து எங்கள் அப்பார்ட்மெண்ட்டிற்குள் நுழைந்துகொண்டிருந்தேன். தபால்கார பெண்மணி, தன் கைவசமிருந்த கடிதங்களை, உரியவர்கள் தபால் பெட்டியில் பெயர்களைப் பார்த்துப்பார்த்துப் போட்டுக்கொண்டிருந்தாள். அவளிடம், எனது பெயரையும் அத்ரியானாவின் பெயரையும்கூறி, "எங்களுக்குக் கடிதங்கள் இருந்தால் பெட்டியில் போடவேண்டாம், கையில் கொடுங்கள்" என்று வாங்கிக்கொண்டு உள்ளே வந்தேன். அன்றும் அப்படித்தான். அவள் ஒரு பெண்ணென்பதாலேயே கடிதங்களை நான் நின்று வாங்கிவந்ததாகக்குற்றம் சாட்டினாள்.

நேற்றைக்கு முந்தைய நாள்: மாலை ஐந்து மணிக்கு, வேலை முடிந்து வீட்டிற்குத் திரும்ப பஸ் நிறுத்தத்திற்குச் சென்றேன். அங்கே அத்ரியானவைப் பார்த்ததும் அதிர்ச்சி. "இங்கே எப்படி?" எனக் கேட்டேன். "என்னுடைய பதிலைச் சொல்றேன். அதற்கு முன்னாலே காலையிலெ உங்ககூட இருந்தவ எங்க போனா? அதற்குப் பதிலைச் சொல்லுங்க" என்றாள். தொடர்ந்து "காலையில் வேலைக்குச் செல்ல காரை எடுத்துக்கொண்டு வெளியில் வந்தபோது பேருந்து நிறுத்தத்தில் ஒரு பெண்ணுடன் நீங்கள் நின்று கொண்டிருந்தீர்கள். அவளும் நீங்களும் ஒன்றாக பஸ்ஸில் ஏறினதையும் பார்த்தேன். அதனால் வேலைக்கு நான் போவலை. உங்கள் பஸ் பின்னாடியே வந்தேன். இருவரும் ஒன்றாகத்தான் இறங்கினீங்க. மாலையிலும் அதுத் தொடர்கிறதா எனத் தெரிந்துகொள்ள காத்திருக்கிறேன்" என்றாள். என்னை அவளுடைய உடமையாக கருதும் மனப்பாங்கு அவளிடம்

கூடியிருந்தது. தனக்கு எடைபோட்டிருப்பது குறித்த கவலை அளவிற்குக்கூட எனது சொந்த நலன்களில் இல்லை.

நேற்றிரவு எனக்கு உறக்கம் வரவில்லை. இல்லாத ஆடுகளை ஒன்று. . . இரண்டு. . . எண்ணிப்பார்த்தேன். நள்ளிரவைக் கடந்த நேரம். என்னதான் நடக்கிறது பார்ப்போமென, அவளைத் தேடிச்சென்று அரையிருட்டில் கையை அவள்மீது போட்டேன். விழித்தவள், என் கையை உதறிவிட்டுக் கட்டில் விளிம்புக்குப் போனாள். எனக்கு அவள் தேவையாக இருந்த அக்கணத்தில் நான் நானாக இல்லை. அவளை உலுக்கி எழுப்பினேன்; ஏதோ அண்டைவீட்டுக்காரன் தொட்டதுபோல, கத்தி ஆர்ப்பாட்டம் செய்தாள். மறுநாள் அவள் தகப்பனைப் போய்ப்பார்த்தேன். எங்கள் பிரச்சினையைத் சுருக்கமாகக் கூறினேன். “நீங்கள் சொல்வதெல்லாம் நம்பும்படியாக இல்லை. எனக்கு உங்கள் மீது சந்தேகம். உங்கள் வதிவிடப் பிரச்சினைக்காக அவளை ஏமாற்றி மணமுடித்ததாகத்தான் நான் நினைக்கிறேன்” என்றார் அந்த ஆள், கொஞ்சம்கூட இரக்கமில்லாமல்.

ஆபீஸுக்குப் போகும் அவசரத்திலிருந்தேன், பிரெஞ்சு இதழ் ஒன்றை புரட்டிக்கொண்டிருந்தவளிடம் “இன்றைக்கு வேலைக்குப் போகலையா?” எனக்கேட்டேன். “இல்லை” என்று பதில் வந்தது. “ஓவனில் கிரீன் டீ வைத்துக்கொடேன், சும்மாதானே இருக்கிறாய்”, எனக் கூறினேன். பதில் இல்லை. வேலைக்காக கிளம்பும் நேரத்தில் கிரீன் டீயுடன் வந்தாள். அவசரத்தில் ஒரு வாய் குடித்திருப்பேன். தொண்டைக்குழி வெந்ததுபோல் ஆகிவிட்டது. துடித்துப்போய்விட்டேன், ராட்சசி கொதிக்கக் கொதிக்கத் தந்திருக்கிறாள். கதவைத் திறந்தபோது எட்டிப் பார்த்தாள். அவளுடைய வழக்கமான பார்வை முரண்பட்டிருந்தது.

○

38

ரிஷிகேஷ், இந்தியா: 2012 அக்டோபர் 20, சனிக்கிழமை

மலைப்பாக இருந்தது. ஆஸ்ரமத்திற்குள் ஐரோப்பியரின் நிழல்போல நுழைந்து ஒருவருடத்திற்கு மேலாகிறது. தினசரி கிரியைகள் பழகியிருந்தன: தியானம், யோகம், பஜனை, சேவைகளென்று அனைத்துமே திட்டமிடப்பட்ட வாழ்க்கை. பிற நேரங்களில் ஆஸ்ரமத்திலிருந்து வெளிவரும் *தரிசனம்* இதழ் சம்பந்தப்பட்ட பணிகளைக் கவனிக்க வேண்டிவரும். அப்பணிகள் கூட பலமாதங்களுக்கு முன்பே ஒழுங்கு செய்யப்பட்டு, அவ்வொழுங்கிலிருந்து இம்மி அளவும் பிசகாமல் நடந்தேறின. அவற்றுக்கென நடத்தை விதிகள் இருந்தன. அந் நடந்தைவிதிகளை திடீரென்று ஒருநாள் சுமையாக உணர்ந்தார். உணர்ந்த கணத்தில், தனக்கும் ஆஸ்ரமத்திற்குமான பந்தம் அறுபட்டதுபோல இருந்தது. நூலறுந்த பட்டம்போல பயண இலக்குகள் பற்றிய கவலைகளின்றி காற்றிடம் தன்னை ஒப்படைக்கும் எண்ணம் கடந்த சில நாட்களக விடாமல் அவரைத் துரத்துகிறது. இச்சலிப்பிற்கு ஐரோப்பியரும் ஒருவகையில் பொறுப்பு.

உயிர்வாழ்க்கையின் பிற்பகுதி ஐரோப்பியருடன் எழுதியிருக்கிறதோ என்று இவருக்கிருந்த ஐயத்திற்கு விடை கிடைத்துவிட்டது. நடுத்தர குடும்பமென்றாலும், வாழ்க்கைப்பற்றிய கவலைகளின்றி இளமையைக் கழித்திருந்தார். பாதையில் சீராகத்தான் நடந்துகொண்டிருந்தார். நினைப்பதுபோலவா

நடக்கிறது? தானும் ஒரு நாள், தேசாந்திரியாக திரிவோமென நினைத்திருப்பாரா? அல்லது கன்னியாகுமரியில் வைத்த காலை ரிஷிகேசத்திலும் வைக்கவேண்டிவருமென்று எண்ணியிருப்பாரா? பொதியை தலைமாட்டிலேயே வைத்திருந்தார். ஒவ்வொரு கணமும் இருக்கிறாதாவென தடவிப்பார்த்து, இருத்தலைத் தொட்டுணர்ந்து, இருக்கிறதென்ற நிம்மதியில் கண்ணுறக்கம் கொள்வார். ஒரு நாள் பறிபோய்விட்டது. என்றைக்கு தொலைந்தது? எப்போதிலிருந்து இந்த மனப்போராட்டம்? திட்டவட்டமாக முடிவுக்கு வர இயலவில்லை.

காலை முதல் இரவு படுக்கைக்குத் திரும்பும் வரை ஆஸ்ரம வாழ்க்கையின் அன்றாட கைங்கர்யங்களில் மிகவும் ஈடுபாட்டுடன் இருவருமே கலந்துகொண்டார்கள். சில ஆஸ்ரமவாசிகள் ஐரோப்பியரையும் இவரையும் இரட்டையர்களென்றே அழைத்தார்கள். கட்டிலை மறுத்து தரையில் பாய்விரித்து படுப்பதற்கு உடல் ஒப்பி வெகு நாட்கள் ஆகியிருந்தன. அன்றைய தினமும் வழக்கம்போல விழிப்பு நிகழ்ந்தது. அருட்பா வரிகள் சில, சன்னமான இருளில் கலந்தன. தரையில் கையூன்றி எழுந்தார். தாமதிக்காமல் சன்னலைத் திறந்தார். ஓசையற்ற வெளி, தியானத்திலிருக்கும் இயற்கை, கொலுபொம்மைபோல அரையிருட்டில் சிறைபட்டிருந்தது. ஈசல்கள் மொய்த்திருந்த மின்சார விளக்குகளின் இளம் மஞ்சள் ஒளியில் முகத்தையும், சிந்தப்பட்ட பனித்தூவல்கள் போன்ற பௌர்ணமி நிலவின் ஒளி சூடிய தலையையும் கொண்ட மரங்கள் அமைதியாக நின்றிருந்தன. சில்லென்று வீசிய காற்றில் எப்போதும்போல பாதியுடல் நனைந்ததும், அன்றைய தினத்தைத் துடுப்பிட்டுக் கடக்கப் போதிய உரம் நெஞ்சுக்கும் உடம்பிற்கும் கிடைத்திருந்தது. திரும்ப வந்தார். மூலையில் சுருட்டிவைத்திருந்த சிறுபாயில் ஆசனமிட்டு உட்கார்ந்தார். பிராணயாமத்தையும், ஒன்றிரண்டு யோகாசனங்களையும் செய்தார். கிழமையில் இரண்டொருநாட்கள் உபவாசம் இருப்பது சோர்வைத் தருகிறது. ஐரோப்பியர், "உடலுக்கு அதிகச் சங்கடங்கள் கூடாது, அதன் குறைந்தபட்ச தேவைகள் நிறைவேற்றப்படுவது அவசியம்" என எச்சரிப்பதுண்டு. இரண்டொரு நிமிடங்கள் கடந்திருந்தன. ஐரோப்பியர் கதவைத் தட்டினார். இருவருமாக தவிடு போன்றிருந்த ஈரமணலில் கால்களைப் புதைத்தும், மணலில் விழுந்திருந்த சருகுகளை மிதித்தும், அவை நொறுங்குவதால் எழும் ஓசையைக் காதில் வாங்கியும் நதியை நோக்கி நடந்தார்கள்.

வழக்கமான வைகறைப்பொழுதாகத்தான் இருந்தது. நித்திரை கலையாத மரங்களையோ, புள்ளினங்களையோ,

இதரவிலங்கினங்களையோ எழுப்பிவிடக்கூடாது என நினைத்து உரையாடலை எச்சரிக்கையுடன் பரிமாறிக்கொண்டார்கள். வல்லூறு ஒன்று கீறிச்சிட்டு ஒற்றைக்குரலை எறிந்துவிட்டு பறந்தோடியது கெட்ட சகுனம்போலத் தோன்றியது. இருளுக்குள் முகத்தைப் புதைத்து விசும்புவதுபோலக் குரல்கள் கேட்டன. சாமி, ஐரோப்பியர் முகத்தைக் கூர்ந்து கவனித்தார். மெலிதான இருட்டு ஐரோப்பியர் முகத்தை திரையிட்டிருந்தது, புதுச்சேரி மருத்துவமனையில் இறந்த தந்தையின் உடலை ஒரு வண்டியில் போட்டு உறவினர் ஒருவரோடு, மரங்களடர்ந்த சாலையில் அதிகாலையில் பயணித்த தினம் எவ்வித முகாந்திரமுமின்றி நினைவுக்கு வந்தது. ஐரோப்பியரிடம், "இன்றைக்கு கங்கையில் குளிக்க வேண்டாம்! அறைக்குத் திரும்புவோம்", எனச் சொல்லிப் பார்த்தார். ஐரோப்பியர், "ஏன்?" எனக் கேட்பதுபோலத் திரும்பினார். முகமற்ற தலை மட்டுமே திரும்பியதுபோலிருந்தது. அச்சத்தை அவரிடம் தெரிவித்தால் தன்னைப் பற்றி என்ன நினைப்பார் என்று யோசித்தபடி சாமி நடந்தார்.

சாமியின் மனதைப் படித்ததுபோல ஐரோப்பியர் பேச்சும் அந்த விடிகாலை நேரத்தில் மரணம் பற்றியதாக இருந்தது. "'தற்கொலை செய்துகொள்ள துணிச்சல் இல்லாமதான் சந்நியாசத்தை தேர்வு செய்தேனோ?' என்று நீங்கள் கேட்டது இன்றைக்கும் என் காதில் ஒலிக்கிறது", என்றார். தற்போது அதை ஏன் ஞாபகப்படுத்த வேண்டுமென்று புரியாதக் குழப்பத்துடன் இவர் நடந்தார். ஐரோப்பியரின் வார்த்தைகள் முழுவதும் காதில் விழுந்தனவா என்று இவருக்குத் தெரியாது, எனினும் அவருடைய குரல், அதிகாலை வேளையில் மணலிற்புதைந்தெழுந்த இரு ஜோடி பாதங்களின் 'சவுக், சவுக்' என்ற தாளகதியில் கேட்க சுகமாக இருந்தது. "ம். . . நினைவில்லாமல் என்ன? எப்படி மறக்க முடியும்?", என்ற பதில் இவரிடமிருந்து தாமதமாகவே வெளிப்பட்டது.

"இங்கே ஒன்றை நீங்கள் மறந்துவிட்டீர்கள். தற்கொலை என்பது மரணத்தைத் தழுவும் வழிமுறைகளில் ஒன்றே தவிர, அதுவே மரணமல்ல. எனவே அஞ்சியது தற்கொலை என்கிற வழிமுறைக்குத்தான் என்றே பொருள் கொள்ளவேண்டும். தவிர நாம் மரணமென்று அறிந்ததும் கண்டதும் பிறருடைய மரணம்தானே? ஒரு மரணத்தினால் ஏற்படும் துக்கமோ மகிழ்ச்சியோ பிறருக்கேயன்றி, அம்மரணம் நிகழ்ந்த உடலுக்கில்லை என்கிறபோது எதற்காக அனுபவித்திராத மரணத்தை நினைத்து ஒருவர் கவலையுறவோ அஞ்சவோ வேண்டும்? தெரிதா முதல் எபிகூரஸ் வரை சொல்வதும் இதுவே. மரணத்தினால் ஓர் உயிரின்

இருப்பு முடிவுக்கு வருகிறது என்பதைத் தவிர வேறு சொல்ல என்ன இருக்கிறது. இதுபற்றிய மத நம்பிக்கைகளுக்குள் நான் போகவில்லை. "எப்போதாயினும் கூற்றுவன் வருவான், மரணம் நிகழ்ந்தே தீரும்" என்பது அறிவியல் பூர்வமான உண்மை.

'கிழக்கில் வேறு சிந்தனை இருக்கிறது, இறைவன் நம்மை படைத்தது, எடுத்த தேகம் இறவா நிலையைப் பெறுவதற்காக, மீண்டும் பிறவாத பேரின்ப நிலையை அடைவதற்காக' எனச் சொல்ல நினைத்தார். ஆனால் அதற்குள் கங்கையை நெருங்கியிருந்தார்கள்.

நதி அமைதியாக களுக் களுக்கென்று ஓசை எழுப்பியபடி ஓடிக்கொண்டிருந்தது. நான்கு திசைகளிலும் நீரும் சன்னமான இருளும் ஒன்றோடொன்று கூடித் தழுவிக் கொண்டிருந்ததை நிலா வேடிக்கை பார்த்துக் கொண்டிருந்தது. உற்சாகத்துடன் ஆடைகளைக் களைந்துவிட்டு நிர்வாணமாக ஐரோப்பியர் நீரில் இறங்கினார். சிறுபிள்ளைபோல நீரை வாரி இவர்மீது இறைத்தார். குக்கூ அக்கோவ். . . தூரத்திலொரு குயிலோசை, கேட்க சுகமாக இருந்தது. . . நான்கைந்து மனிதர்கள் டார்ச்சு ஒளியைப் நீர்பரப்பிலும் மரங்கள் மீதும் பாய்ச்சியவாறு தூரத்தில் நடந்துபோய்க்கொண்டிருந்தார்கள். 'சாமி!' என்று அலறல். விபரீதத்தை முழுமையாக உள்வாங்கிக்கொண்டு கண்களைத் திருப்பியபோது கங்கை சற்றுமுன்பு பார்த்ததுபோலவே அமைதியாக ஓடிக்கொண்டிருந்தது. உடைந்ததொரு மரக்கிளைபோல இவர் சொந்தமென்று நம்பிய பொதி நீரில் அடித்துக்கொண்டுபோகிறது. திபுதிபுவென ஓடிவந்த மனிதர்களின் கால்கள் கரையில் நிற்கின்றன. நீரில் இறங்கிய இவரை இழுத்துக் கரையில் போட்டன. இரண்டு நாட்கள் கழித்து ஐரோப்பியர் உடல் வந்து சேர்ந்தது. அறையில் முடங்கிக்கிடந்தவர் வெளியில் வந்தார். உடலைக்கண்டதும் "எப்போதாயினும் கூற்றுவன் வருவான்" என ஐரோப்பியர் கூறியது நினைவுக்கு வந்தது.

ஐரோப்பியர் சாமியைவிட்டுப் பிரிந்து மூன்று மாதங்கள் கழிந்திருந்தன. தான் வாழ்க்கையை இனியும் அங்கே தொடருவதில் எவ்விதப் பொருளுமில்லை என்பதை உணர்ந்தார். ஆஸ்ரமவாசியொருவர் தன்னுடைய குருவை தேர்வு செய்து அவர் வழிகாட்டுதலில் தமது கிரியைகளைத் தொடரவேண்டும். ஆஸ்ரமத்திலிருந்த தற்போதைய குரு, தன்னுடையவர் அல்லவென்று இவருடைய உள்மனம் தெரிவித்தது. குருவிடமே அதற்கான காரணத்தைக் கேட்க நினைத்தார், கேட்கவும் செய்தார். குருவின் பதில் இவருக்கு நம்பிக்கை ஊட்டுமென

நினைத்தார். ஆறுதல் தரும் வகையில் இருக்குமென்று நம்பிய பதில் ஏமாற்றத்தை அளித்தது:

"உனக்கு சகிப்புத் தன்மையோ, பொறுமையோ கிடையாது. மிகவும் அவசரப்படுகிறாய். உனது குணத்தை உருமாற்றம் செய்யத் தேவையான, மகத்தான கடின காரியத்தின் அங்கங்கள் அவை. மறைஞான முறைமைக்கு பொறுமை தேவை. குறிக்கோளை அடைய விரக்தி உணர்வுகளை விலக்கிக்கொண்டு செயல்பட வேண்டும்" எனக் கூறிய குரு, தனதருகே நின்றுகொண்டிருந்த காரியதரிசியிடம் அருகில் வரும்படி சைகைசெய்து, அவர் காதில் முனுமுனுத்தார். காரியதரிசி, அடுத்த சில நிமிடங்களில் ஒரு சிறிய கைப் பையைக் கொண்டுவந்தார். "உங்கள் ஐரோப்பிய நண்பருடைய பிராஹா ஆஸ்ரமத்திலிருந்து உங்களுக்கு அழைப்புவந்திருக்கிறது. நீங்கள் விரும்பினால் பிராஹா சென்று அந்த ஆஸ்ரமத்தில் இருக்கலாம். ஐரோப்பியரின் ஆசை இது. அதை நிறைவேற்றுவதும் நிறைவேற்றாமல் போவதும் உங்கள் விருப்பம். நீங்கள் ஐரோப்பியருடன் இந்த ஆஸ்ரமத்திற்கு வந்த அன்றே நீங்கள் பிராஹா செல்ல எல்லா ஏற்பாடுகளையும் அவர் செய்திருந்தார். தொடர்ந்து இங்கேயேத் தங்க நினைத்தாலும் எங்களுக்கு ஆட்சேபமில்லை. உங்கள் பதில் என்ன? தீரயோசித்து முடிவெடுங்கள்" என்றார்.

"நாளை பதில் சொல்லலாமா?"

"அவசரமில்லை, நிதானமாகவே முடிவெடுங்கள்" என்பது குருவின் பதில்.

○

39

பாரீஸ், பிரான்சு: 2013 பிப்ரவரி 18, ஞாயிற்றுக்கிழமை

தற்போதெல்லாம் பனிக்காலத்தில் பனியைப் பார்ப்பதே அரிது என்பதுபோல கால நிலையில் மாற்றம் இருக்கிறதென்றார்கள். பனி பொழியா விட்டாலும் குளிர் கடுமையாக இருந்தது. கிறிஸ்துமஸ் பண்டிகை நள்ளிரவு பூசைக்கு கொட்டும் பனியில் தேவாலயத்திற்கு நடந்து செல்ல வேண்டியிருக்குமென்று கூறக்கேட்டிருந்தேன்.

காலை மணி பத்து. சேன் ழெர்மன் தெ ப்ரே என்ற பகுதியில் கபே தெ ஃப்ளோர் என்ற பாரில், சிகரெட் புகைத்தவண்ணம் நித்திலாவிற்காகக் காத்திருந்தேன். எனது கவனம் பாரின் வாசல் மீதிருந்தது. அவ்வப்போது இரண்டொருவர் உள்ளே நுழைவதும் வெளியேறுவதுமாக இருக்கிறார்கள். பார் என்றால் மது குடிப்பதற்கான இடமென்று பொருள்கொள்வதில் தவறில்லை. அதேவேளை பிரான்சு நாட்டில் பிராஸ்ஸரி என்றாலும், கபே என அழைத்தாலும் அவ்விடங்களில் மது வகைகள், குளிர்பானங்கள், காப்பி, தேனீர், குறிப்பிட்ட சில உணவுவகைகளென எல்லாம் வாடிக்கை யாளர்களுக்கு கிடைக்கும். நேற்றிரவு போன் வந்தது. நல்லவேளை அத்ரியானாவுக்கு இந்த போன் விஷயங்கள் தெரியாது. தெரிந்திருந்தால் அதற்கொரு யுத்தத்தை ஆரம்பித்திருப்பாள். நித்திலா அவசரமாய்ச் சந்திக்க வேண்டுமென்றாள். எனக்கு லா ஷப்பெல் போக விருப்பமில்லை. அவள் தமக்கையின்

கணவரிடமிருந்த பயத்தைக்காட்டிலும் அத்ரியானாவிடம் இருந்த பயம் அதிகம். குளிர் காரணமாக பிராஸ்ஸரியில் கூட்டம், இரண்டொரு மேசைகளைத் தவிர எல்லாமே நிரம்பியிருந்தன பார்மேன் என் அருகில் வந்து, உங்களுக்கு என்னவேண்டும் என்ற பொருளில் "*Que désirez -vous?*" என்று கேட்டார். கனத்த சரீரம் கொண்ட மனிதர். ஐம்பதுவயதுக்கு மேல் இருக்க முடியாது. உப்பிய கன்னங்கள், ட்ரிம் செய்த தாடி, தலைமுடி எண்ணெய் தடவியதுபோல பளபளப்புடன் இருந்தது. சுவரில் பல்லிவால் கிடப்துபோல கொஞ்சம் தலை முடி விரல் கனத்திற்கு பிடரியில் கிடந்தது. என் காதருகே என்னவோ சொன்னார், புரியவில்லை. கையிலிருந்த சிகரெட்டைச் சுட்டிக்காட்டினார். அணைக்கச் சொல்கிறார் என்று புரிந்தது. அணைப்பது எப்படியென யோசித்துக்கொண்டிருக்கையில் ஓடிப்போய் ஓர் ஆஷ்ட்ரேயை கொண்டுவந்து மேசையில் வைத்து நான் அணைத்து முடித்ததும் கொண்டு சென்றார். மீண்டும் என்ன எடுக்கிறீர்கள் எனக்கேட்டார். "ஒரு எஸ்பிரஸ்ஸோ", என்றேன். பனிக்காலம் என்றபோதும் வீதிகளில் மக்கள் நடமாட்டம் நிறையவே இருந்தது. ஒரு வயதான மனிதர் நாயொன்றுடன் நடந்துகொண்டிருந்தார். கையில் அதன் கழுத்தில் கட்டிய பெல்ட் இருந்தது. பாரவண்டியை முக்கி இழுக்கும் எருதுபோல நாய் அவர் கையிலிருந்து திமிரிக்கொண்டு சென்றது. எஜமானரின் விருப்பத்திற்கு மாறாக நாய் தான் விரும்பிய திசைக்கு அவரை இழுத்துச்செல்வது போலவும் இருந்தது.

"மிஸியெ, எஸ்பிரஸ்ஸோ", பார்மேன் கோப்பையை வைத்துவிட்டு, அடுத்தமேசை வாடிக்கையாளர்களைக் கவனிக்கச் சென்றார். கோப்பையிலிருந்து சன்னமான ஆவி (குளிர் காலம்?) புகைபோல சுழன்று எழுந்தது. கையைக் குவித்து முகத்திற்காய் தள்ளி, அதை சுவாசித்தேன். சர்க்கரைக்கட்டியை இரண்டாக உடைத்து ஒரு பாதியைக் காப்பியில்போட்டு கரண்டியால் சுழற்ற கரண்டி கோப்பையில் உரசும் ஓசையை ஒருசில நொடிகள் கேட்டுமுடித்து, கோப்பையை எடுத்து உறிஞ்சினேன். கெட்டித் திரவம் நாவில் நழுவி கசப்பும் இனிப்புமானதொரு கலவை சுவை, பின்னர் வெப்பமாக உடலில் கலந்ததும் நிமிர்ந்து உட்கார்ந்தேன். பிராஸ்ஸரி வாசலில் வாட்டசாட்டமாக இருந்த வெள்ளையரின் முதுகுக்குப் பின்னால் பெண்ணொருத்தி தயங்கி நிற்கிறாள். அவர் முதுகு, விசைக்கதவுபோல ஒரு கால் வட்டம் போட்டதும், நித்திலாவெனத் தீர்மானிப்பதில் சிக்கல்களில்லை. அவள் பார்வை என்னைத் தவிர பிற இடங்களை ஒவ்வொன்றாக பார்த்துக்கொண்டு வந்தது. என்னைத் தாண்டியும் சென்றது.

கையை அசைத்து நான் இருப்பதை தெரிவித்ததும், முறுவலித்தபடி என்னை நோக்கி வந்தாள்.

"உனக்கு வேறை இடம் கிடைக்கேல்லையே? இங்கை பியர் விஸ்கியெண்டு நாறுமெல்லே" எனக் கேட்டுக்கொண்டே எதிரிலிருந்த நாற்காலியில் உட்கார்ந்தாள்.

"இந்த பிராஸ்ஸரிக்கு பல எழுத்தாளர்கள் வந்திருக்கிறார்கள். நாளைக்குத் தமிழுக்கு ஒரு சிமொன் தெ பொவ்வார் கிடைத்தால் சந்தோஷம்தானே!"

"முதலிலை நிற்க இடம் கிடைக்கட்டும், உட்கார்றத்தைப் பற்றியும் எழுதறத்தைப் பத்தியும் பிறகு யோசிக்கலாம்."

"பேசுறத்தைப் பார்த்தா உனக்கும் எழுதுற ஆசை இருக்கும் போலை!"

"அதென்ன உனக்கும்? நானெல்லாம் எழுதமாட்டனெண்டு முகத்திலை எழுதியிருக்கோ? அனுபவங்களில் நிறைய படித்திருக்கிறன். அவ்வப்போது எழுதி வைத்த குறிப்புகள் இருக்குது. இருபத்து நாலு வயசிலை கனபேரை படிச்சிட்டன். உன்னைப் பத்தியே எனக்கு சொல்ல நிறைய இருக்கு. உங்கடை வெள்ளைக்கார மனிசி எப்படி இருக்கிறா? நல்லா வச்சிருக்கிறாவே?"

"ம், வச்சிருக்கா."

"எப்பிடி நாய்க்குட்டி மாதிரியா?"

"அதென்ன நாய்க்குட்டி மாதிரி?"

"நாயை வளத்துப் பழகின வெள்ளைக்காரியளுக்கு புருஷன்மாரை ஹான்டில் பண்றத்திலை பிரச்சினையள் இருக்காதாம் எண்டு என்ரை பிரண்டு சொன்னா. நீங்க வெள்ளைக்காரிக்குப் பின்னாலை ஏன் போனனீங்கள் எண்டது அண்டைக்குத்தான் விளங்கிச்சுது."

"ஒரு வருஷத்திலே நல்லா பேச கத்துக்கிட்ட? விஷயத்தைச்சொல்லு, என்னை அவசரமா பார்க்க விரும்பினதுக்கு என்ன காரணம்?"

"இனியும் என்ரை விசாப் பிரச்சினைக்கு ஒர முடிவு இங்கை கிடைக்கும் மாதிரித் தெரியேல்லை. அதாலை ஜேர்மனிக்குப் போகலாமெண்டு இருக்கிறன். என்ரை பிரெண்டோடை கதைச்சனான். அவள் வெளிக்கிட்டு வா எண்டு சொல்லுறாள். அக்காட்டைக்கூடி இதைப்பத்தி இன்னும் சொல்லேல்லை."

“அங்கை போனா விசா கிடைக்குமா?”

“தெரியாது. எனக்கு வேறு வழி தெரியேல்லை. அடிவானத்தை நோக்கிய பயணமா இருக்கிறத்தாவை முடிவில்லாம நீளுது. சில விலங்குகளுக்கும் பறவைகளுக்கும் கானகம் பிடித்திருக்கிறது, சில விலங்குகள் மனிதர்களை அண்டிப் பிழைக்கின்றன. எங்கும் போகவேண்டாம், அருகிலிருக்கிற குப்பையே போதும் என கொத்திப் பசியாறுகிற கோழிகள் உலகில்தான் இரைதேடி கண்டம்விட்டு கண்டம் பறக்கிற பறவை இனங்களையும் பார்க்கிறோம். இதற்கான காரணத்தை இயற்கையிடம்தான் கேட்க வேணும். ஒன்றை மட்டும் உறுதியாச் சொல்லலாம். நீ ஒரு வெள்ளைக்காரியைப் பிடிச்சதுபோல, ஒரு வெள்ளைகாரனைக் கட்டி ஒரு கலப்பினத்தை உருவாக்கிற எண்ணமெல்லாம் எனக்கு இல்லை. உங்களைப் புண்படுத்திறத்துக்காக சொல்லேல்லை, பல நூற்றாண்டுகளாக படையெடுப்புகளால தமிழ்நாடு கலப்பட இனமா ஆயிட்டுது, உங்கடை கோழைத்தனத்திற்கும் சுயநலத்திற்கும் அதுதான் காரணம்.”

“ஏன் உங்களிடம் சுயநலமில்லையா?”

“சுயநலம் யாரிட்டத்தான் இல்லை, எல்லோரிடமும் இருக்கிறது, அதைக்கூட மன்னிச்சுடலாம். ஆனால் துணிவின்மையை என்னாலை மன்னிக்க முடியாது. உங்களைப்போலை நெஞ் சுரமில்லாத ஆட்களைக் கண்டால் எதையோ மிதித்ததுபோலை இருக்குது.”

“எனக்கென்னவோ ஜெர்மன் போற செய்தியை சொல்லனும் என்பதைவிட, வார்த்தைக்கு வார்த்தை என்னைக் குத்தி காட்டனுமென்றே இங்கே வந்திருக்கிறன்னு நினைக்கிறேன்.”

“ஓமோம். அதேதான். பழைய பிரெண்ட் ஜேர்மனியிலை இருந்து வந்திருக்கிறாள், அவள் நாளன்றைக்குத் திரும்பிப் போறாள். அவளுடன் ஜேர்மனிக்குப்போறன். அதுக்குப்பிறகு என்னவும் நடக்கலாம். திரும்பி பிரான்சுக்கு வருவேனா எண்டெல்லாம் எனக்குத் தெரியாது. உன்னை ஒருக்காப் பார்க்கவேணும் போலை இருந்துது. அதாலைதான் வரச்சொன்னனான். சரி நான் வெளிக்கிடுறன்.”

“இரு போகலாம். வந்ததிலிருந்து பேசிக்கொண்டிருந்தோமே தவிர, ஏதாவது குடிக்கிறீயா என்று கேட்க மறந்துட்டேன்.”

“எனக்கொண்டும் வேண்டாம்.”

“நானும் உன் கூட வறேன். சேர்ந்து போகலாம்.”

"எனக்கு வழி தெரியும். பக்கத்திலைதான் மெட்ரோ ஸ்டேஷன்."

"லா ஷப்பெல் வரை வரேன்."

"என் முகத்தைப் பார்த்து சொல்லு, பயம் இல்லையா?"

"இல்லை."

"அப்பிடியெண்டா எனக்குச் சின்ன ஆசை ஒன்றிருக்கு, அதுக்கு நீ ஆயுதமெல்லாம் ஏந்த வேண்டியதில்லை. என்னுடன் நான்கைந்து மணிநேரம் பாரீஸ் றோட்டு வழியே திரியவேணும், அதை மட்டும் செய்தாக் காணும்."

என் பதிலுக்காகக்கூடக் காத்திராமல் என் கைகளை உரிமையோடு பற்றினாள்.

"மிஸியே! மிஸியே!" என்றொரு குரல் எங்களை எழுந்திருக்காமற் தடுத்தது. பார்மென் மூச்சிறைக்க நடந்துவந்தார். குடித்த காப்பிக்கு பணம் கொடுக்காதது நினைவுக்கு வந்தது, பில்லைக் கையிற் திணித்தார். பாக்கெட்டில் கைவிட்டபோது பத்து யூரோ கையில் வந்தது. 'வைத்துக்கொள்ளுங்கள்' எனக்கூறி அவர் கையில் திணித்தேன்.

◯

40

பாரீஸ், பிரான்சு: 2013 மார்ச் 24,
ஞாயிற்றுக்கிழமை

மாலை ஐந்து மணி. ஹரிணி தன் தோழியுடன் பேசிக்கொண்டிருந்தாள். மண்டபத்தில் போட்டிருந்த மேசைகளில் முக்கால்வாசி நிரம்பியிருந்தன. மேசைகளில் குடும்பத் தலைவரின் பெயர்கள் எழுதப்பட்டிருந்தன. அலங்கரித்த வட்டமான மேசைகள், அவற்றைச் சுற்றி நாற்காலிகள் போடப் பட்டிருந்தன. முன்னதாக மேசைகளில் குடும்பத் தலைவரின் பெயர் எழுதிய அட்டைகள். தம்பதிகள் போக, குறைந்தது மூன்று பிள்ளைகள் உள்ள குடும்பங்கள். எட்டுபிள்ளைகள் கொண்ட பெரிய குடும்பமொன்றையும், ஹரிணி கண்டாள்; மணமகன் மணமகள் இரு தரப்பிலிருந்தும் உறவுகள் நண்பர்கள் என அழைக்கப் பட்டிருந்தனர். டிராக்குலா.காம் அலுவலக ஊழியர்களுக்கென்று நான்கு மேசைகளை ஒதுக்கியிருந்தார்கள். ஹரிணிக்கும் அவர்களோடு இருக்கையை கமிலி ரிசர்வு செய்திருந்தாள். வந்திருந்த விருந்தினர்களுக்கு, தித்திப்புகளும் மது தவிர்த்த பானங்களும் வினியோகிப்பது தொடர்ந்தன. விருந்தினர்கள் தொடர்ந்து மண்டபத்திற்குள் நுழைந்து கொண்டிருந்தார்கள். ஹரிணி தனது மேசைக்குப் போகாமல் கமிலியின் பக்கத்தில் நின்றிருந்தாள். கமிலியின் ஐரோப்பிய நண்பர்களைத்தவிர, பெரும்பாலான ஆண்களும் பெண்களும் சரிகை ஒளிரும் நீண்ட அங்கிகளில் இருந்தார்கள்.

கமிலியின் நிக்காஹ் அமர்க்களமாக நடந்துகொண்டிருந்தது. ஹரிணி திருமணத்திற்கு வராமல் இருக்க முடியாது. கமிலி நீண்டகால சினேகிதி. பள்ளி, கல்லூரி, அலுவலகம், அந்தரங்கமென தொடரும் சினேகிதம். இஸ்லாமியத் திருமணங்கள் எப்படி நடக்குமென்று இது நாள்வரை அறிந்ததில்லை. தவிர இதொரு அல்ஜீரிய குடும்பத்தின் திருமணம். அழைப்பிதழை நீட்டிய கமிலி அவர்கள் மண சம்பிரதாயங்களைப் பற்றி கொடுத்த விளக்கம் அவள் ஆவலைப் பெருக்கியிருந்தது. நித்திலாவின் மேல்முறையீடு வழக்கு ஏப்ரல் 3 வருகிறது. அவளை எப்படியாவது விடுவித்தாகவேண்டும். முல்லெர் ஏற்பாடு செய்திருந்த வழக்கறிஞரிடம் நம்பிக்கை இருப்பினும், தனது தரப்பிலும் ஏதேனும் செய்தாகவேண்டும். ஏற்கனவே ஸ்ட்ராஸ்பூர் வழக்கில் நித்திலாவிற்கு சாதகமான வாதங்களை வைத்தபோதும், அரசாங்கத்திற்காகத்தான் நாங்கள் இருக்கிறோம் என்பதுபோலத்தான் நீதிபதி தீர்ப்பு வழங்கினார். எனவே அடிமனதில் சிறு அச்சம் இருக்கவே செய்தது. நித்திலா நாட் குறிப்புபோல எழுதிவைத்திருந்த தகவல்களில் ஒரு விஷயம் ஹரிணிக்கு சுவாரஸ்யமாக இருந்தது. அதைப் பற்றி நித்திலாவின் சகோதரியை விசாரித்தால் மேற்கொண்டு தகவல்கள் கிடைக்கலாம். கமிலியின் திருமணத்தை முடித்த கையோடு நாளை நித்திலாவின் சகோதரியைப் பார்ப்பதென்ற திட்டமும் இருக்கிறது.

“என்ன ஏதோ மாதிரி இருக்கிறாய், நித்திலா பிரச்சினை சம்பந்தமான யோசனைகளா?” – கமிலி கேட்டாள்.

“ஆமாம்! நாளைக்கு நித்திலாவின் அக்காள் வீட்டில் இருக்கவேண்டும். அந்தக் கவலைதான்.”

“இன்றைக்காவது அந்தப் பிரச்சினையைக் கொஞ்சம் ஒதுக்கிவிட்டு, எனது திருமணத்தில் முழுமனதோடு கலந்து கொள்ளணும் என்பது என்னோட ஆசை.”

“நித்திலா பிரச்சினை ஒரு வாரமோ ஒரு மாதமோ அல்லது அவளுக்குச் சாதமாக தீர்ப்பு வருகிற காலம்வரையென்று வைத்துக்கொள்ளலாம்; பிறகு அவள் யாரோ நான் யாரோ! ஆனா நீ அப்படி இல்லை. என்றைக்கும் உன்னோடதான் நான் இருப்பேன், பயப்படாதே!” – ஹரிணி.

சினேகிதியின் பதில் கமிலிக்கு எதிர்பார்த்ததைக் காட்டிலும் கூடுதலாக இருந்திருக்க வேண்டும். ஹரிணியின் கைகளை இறுகப் பற்றினாள்.

கமிலி மண்டபத்தில் முக்கியத்துவம் பெற்றவளாக அலங்கரிக்கப்பட்ட மெத்தை தைத்த நாற்காலியொன்றில்

உட்கார்ந்திருந்தாள். அவளை எல்லோரும் பார்க்கும்படியான இடத்தில் இருக்கை போடப்பட்டதுபோல இருந்தது. மின்சார ஒளியில் அவள் முகம் நவீன ஒப்பனை பொருட்களின் தயவில் வழக்கத்தைக் காட்டிலும் சிவந்திருந்தது. தடித்த திரட்சியான சிவந்த உதடுகள், உதட்டுச்சாயத்தில் கூடுதற் கவர்ச்சியை அளித்தன. அவள் சிரிக்கிறபோது, வெண்ணிற பற்கள் உதடுகளில் உட்காரவும் எழவும் செய்வதைப் பெண்களும் சாடையாகக் கவனித்தனர். கமிலி ஹரிணியிடம் உரையாடிக்கொண்டிருந்தபோதும், அவளுடைய பூனைக் கண்களிரண்டும் அடிக்கடி மண்டபத்தில் போட்டிருந்த மேசைகளை சுற்றிவந்தன. அவர்களில் ஒரே ஒருமுகம் இவளைப்பார்த்து முறுவலித்தால்கூட போதுமென்று, இவள் பதிலுக்கு செய்தாள். மிகவும் சன்னமான மஸ்லின் திரையொன்று முகத்தில் கிடந்தது அதை அவ்வப்போது ஒதுக்கிவிட்டு மணமகனின் சகோதரி ஒருத்தி கைக்குடையொன்றால் நெற்றியில் துளிர்க்கும் வேர்வைத் துளிகளை ஒத்தி எடுக்கிறாள். வாசனைத் தைலங்கள் ஆழ்கடல் அலைபோல தத்தளித்துக்கொண்டிருந்தன. அவற்றில் சில தூண்டில் தக்கைபோல மிதக்கவும் செய்தன. கமிலியிடம் லாவெண்டர் மணம் கூடுதலாக மணந்தது. முகங்களில் மின்சார ஒளியுடன் சந்தோஷத்தைக் குழைத்திருந்த முகங்கள் சிலவற்றில் அனிச்சையான சேட்டைகளும் நிகழ்ந்தன. உள்ளே நுழைந்த குடும்பமொன்றில் கணவர் தமக்குத் தெரிந்த நண்பர்கள் உறவினர் களைத் தேடி கண்களை அலையவிட அவருடைய மனைவி தன்னுடைய *karakou* நன்றாக இருக்கிறதாவென, பிற பெண்களின் ஆடைகளோடு ஒப்பிட்டுக்கொண்டிருந்தாள். அருகில் நின்ற சிறுமி தாயின் கரத்தைப் பற்றி இழுக்க, பெண்மணி கணவரைத் தொடர்ந்தாள்.

"ஹரிணி! நம்ம அலுவலக நண்பர்கள் பொறுப்பை என்னுடைய கசின் இடத்திலும் அவன் சினேகிதிகளிடத்திலும் விட்டிருந்தேன். கவனிப்பதுபோல தெரியலையே?"

"கவனிப்பாங்க, நீ அதைப்பத்தி கவலைப்பட்டுக் கொண்டிருக்கிற நேரமில்லை. கவனிக்காட்டித்தான் என்ன ஆயிடப்போவுது, ஒருவரும் கோபித்துக்கொள்ள போரதில்லை. கோபித்தாலும், நாம சமாளிக்கலாம்" என கமிலியை சமாதானப் படுத்தினாள் ஹரிணி.

"இன்னும் கூட்டம் வரும்போலிருக்கிறது!" என்றாள் ஹரிணி.

"எங்கள் வீட்டில் மருதாணிச் சடங்கின்போது, எத்தனை பேரு வந்தாங்க பார்த்த இல்லை. அவ்வளவு பேரும் எங்க பக்கத்து உறவுக்காருங்க. இதற்கு என் வருங்காலக் கணவர் பக்கத்து

ஆளுங்களும் வருவாங்க. அதனாலே கூட்டம் இருமடங்கா இருக்கும்” எனத் தோழியின் சந்தேகத்தை கமிலி உறுதி செய்தாள்.

ஹரிணி மூன்று நாட்களாக கமிலியுடன் இருக்கிறாள். திருமணம் ஆடம்பரமாக நடத்தப்பட்டதென்று சொல்லமுடியாது. ஆனால் ஒரு நடுத்தர குடும்பத்திற்கு இது அதிகம், என்று நினைத்தாள்.

இந்தியாவிலிருந்து பிரான்சுக்குத் திரும்பிய தினத்தன்று விவரம் புரியாமல் கமிலியிடம், அவள் ஏர்போர்ட்டிற்கு வரவில்லை என்ற கோபம் ஹரிணிக்கு நிறையவே இருந்தது. அவள் ‘ஹொரட்பா’ என்றொரு வார்த்தையை சர்வ அலட்சியமாகக் கூறினாள். ஒருநாள் திருமணத்தை முன்னதாக உறுதிசெய்யும் சம்பிரதாயம் உங்களுக்கு இல்லையா எனக்கேட்டபோதுதான் தன்னுடைய வருங்காலக் கணவனும், அவனுடைய பெற்றோர்களும் கமிலியின் வீட்டிற்கு வந்து அவளை பெண்கேட்டக் கதையைச் சொன்னாள். ஹரிணி பிரான்சுக்கு வந்த அன்று நடந்ததென்றும், அச்சடங்கையே அவர்கள் ‘ஹொரட்பா’ என்றதாகவும் விளக்கினாள். அதன்பிறகு அவர்கள் வழக்கப்படி *Fatha* நடந்தது. இமாம் மணமகனின் குடும்பத்தாருடன் இவள் வீட்டிற்கு வந்து இவள் சம்மதத்தை அறியும் சடங்காம். அச்சடங்கில் வருங்காலத் தம்பதிகளுக்குக்குரிய போதனைகளும் உண்டாம். பிறகு அவர்கள் இருவரும் குர்ஆனின் முதல் அத்தியாத்திலிருந்து சில வரிகளை இமாமுடன் சேர்ந்து ஓதவேண்டுமாம். மேற்கண்ட மத அடிப்படையிலான சடங்கைத்தவிர வேறு எதற்கும் கடந்த மூன்று நாட்களாக ஹரிணி போகாமல் கமிலியுடனேயே இருக்கவேண்டுமென்று அவளுக்கு உத்தரவு.

மூன்று நாட்களாக பாரீஸில் இருக்கிறாள். அவள் தங்கியிருப்பதற்கு வேண்டிய ஏற்பாடுகளைக் கமிலியே செய்திருந்தாள். ஹரிணிக்கு முதலில் மிகவும் சங்கடமாக இருந்தது. கமிலியின் வீட்டில் உள்ளவர்களிடம் ஹரிணிக்கு அதிகம் பழக்கமில்லை. இரண்டொரு முறை அலுவலகத்திற்கு போகிறபோதோ அல்லது திரும்பும்போதோ, அந்த வீட்டிற்குப் போகும் சந்தர்ப்பம் அமைந்திருக்கிறது. அப்போதுகூட காரிலேயே இவள் இருப்பாள், கமிலி இறங்கி வருவாள். இல்லை கமிலியை வீட்டெதிரில் இறக்கிவிட்டுக் காரை ஹரிணி எடுத்துச்செல்வதுண்டு. இதுதான் அதிகபட்சமாக கமிலியின் வீட்டோடு ஹரிணிக்குள்ள சம்பந்தம். இதில் மூன்று நாட்கள் அவளோடு இருப்பதை சங்கடமாகவே நினைத்தாள். கமிலியிடம் சொல்லவும் தயக்கமாக இருந்தது. இவள் முகம் போன போக்கைப்பார்த்து கமிலி புரிந்துகொண்டிருக்க வேண்டும் அவள் தங்கை ஒருத்தியை இவளுடன் இருக்க

ஏற்பாடு செய்தாள். அவளுக்குப் பதினாலு வயது. முதல் முப்பது நிமிடங்கள் அவள் மிகவும் கூச்ச சுபாவம் கொண்டவள்போல இருந்தாள், பிறகு அவளுடன் ஹரிணியால் பேசி சமாளிக்க முடியவில்லை.

கமிலி உட்பட அனைவரும் மணமகனையும் அவனுடைய பெற்றோர்களையும் எதிர்பார்த்துக் கொண்டிருந்தார்கள். கூட்டத்தைப் பார்த்தபோது இன்றுகூட விருந்துக்காக ஒரு பசுவைக் கொன்றிருப்பார்கள் என்று தோன்றியது. வழக்கமாக ஆடே போதுமாம். இவர்கள் கொண்டாட்டத்திற்கு கலந்துகொள்கிற உறவினர்களின் எண்ணிக்கையைப் பார்க்கிறபோது குறைந்தது பத்து ஆடுகளாவது தேவைப்பட்டிருக்கும். விருந்து தயாரிப்பை இருவீட்டுக்குடும்பமே பொறுப்பேற்றுக் கொண்டதாக கமிலி கூறியபோது ஹரிணிக்கு நம்புவதற்குத் தயங்கினாள். சாதாரண குடும்பங்கள் இச்சம்பிரதாயத்திற்கும் சடங்குகளுக்கும் செலவிட்டு மீளுவது மிகவும் சிரமமென நினைத்தாள்.

முதல் நாள் ஹமாம் என்றொரு நீராடல் சடங்கு, நான்கைந்து பெண்களுடன் கமிலி தங்கச்சரிகை வேய்ந்தது போன்ற ஒரு உடையில், பார்க்க சினிமாவில் அரச குமாரிகள் நீராடச் செல்வதுபோல இருந்தது. ஹரிணிக்கு அது வேடிக்கையாக இருந்தது. தன்னை மறந்து சிரித்துவிட்டாள். கமிலியின் தங்கை, அதுபோல நடந்துகொள்ளக் கூடாது, மற்றவர்கள் தப்பாக எடுத்துக்கொள்வார்கள் என எச்சரித்தாள். ஹமாமுக்காக கமிலியும் பெண்களும் உள்ளே நுழைந்ததும் அங்கிருந்த மற்ற பெண்கள் குலவையிட்டார்கள். அவர்களுடன் கமிலியுடன் வந்த பெண்களும் சேர்ந்துகொள்ள, ஹரிணிகூட தன்னை மறந்து குலவையிட்டாள். ஹமாம் முடிந்து அன்று கமிலியின் வீட்டிற்குத் திரும்பியதும், பெண்களுக்குத் தேனீரும் இனிப்பும் வழங்கப்பட்டது. எல்லோரும் அடுத்த நாள் கொண்டாட்டங்கள், தங்கள் சொந்த திருமணத்தில் நடந்த சம்பவங்கள் எனபேசிக்கொண்டு போக, ஒரு வயதான பெண்மணி கமிலியிடம் அரபு மொழியில் ஏதோ கேட்டதும், கமிலி அப்பெண்மணியிடம் ஒரு பதிலைக் கூறினாள். பதில் பெண்மணியைத் திருப்திபடுத்தவில்லை போலிருக்கிறது. தேனீர் வழங்கப்பட்ட கண்ணாடித் தம்ளர்களையும், பிறகோப்பை களையும் அப்புறப்படுத்திய பொழுது மட்டுமின்றி ஒவ்வொரு முறையும் அவள் வரும்போதும் இவளைக் கடந்து போகும் போதும் பார்த்தது இவளுக்குச் சங்கடமாக இருந்தது. "அந்த பெண்மணி அப்படியென்ன உன்னைக்கேட்டாள்? நீ அதற்கு என்ன பதில் சொன்ன? ஏன் அவள் கண்கள் என்னையே சுற்றி சுற்றி வருகின்றன?" என ஹரிணி கேட்கவும், கமிலி,

“பெரிய பிரச்சினையில்லை.” கிழவி “உனக்கு இன்னுமா கல்யாணம் ஆகவில்லை?” என்று கேட்டுது. தொடர்ந்து “அதை சீரியஸாக எடுத்துக்கொள்ளாதே!” என்று சமாதானம் செய்தாள். அதன் பிறகு ஹரிணிக்கு அங்கிருக்க பிடிக்காமல் போக நினைத்தாள். அவளைக் கமிலி, “போகாதே El Khouara இருக்கிறது” எனக்கூறித் தடுத்துவிட்டாள். “விதவிதமான எங்கள் ஊர் ஆடைகளை, வந்துள்ள எங்கள் உறவினர்கள் முன்னிலையில் அணிந்து காட்டவேண்டும்” என்றாள். எல்லா ஆடைகளும் பளபளப்பாகவும் பூவேலைப்பாடுகொண்டதாகவும் கப்டா, டக்சிட்டா என்று நினைவில் நிறுத்த முடியாத பெயர்களுடனும் இருந்தன. இறுதியாக ஹரிணியை உள்ளே அழைத்தார்கள். ஒரு விலைஉயர்ந்த புடவையைக் காட்டி இதைக் கட்டிவிடு என கமிலி கேட்டபோது. இவளுக்கு வெட்கமாகப் போய்விட்டது. இரண்டொருமுறை புடவை அணிந்திருந்தாலும் பிறருடைய தயவில்தான் நடந்திருக்கிறது. ‘தெரியாது’ என கமிலியை ஏமாற்ற சங்கடமாக இருந்தது. ஒருவாறு சமாளித்து உடலில் போர்த்தினாள். அங்கிருந்த கமிலியின் உறவுக்காரப் பெண்மணி உதவிக்கு வரவில்லையெனில், கமிலிக்குப் பெரும் ஏமாற்றமாக முடிந்திருக்கும். ஹரிணிக்கும் மனக் கவலையை அளித்திருக்கும்.

மறுநாள் காலை ஹரிணி கமிலி வீட்டிற்குப் போயிருந்தபோது, நேற்றைக் காட்டிலும் பெண்கள் கூட்டம் அதிகமாக இருந்தது. மாப்பிள்ளையின் சகோதரிகள் இருவர், கமிலி வீட்டுப் பெண்கள் எல்லோரும் மணப்பெண்ணின் பெட்டியைத் தயார் செய்யக் கூடியிருந்தார்கள். அதில் உடனடியாகத் தேவைபடக்கூடிய ஆடைகள், வாசனைத் தைலம், அழகுசாதனப்பொருட்கள் என அனைத்தையும் வைத்து நிரப்பினார்கள்.

மாலை நடந்த மருதாணி இடல் கொண்டாட்டமும் நன்றாகத்தான் இருந்தது. அதற்கு முன்பாக ஹரிணி, மணமகனின் சகோதரி ஒருத்தி, கமிலி, அவள் தங்கை நால்வரும் பியூட்டிபார்லர் ஒன்றுக்குச் சென்றார்கள். கமிலியோடு மற்ற பெண்களும் அலங்காரம் செய்துகொண்டார்கள். இவளையும் அலங்காரம் செய்துகொள்ளும்படி கமிலி வற்புறுத்த ஹரிணியும் சம்மதித்தாள். வீட்டிற்குத் திரும்பியதும் நேற்று கமிலியிடம் ஹரிணிபற்றி கேள்விகேட்ட பெண்மணியே மணமகளான கமிலிக்கு மருதாணி இட்டாள். திருமணமாகாத பெண்கள் போட்டிக்கொண்டு மருதாணி வைத்துக்கொண்டார்கள், அதன் காரணம் வயதானப் பெண்மணி ஹரிணியை வற்புறுத்தியபோது புரிந்தது. அன்றைய தினம் மருதாணி இட்டுக்கொள்ளும் பெண்களுக்கு, அல்லா நல்ல மாப்பிள்ளையாக விரைவாக அனுப்பி வைப்பார் எனக்

கமிலியின் தங்கை அவளிடம் விளக்கிவிட்டு தன் உள்ளங்கைகளை விரித்துக் காட்டினாள். மாப்பிள்ளை வீட்டிலும் மருதாணிச் சடங்கு இருக்குமென பேசிக்கொண்டார்கள்.

மண்டப வாசலில் சலசலப்பு ஏற்பட்டது, மாப்பிள்ளையும் அவனுடைய பெற்றோர்களும் அவர்களுடைய நெருங்கிய உறவினர்களும் வந்துகொண்டிருந்தார்கள்.

"என்னடி, தூங்கிட்டாங்களா?" எனத் தன் தங்கையைப் பார்த்து கமிலி கேட்டதும், அவள் தனது உதட்டில் விரலைவைத்து 'உஸ்' என காற்றை அனுப்பியபோது உமிழ் நீர் நுரையில் ஒன்றிரண்டு துமிகள் உதட்டிலிருந்து சிதறின. கமிலி கேட்பதுபோல அவர்கள் உறங்கியிருந்தாலும் ஆச்சரியப்பட ஒன்றுமில்லை. காலையில் பத்து பன்னிரண்டு வாகனங்களில் மாப்பிள்ளைவீட்டார் பெண்வீட்டுக்கு வந்திருந்தார்கள். மாப்பிள்ளை வந்திருந்த வாகனம் ஒரு பெரிய லிமுசின். ஆரவாரமாக நண்பர்கள் கூட்டத்துடன் வந்திருந்தார். கமிலியின் தாய் கண்ணீர் சிந்தியபடி வீட்டிலிருந்தாள் அவளுடைய தந்தைதான் மாப்பிள்ளையின் காரில் ஏற்றி கமிலியை வழி அனுப்பிவைத்தார். மீண்டும் ஆரவாரத்துத்துடன் வாகனங்கள் மாப்பிள்ளை வீட்டிற்குத் திரும்பின. மாப்பிள்ளையின் தாய், மருமகளுக்கு பாலும் பேரிச்சைபழமும் கொடுத்து வரவேற்றாள்.

வந்திருந்த விருந்தினர்கள் முன்னிலையில் மணமக்கள் இருவரும் மோதிரம் மாற்றிக்கொண்டார்கள். இரவுமுழுக்க விருந்திருக்கும் என்றார்கள். நாளை அவள் நித்திலாவின் தமக்கையைச் சந்திக்கும் எண்ணத்தில் இருந்தாள். அதற்கு முன்பு ஓய்வெடுப்பதும் அவசியமென்று தோன்றியது. கமிலியிடம், "இனி விருந்துதானே, நீ உன் புதுக்கணவனுடன் இருக்கையில் நான் உன்னைச்சுற்றிவருவது சரியல்ல. நமது அலுவலக நண்பர்களுடன் சிறிது நேரம் பேசியிருந்துவிட்டு ஒன்பது மணிக்கெல்லாம் கிளம்புகிறேன். பிறகு பேசுவோம்" எனக்கூறி அவளிடம் விடைபெற்றாள்.

41

பாரீஸ், பிரான்சு: 2013 மார்ச் 25, திங்கட்கிழமை

இந்தியாவிலிருந்து வந்ததிலிருந்து ஒவ்வொரு நாளும் ஓய்வின்றி அலைந்துகொண்டிருக்கிறாள். தமிழ்ப் பெண்ணொருத்தியின் பிரச்சினைக்கு மொழிபெயர்க்க வர முடியுமா எனக் கேட்டார்கள். இதுபோன்ற காரியங்களில் முன் அனுபவமில்லை. விசாரணைதானே. ஒரு மணிநேரமோ இரண்டுமணி நேரமோ ஆகும், முடிந்ததும் திரும்பப்போகிறோம் என நினைத்தாள். விசாரணையின் போது சம்பந்தப்பட்ட பெண்ணை சந்திக்கவும் செய்தாள். விசாரணை, காலையில் ஒரு மணி நேரம் பிற்பகல் அரைமணிநேரமென மொத்தத்தில் அரசாங்கத்தின் கணக்குப்படி ஒன்றரை மணிநேரம் நீடித்தது. ஆனால் விளங்கிக்கொள்ள முடியாத மனித பண்புகளில் ஒன்று பதினைந்து நாட்களுக்குப்பிறகும் ஹரிணியை, விசாரணைக்கு உள்ளான பெண்ணோடு பயணிக்க செய்திருக்கிறது.

மத்மஸல் முல்லெர் கூறியதை மனதில் அசை போட்டுபார்த்தாள். அவள் கூறியதைப்போல "நமக்கேன் வம்பு, நித்திலாயாயிற்று அரசாங்கமாயிற்று" எனச் சிந்திக்கிற வெகுசன மந்தையில் ஒருத்தியாக இருந்திருப்பின் தேவையற்ற சங்கடங்களைத் தவிர்த்திருக்கலாம். நேரமும் அலைச்சலும் மிச்சம். இன்றுபோல நித்திலாவின் தமக்கை வீட்டைத் தேடி அலைய வேண்டிய கட்டாயமில்லை. கமிலி யுடன் திருமணக் கொண்டாட்டத்தில் முழு ஈடுபாட்டுடன் கலந்திருந்திருக்க முடியும். கணினியில்

குவிந்துள்ள மின் அஞ்சல்களை நிதானமாக வாசித்துப் பதிலிட வேண்டியவற்றிற்கு பதிலிட்டிருக்கலாம். தந்தை தேவசகாயத்தைச் சென்று பார்த்திருக்கலாம். ஊர் சுற்றிக்கொண்டிராமல் 'டிராக்குலா.காம்'இல் வேலையில் சேர்ந்திருந்தால் பதினைந்து நாட்கள் சம்பளம் கூடுதலாகக் கிடைத்திருக்கும். தற்போதுள்ள பண நெருக்கயை சமாளித்திருக்கலாம். மத்மஸல் முல்லெர் இவள் கணக்கில் போட்டிருந்த பணத்தை எடுக்கத் தயக்கமாக இருந்தது, முடிந்தவரை தன்னிடமுள்ள இருப்பைவைத்து சமாளிப்பதென்பதில் தெளிவாக இருக்கிறாள். நித்திலா என்ற சுழலில் தான் சிக்கிக்கொண்டுவிட்டோமா என்றுகூட பல நேரங்களில் சலித்துக்கொள்கிறாள்.

நித்திலா எழுதிவைத்திருந்த குறிப்புகள் படிப்பதற்கு ஆர்வத்தைக் கொடுத்தன, நேரம் கிடைத்த போதெல்லாம் படித்தாள். கிட்டத்தட்ட நாட்குறிப்பு போல தேதிவாரியாக நித்திலா எழுதியிருந்தாள். ஒருவேளை இந்தப்பெண்ணும் அம்மாவைப்போல கவிதை இலக்கியமென்று நாட்டமுள்ள பெண்ணோ? நாட்குறிப்பில் கவிதையென்று எதுவுமில்லை, இலக்கியத்தில் ஆர்வம் உள்ள பெண்ணென்று சொல்லவும் ஆதாரங்கள் இல்லை. மற்றபடி அவள் எழுத்தில் ஒரு *readability* இருந்தது. அலுப்பூட்டவில்லை.

குறிப்புகளிலிருந்த செய்திகள் இலங்கையில் ஆரம்பித்து பிரான்சுவரையிலான அவள் வாழ்க்கைச் சம்பவங்களின் தொகுப்பாக இருந்தன. ஒவ்வொரு நாளும் எதிர்கொண்ட மனிதர்கள், அவர்களுடன் பங்கேற்ற சம்பவங்கள் சொல்லப் பட்டிருந்தன. தேவைக்கேற்ப அவை சுருக்கமாகவோ விரிவாகவோ இருந்தன. சந்திப்புகள், சந்தித்த இடம், சந்தித்த மனிதர்கள், நடந்த உரையாடல், இறுதியாக அதன் மீதான நித்திலாவின் கருத்துகள் என சிலவற்றில் அதிகப்படியான கவனம் செலுத்தப்பட்டிருந்தது.

கிட்டத்தட்ட இருநூறு பக்கமிருந்த நோட்புக்கில் சொல்லப் பட்ட செய்திகள், ஓர் இளம்பெண்ணின் இரகசியமான மன ஓட்டங்களை தெரிவிப்பவையாக இருந்தபோதிலும், வழக்கிற்குப் பலன் அளிக்கக்கூடிய செய்திகள் இல்லாதது ஏமாற்றத்தை அளித்தது. அதாவது கடைசியாக எஞ்சியிருந்த பாதி கிழிந்த பக்கத்தைப் படிக்காதவரை. கிழிக்கப்பட்ட பக்கத்திற்கு முன்பு பலபக்கங்கள் இருந்திருக்கவேண்டும். கையேட்டில் கிழித்த தாள்களின் பிசிறுகளை ஹரிணி எண்ணிபார்த்தபோது, அநேகமாக ஐந்தாறு தாள்கள் கிழிக்கப்பட்டிருக்கக்கூடுமென தோராயமாக ஒரு கணக்கிருந்தது.

குடித்திருந்த காப்பிக்கோப்பையை மேசையில் வைத்துவிட்டு, நோட் புக்கின் இறுதிப் பக்கத்திற்குச்சென்றாள். கிழித்திருந்த தாளின் எஞ்சிய பகுதியை இதற்குமுன்பும் பலமுறை வாசித்திருக்கிறாள். இருந்தபோதும் வாசித்தாள்:

இன்
இருக்கிறேன். என
என் குழந்தையைக் கட்
அக்காள் என் நன்மைக்காகத்
இருக்கலாம். அவள்மனம்
இரண்டு வருடங்
புரிந்து கொண்டிருக்
அத்தானும் அக்கா
என்னுடைய நில
எழுந்து
றதா

படித்ததும், எதிரிலிருந்த பெண்ணைப்பார்த்தாள். ஹரிணி தன்னைப் பார்ப்பதைக் கண்டதும். அப்பெண் அவசரமாகக் காப்பியை உறிஞ்சினாள். ஒரு சில துளிகள் தவறி அவள் மேற் சட்டையில் விழுந்தன.

"அவசரம் வேண்டாம். நிதானமாகக் குடிங்க."

"இல்லை அக்கா, போவதென்றால் போகலாம். பக்கத்தில் தான் வீடு. தாமதித்தால் நித்திலாவின் தமக்கைக் கணவர் வந்துவிடுவார். இப்போது நான்கு மணி ஆகிறது. அவர் வாகனத்தை ஐந்துமணிக்கெல்லாம் வீட்டெதிரே நிறுத்துவதை பார்த்திருக்கிறேன். பிறகு நிதானமாக நித்திலா அக்காள் தமக்கையுடன் உங்களால பேச முடியாது."

"யோசிக்க வேண்டிய விஷயம்தான். எனக்கும் இத்தனை தூரம் வந்துவிட்டு ஏமாற்றத்துடன் திரும்ப முடியாது."

காப்பிக்குரிய பணத்தை பில்லின் மீது வைத்துவிட்டு. இருபெண்களும் புறப்பட்டனர். ஹரிணிக்கு துணையாக வந்திருந்த பெண்ணின் பெயர் ஸ்ரீஷா. நித்திலாவின் தமக்கை வசிக்கும் இடத்தில் நான்கைந்து வீடுகள் தள்ளி வசிக்கிறாள். நித்திலாவின் நோட் புக்கில் வாகீசன், மூர்த்தி, தீபிகா, ஸ்ரீஷா என்று பெயர்களும் தொலைபேசி எண்களும் இருந்தன. அப்பட்டியலில் நித்திலாவின் தமக்கை வீட்டு எண்ணும் இருந்தது. ஹரிணி போன் பண்ணியபோது நித்திலாவின் தமக்கைக்குப் பதிலாக, தமக்கையின் கணவர் எடுத்துவிடுவாரோ என்ற சந்தேகம்

இருந்தது. வாகீசன் வீட்டிற்குப் போன் போட்டபோது அங்கு ஒருவரும் எடுக்கவில்லை. தீபிகாவை போனில் அழைத்தபோது அவள், தான் ஜெர்மனியில் இருக்கும் தகவலைத் தெரிவித்தாள். நித்திலாயைப் பற்றியெல்லாம் அப்பெண்ணிடம் விசாரித்தாளே தவிர, குழந்தையைப் பற்றிய தகவல் எதையும் சொல்லவில்லை. ஹரிணிக்கும் அவள் தமக்கையைத் தவிர வேறு எவரிடமும் இதைபற்றி விசாரிப்பது சரியல்ல என்று தோன்றியது. பிறகு அப்பெண்ணிடம் நித்திலாவின் தமக்கையை வழக்கு விஷயமாக, அவருடையக் கணவருக்குத் தெரியாமல் பார்க்கவேண்டியிருக்கிறது, என்ன செய்யலாமென யோசனை கேட்டபோது, ஜெர்மன் பெண்தான் ஸ்ரீஷா என்பவளைக் காட்டிவிட்டாள். ஸ்ரீஷாவுக்குப் போன் செய்து ஹரிணிக்கு உதவவும் செய்தாள். மறுநாள் ஹரிணி கேட்டுக்கொண்டவண்ணம் இரண்டு மணிக்கெல்லாம் மோமொரான்சி இரயில் நிலையத்திற்கு ஸ்ரீஷா வந்திருந்தாள். நித்திலாயிடத்தில் அவள் நிறைய பிரியம் வைத்திருந்தது பேச்சில் வெளிப்பட்டது.

“அக்கா வீடு வந்துவிட்டது. வாழைமரம் நிற்கிறதே அந்த வீடுதான். சன்னற் கதவு திறந்திருக்கிறது. அந்த அக்காள் இருக்கிறாங்க. திரும்பும்போது எனக்கு போன் செய்தால் இதே இடத்தில் வந்து நிற்பேன்.”

“*Merci Srisha! On se voit à toute à l'heure*”, எனக் கூறி சாலையை கடக்க எத்தனித்தபோது வாகனமொன்று கிரீச்சிட்டு நின்றது. வாகனத்தில் இருந்த பெண்மணி, “*Ah! Les étrangers!* என இரைந்துவிட்டு மீண்டும் தனது காரைக் கிளப்பிக்கொண்டு போனாள். ஸ்ரீஷா, “அக்கா பார்த்துப் போங்கள்” எனக் கூறி கையை ஆட்டினாள். சாலையைக் கடந்து வீட்டை அடைய கூடுதலாக ஹரிணிக்கு நான்கைந்து நிமிடங்கள் தேவைப்பட்டன. கதவிலிருந்த அழைப்பு மணியை இரண்டு முறை அழுத்தினாள். இவளை அதிகம் காத்திருக்க வைக்காமல் கதவு திறந்தது. சோப்பு வாசனை முகத்தில் விழுந்தது.

❍

42

பாரீஸ், பிரான்சு: 2013 மார்ச் 26, செவ்வாய்க்கிழமை

திறந்த கதவின் இடைவெளியை அடைத்துக் கொண்டிருந்த பெண்மணியைப் பார்க்க நித்திலா போலவே இருந்தார். பற்கள் மட்டும் சற்று எடுப்பாக இருந்தன. இடுப்பில் முழங்காலைத் தொடும் பாவாடையும் மேலே ஓர் அரைக்கை சட்டையும் அணிந்திருந்தார். படிய வாரியிருந்த தலைமயிர் பின்புறம் ஒரு ஜான் நீளத்திற்கு பின்னியிருந்தது. விறைத்துக்கொண்டு கிடந்தது. நெற்றியில் பெரிதாக ஒரு குங்குமப்பொட்டு.

"வணக்கம். . . நீங்கள்?" என முற்றுப்பெறாத வாக்கியத்துடன் ஹரிணியைப் பார்த்தார். நீட்டிய ஹரிணியின் கையைத் தாமதமாக அவர் கவனத்திற்கு வந்ததுபோல, "கை ஈரமாய் இருக்கு", என்றார்.

"நித்திலாவிற்கு வேண்டியவள்" என சமயோசித மாக நித்திலாவின் பெயரை கூறியதற்கு கைமேற் பலன் கிடைத்தது,

"உள்ளை வாங்கோ! ஸ்ட்ராஸ்பூர்லிருந்து வாறீங்களோ? ரெண்டு நாளைக்கு முதல்தான் கேள்விப்பட்டம். நாங்கள் வரலாமெண்டுதான் இருக்கிறம். . ." எனக் கூறியபடி திரும்பி நடந்த பெண்மணியைத் ஹரிணி தொடர்ந்தாள்.

"இருங்கோ!" என்று, இருக்கையைக் காட்டி னார். அடுத்தகணம் சிறுகுழந்தைபோல அழத் தொடங்கினார். ஹரிணிக்குச் சங்கடமாக இருந்தது.

"அழாதீங்க! உங்களுடைய தங்கைக்கு எந்தப் பிரச்சினையு மில்லை. நல்லா இருக்காங்க!"

"இப்பவெல்லாம், கொமிசனுக்குப் போனா ஒண்டும் நல்ல பதில் கிடைக்கிறேல்லை. பிடிபடுறவங்களை அநேகமா திரும்ப ஊருக்கு அனுப்புறாங்கள் எண்டு சொல்லுகினம்."

"அப்பிடி எதுவும் நடக்காது, தைரியமா இருங்க."

"என்ன குடிக்கிறீங்க? தேத் தண்ணி?"

"இல்லை, எதுவும் வேண்டாம். எத்தனை மணிக்கு உங்க கணவர் வீட்டுக்குத் திரும்புவார்?"

"கொஞ்ச நேரத்துக்கு முதல்தான் போன் பண்ணினவர். வர நேரமாகுமெண்டுதான் நினைக்கிறன்."

உள்ளிருந்து குழந்தை அழும் சத்தம். "கொஞ்சம் பொறுங்கோ" எனச் சொல்லிவிட்டு உள்ளே போனவர் குழந்தையுடன் வந்தார்.

"என்கிட்டெ கொடுங்க!" ஹரிணி கையை நீட்டினாள். கையில் வாங்கியதும்:

"ரொம்ப அழகா இருக்கான், பெயர் என்ன வச்சிருக்கீங்க?", என்ற கேள்விக்கு,

"மனோகரன், ஒரு வயது", என்று பதில் வந்தது.

"உங்க தங்கையைப் போலவே இருக்கிறான்" எனக்கூறிவிட்டு ஹரிணி பெண்மணியின் முகத்தைப் பார்த்தாள். எதிர்வினையேதும் முகத்திலில்லை.

"அவளுக்குப் பிரச்சினைகள் எதுவுமில்லைன்னு சொல்றீங்க"– பெண்மணி.

"ஆமாம், நீங்க உதவ முடிந்தால், இன்னும் உறுதியாகச் சொல்லலாம். உங்கள் தங்கைக்கு எந்தப்பிரச்சினையும் வராது."

"நாங்களா? என்ன செய்யவேணும் சொல்லுங்கோ?"

"காவல்துறை விசாரணையின்போது உறவுகளுக்குத் தகவல் தெரிவிக்கலாம் என்ற விதிமுறையை உங்கத் தங்கைக்கு நினைவூட்டினாங்க. அவளிடம் எந்தப் பதிலுமில்லை. நீதிமன்றத்திலும் அதுதான் நடந்தது. உங்களைப்பற்றியோ, உங்கள் கணவர் பற்றியோ, எதுவும் வேண்டாம் என்பதுபோல நடந்துகொண்டாள். அதற்கு என்ன காரணமென்று நினைக்கறீங்க?"

“அவளை நாங்க சரியா நடத்தேல்லை. ஒரு தமக்கையா என்ன செய்யவேணுமோ அதை நான் செய்யேல்லை. அவளின்ரை கோவத்திலை நியாயம் இருக்கு.”

“இப்படி ஒற்றை வரியிலே சொன்னா எப்படி? எனக்கு சில சந்தேகங்கள் இருக்கு. அவள் எழுதிவைத்திருந்த குறிப்புகளைப் படித்தேன். உங்களை வெறுக்கும் மனநிலைக்கு அவள் தள்ளப்பட்டிருப்பதன் காரணம் புரிந்தது. நீங்கள் அப்படி நடந்துகொண்டிருக்கக்கூடாது என்பதைக் கூறவோ, விவாதிக்கவோ இங்கு நான் வரலை. நித்திலாவிற்கு உறவென்றிருப்பது நீங்கள் மாத்திரம்தான். உங்களைக்காட்டிலும் வேறொருவர் அவள் நன்றாயிருக்க வேண்டும். பிரச்சினைகளிலிருந்து விடுபடவேண்டும் என நினைக்கமாட்டார். நேரடியாக விஷயத்துக்கு வறேன். இந்தக் குழந்தை நித்திலாவின் குழந்தையா?”

நித்திலாவின் தமக்கை இக்கேள்வியை எதிர்பார்க்கவில்லை. முகம் கறுத்துப்போனது. இரண்டொரு நிமிடங்கள் அமைதியாக இருந்தார், பின்னர்:

“ஏன் இதைக் கேக்கிறீங்கள் எண்டு தெரிஞ்சு கொள்ளலாமோ?”

“நித்திலா எழுதிவைத்திருக்கும் குறிப்புகளில் வழக்கு விசாரணைக்கு அனுகூலமாக எதுவுமில்லை. அவள் நோட்டில் கடைசி சில பக்கங்கள் கிழிந்திருக்கின்றன. அதில் ஒரு துண்டு மிச்சமிருந்தது. அதைக்கொண்டு அவளுக்கு ஒரு குழந்தை இருப்பது தெரியவந்திருக்கிறது. அரசாங்கத்திடம் அவளுடைய குழந்தையென நாம் நிரூபணம் செய்தால் அவள் விடுதலையாவது வெகு சுலபம்.”

“இதிலை எங்கடை குடும்பப் பிரச்சினை இருக்கு.”

“உங்கள் கணவருக்கு பிரச்சினைகள் வருமென்று நினைக்கிறீர்களா?”

“நீங்கள் பிழையா விளங்கிக் கொண்டிருக்கிற மாதிரி தெரியுது. என்ரை மனிசனுக்கு நித்திலாவை கலியாணம் கட்டுற எண்ணமெல்லாம் இருந்தது. அதுக்காகவே எல்லாம் செய்தார். எண்டாலும் இந்த வீட்டிலை ரெண்டு வருசம் அவளை வச்சிருந்தன். என்ரை தங்கச்சிக்கும் இங்கே தங்க முடிஞ்சுது. காரணம் என்ரை மனிசனை எனக்குப் பத்து வருசமாத் தெரியும். குடித்தால் கத்திப் பேசுவார், அடிக்கிறத்துக்கும் யோசிக்கமாட்டார் எண்டதெல்லாம் உண்மை. ஆனால் இப்பிடியான வேலைக்கு ஒரு நாளும் போக மாட்டாரெண்டு எனக்குத் தெரியும். அந்தாள்

ஒரு மோசமான புருசன்தான். ஆனால் நான் சம்மதிக்காமல் ஒரு நாளும் அவர் என்னை படுக்கிறத்துக்கு போர்ஸ் பண்ணிறேல்லை. அந்த ஒரு விஷயத்திலை அவரை எனக்கு நல்லாத் தெரியும். இதை நான் நித்திலாகிட்டையும் சொல்லி இருக்கிறன். அதாலைதான் எத்தினையோ பிரச்சினையள் இருந்தும் அவளாலை இஞ்சை இருக்க முடிஞ்சிருக்குது."

"இந்தக் குழந்தை?"

"நான் அவளின்ரை டயறியை வாசிச்சிட்டு கிழிக்காமல் இருந்திருந்தால், இண்டைக்கு நீங்கள் என்னட்டை இது மாதிரி ஒரு கேள்வியைக் கேட்டிருக்கமாட்டீங்கள்."

"எனக்குப் புரியலை?"

"அவளிட்டையே கேளுங்கோ?"

"அவள் வாய் திறந்து பேசுவதாக இருந்தால், எதற்காக இங்கே நான் வரப்போறேன்."

"வாகீசனை இவள் சந்திக்கக்கூடாதெண்டு என்ரை மனிசன் சொன்னவர். ஆனால் 2011 மே மாதம் 22ஆம் திகதி இவள் வாகீசனுடன் கதைச்சுக் கொண்டிருந்ததைக் கேள்விப்பட்டதும், எப்பவும் மாதிரி குடிச்சுப்போட்டு வந்து சத்தம்போட்டார். ரெண்டு நாள் கழிச்சு, நித்திலாவை வெருட்டிறத்துக்காண்டி தன்ரை பேர்ஸைக் காணேல்லை எண்டும் அதை நித்திலாதான் எடுத்ததெண்டும் போலீஸிலை போய்ச் சொல்லப் போறன் எண்டு சொன்னார். அப்பிடிப் போலீஸுக்குப் போனால், அவள் களவாய் வாறத்துக்கு நீங்கள்தான் காரணமெண்டு நானே போலீஸிலை சொல்லுவன் எண்டு சொன்னவுடனை அடங்கிட்டார். அந்தப் பிரச்சினை அதோடு முடிஞ்சுதெண்டுதான் நினைச்சன். அடுத்த நாள் பின்னேரம் தன்னைக் கள்ளி எண்டு பழி சுமத்தினதெண்டு கோவிச்சுக்கொண்டு தன்ரை சாமான்களைத் தூக்கிக்கொண்டு வீட்டை விட்டுப் போட்டாள். நாங்கள் நாலைஞ்சு நாளா தேடித் திரிஞ்சம். அவளின்ரை பிரேண்ட் ஸ்ரீஷா பக்கத்திலை இருக்கிறாள். அவளுக்கு போன் பண்ணினத்தை வைச்சு அவள் வாகீசனோடை இருக்கிறாள் எண்டு தெரிஞ்சு, அவளை ஒரு மாதிரிச் சமாதானப்படுத்தி வீட்டை கூட்டிக்கொண்டு வந்தம். வாகீசனோடை இருக்கேக்கைதான் ஏதோ நடந்திருக்கு. எங்களிட்டை அவள் கடைசிவரைக்கும் சொல்லேல்லை. எங்களுக்குத் தெரியேக்கை காலம் கடந்திருந்தது. விசயம் தெரிஞ்சதும் என்ரை மனிசன் நாலைஞ்சு நாளாய் வழக்கம்போலை ஒரே அட்டகாசம்.

பிறகு அடங்கிப் போனார். நானும் என்ரை புருசனும்தான் அந்தப் பிள்ளைக்கு அம்மா அப்பாவாய் இருக்கிறதெண்டு முடிவெடுத்தம். என்ரை வித்தெல் *(vittel)* காட்டைப் பாவிச்சு எல்லா அலுவலையும் பார்த்தம். பிள்ளைப்பேறு பார்க்கிற டொக்டரிலை இருந்து ஒப்பித்தால் பேப்பர் எல்லாத்திலையும் என்ரையும் மனிசன்ரையும் பேரும் மாத்திரந்தான் இருக்கு. இதை அவளின்ரை நன்மைக்காண்டியும் தான் செய்தனான். அவளுக்கு ஆரோ ஒருத்தனோடை பிள்ளை பிறந்ததெண்டா எங்கடை ஆக்கள் என்ன நினைப்பினம். அவளுக்கு என்னெண்டு பிறகு கலியாணம் கட்டி வைக்கிறது? இதையெல்லாம் அந்தத் திமிர் பிடிச்ச கழுதைக்கு சொல்லிச்சொல்லி எனக்கு அலுத்துப்போச்சு. நாளைக்கு அந்த வாகீசன் தன்ரை குழந்தைதானென்று சொல்லி அவளை ஏற்றுக்கொள்ளட்டும், அதுக்கு நான் குறுக்கை நிற்க மாட்டன்."

"உங்க நிலைமை எனக்கு புரியுது. நீங்க சொல்வதுபோல வாகீசன் நடந்ததைச்சொல்ல முன்வரணுமே. அவருடைய நண்பன் மூர்த்தியிடம் இரண்டு நாளைக்கு முன்பு பேசினேன். செக் நாட்டுப் பெண்ணை மணமுடித்திருப்பதாகவும், இருவரும் பிராகு வரை போயிருப்பதாவும் கூறினார். நித்திலா வாய் திறக்கப்போவதில்லை. ஏப்ரல் மூன்றாம் தேதி கொல்மார் என்ற ஊரில் மேல் முறையீடு வழக்கு வருகிறது. அதற்குள் வாகீசனைப் பிடிக்க முடிந்தால் நல்லதுதான். அவரைப் பார்க்காதவரை உங்கள் கணவர்மீதுள்ள சந்தேகத்தை அத்தனை எளிதாக துடைக்க முடியாது. நீங்கள் குழந்தையை எடுத்துக்கொண்டு உங்கள் கணவருடன் கொல்மார் மேல்முறையீட்டு நீதிமன்றத்திற்கு வர வரமுடியுமா?"

"கட்டாயம். உங்களுக்காக எண்டில்லாட்டியும் என்ரை தங்கச்சிக்காக என்ரை மனிசனும் நானும் பிள்ளையோடை வருவம்."

"நன்றி, நான் கிளம்பறேன்."

"கோப்பி ஏதும் தந்திருக்கலாம். நீங்கள் ஒண்டும் குடிக்காமல் போக கஸ்டமாயிருக்குது."

"இல்லைங்க. நான் போகணும், செக் நாட்டிற்கு பிராகுவரை போய்வருவதென்று முடிவு செய்திருக்கிறேன்!"

"எப்ப? வாகீசனும் அவன்ரை மனிசியும் பிரான்சு திரும்பற வரைக்கும் வெயிற் பண்ணேலாதே? வழக்குக்கு இன்னும் பத்து நாள் இருக்குத்தானே."

"எனக்குத் தேடிப்போவதில் ஆர்வம், காத்திருக்கிற போது ஏமாற்றங்களைச் சந்திச்சிருக்கேன்."

ஹரிணி நித்திலாவின் தமக்கையிடம் விடைபெற்றுக்கொண்டு வெளியில் வந்தாள். நித்திலாவின் சகோதரியைப் பார்த்ததில் திருப்தி. வீட்டிலிருக்கும் குழந்தை நித்திலாவினுடையதுதான். அதில் சந்தேகமில்லை. நித்திலாவின் அக்காள் குழந்தைக்குப் பொறுப்பு வாகீசன் என்கிறாள். அதற்கான காரணங்கள் என்று அவள் கூறியது நம்பும்படி இருந்தன. இந்திய வம்சாவளிப்பெண்கள் தங்கள் கணவன்மார்களை அத்தனை சுலபமாகக் காட்டிக் கொடுக்க மாட்டார்கள் என்பது தெரிந்ததுதான். 'புத்திர பாக்கிய'த்திற்கு முக்கியத்துவம் கொடுக்கிற சமூகம், மைத்துனி மீது சபலப்பட்டு, சொந்தமாக்கிக்கொள்ள கடும் பிரயத்தனங்களை செய்த மனிதன், அவள் இருந்தபோது வேடிக்கை மட்டுமே பார்த்தான் என்றால் நம்பும்படியாகவா இருக்கிறது? நித்திலாவைத் தவிர வேறொருத்தர் இதற்குப் பதில் சொல்ல சாத்தியமில்லை. எது உண்மையாக இருப்பினும், வழக்கிற்கு அவள் ஒரு குழந்தைக்குத் தாய் என்ற உண்மை உதவும். பிரெஞ்சு சட்டம் நதிமூலம் ரிஷிமூலமெல்லாம் பார்ப்பதில்லை என்பது ஹரிணிக்குத் தெரியும். பிரெஞ்சு மண்ணில் பிறந்த குழந்தை, பருவ வயதில் இலங்கைப் பிரஜையாக இருக்கப் போகிறேன் என்றுகூட முடிவெடுக்கட்டும். அதனாலென்ன, தற்போதைக்கு அக்குழந்தை ஒரு பிரெஞ்சு குடிமகன். அவனை பெற்றவளை இந்த நாட்டைவிட்டுச் செல்ல சட்டம் அனுமதிக்காது. அதுபோதும். பிராஹா சென்றிருக்கும் வாகீசனையும் கண்டுபிடித்தாக வேண்டும். அவனும் இதை உறுதிபடுத்தக்கூடும்.

"மத்மஸல் கொஞ்சம் நிற்கறீங்களா!" என பிரெஞ்சு மொழியில் குரல் கேட்டுத் திரும்பினாள். ஒரு நடுத்தரவயது பிரெஞ்சு மனிதர் சாலையின் எதிர்த் தரப்பிலிருந்து குரல் கொடுத்தார். தலையை உயர்த்தி, "என்ன?" என்பதுபோல பார்த்தார்.

'ஏதோ வழி கேட்க நினைக்கிறர், நமக்கென்ன தெரியும், நானே இந்த இடத்திற்குப் புதியவள்', என நினைத்து, "இந்த இடங்களைப்பற்றி எனக்கொன்றும் தெரியாது, உள்ளூர் மனிதர்கள் யாராவது வந்தால் அவர்களைக் கேளுங்கள், சொல்வார்கள்" என கொஞ்சம் சத்தமாகச் சொன்னாள்.

"பிரச்சினை அதுவல்ல" எனக் கூறிகொண்டே சாலையைக் கடந்து இவளிடத்தில் வந்தார். நான் காவல்துறையிலே இருக்கேன். *Voici ma carte!* உங்களிடம் சில கேள்விகள் கேட்க வேண்டும்.

எங்கள் வாகனம் பக்கத்தில்தான் இருக்கிறது, என் பின்னால் வாருங்கள்!" என்றார்.

ஹரிணியால் மறுக்க முடியவில்லை. அவரைத் தொடர்ந்து சென்றாள். வாகனத்தில் கூடுதலாக ஒரு பெண் காவல் அதிகாரி அமர்ந்திருந்தாள். வாகனத்தைத் திறந்து ஹரிணியை உட்கார வைத்தார்கள்.

"*Vous avez votre carte d'identité sur vous?*" என்று கேட்ட பெண்மணியிடம் தன்னுடைய அடையாள அட்டையைக் கொடுத்தாள். அவள் கணினியில் தட்டி சோதித்துப் பார்த்து இரண்டொரு நிமிடங்களுக்குப் பிறகு திருப்பிக்கொடுத்தாள்.

"ஸ்ட்ராஸ்பூரிலிருந்து இங்கு எதற்காக வந்தீர்கள்? அந்த வீட்டிற்கும் உங்களுக்கும் என்ன சம்பந்தம்?" என்று அடுத்த கேள்வி ஆண் அதிகாரியிடமிருந்து வந்தது. நித்திலா பிரச்சினை பற்றி பேசலாமா என யோசித்து, பேசினால் தப்பில்லை மறைத்தால்தான் பிரச்சினை என சுருக்கமாக வந்த காரணத்தை விளக்கினாள்.

"நாங்கள் மத்யூஸை ஆட்கடத்தல் சம்பந்தமாக நேற்று கைது செய்தோம். அவரோடு சம்பந்தப்பட்ட ஒரு பாகிஸ்தானியர் ஒரு சீனரென ஐந்துபேர் எங்கள் காவலில் இருக்கிறார்கள். இந்தியா, இலங்கை, சீனா பாகிஸ்தான் என பலநாடுகளுடன் இவர்களுக்குத் தொடர்பிருக்கிறது. கடந்த ஒருவருடமாக இக்கூட்டத்தைக் கண்காணிந்து வந்தோம். அவர்களுடைய போன்கள் ஒட்டுக் கேட்கப்பட்டன. கடைசியாக நேற்றுதான் ஒரே நேரத்தில் ஐந்து பேர்வீட்டிலும் அதிகாலை ஆறரைமணிக்கு சோதனையிட்டு கைது நடவடிக்கைகளில் இறங்கினோம். மத்யூஸ் வீட்டில் மட்டும் நிறைய போலி பாஸ்போர்ட்டுகள் கிடைத்தன. இது தவிர போலிச்சான்றிதழ்களையும் இவர்கள் தயாரித்து தங்கள் தொழிலுக்குப் பயன் படுத்திவந்திருக்கிறார்கள். உங்களுக்கு இது சமபந்தமாக ஏதாவது சொல்ல இருப்பின் தயங்காமல் எங்களைத் தொடர்புகொள்ளுங்கள்."

அவர்களிடம் சொல்லிக்கொண்டு புறப்பட்டபோது, மனதில் குழப்பம் இருந்தது. நித்திலாவுக்கு இதனால் பிரச்சினைகள் வர வாய்ப்பிருக்குமோ என ஹரிணி சந்தேகித்தாள். இந்த நேரத்தில் குழந்தை அவளுடையது என்பதை நிரூபிப்பது மிகவும் முக்கியம். ஹரிணிக்கு சட்டத்திலுள்ள சிக்கல்கள் எதுவும் தெரியாதென்றாலும், நீதிப்படி நித்திலாவைக் குற்றஞ்சொல்ல எதுவுமில்லையென நினைத்தாள். ஆனால் இது சம்பந்தமாக நித்திலாவின் அக்காள் வாய் திறவாமல் இருந்தது வியப்பாக

இருந்தது. ஸ்ரீஷாவுக்கு போன்போட்டு, "ஸ்டேஷனுக்கு வழி கண்டுபிடித்து போயிடுவேன். உனக்கு எதற்கு வீண் சிரமம், இந்த அளவிற்கு உதவினதே பெரிய விஷயம், மறக்கமாட்டேன். பிறகொருமுறை நித்திலாவோட உன்னை வந்து பார்க்கிறேன்" எனத் தெரிவித்தாள்.

இரயில் பிடித்து ஓட்டல் அறைக்குத் திரும்பினாள்.

கமிலியிடமும் பிராகு செல்ல இருக்கும் செய்தி போனது. அவளிடம் வாகீசன் என்பவனை பிராகு நகரில் கண்டுபிடிக்க வேண்டும். முடியுமா எனக்கேட்டாள். பிராகுவை பொருத்தவரை பெரும்பாலான சுற்றுலாப் பயணிகள் நகரத்தைத்தான் சுற்றிக்கொண்டிருப்பார்கள், கண்டுபிடிப்பதில் சங்கடங்கள் இருக்காதென்றாள். "*Bon courage et bon voyage*" என கமிலி இவளை வாழ்த்தினாள். அப்பதில் கொடுத்த சந்தோஷத்தில் மறுநாள் பிராகுசெல்ல இரயிலில் முன்பதிவு செய்தாள். எலிஸபெத் முல்லெருக்கும், போன் செய்து, பிராகு போகவிருக்கும் செய்தியைத் தெரிவித்தாள். மத்மஸல் முல்லெர், "எங்கும் போக வேண்டாம். நீ ஊருக்கு வந்து சேரு" என்றாள்.

◯

43

பிராஹா, செக் குடியரசு: 2013 மார்ச் 30,
சனிக்கிழமை

என்னுடைய ஓட்டல் அறையில் நான்கு கால்கள், ஒரு வால் என்றிருந்த 'அத்ரியானா' தேவதைக்கு (மந்தாகினி?) கால்களை நீட்டிப்படுக்கவும், 'உர்' 'உர்' என்று சத்தம் எழுப்பி தலையைத் திருப்பி தனதிருப்பை வலியுறுத்தவும், உடுக்கைபோல தலையை உதறவும் பிரச்சினைகளில்லை, இருந்தாலும் சில மீட்டர் தூரமாவது ஓடி உடலைக் கச்சிதமாக வைத்திருக்க விரும்பும் அதனுடைய அல்லது அவளுடைய குறைந்தபட்ச தேவையை நிறைவேற்றாமல் போனால், சபிக்கப்படுவேனோ என்ற அச்சம் இருந்தது. எண்ணத்தில் பழுதில்லை. ஆனால் செயல்படுத்தியதில் குரங்கு புத்தியைக் காட்டிவிட்டேன். தாரை தப்பட்டை, டமகர மங்கள வாத்தியம், வேதமந்திர முழக்கம் என்றில்லா விட்டாலும் சிரித்த முகத்துடன் புத்துணர்ச்சியை தரித்து ஆகாயம், பூமி, வெட்லாவா நதி, வானியல் கடிகாரம் எனப்பார்த்துக்கொண்டு வெட்கத்துடன் (அவளா நானா?) பிராஹா நகரில் தெற்கு திசையில் நடந்துபோனது உண்மை.

இளம் மஞ்சள் வெயிலில் பிராஹா அமிழ்ந்திருந்தது. மனிதர்கள் நெட்டாங்காக முங்கி எழுந்திருக்கிறார்கள். காற்று வேகமாய் அடித்து நடையை இலகுவாக்கியது. வெப்பமுமில்லை, குளிருமில்லை. வீசும் காற்றில் உணரப்பட்ட குளிர், தேங்கிய நீரில் இறங்கும் அனுபவத்தைக் கொடுத்தது. ஞாயிற்றுக்கிழமை என்பதால் மனிதர்

கும்பல் குறைந்திருக்குமென நினைத்தேன். எதிர்பார்த்ததற்கு மாறாக கூடுதல் எண்ணிக்கையில் இருந்தார்கள். கண்ணிற்படும் அவ்வளவையும் அள்ளிக்கொள்ளும் பார்வை, தோளில் ஆடும் புகைப்படக் கருவிகள், நடையில் தெரிந்த தயக்கம் நிதானம் சுற்றுலாப் பயணிகளென தெரிவித்தது. பூக்கடையொன்றின் வாசலில் இருபக்கமும் ஓர் ஒழுங்குடன் வைத்திருந்த வாளிகள் பூத்திருந்தன. மெல்லிய காகிதத்தில் சுற்றிய பூங்கொத்துகள் இடமாறுதலுக்குக் காத்திருந்தன. இன்று மாலைக்குள் ஏதேனும் ஒரு வீட்டில், அலுவலகத்தில், வரவேற்பறையில் ஜாடிகளை அலங்கரிக்கும். அடுத்த கிழமை குப்பைக்குச்சென்றால், அவற்றின் வாழ்க்கைச் சுழற்சி முடிவுக்கு வந்துவிடும். ஒரு வேதாந்திபோல யோசித்துவிட்டு பார்வையை இறக்கினால் வழக்கம்போல என் கண்களுக்கென்றே படைக்கப்பட்ட தேவதைகள். இங்கே அவர்களில் ஒருத்தி பூக்களோடு பூத்திருந்தாள் பூக்கடை விற்பனைத் தொழிலை மேற்கொண்டிருக்கிற இளநங்கை. முகம் அதிகாலையில் பூத்ததுபோல இருந்தது. கரும்பச்சைநிற அப்ரோனை உடலிற் சுற்றியிருந்தாள். புருவங்களைக் கவனமாகத் தவிர்த்த முன் கேசம் நெற்றிப்பரப்பை முழுமையாக மறைத்து கத்தரித்த புற்கள்போலக் காற்றில் ஆடுகிறது. இருபக்கமும் அருவிபோல விழுந்திருந்த கேசங்கள் கன்னங்களை கைகள் போலக் குவித்து முகத்தை ஏந்தியிருந்தன, மேகம் சூழ்ந்த நிலவு போல. இந்த மேகம் காவிநிறத்தில் இருந்தது. ஐரோப்பியர்களுக்கு ஒரு சௌகரியம், ஈரத் துவாலையை ஓர் அவசரகதியில் ஒத்தியெடுத்தால்கூட போதும் தீக்கொழுந்தின் நிறம் கிடைத்துவிடுகிறது. ‘உர்ர்ர்ரென்று ஒரு சத்தம்’ என் கால்களை உரசியபடி மேலெழுந்து என்னை எச்சரித்தது. யாரிடமிருந்து என நினைக்கிறீர்கள் காஃப்காவின் நாய்குட்டி என்றென்னிடம் சத்தியம் செய்துகாண்டிருக்கிற ‘அத்ரியானா’விடமிருந்து. கொஞ்சம் கண்ணியத்துடன் நடந்து கொண்டிருக்கலாம். “நாய் புத்தியைக் காட்டிவிட்டாயே?” எனக் கூறியது மகா மகாத் தப்பு.

அவசரமாக அறைக்குத் திரும்பவேண்டுமென்று கூறியதோடு, நாய்கள் பற்றிய எனது கருத்தை உடனடியாகத் திரும்பப் பெற வேண்டும் என்று வற்புறுத்தினாள். அது பற்றிய விவாதத்தை உடனடியாக பரிசீலனைக்கு எடுத்துக்கொள்ள வேண்டுமெனவும் கறாராகச் சொல்லிவிட்டாள்.

கடந்த அரைமணி நேரமாக இருவரும் சூடாக விவாதித்துக் கொண்டிருக்கிறோம். பாரீஸில் உள்ள புதுச்சேரி ஆசாமி ஒருவர் தனித்திருக்கிற மனிதர்கள் குறிப்பாக பெண்கள் தங்கள் செல்லபிராணிகளுக்கு (நாய்கள், பூனைகள்) வருமானத்தில் பெரும் பகுதியை செலவிடும் காரணத்தை வேடிக்கையாக ஒரு

முறைத் தெரிவித்திருந்தார். கூட்டியும் கழித்தும், கணக்கிலுள்ள பிற நுட்பங்களையும் ஆய்ந்து அதன் இலாபக் கணக்கைச் சிலாகித்திருந்தார். இந்தியாவில் அறுபதுகள் எழுபதுகளில் நாய்களும் நடிகைகளும் கடைபிடித்த அன்யோன்யம் நினைவுக்கு வந்தது. நடிகைகளைப் பேட்டிகாண்கிற பத்திரிகையாளர்கள், நடிகையின் வீட்டிலெடுக்கிற 'ஸ்டில்களில்' எதனைப்போட மறந்தாலும் நாயுடன் கொஞ்சும் அவர்களுடைய போட்டோவை மறப்பதில்லை. வருங்காலக் கணவரைத் தேர்வுசெய்ய நாய்கள் நடிகைகளுக்கு உதவுகிற கொசுறுச் செய்தியையும் புதுச்சேரிக்காரர் தெரிவித்திருந்தார்.

ஐரோப்பியப் பெண்கள் நாயை வீட்டில் செல்லப்பிராணியாக தத்தெடுக்கும் இரகசியம் இதுதானா என அத்ரியானாவிடம் கேட்டேன்.

இச்செய்தியை படித்தாயா? – செய்தித்தாளை முன் கால்களால் நகர்த்தி அத்ரியானா கேட்டாள். அது டெய்லி மெயில் என்ற ஆங்கிலப் பத்திரிகை. சற்றுமுன்பு வெளியில் சென்றிருந்தபோது வாங்கியது. அத்ரியானா பார்வையைச் செலுத்திய செய்தியைப் படித்தேன்:

தெரு நாயொன்றை மணம் செய்த இந்தியப்பெண்

ஜார்கண்ட் மே-10: இந்தியாவின் வடபகுதியிலுள்ள கிராம மொன்றில் இளம்பெண் ஒருத்தி தெரு நாயொன்றை திருமணம் செய்துகொண்டிருக்கிறாள்.

தன்னைப் பிடித்திருந்த பேயைவிரட்ட மங்லி என்ற 18 வயது இளம்பெண் ஒருத்தி நாயைத் திருமணம் செய்துகொண்டதாகச் சொல்லப்படுகிறது. நாய்க்குப் பதிலாக ஒரு மனிதரைத் திருமணம் செய்துகொண்டால், அவளுக்கும் அவள் குடும்பத்திற்கும் மட்டுமல்லாது ஒட்டுமொத்த கிராமத்திற்கும் ஆபத்து என்கிறார்கள். அவளுக்கு நேர்ந்துள்ள இந்த இடரிலிருந்து தப்பிக்க வேண்டுமென்றால் நாயொன்றைத் திருமணம் செய்துகொள்வதைக்காட்டிலும் வேறு தீர்வுகள் இல்லையென குடும்பமும் கிராமமக்களும் தெரிவிக்கிறார்கள். பெண்ணின் தந்தை கிராமத்தின் தலைவருமாவார். அவரை சேரு (Sheru) என்று அழைக்கிறார்கள். அவரிடம் பத்திரிகையாளர்கள் இந்த அதிசயத் திருமணத்தைப்பற்றி கருத்து கேட்டபோது, இனி எங்கள் குடும்பத்தின் சங்கடங்கள் மட்டுமல்ல ஊரின் சங்கடங்கள் யாவும் விட்டு விலகுமென்றார். "ஒரு சம்பிரதாயத் திருமணத்திற்கு என்ன செலவாகுமோ அத்தனை செலவு செய்திருக்கிறோம்" என மகிழ்ச்சியோடு தெரிவிக்கிறார். இனி சில மாதங்கள் அப்பெண் தனது புதிய கணவனைப் பராமரிப்பாளென்றும், பின்னர்

அவளுக்காக காத்திருக்கிற இளைஞனை மணப்பாரென்றும் சொல்லப்படுகிறது. மனிதர் ஒருவரிடம் விவாகரத்துப் பெறுவதிலுள்ள சங்கடங்கள் நாயிடம் இருக்காதில்லையா? என பத்திரிகையாளர் கேட்ட பொழுது பெண் சிரித்தார் (Daily News).

செய்தியை வாசித்து முடித்து அதை நான்காக மடித்து வைத்தேன். அத்ரியானாவிடம், “ம். . . சுவாரசியமான செய்திதான், நீ என்ன நினைக்கிறாய்?” எனக் கேட்டேன்.

“செய்தி நகைப்பிற்கு இடமளித்தாலும் அதில் உண்மைகள் இருக்கின்றன. ஐரோப்பியப் பெண்கள் என்றில்லை, உலகத்திலுள்ள எல்லா பெண்களுக்குமே அதிலும் உங்களுடன் வாழ்ந்த நாட்களின் அனுபவத்தைப் பார்க்கிறபோது மனிதத் துணையைக் காட்டிலும் நாயின் துணை நம்பக்கூடியதுதான். நாயினால் பெண்களுக்கு அநாவசியப் பிரச்சினைகளில்லை, இன்றைக்கு என்ன சமைப்பது போன்ற கேள்விகளுக்கு அவசியமில்லை. நான்குவிதம் சமைக்கவேண்டுமென்ற கட்டாயமுமில்லை. பெண்கள் சாப்பிட்டு முடித்து, மிச்சமிருப்பதை வைக்கலாம். வரதட்சிணை பிரச்சினைகளில்லை. பெற்றோரிடத்தில் அதை வாங்கிவா! இதை வாங்கிவா! என்கிற வம்புகள் இருக்காது. சாதுவாக ஒரு மூலையில் படுத்துக்கிடக்கும். கொஞ்சம் முரண்டு பிடித்தால் சங்கிலியால் கட்டிப்போடலாம். இந்த வசதிகள் ஓர் மனிதத் துணையிடம் கிடைக்குமா சொல்லு!”

“ஏது பேச்சின் போக்கைப்பார்த்தால், என்னையே நாயாக உருமாற்றம் செய்துவிடுவாய் போலிருக்கே?”

“ச்சி ச்சீ. அதற்கும் சில அடிப்படைத் தகுதிகள் வேண்டு மில்லையா?”

“அத்ரியானா இது ரொம்ப அதிகம். ஏதோ காஃப்கா நாய்குட்டியென்று சொன்ன, அத்ரியானாவென்று என்னை நம்பவும் வச்ச. அதனால உன்னை ஒரு பொருட்டா மதித்து இவ்வளவு நேரம் பேசிக்கொண்டிருக்கிறேன். சாதாரண மனிதர்களை விடு, இந்த காஃப்காவிற்கு நாய்மேல அப்படியென்ன கரிசனம். கிளேசியொ கூட நாய்க்கு முக்கியத்துவம் கொடுக்கிறது ஏன்னு தெரியலை. அவங்களுக்குக் கொண்டாட வேற பிராணியே கிடைக்கலையா?”

“ஏன், நாயைக்கொண்டாடறதுலே உனக்கென்ன பொறாமை?”

“ஒரு வெண்டைக்காயுமில்லை. பூனைகளைக் கொண்டாடிய எழுத்தாளர்களைப் பற்றிக் கொஞ்சம் தெரியும் என்பதால் கேட்டேனே தவிர, நீ சந்தேக படறமாதிரி எதுவுமில்ல.

நோவா கிராஃப்ட் என்ற அமெரிக்க எழுத்தாளருக்கு நாயைக்கொண்டாடுபவர்கள் வித்தியாசமானவர்கள். நாய் இவர்களிடம் சாவகாசம் வைத்துக்கொள்வதற்கு இவர்கள் பிரச்சினை தராத ஆசாமிகளாக இருப்பது, பணம் காசுக்கு ஏங்காத மனிதர்களாக இருப்பது, மானிட வாழ்க்கையைக் கொண்டாடுவது ஆகியவைக் காரணங்கள். ஆனால் பூனை விஷயம் வேறு: கடமைக்கென்றில்லாது அதில் கிடைக்கும் உண்மையான சந்தோஷத்திற்கும், மயக்கத்திற்கும் ஒரு காரியத்தில் ஈடுபட்டு அதில் சித்தியும் பெறுகிறவர்களிடம் இணக்கமாக இருக்கும் குணம் பூனைக்குண்டாம்."

"பாலா! உனக்கு மிஷெல் ஹுஎல்பெக்கை பிடிக்குமில்லையா?"

அத்ரியானாவை அறிந்த எனக்கு இக்கேள்வியின் பொருள் விளங்காமலில்லை. அவள், நியூசிலாந்து ருக்பி விளையாட்டு வீரர்களைப்போல புருவத்தை உயர்த்தி, இரப்பைகளை விரியத் திறந்து, முழிகளை உருட்டி, தொடைகளைத் தட்டி, புறங்கைகளை மடித்து உயர்த்தி களத்தில் இறங்குவோமா என்கிற ரகம். பிடரியில் சுவாசத்தை உமிழ்ந்து. வெப்பத்தைக் காதுமடல்களில் செலுத்தி தண்டுவடத்தை அதிர வைப்பாள். கேள்வியில் சூது இருக்கிறது என் மரமண்டைக்கு விளங்கவில்லை. எனவே:

"ஹுஎல்பெக்கை எனக்குப் பிடிக்குமென்று உனக்குத் தெரிந்ததுதானே, எதற்காக இந்தக் கேள்வி?" எனக்கேட்டேன்.

"காஃப்காவிற்கு மட்டுமல்ல உன்னுடைய ஹுஎல்பெக்கிற்கும் நாயென்றால் கொள்ளைப்பிரியம். கிளெமெண்ட், எனது வாழ்க்கையின் சரிபாதி. அநேக தடவைகள் அது அடைத்த கதவின் பின்னே மணிக்கணக்கில் காத்திருந்திருக்கிறது. வருத்தத்தை ஒருபோதும் முறையிட்டதில்லை. இதுபோன்ற ஒரு குணத்தை மனிதர்களிடம் எதிர்பார்க்கவே முடியாது. பலமுறை அதன் காத்திருப்பு என்னை நெகிழவைத்திருக்கிறது" எனத் தன் நாயைப்பற்றிக்கூறி பரவசப்படுகிறார். 'நாய் தனது உயிர்வாழ்க்கையை நம்பிக்கையோடு மனிதரிடம் ஒப்படைக்கும் ஒரு ஜீவன்' என்பது அவர் தரும் வாக்குமூலம்.

இனியும் அத்ரியானா என என்னை நம்பவைத்துக் கொண்டிருக்கிற நாய்க்குட்டியைப் பேசவிட்டால் எனக்கே ஆபத்தென்று புரிந்தது: "பிஸ்கெட் இருக்கிறது, போடட்டுமா?" எனக்கேட்டேன். எனது கேள்வியிலுள்ள நக்கலை புரிந்து கொண்டிருக்க வேண்டும், தலையைத் திருப்பிக்கொண்டது.

44

ஸ்ட்ராஸ்பூர், பிரான்சு: 2013 மார்ச் 31, ஞாயிற்றுக்கிழமை

ஹரிணி எலிசபெத் முல்லெர் வீட்டில் நுழைந்தபோது அங்கே ஏற்கனவே நித்திலாவின் வழக்கறிஞர் லூஸி வந்திருந்தார். ஆள் கடத்தல் பிரச்சினை சம்பந்தமாக நித்திலாவின் தமக்கை கணவர் கைதான விஷயம் முல்லெருக்கும் லூசிக்கும் தெரிந்திருக்குமா? தெரியாதென்றால் அவர்களிடத்தில் சொல்லவேண்டுமா என யோசித்தாள். வழக்கறிஞரிடம் போட்டுவைப்பது நல்லதென தோன்றியது

உள்ளே நுழைந்த ஹரிணியின் கைப்பையை மத்மஸல் முல்லெர் வாங்கி அங்கிருந்த சிறு மேசைமேல் வைத்தாள். எலிஸபெத் முல்லெரும் வழக்கறிஞரும் அமர்ந்திருந்த இருக்கைக்கு நேர் எதிரே ஹரிணி காலை மடித்து உட்கார்ந்துகொண்டாள். மத்மஸல் முல்லெரைப் பார்த்து "எங்கே பிரிஜித் வரவில்லையா?" எனக்கேட்டாள்.

"கமரூன் நாட்டைச் சேர்ந்த பதினான்கு வயதுச் சிறுவன் ஒருவனை ஸ்ட்ராஸ்பூர் காற்பந்து சங்கத்தின் வாசலில் அதிகாலையில் யாரோ இருவர் இறக்கிவிட்டுப் போனதாகவும், அவ்வழியாக வந்த காவல்துறை வாகனம், நின்றிருந்த சிறுவனைக் காற்பந்தாட்ட அலுவலகத்தில் திருடவந்ததாகக் கருதி காவல்நிலையத்திற்குக் கொண்டுபோய் விசாரித்ததில், அவன் களவாய் பிரான்சு நாட்டுக்கு

வந்து சேர்ந்த தகவலைப் போலீஸார் அறிந்திருக்கிறார்கள். யாவுண்டே நகரத்தில் இவனையும், வேறு சில சிறுவர்களையும் பிரெஞ்சுக் காற்பந்தாட்ட சங்கத்தில் சேர்ப்பதாக வாக்களித்து ஒவ்வொரு சிறுவனின் பெற்றோரிடமும் பத்தாயிரம் யூரோ வாங்கிக்கொண்டு அழைத்து வந்ததாகவும், பின்னர் அவர்களைப் பிரான்சு நாட்டிற்குள் அழைத்துவந்து, உள்ளூர் காற்பந்தாட்டச் சங்கத்தின் வாசலில் இறக்கிவிட்டுப் போயிருக்கிறார்களென்றும் அவர்களின் பிரச்சினையை உடனடியாக கவனிக்க வேண்டி யிருந்ததால், பிரிஜித் வரவில்லையென மத்மசல் முல்லெர் தெரிவித்தாள், தொடர்ந்து,

"ஹரிணி, என்ன குடிக்கிற?" எனக்கேட்க, அவள், "உடனே வேண்டாம். சிறிது நேரம்போகட்டும், தேவையென்றால் கேட்கிறேன்" என்ற பதிலைச் சொன்னாள்.

"சொல்லுங்கள், மூன்றாம் தேதி வழக்கு எப்படி இருக்கும்?" வழக்கறிஞரிடம் ஹரிணி கேட்டாள்.

"அனுகூலமான தகவல் கிடைத்திருக்கிறது. அரசு தரப்பில் வழக்கில் நிறைய ஓட்டைகள், பயப்பட ஒன்றுமில்லை. நித்திலாவிற்கு நிச்சயம் விடுதலை கிடைத்திடும், எனக்கு நம்பிக்கை இருக்கிறது. பிராஹா போன செய்தி கிடைத்தது. அவ்வளவுதூரம் போவதற்கு முக்கியக் காரணம் இருக்க வேண்டும், சரியா?"– வழக்கறிஞர் லூசி.

"சில கேள்விகளுக்குப் பதில்கள் இருக்கின்றன. கிடைத்துள்ள உண்மைகள் அடிப்படையில் நித்திலாவின் விடுதலைக்குச் சாத்தியமுண்டு என நினைக்கிறேன். பிரச்சினையை பகிரங்கமாக போட்டு உடைப்பதா என்றும் யோசிக்க வேண்டியிருக்கிறது. நித்திலாவின் குறிப்புகளையே மொழிபெயர்ப்பு செய்து ஆவணமாக நீதிமன்றத்தில் சமர்ப்பிக்கலாம். இலங்கையில் அப்பெண்ணுக்கு நிகழ்ந்ததென்று சொல்லப்படுகிற தகவல்களை முறையாக தன்னுடைய அகதி விண்ணப்பத்தில் தெரிவித்திருப்பாளா என்று சந்தேகப்படுகிறேன். அவற்றையெல்லாம் பரிசீலித்தவர்கள் வாசித்திருந்தால், அவளுடைய அகதி விண்ணப்பத்தை நிராகரித்திருக்கமாட்டார்கள். அடுத்ததாக நித்திலாவிற்கு குழந்தை பிறந்த உண்மை. போலீஸ் விசாரணையிலோ நீதிமன்றத்திலோ இச்செய்தியை அவள் தெரிவிக்கவே இல்லை. எனக்கு தமக்கையின் கணவரிடத்தில் சந்தேகம் இருந்தது. நித்திலாவின் சகோதரி வாகீசன்மீது குற்றம் சுமத்துகிறார். வாகீசனைத் தேடி பிராஹா சென்றேன். கால் கடுக்க அலைந்ததுதான் மிச்சம். அவனைக் கடைசிவரை கண்டுபிடிக்க முடியவில்லை."

"*Pourtant, je t'ai prévenue mais tu n'as pas écouté.* உங்களுடைய வயது அப்படி", மத்மசல் எலிஸபெத் முல்லெர் இடையில் குறுக்கிட்டாள். ஹரிணியிடம் இதற்கு முன்பு இதுபோல அப்பெண்மணி பேசியதில்லை.

மத்மஸல் முல்லெரின் பேச்சைக் காதில் வாங்காமல்:

"அதனாலே தற்போதுள்ள நிலமையிலே, நித்திலா வாய்திறந்தால்தான் நடந்தது என்னன்னு தெரியும்" என ஹரிணி தான் சொல்லவந்ததைக் கூறி முடித்தாள்.

"நமக்கு வாகீசனா நித்திலாவின் தமக்கை கணவனா என்பது முக்கியமல்ல. அவளுக்குக் குழந்தை இருக்கிறது என்பதை நிரூபித்தாலே போதும்" – வழக்கறிஞர் லூசி குறுக்கிட்டார்.

"அதற்கு முதலில் பாதிக்கப்பட்ட நித்திலா சம்மதிக்க வேண்டும். வேறு சில முரண்பாடுகளையும் கவனித்தேன். அகதி விண்ணப்பத்திலும் அண்மையில் போலீஸ் விசாரணையிலும் தான் பாங்காக் வழியாக பாரீஸ் வந்ததாக சொல்லியிருந்தாள். ஆனால் அவளுடை கையேட்டில் இந்தியா நேபாளம் துருக்கி பிரஸ்ஸல்ஸ் என வந்ததாகச் சொல்லபட்டிருந்தது."

"இவைகளெல்லாம் சில்லறை பிரச்சினை, வழக்கைப் பாதிக்காது. ஸ்ட்ராஸ்பூர் நீதிமன்றத்தில், மாவட்ட அதிகாரி கேட்டிருந்த காலக்கெடுவை மையப்படுத்தியதாக வழக்கு இருந்ததால் விடுதலை கிடைக்கவில்லை, இனியும் காலக்கெடுவை கேட்டு அரசாங்கம் வழக்கை இழுத்தடிக்க முடியாது. தவிர பிரிஜித் சொன்னதும் நடந்ததென்றால் நாம் பயப்பட வேண்டிய அவசியமே இல்லை" – வழக்கறிஞர் லூசி.

"என்ன சொல்லியிருக்காங்க அவங்க?" – ஹரிணி.

"பிரிஜித்தைத் தேடி ஒரு நாள் இலங்கைப் பெண்ணொருத்தி வந்திருக்காங்க. அவங்கக்கிட்டே நித்திலாவைப் பற்றி சொல்லித் தெரியுமா எனக் கேட்டிருக்காங்க. அவள் தெரியும் என்றதோடு, நித்திலாவுடன் ஒரே முகாமில் யுத்தத்திற்குப் பின்பு தங்கியது, இலங்கை ராணுவத்தின் தேடல் பட்டியலில் நித்திலாவின் பெயர் இருந்த தகவலென பலவற்றைத் தெரிவித்தாளாம். சாட்சி சொல்லவும் சம்மதித்திருக்கிறாள். வழக்கு அன்று கொல்மார் நீதிமன்றத்திற்கு பிரிஜித் அப்பெண்ணை அழைத்துவருவதாக உறுதி அளித்திருக்கிறார். எனவே உங்கள் கவலைகளை மொத்தமாக துடைத்துவிட்டு ஏப்ரல் மூன்றுவரை ஓய்வெடுங்க" என்றார் வழக்கறிஞர்.

"அப்போ ஷாம்பெய்ன் உடைக்கணுமே!" – ஹரிணி.

"அவசரப்படாதே. ஏப்ரல் மூன்றுவரை கொஞ்சம் பொறு", என்ற மத்மஸல் முல்லெர், தொடர்ந்து "தேவசகாயத்தைப் பார்த்தாயா?" எனக்கேட்டாள்.

"காலையில் அவரைப் பார்க்க போயிருந்தேன். ப்ளோப்ஷைம் ஊரிலுள்ள ஒரு மடத்தில் இருக்கிறார் ரொம்ப மெலிஞ்சி இருக்கார். என்னோட வந்து இருங்களேன் என்று சொல்லிப் பார்த்தேன், மறுத்துட்டார். ஆண்கள் பெண்களென்று நாற்பத்தைந்து பேர் இருக்கிறார்கள். வாரத்தில் இரண்டு நாட்கள் பிரார்த்தனை, தியானம் போக மற்ற நேரங்களில் காய்கறி பயிரிடுதல், தேன், ஜாம் தயாரித்தல் என அமைதியான வாழ்க்கை, அழகான இடம். நேரம் கிடைக்கும்போது தன்னை வந்து பார்க்கும்படிக் கேட்டுக்கொண்டார். சரி என்றிருக்கிறேன்."

"நாளைக்குத்தானே வேலையைத் தொடங்கற?" – மத்மஸல் எலிஸபெத் முல்லெர்.

"ஆமாம். வெகு நாட்களுக்குப் பிறகு வேலைக்குத் திரும்பறது ஏதோ இப்பத்தான் முதன் முதலா வேலையைத் தொடங்கப்போறாப்பல இருக்கு. நாளைய தினத்துக்கு கொஞ்சம் என்னை தயார்படுத்திக்கிறது அவசியம்ணு தோணுது. *Avec votre permission*, நான் கொஞ்சம் சீக்கிரம் புறப்படலாம்னு நினைக்கிறேன்."

"என்ன அவசரம் வந்து ஒரு மணிநேரங்கூட ஆகலை. லூசியை டின்னருக்கு இருக்க சொல்லியிருக்கேன், நீயும் இருந்து சாப்பிட்டுவிட்டுப்போ" – மத்மஸல் முல்லெரின் குரல் கண்டிப்புடன் ஒலித்தது.

◯

45

ஸ்ட்ராஸ்பூர், பிரான்சு: 2013 மார்ச் 31, ஞாயிற்றுக்கிழமை

காஃப்காவின் நாய்குட்டியாக உருமாற்றம் பெற்றிருக்கும் அத்ரியானா எனக்கு முன்பாக வேகமாக நடந்துகொண்டிருந்தாள். அத்ரியானா என தன்னை அறிவித்த கணத்திலிருந்து, நாய்க்குட்டியிடம் கூடுதலாக அக்கறைகாட்டிவருகிறேன். விளம்பரங் களைப் பார்த்து, தரமான நாய் உணவுகளை வாங்குகிறேன். "மறுபடியும் அத்ரியானா" என்ற நிலைமை வருமானால் எப்படி சமாளிப்பதென்கிற எச்சரிக்கையே இதற்கெல்லாம் காரணம் என்றாலும், அதனிடத்தில் எனக்குள்ள வாஞ்சையை அது புரிந்துகொள்ளவில்லை என்ற வருத்தமிருந்தது. இதற்கு முன் நாயையோ பூனையையோ பராமரித்த அனுபவமில்லை: செல்லப்பிராணிகளின் பராமரிப்பு என்பது, பசியறிந்து ஊட்டுவதன்றி, அவற்றின் இயற்கை உபாதைகளுக்கும் பொறுப்பேற்பதும் அடங்கியிருக்கிறது. பிரான்சு நாட்டில் எங்கள் வீட்டிற்கு எதிர் வீட்டில் ஒரு பெண்மணி இருந்தாள். அவள் தன் கணவரை காட்டிலும் தனது புல்டாக் ரக நாயிடம் பிரியம் கொண்டிருப்பாள். அதற்கு எல்லாம் நேரப்படி நடக்கும். பனி பொழிந்தாலும், மழைகொட்டினாலும் தவறாமல் நாள்தோறும் இரண்டுவேளை வெளியில் அழைத்துப் போவாள். அதைப்போல கடந்த இரண்டுநாட்களாக என்னுடன் இருக்கும் அத்ரியானாவை வெளியில் அழைத்து போகவேண்டுமென்ற அரிச்சுவடி பாடத்தை அலட்சியப்படுத்தி நாங்கள் தங்கியிருந்த ஓட்டலில்

அவமானப்பட நேரும் என்று நினைத்ததில்லை. அறையில் இருக்கிறபோதெல்லாம் மனிதர்கள்போலவே, கழிவறையில் ஒதுங்குகிற சமர்த்தான நாய்க்குட்டியாகத்தான் இருந்தது. எதனால் அப்படி நடந்துகொண்டதென இதை எழுதும்போதுகூட யோசிக்கிறேன்.

காலையிலிருந்து ஓட்டல் அறையில் முடங்கிக் கிடக்கிறோமே, வெளியில் போய்வந்தாலென்ன என்று நினைத்து எனது யோசனையை அத்ரியானா நாய்க்குட்டியிடம் தெரிவித்தேன். பிற்பகல் மூன்று மணிக்கு அறையைப்பூட்டிக்கொண்டு இருவருமாக வெளியில் வந்தோம், வழக்கம்போல லிப்டும் எடுத்தோம். லிப்ட் இறங்கும் தருவாயில் எங்களுடன் ஒரு வயதான ஐரோப்பியர் சேர்ந்துகொண்டார். லிப்டின் கதவு மூடியபிறகுதான், உள்ளே என்னைத் தவிர வேறொரு ஜீவனும் இருக்கிறதென்பது அவர் கவனத்திற்கு வந்திருக்கிறது. நாய்க்குட்டியைப் பார்த்தார், என்னைப் பார்த்தார். அவர் மனதில் என்ன தோன்றியதோ, லிப்டிலிருந்து வெளியேற நினைத்தவர்போல இரண்டொரு பொத்தான்களை தட்டினார். அவர் எண்ணத்திற்கு மாறாக கதவு மூடிக்கொண்டது. இத்தோல்வியை அவரால் ஜீரணிக்க முடியவில்லை என்பதை முகம் காட்டியது. அதைக்காட்டிலும் அடுத்த சில நொடிகளில் வேறொரு அதிர்ச்சியைச் சந்திக்க வேண்டிவருமென அவர் நினைத்திருக்க வாய்ப்பில்லை. அத்ரியானா அதைச் செய்திருக்கக்கூடாது. இந்த விஷயத்தில் அந்தப் பெயர் வேண்டாம், அத்ரியானா என்ற பெயரை உபயோகிப்பது நாகரீகமில்லை, நாய்க்குட்டி என்றே அழைக்கிறேன். அந்த ஜீவனிற்கு எங்களுடன் லிப்டில் இறங்கிகொண்டிருந்த கிழக்கு ஐரோப்பியர் மீது என்ன கோபமோ திடீரென்று அவருடைய காலணிகள்மீது தன்னுடையக் காலைத்தூக்கி, சிறுநீர் கழித்தது. எனக்குப் பெரும் அதிர்ச்சி. பிரெஞ்சிலும், ஆங்கிலத்திலுமாக அவரிடம் மன்னிப்புக் கேட்டேன். உங்கள் ஷூக்கள் பளபளப்பாக இருக்கிறது பாருங்கள்! என அவருக்குச் சமாதானம் சொன்னேன். மனிதர் அதைக் காதில் வாங்கிக்கொள்ளாமல், பன்றிபோல கத்தினார். நான் அதுநாள்வரை கேட்டிராத மொழியில் வார்த்தைகள் வந்து விழுந்தன. கையிலிருந்த தொலைபேசியில் சத்தம்போட்டுக் கொண்டிருந்தபோது, லிப்டின் கதவுத் திறக்கவும் அத்ரியானா பாய்ச்சலுடன் வெளியேறியது. நான் வெளியில் வந்தபோது, சிரித்துக்கொண்டு நிற்கிறது. இதென்ன இப்படி செய்துவிட்டாய். அநேகமாக, 'ஓட்டல் நிர்வாகம்' நீ செய்த காரியத்திற்கு என்னிடம் விளக்கம் கேட்கும்', என்றேன். எவ்வித பதிலுமில்லை. திமிர் பிடித்த நாய். கூடிய சீக்கிரம் தொலைத்து தலை முழுகுவதென்று அப்போதே தீர்மானித்து விட்டேன்,

என்னை இக்கட்டில் மாட்டிவிட வேண்டுமென்றே செய்த காரியம்.

எங்கே போகலாம் என்றேன். பதிலில்லை. அரண்மனைப் பக்கம் போகிறேன் வருகிறாயா? என்றேன். அப்போதும் பதிலில்லை. வேகமாக நடந்தேன். என்பின்னால் ஓடிவந்தாள். நாய்க்குட்டி என்பதைவிட அத்ரியானா என் பின்னால் வருகிறாறாளென்ற எதார்த்தம் மகிழ்ச்சியைக் கொடுத்தது. ஓட்டல் அருகே டிராம்வே நிறுத்தமொன்றிருந்தது, ஏறிக்கொண்டோம். நாய்க்குட்டி ஓர் ஓரமாக ஓடி நின்றுகொண்டது. நாய்க்குட்டியை மறந்து கவனத்தை வெளியில் செலுத்தினேன். கோட்டையைச் சுற்றியுள்ள பகுதிகள் ஒரு நகரத்தின் இயக்க அடையாளத்தை முற்று முதலாக இழந்திருந்தன. குறிப்பாக வெல்ட்டவா நதியை டிராம்வேயின் பறை முழங்குவதுபோன்ற 'தடக்'குகளும், இளஞ் சூட்டுப்பதமான வெயிலும் துணைக்கு வர அரைவிழிமூடி எதிர்கொள்கிற சொப்பன நகரமும் உறக்கம் கலையாத மனிதர் களும் வித்தியாசமான அனுபவம். நாய்க்குட்டி திடீரென்று என் முழுக்காற்சட்டையின் முனையைக் கவ்வி இழுக்கவும் விழித்துக்கொண்டேன். அரண்மனை தெரிந்தது. நிறுத்தமென்று புரிந்துகொண்டேன். இருவரும் இறங்கிக்கொண்டோம்.

அரை கிலோமீட்டர் தூரம் படியேற வேண்டும். கோட்டை யென்றாலே குன்றின் மீதோ மலை மீதோ கட்டுவதுதான் பாதுகாப்பு என உலகமெங்கும் கடைபிடிக்கப்பட்ட நியதிக்கு செக் முடியாட்சியும் தப்பவில்லை என்பதன் அடையாளமாக கோட்டையும் அரண்மனையும் *Hradčany* மலைமேல் இருந்தன. "கோட்டை அரண்மனை என்றெல்லாம் வரலாறு பேசினாலும் ஏதோ மத்தியகாலத்து ஐரோப்பிய நகருக்குள் நுழைந்தது போலிருக்கிறது" எனக்கூறியபடி கோட்டைவாசலில் நின்ற என்னைப் பார்த்து கலகலவென அத்ரியானா சிரித்தாள்.

"எதற்காகச் சிரிக்கிறாய்?" எனக்கேட்டேன்.

"திரும்பிப் பார்" என்றாள்.

திரும்பினேன். நுழைவாயிலில் சிலைபோல இரண்டுநாய்கள் நின்றிருந்தன. சற்றுமுன்பு வாயிலின் இருபுறமும் பக்கத்திற்கு ஒருவராக இரண்டு வீரர்களைப் பார்த்தேன். எங்கே போயிருப்பார்கள். அவர்கள் இடத்தில் நாய்கள் எப்படி வந்தன? நாக்கைத் தொங்கவிட்டு, காதுகளை உயர்த்தி, கண்களை உருட்டி வீசிய அவள் பார்வையைச் சந்தேகிக்க வேண்டியிருந்தது. என்னை நெருங்கி காதுகளில்:

"உன்னைச் சுற்றி என்ன நடந்திருக்கிறது, பார்!" என முணுமுணுத்தாள்.

கசப்புடன் திரும்பினேன். அங்கிருந்த மனிதர்கள் மொத்த பேரும் நாய்களாக மாறியிருந்தனர். சற்று முன்புவரை பேசிய ஆங்கிலத்தைவைத்து இலண்டன்வாசி இந்தியர்கள் என நான் நினைத்த கூட்டம்கூட நாய்களாக மாறியிருந்தது.

“நல்ல ‘சாதிநாய்கள்’” என்றாள். தொடர்ந்து, “பிரான்சில் நம் எதிர்வீட்டுப் பெண்மணி வைத்திருக்கிற அதே ரக நாய், ‘மான்ச்செஸ்ட்டர் டெரியெர்’ ரகம்”, என அவள் என் காதருகே முணுமுணுத்தபோது, எனக்கொரு சந்தேகம்: நாய்க்குட்டியாக இருக்கிற அத்ரியானா எப்படி என் காதருகே நெருங்கி பேசமுடிகிறது? பதில் உடனடியாகக் கிடைத்தது. நானும் அவளைப்போலவே நாய்க்குட்டியாக மாறியிருக்கிறேன்.

முதன்முதலாக அத்ரியானாவிடம் பயம் ஏற்பட்டது. மூன்று நாளாக ஏமாந்திருக்கிறேன். இவள் சூன்யக்காரி சந்தேகமே இல்லை. ஏதோ திட்டம்போட்டு நாயாக மாறியிருக்கிறாள். நுழைவாசலில் ஒரு நீரூற்று ‘கோத்திக்’ காலத்து சிலையுடன் இருந்தது. அச்சிலைகூட நாயாக மாறியிருந்தது. முதல் உலகப் போர் நினைவாக ஒரு ஸ்தூபம். கூட்டமாக சீன நாய்கள் அதை மொய்த்துக்கொண்டிருந்தன. ஸ்தூபத்தின் நேர், எதிரே, இருக்கைகள் இருந்தன. “சிறிது நேரம் உட்கார்ந்து போகலாம்” என்றேன். அவளை நேற்றைக்கு சீண்டியது, ஞாபகத்திற்கு வந்தது. அதன் எதிர்வினைதான், லிப்டில் வந்த வெள்ளையரின் ஷூக்கள்மீது சிறுநீர் கழித்ததும், என்னை நாயாக மாற்றியிருப்பதும். உடனடியாக அவளைச் சமாதானப்படுத்துவது அவசியமென்று தோன்றியது:

“வா இப்படி உட்கார்! கோபம் உனக்குத் தணியவில்லை போலிருக்கிறதே” என்றேன்.

“உங்கள் மனதில் விலங்குகள் என்றாலே கேவலமான பிறவி என்ற எண்ணம் இருக்கிறது. அப்படியொரு எண்ணமிருந்தால் அதை மறந்திட வேண்டும்.”

“உன்னை நான் அப்படி நினைக்கூடாதுதான், ஆனால் சித்தே முன்ன லிப்ட்ல என்ன நடந்தது. அதுமாதிரி சமயத்திலே ஏதாவது சொல்ல வேண்டியிருக்கிறது. போகட்டும் மனிதர்களும் விலங்குகளும் சமமென்றால் எப்படி? உனக்கு டெனிஸ் திதெரொ *(Denis Diderot)* தெரியுமா? அறிவொளிகால பிரெஞ்சு எழுத்தாளர்களில் ஒருவர். அவருடைய *le rêve d’Alembert*இல் அரண்மனைத் தோட்டத்துக்குள்ளே தவறிப்போய் குரங்கு வந்துவிடுவதாகவும், அதைப்பார்த்த கத்தோலிக்க திருச்சபை கார்தினால் ஒருவர், ‘நீ வாய்திறந்து பேசினால் உனக்குக்கூட ஞானஸ்னானம் செய்துவைப்பேன்’ என்று சொல்வதாக வரும்.

ஆக இதிலெ இருந்து என்ன தெரிகிறது? விலங்குகளுக்கு மனிதர்களைப்போல பேசவராது என்பது ஒரு குறை. மனிதர்கள் மேம்பட்டவர்கள் என்பதற்கு இதொரு உதாரணம்."

"என்ன பேசற நீ? உன்னுடைய மொழியை தெரியாத என்னை நீ விலங்கென்று சொல்வாயா? அல்லது என் மொழி தெரியாததால் உன்னை விலங்கென்று தீர்மானிக்க முடியுமா? 'மனிதர்களுக்கு நம்முடைய மொழியைப் பேசவோ புரிந்துகொள்ளவோ போதாது அவர்கள் அனைவரும் விலங்குகள்' என விலங்குகள் சொல்லித் திரிவது உங்கள் காதில் விழுந்திருக்குமா? அவைகளுக்கு வேறு மொழிகள் இருக்கின்றன. வேறுவகையான உரையாடல்கள் இருக்கின்றன. விலங்குகள் வேற மனிதர்கள் வேற இல்லை. புத்தியுள்ள சிம்பன்சிகள், புத்தியற்ற சிம்பன்ஸிகள் என்று சிம்பன்சிகளை இருவகையாகப் பிரிக்கலாம் என்கிறார்கள். இந்த இருபிரிவுக்கிடையே வேறுபாட்டின் அளவு என்ன தெரியுமா? இரு சதவீதத்திற்கும் குறைவு. புத்திகுறைவான சிம்பன்சிகள் மனிதர்கூட்டத்திலும் உண்டு. இதைப்பற்றிய புரிதல் இல்லாமலேயே விலங்குகளுக்கு தீங்கிழைக்கிறீர்கள். லெவிஸ்ட்ரோ, 'விலங்குகளை உணவுக்காக கொன்று முடித்து, ஒன்றிரண்டு நூற்றாண்டுகளில் விலங்கிற்குப் பற்றாக்குறை ஏற்படுகிறபோது, மனிதர்கள் இறைச்சிக் கடைகளில் மனிதர்களைக் கொன்று அவர்கள் உடல்களைத் தொங்கவிட்டிருப்பார்கள்'" என்றார்.

"இந்தப் பிரச்சினையிலே உங்களுக்கு என்ன அக்கறை? நாய்களையும் பூனைகளையும் நாங்கள் உணவுக்காகவோ, வேறுகாரணங்களுக்காகவோ கொல்வதில்லையே?"

"லெவிஸ்ட்ரோஸ், 'மனிதர் மாமிசம் நூறு அல்லது இருநூறு ஆண்டுகளில் இறைச்சிக்கடைகளில் கிடைக்கக்கூடும்' என்பதால், இன்னும் ஐம்பது ஆண்டுகளில் இப்போது கொல்லப்படுகிற விலங்குகள் இல்லையென்றான பிறகு நீங்கள் நாய்களையும் பூனைகளையும் அல்லது இதுவரை நீங்கள் ருசிபார்க்காதவற்றையெல்லாம் பார்ப்பீர்கள் என்றாகிறது, அதை நாங்கள் தடுக்கவேண்டுமில்லையா?"

"புரிந்தது. என்னை மறுபடியும் மனிதனாக மாற்று, நீ கூறியவற்றை எனது நண்பர்களுக்கு எடுத்துரைத்து உண்மையைப் புரியவைக்கிறேன்."

"இல்லை இரண்டொரு நாளைக்கு உன்னை நாயாகத்தான் வைத்திருக்கபோகிறேன்" எனக்கூறி காமத்தோடு அத்ரியானா என்னைப் பார்த்தாள்.

46

கொல்மார், பிரான்சு: 2013 ஏப்ரல் 3, புதன்கிழமை

பகல் துலக்கமாக இருந்தது. காலையில் பத்துமணிக்கு நித்திலாவின் வழக்கு மேல் முறையீட்டு நீதிமன்றத்திற்கு வருகிறது. ஹரிணி ஸ்ட்ராஸ்பூர் இரயில் நிலையத்திற்கு காலை 8.30 மணிக்கு வந்தாள். மத்மஸல் எலிஸபெத் முல்லெர் நேற்று மாலை போன் செய்தாள்: "எட்டுமணிக்குப் புறப்படலாம் என்றிருக்கிறேன், நீ தயாராக இரு!" என்றாள். "நான் இரயிலில் போகலாம் என்றிருக்கிறேன்" என்ற பதிலைக்கூறி முல்லெர் உதவியை நிராகரித்துவிட்டாள். கொல்மார் இரயில் நிலையத்தில் இறங்கியபோது மணி 9.30. நீதிமன்ற ஊழியை ஒருத்திக்கு ஹரிணி போன் செய்து விசாரித்தபோது, இரயில் நிலையத்திற்கு வெகு அருகில் நீதிமன்றம் இருப்பதாகக் கூறினாள். இரயில் நிலையத்தைவிட்டு வெளியில் வந்ததும் சந்தித்த முதல் நபரிடம் "நீதிமன்றம் எங்கே இருக்கிறது? என விசாரித்தாள். "எங்கும் திரும்பவேண்டாம் ஒரு நூறு மீட்டர்தூரம் நடந்தால் உங்கள் இடதுபுறம் நீதிமன்றம் கண்ணிற்படும், தவறுவதற்கு வாய்ப்பே இல்லை" என்றார் அவர்.

ஸ்ட்ராஸ்பூர் நீதிமன்றத்தைவிடப் பெரிதாக இருந்தது, 'பரோக்' காலத்தைச் சேர்ந்த கட்டிடம், பத்தொன்பதாம் நூற்றாண்டின் தொடக்கத்தில்

கட்டியதாம். சோதனைகளை முடித்துக்கொண்டு உள்ளே போன போது, நீதிமன்றம் வெறிச்சோடிக் கிடந்தது. ஸ்ட்ராஸ்பூரைப்போல வழக்கறிஞர்கள், பார்வையாளர்கள் என்கிற மனிதர் கும்பல் இல்லை. வரவேற்பிலிருந்த பெண்மணியிடம் தனது வழக்கு விபரத்தைக் கூறி "எந்த இடத்தில் விசாரணைக்கு வருகிறது" என்று கேட்டாள். "படிக்கட்டை எடுத்து வலப்பக்கம் திரும்பினால் வருகிற முதல் மண்டபம்" என்றார் அவர்.

ஹரிணி படியேறி முதற்தளத்தை அடைந்தபோது அங்கு ஒரு பெருங்கூட்டமே இருந்தது. பாரீஸிலிருந்து நித்திலாவின் தமக்கையும் அத்தானும் குழந்தையுடன் வந்திருந்தார்கள். மத்மஸல் முல்லெர், பிரிஜித், நித்திலாவுடன் முகாமில் இருந்த 'பாரதி'யென எல்லோரும் இருந்தனர். பாரதி நித்திலாவுடன் இறுதி யுத்தத்திற்குப் பிறகு பம்பைமடு முகாமில் சிறைவைக்கப்பட்டிருந்த பெண். அவளுடைய சாட்சி மிகவும் அநுகூலமாக இருக்குமென எதிர்பார்க்கப்பட்டது. அதனால் நித்திலாவின் குழந்தைப் பிரச்சினையைத் தொடாவிட்டாலும் அவள் விடுதலையாவது உறுதியென வழக்கறிஞர் லூசி கூறியது நித்திலாவின் தமக்கைக்குச் சந்தோஷமாக இருந்தது.

அடுத்த பதினைந்து நிமிடங்களில் காவலர்கள் நித்திலாவை அழைத்துவந்தார்கள். வெகு நாட்களுக்குப் பிறகு அவள் முகத்தில் மகிழ்ச்சியைக் காண முடிந்தது. தமக்கையும், தங்கையும் கட்டிக்கொண்டு கண்ணீர் விட்டார்கள். நித்திலா குழந்தையைக் கையில் வாங்கிகொண்டாள். ஹரிணியின் அக்காள் பக்கத்தில் அமைதியாயக் இருந்த நபர் யாரென்ற சந்தேகம் வந்தது. ஒருவேளை இவர்தான் மத்யூஸ் என்பவரோ. இவர் கைதுசெய்யப்பட்டிருப்பதாகக் கூறினார்களே, இங்கே எப்படி வந்தார்? ஒருவேளை பிணையில் வந்திருப்பாரோ? இந்த மனிதர் வராமலிருந்திருந்தால் நல்லதெனவும் நினைக்கத் தோன்றிற்று. தமக்கையின் கணவர் அமைதியாக நின்றிருந்தார். இரண்டொருமுறை அவர் மைத்துனியிடம் பேசுவதற்கு முயற்சி செய்தார். ஆனால் நித்திலா கண்டும் காணாதவள்போல இருந்தாள். நித்திலா, ஹரிணி, வழக்கறிஞர் லூசி என மூவரும் கூடிப் பேசினார்கள். வழக்கறிஞர் தனது வாதத்தின் மையப்பொருளைக் கோடிட்டுக் காட்டினார். ஹரிணிக்கு சிக்கல்களெதுவும் இருக்காதென்று தோன்றியது.

பத்துமணிக்கு விசாரனை ஆரம்பமானது. நித்திலாவையும் ஹரிணியையும் அழைத்தார்கள். நித்திலாவின் பிறப்பு, பெற்றோர்கள்,

வழக்கின் விபரம் எல்லாவற்றையும் உறுதிசெய்துகொண்டதும் அரசு தரப்பு வழக்கறிஞர் தமது வாதத்தை வைத்தார். அவர் தரப்பில் புதிய செய்திகளென்று எதுவுமில்லை. பெண்ணை அனுப்புவதற்கான முயற்சிகளில் தொடர்ந்து அரசு கவனம் செலுத்திவருவதாகவும், இலங்கைத் தூதரகத்தின் பதிலுக்கே காத்திருக்கிறார்களென்றும் எனவே அரசாங்க காப்பகத்தில் மேலும் இருபது நாட்களுக்கு நித்திலாவை வைத்திருப்பதற்கான அனுமதியை மாவட்ட நிர்வாகிக்கு வழங்கவேண்டுமெனச் சுருக்கமாக வாதத்தை முடித்துக்கொண்டார்.

நித்திலாவின் வழக்கறிஞர் காவல்துறையும், அரசாங்கமும் குற்றவிசாரணையில் கடைபிடிக்க வேண்டிய வழிமுறைகளில் தவறியதை மறுபடியும் சுட்டிக்காட்டினார். தவிர கடந்த இருபத்தைந்து நாட்களாக காப்பகச் சிறையில் வைத்திருந்தும், "அரசாங்கம் இலங்கைத் தூதரகத்தை அணுகியதற்கான எந்த ஆதாரத்தையும் நீதிமன்றத்தில் சமர்ப்பிக்கவில்லை.தவிர எங்களுக்குக் கிடைத்துள்ள புதிய ஆதாரத்தின் அடிப்படையில் மீண்டும் அகதித் தகுதிகோரி விண்ணப்பித்திருக்கிறோம், அதற்குச் சாதகமான ஆதாரங்களை இம்முறை விண்ணப்பத்துடன் இணைத்திருக்கிறோம். யுத்தத்திற்குப் பின் இப்பெண்ணோடு சிறைவைக்கப்பட்டிருந்த பாரதியென்ற பெண்ணுக்கு அகதித் தகுதியை அரசாங்கம் வழங்கியிருக்கிறது. நித்திலாவை விடுதலைப் புலிகளின் கீழ் பணியாற்றியவர் எனக்கருதி, இலங்கை ராணுவம் தேடுகிறதென்பதற்குரிய ஆதாரங்களையும் சமர்ப்பித்துள்ளோம். எழுத்து வடிவில் பெண் அளித்துள்ள சாட்சியம் ஆவணமாகச் சேர்க்கப்பட்டுளது. தேவையெனில் நீதிமன்றம் பாரதி என்ற பெண்ணையும் விசாரிக்கலாம். வந்திருக்கிறார்" எனக் கூறினார்.

நீதிபதி "அதற்கு அவசியமில்லை. இங்கு நீதிமன்றம் மாவட்ட நிர்வாகியின் 20 நாள் கூடுதல் அவகாசத்திற்கான வேண்டுகோளை அனுமதிப்பதா கூடாதா என்பதுதான் வழக்கே தவிர அவருடையை அகதி விண்ணப்பத் தகுதியை பற்றியதல்ல. இருந்தபோதிலும் உங்கள் கருத்தைக் கவனத் தில் கொள்வோம்", என்றார். தொடர்ந்து நித்திலாவிடம், "உங்களுக்கு ஏதேனும் சொல்ல இருக்கிறதா?" எனக்கேட்டார். அவள் மௌனம் சாதிக்க, "அரைமணி நேரத்தில் தீர்ப்பு வழங்கப்படும்", எனஅறிவித்து நீதிபதியும் அவருடைய ஊழியரும் உள்ளே சென்றார்கள்.

வந்திருந்தவர்கள் எதிர்பார்த்ததுபோல அடுத்த அரைமணி நேரத்தில் தீர்ப்பு வழங்கப்பட்டது.

கொல்மார் மேல் முறையீட்டு நீதிமன்றம்

6 U- -2013/2045

N° minute 14/123

தீர்ப்பு

கொல்மார் மேல்முறையீட்டு நீதிமன்றத்தின் தலைவரின் 2013 ஏப்ரல் 1ந்தேதியிட்ட உத்தரவின்பேரில் நீதிமன்ற எழுத்தர் (*Greffier*) திருமதி பேயாத்ரீஸ் அவர்களின் துணையுடன், மேல் முறையீட்டு நீதிமன்றத்தின் உதவித் தலைவரும் நீதிபதியுமான எமிலி வழங்கும் தீர்ப்பு:

வழக்கு விபரம்:

Mlle. நித்திலா அண்ட்டன்

பிறந்த தேதி ஜனவரி, *1985*

இலங்கைக் குடியுரிமை பெற்றவர்

தந்தை கிறிஸ்டோப் அண்ட்டன், தாயார் மரிசூசை

வதிவிடம் – தெரியவில்லை.

2013 மார்ச் 11ந்தேதி பிற்பகல் 2.00 மணிக்கு மேற்படி நபர் நாட்டைவிட்டு வெளியேறவேண்டுமென '*Bas-Rhin*' மாவட்ட நிர்வாகி பிறப்பித்த ஆணையின் அடிப்படையிலும்;

அந்நியர்கள் வதிவிடம் மற்றும் அகதி உரிமத்திற்கான சட்டவிதிமுறைகள் மற்றும் அதன் உட்பிரிவுகள் *L111–7, L 111–8, L511–*1லிருந்து *L513–4* வரை, மற்றும் *L551–*1லிருந்து *554– 3* வரை, மற்றும் *R551–*1லிருந்து *R 551–17* வரை. ஆகியவற்றின் அடிப்படையிலும்;

2013 மார்ச் மாதம் 11ந்தேதியிட்ட ஆணையில் *Bas-Rhin* மாவட்ட நிர்வாகி, *Mlle* நித்திலா அண்ட்டனை அரசாங்க காப்பக சிறையில் மேற்படி தேதியிலிருந்து ஐந்து நாள் வைத்திருப்பதாக தெரிவித்து, உரியவருக்கு 11–3–2013 பிற்பகல் 2.00மணிக்கு வழங்கப்பட்டதின் அடிப்படையிலும்;

2013 மார்ச் மாதம் 13ந்தேயிட்ட மாவட்ட நிர்வாகியின் வேண்டுகோளின்படி மாவட்ட விடுதலை மற்றும் சிறைவைப்பு துறை நீதிபதியின் 14–03–3013 தேதியிட்ட தீர்ப்பின் அடிப்படையில், 14–03–2013 தேதியிலிருந்து மேலும் இருபது நாட்களுக்கு அரசாங்க காப்பக சிறையில் வைப்பதற்கான அனுமதியை, மேல் முறையீடு மன்றத்தால் 15–03–2013 அன்று உறுதிசெய்யப்பட்டது. அதனைத்

தொடர்ந்து 14–03–2013லிருந்து 20 நாட்களுக்கு அரசாங்க காப்பக சிறையதண்டனை நீட்டிக்கும் அரசாணை அதேதேதியில் பிறப்பித்து உரியவருக்கும் தெரிவிக்கப்பட்டதென்பதன் அடிப்படையிலும்;

அதன் பிறகு 30–03–2013 அன்று இரண்டாவது முறையாக மேலும் இருபது நாட்கள் அரசாங்க காப்பக சிறைத்தண்டனையை நீட்டிக்க கால அவகாசத்தினைக்கேட்டு மாவட்ட நிர்வாகி வைத்த வேண்டுகோளை ஏற்று மாவட்ட விடுதலை மற்றும் சிறைவைப்பு துறை நீதிபதி 01–04–2013 தேதியிட்ட தீர்ப்பில் அனுமதித்ததை எதிர்த்து 02–04–2013 அன்று குற்றவாளி செய்த மேல்முறையீடு இந்நீதிமன்றத்தால் பெறப்பட்டது. அதனைத் தொடர்ந்து மாவட்ட நிர்வாகிக்கு இவ்வழக்கின் முகாந்திரம் தெரிவிக்கப்பட்டது. அதன் அடிப்படையில் அரசு வழக்கறிஞர் மத்மஸல் நித்திலா அண்ட்டன் வழக்கறிஞர் லூசியா ஆகியோர் வாதங்களையும், வழக்கோடு சம்பந்தப்பட்ட நித்திலாவின் கூற்றையும் மொழிபெயர்ப்பாளர் மத்மஸல் ஹரிணியின் உதவியுடன் பெற்றோம் – இவற்றின் அடிப்படையிலும்;

மத்மசல் நித்திலா 2010 நவம்பர் மாதம் 15ந்தேதி *L'OFPRA*வுக்கு அகதி விண்ணப்பம் அளித்திருக்கிறார். 2010 டிசம்பர் 2ந்தேதி அவ்விண்ணப்பத்தை *L'OFPRA* நிராகரித்துவிட்டது. அதனடிப்படையில் வால்துவாஸ் மாவட்ட ஆட்சியர் இப்பெண்ணை நாட்டைவிட்டு போகுமாறு தெரிவிக்கும் ஆணையை 2010ஆம் ஆண்டு டிசம்பர் மாதம் ஐந்தாம் தேதி விண்ணப்பத்திலிருந்த முகவரிக்கு பதிவுத் தபாலில் அனுப்பி வைத்திருக்கிறார். அவர் வாங்கவில்லையென பதிவுத் தபால் இருபது நாட்களுக்குப் பிறகு மாவட்ட ஆட்சியர் அலுவலகத்திற்குத் திரும்ப வந்துவிட்டது. அதன் பிறகு விசா இன்றியே பிரான்சு நாட்டில் இருந்திருக்கிறார். கடந்த 10–3–2013 ஞாயிற்றுகிழமை அன்று ஜெர்மன் போலிஸார் தங்கள் நாட்டில் கைது செய்த இவரை ஐரோப்பிய யூனியனின் டப்ளின் II நியதிப்படி நமது நாட்டில் ஒப்படைத்தார்கள். இவருடைய அகதி விண்ணப்பத்தைப் பரிசீலித்த *L'OFPRA*, ஜெனீவா ஒப்பந்தத்தின் அடிப்படையில் இவர் அகதி தகுதிக்காக விண்ணப்பித்திருந்தபோதிலும் அதற்குரிய ஆதாரங்களைக் கொடுக்கவில்லை என நிராகரித்திருந்தது என்ற உண்மைகளின் அடிப்படையிலும்;

பரிசீலித்ததில்:

இவ்வழக்கில் அரசுதரப்பில் புதிதாக எதுவும் சொல்லப் படவில்லை. தவிரவும் இதுவரை அரசு தரப்பில் இலங்கைத்

தூதரகத்திடமிருந்து இப்பிரச்சினைக்குரிய பெண்ணை அவரது சொந்த நாட்டிற்கு அனுப்புவதற்கு உதவும் ஒரு வழிப்பாதை ஆவணமான *Laisser passer* பெறுவதற்கான முயற்சிகளின் ஆதாரமென்று எதையும் அரசாங்கம் நீதிமன்றத்தில் சமர்ப்பிக்க வில்லை.

பிரச்சினைக்குரியவரின் வழக்கறிஞர் புதிய ஆதாரங்களின் அடிப்படையில் மீண்டும் அகதிவிண்ணப்பம் சமர்பித்த ஆதாரத்தை வைத்திருப்பதாலும், அவ்விண்ணப்பம் ஏற்கப் படுவதற்கான முகாந்திரங்கள் இருக்கிறதென நீதிமன்றம் நம்புவதாலும், இந்நபரை விடுதலை செய்ய உத்தரவிடுகிறது.

இத்தீர்ப்பிற்கு உடன்பாடில்லையெனில் இன்றைய தேதியிலிருந்து இரண்டுமாதத்திற்குள் *Pouvoir de cassation*ல் (உச்சநீதிமன்றத்திற்கு) சம்பந்தப்பட்டவர்கள் மேல் முறையீடு செய்ய வாப்புள்ளது என்பதையும், அதனை உச்சநீதிமன்றத்தின் *Greffier* (நீதிமன்ற எழுத்தர்)வுக்கு தெரிவிக்கவேண்டுமென்றும், அவ்வழக்கை ஒரு அரசமைப்புத் தீர்ப்பாயத்தின் வழக்கறிஞரைக்கொண்டே நடத்த வேண்டுமென்பதையும் அறிக.

கொல்மார் மேல் முறையீட்டு நீதிமன்றம் – 3 ஏப்ரல் 2013 நேரம் 10.30.

ஒப்பம்

மேல்முறையீட்டு நீதிமன்ற அவைத் தலைவர்

நீதிமன்ற எழுத்தர்.

தீர்ப்பின் நகலொன்றை நித்திலாவிடம் கொடுத்து கையொப்பம் பெற்றார்கள். கையொப்பமிட்டு முடித்ததும், நித்திலா ஹரிணியை இறுகக் கட்டிக்கொண்டாள். கண்களில் நீர் தளும்பியது. நித்திலாவின் கண்ணீரைப் பார்த்ததும் ஹரிணி அவளை மறுபடியும் அணைத்து முதுகிற் தட்டிக்கொடுத்தாள்.

எல்லோரும் வெளியில் வந்தார்கள். வழக்கறிஞர் லூசி, மத்மசல் எலிஸபெத் முல்லெர், சமூக ஊழியை பிரிஜித், பாரதி, மத்யூஸ் அனைவரின் முகத்திலும் சந்தோஷத்தை பார்க்க முடிந்தது. நித்திலாவின் தமக்கை ஒருமூலையில் நின்று கண்கலங்கிக்கோண்டிருந்தாள். எல்லோரிடமும் கைகுலுக்கி சந்தோஷத்தைப் பகிர்ந்துகொண்டபிறகு தமக்கையை நித்திலா நெருங்கினாள். அவள் நெருங்கியதும், தன் வசமிருந்த குழந்தையை

நித்திலாவிடம் கொடுத்து, "இந்தா உன் உடமை. பத்திரமா வைத்துக்கொள்" எனக்கூறி ஹோவென்று அழுதாள். மத்யூஸ், "இது வீடல்ல, இங்க அழுது ஆர்ப்பாட்டமெல்லாம் பண்ணக்கூடாது" என எச்சரித்ததும் அமைதியானாள். பாரதி நித்திலாவின் சகோதரியை நெருங்கி, "இரண்டு நாட்கள் எங்களோடு இருந்து போங்கள். நித்திலா கொஞ்ச நாட்களுக்கு என்னுடன் இருக்க சம்மதம் சொல்லியிருக்கிறாள்" என்றாள்.

ஹரிணி வழக்கறிஞரிடமும், பிரிஜித்திடமும் கை குலுக்கி விடைபெற்றாள். மத்மஸல் முல்லெரிடம் "பிறகு உங்களுக்குப் போன் செய்கிறேன்" என்றாள். பிறகு ஹரிணி அவர்கள் அனைவரையும் தவிர்க்க நினைத்தவள்போல வெளியேறுவதற்கு வேறுபாதையுண்டா என்பதைத் தேடுவதில் மும்முரமாக இருந்தபோது, ஹரிணி "அக்கா" என்ற குரல் கேட்டுத் திரும்பினாள், நித்திலா மூச்சிறைக்க ஓடி வந்தாள்.

அவளைத் தடுத்து "என்ன விஷயம், மெதுவாக வரக்கூடாதா?" எனக் கேட்டாள்.

"என்னை அப்படியெல்லம் தொலைஞ்சது சனியன் என்று விட்டுட்டுப் போக முடியாது" எனக்கூறி ஹரிணியின் தோளில் தலைவைத்து சிறுகுழந்தைபோல கேவி அழுதாள்.

ஹரிணி தன் தோள்மீது கிடந்த அவள் தலையை எடுத்து கண்களைத் துடைத்துவிட்டாள். அணைத்து அவள் முதுகில் கையால் தட்டிக்கொடுத்தாள். அவளிடம், "அசடு அசடு, இதென்ன குழந்தை மாதிரி அழுதுகிட்டு! எல்லோரும் உன்னைப் பார்க்கிறாங்க. அழக்கூடாது. நீ தைரியமான பொண்ணுன்னு எனக்கு நல்லாத் தெரியும். அதிலும் நீ தனி மனுஷி இல்லை. உனக்கு ஆதரவா இன்னைக்கு எத்தனை பேர் வந்திருந்தாங்கன்னு நீயே பார்த்த இல்லை. அதுவுமில்லாம பாரதின்னு ஒரு நல்ல பெண்ணு கிடைச்சிருக்கா, அப்புறமென்ன நடந்ததெல்லாம் மறந்துட்டு இனி எப்படி வாழ்க்கையைக் கொண்டுபோகலாம்னு யோசி!"

"லூசி அக்கா, நீங்க வாகீசனைத் தேடி பிராகு போனதாகச் சொன்னாங்க. எப்படி உங்களுக்கு நன்றி சொல்லப்போறன்னு தெரியலை. எனக்காக நீங்க ரொம்பவே பிரயாசைப்பட்டிருக்கீங்க. மூர்த்தி அண்ணன் பாரிசுலேர்ந்து போன் பண்ணார். அவருக்கு அங்கே ஏதோ பிரச்சினையாம். அவர் தங்கியிருக்கிற ஓட்டல் அட் ரஸை கொடுத்திருக்கினம். நானொருக்கா பிராகுவிற்குப் போய் தேடிப் பார்க்கலாமெண்டிருக்கேன்."

"அப்படியா?"

"உங்களுக்குக் கிடைக்காதவர் எனக்கு எப்படி கிடைப்பா ரெண்டு பார்க்கிறியள், சரிதானே? நம்ம ரெண்டுபேர் தேடலுக்கும் வித்தியாசமிருக்கு. நீங்க இன்னொருத்தருக்காக தேடினீங்க, நான் எனக்காக தேடறன். ஊர்லேர்ந்து வந்த நேரம் வாகீசன் அவ்வளவு முக்கியமெண்டு எனக்குப் படலை. இப்ப அவருக்காகத்தான் இங்க வந்தனானென்று தெரியுது. ஈழம் கிடைச்சிடுமென்று நாங்கள் நம்புவதும் அந்த அடிப்படையில்தான். மற்றவங்கள் விளங்கிக்கொள்ள கஷ்டமாத்தான் இருக்கும்."

"உன் நம்பிக்கை பொய்க்கக் கூடாதென்பதுதான் என்னுடைய பிரார்த்தனை."

"அப்பப்ப உங்களை வந்து பார்ப்பேன், போன் போட்டுக் கதைப்பேன். தொந்திரவா நினைக்கக்கூடாது, என்ன?"

"நினைக்கமாட்டேன், போயிட்டு வா!"

விடைபெற்றுக்கொண்ட நித்திலா படிகளில் இறங்கி அவளுடைய மனிதர்களுடன் கலக்கும்வரை பிரம்மிப்புடன் ஹரிணி அவளைப் பார்த்துக்கொண்டிருந்தாள்.

○

47

பிராஹா, செக் குடியரசு: 2013 ஏப்ரல் 6, சனிக்கிழமை

'வெல்ட்டாவா வெல்ட்டாவா. . .' என இரண்டொருமுறை சொல்லிப்பார்த்துக் கொண்டார். இதற்கு முன்பும் அப்பெயரை சாமி கேட்டதுபோல இருந்தது. தனது சிந்தனைக்கு அப்பாற்பட்டதொரு யுகத்தில் இந்நதிக்கரையில் விளையாடியதை ஞாபகப்படுத்த முடிந்தது. பிறகொரு நாள் வெள்ளம் கரைபுரண்டு ஓடிக்கொண்டிருந்ததும் குதிரையின் பிடரியை இறுகப்பிடித்தபடி நீரைக் கடந்ததும் நினைவுக்கு வந்தது. சரியாக ஒரு நூறு ஆண்டுகளுக்கு முன்பு வாலிபவயதில் கடும்பனியில் பெண்ணொருத்தியைக் காப்பாற்றவென்று, பலரும் கரையில் நின்று கூச்சலிட்டுக்கொண்டிருக்க, இவர் வெடவெடக்கும் குளிரில் தடாலடியாக நீரில் பாய்ந்து, தத்தளித்த பெண்ணை மீட்டதும் பசுமையாக நினைவில் இருக்கிறது. இரவும், நீரில் தோய்ந்த குளிர்ந்தகாற்றும், மனிதர்கள் நடமாட்டமும், குரல்கள் நிரம்பிய வெளியும் புதிதல்ல என்பதுபோல உணர்ந்தார். இப்பெண்மணிக்குக்கூட நீரிலிருந்து இவர் காப்பாற்றிய பெண்ணின் முகசாடை இருந்தது.

"காசிக்கு கங்கைபோல பிராஹாவுக்கு வெல்ட்டாவா. . . உங்களைப்போல வெல்ட்டாவா நதியை 7ஆம் நூற்றாண்டில் ஸ்லாவ் வம்சாவழியில் வந்த அரசி லிபுஷ *(Libuše)* ஒருநாள் அவதானித்தாள்,

விஷாரத் மலை அரண்மனை உப்பரிகையி லிருந்தவண்ணம் வெல்ட்டாவா நதியை ரசித்துக் கொண்டிருந்தாள். நதியின் மறுபக்கம் கட்டி எழுப்பப்படும் நகரத்தின் புகழ், வானை எட்டுமென தோன்றியிருக்கிறது. மறுநாள் தமது மக்களிடம் அங்கொரு கோட்டையை உடனே கட்டி எழுப்பவேண்டுமெனக் கேட்டுக்கொண்டாள். வேலை தொடங்கிய நேரத்தில் அங்கொரு குடியானவன் தனது சொந்த வீட்டிற்கு வாயிற்படி அமைத்துக்கொண்டிருந்தானாம். வீடு பெரியதாக இருந்தாலும் வீட்டிற்கு வருகிற மனிதர்கள் பெரியவர்களாக இருந்தாலும் தலை தாழ்த்தினாலன்றி கடந்து செல்ல அனுமதிக்காதென்பது வாசற்படியின் குணம். எனவே உருவாகும் நகரத்திற்கும் 'வாயிற்படி' என்ற பொருளில் 'பிராஹா' எனபெயர் வைத்தார்கள்", என்று பிற்பகலில் பெண்மணி அளித்த விளக்கத்தை நினைவுகூர்ந்தார். அவருக்குப் பிராஹா என்ற பெயரைக்காட்டிலும் வெல்ட்டாவா இனித்தது. பிராஹாவிற்கு வந்து நான்குநாட்கள் ஆகின்றன. விமான நிலையத்திற்கு, ஐரோப்பியரின் நீண்டநாள் சினேகிதியும், பிராஹாவில் உள்ள ஐரோப்பியரின் ஆஸ்ரம நிர்வாகியுமான பெண்மணி வந்திருந்தார்.

ரிஷிகேஷ் ஆஸ்ரம குருவின் ஆசியுடன் பிராஹா செல்வதென முடிவெடுத்தது அறிவுபூர்வமானதல்லவென்று அவருக்குத் தெரியும். கதம்ப உணர்ச்சிகளும், திக்கற்ற பயண அனுபவங்களும் வழிநடத்தின. அவரல்லாத ஒன்று அவருக்குள்ளிருந்து கட்டளை யிட்டது. புறப்பட்டுபோ என்றது. ஐரோப்பியர் குரல்போலவும் இருந்தது. விமானத்தில் ஏறியதும் இறங்கியதும் கனவுபோல நிகழ்ந்தது. பெட்டியை ட்ராலியில் வைத்துத் தள்ளி வெளியில் வந்தபோது ஐரோப்பியப் பெண்மணி நெற்றியில் பொட்டும், உடலிற் சுற்றிய பட்டுப்புடைவையுமாக எதிரே நின்றார். கைகளைக் கூப்பி 'வணக்கம்' என்றார். இவரை மார்போடு சேர்ந்த்து கட்டிக்கொண்டார். விமானநிலைய 'கஃபெத்தீரியா'வில் நடந்த 'பயணம் எப்படி இருந்த தென்ற' உரையாடல் தமிழில் ஆரம்பித்தது. நிறுத்தி நிதானமாக வார்த்தைகள் வந்தன. அடுத்து வந்த நாட்களில் பிராஹா பல்கலைக்கழகத்தில் தமிழ்த் துறையில் பணியாற்றுவதாகவும், ஐரோப்பியரை தஞ்சாவூரில் சந்தித்ததாகவும், இந்தியரின் ஆன்மீகத்தில் பெண்மணிக்கும் நாட்டமிருந்ததால், ஐரோப்பியருடன் இணைந்து ஆன்மீகத்தேடலில் இறங்கியதாகவும் தெரிவித்தார். ஐரோப்பியரைப் போலவே பெண்மணியும் இந்தியாவில் தேசாந்திரியாகத் திரிந்திருக்கிறார்.

இரண்டு நாட்கள் ஓய்வெடுத்தார். பிராஹா நகரை இருவருமாகச் சுற்றி வந்தார்கள். நேற்று கோட்டை, மாலா

ஸ்றானா, பழைய நகரமென்று பெண்மணி அழைத்துச்சென்றார். பகலில் வெல்ட்டாவையும் கண்டார். மரகதப்பச்சையில் தெற்கு வடக்காக நீண்டு விரிந்திருந்த நதி கங்கையை நினைவூட்டியது. நதியின் மறுபக்கம் பச்சைபசேலென்று தெரிந்த மலைகளும் இடைக்கிடை கொத்துக்கொத்தாய் பவழப்பாறைகள் போலவிருந்த மாளிகைகளும் பிறவும் பிற்பகல் வெயிலில் ஜொலித்தன. இரவு ஏழுமணிக்கு படகிற்செல்வதற்குத் திரும்ப வருவோமெனப் பெண்மணி அவருக்கு வாக்களித்திருந்தார். அதன்படி கடந்த அரைமணி நேரமாக சார்லஸ் பாலத்தில் நிற்கிறார்கள். பெண்மணி கூறியதைப்போல இருள் மூடிய வெல்ட்டாவா கனவுலகம்போலிருந்தது. கங்கைநீரில் கரைந்த ஐரோப்பியரின் ஆன்மா ஒளிப்பூக்களாக வெல்ட்டாவா நதியில் சிந்திக்கிடப்பதையும் கண்டார். நதியைப் பெண்மணி வற்றாத நதியென அறிமுகம் செய்திருந்தார். வற்றாத நதி என்பதைக் காட்டிலும் ஜீவநதி என்ற சொல் பொருத்தமானதாகத் தோன்றியது.

சார்லஸ் பாலத்தின் தடுப்புச் சுவரில் சாய்திருந்தார். பார்வை வெகுதூரத்தில் இருந்தது, அடிவானத்தையும் நதியையும் பிரித்துணர முடியாமல் மண்டிக்கிடந்த இருளை, விழிகள் சீய்த்துக் கொண்டிருந்தன. கையெட்டும் தூரத்தில் பெண்மணி நின்றிருந்தாள். அவளுடைய கேசம், காற்றில் எழுவதும் அடங்குவதுமாக இருந்தது, அவற்றை ஓர் ஒழுங்குக்குக் கொண்டு வருவதில் கைகள் மும்முரமாக இருந்தன. பெண்மணியின் பார்வை இவர்மீது படிந்திருந்தபோதிலும் கவனம் வீதிக் கலைஞன் ஒருவனுடைய ஜாஸ் இசையில் லயித்திருந்தது. இரவு நேர வெல்ட்டாவை பிரம்மிப்புடன் ஒரு குழந்தைபோல பரவசத்துடன் பார்த்துக்கொண்டிருந்தார். நினைவுகள் 'காலமும் தூரமும்' என்ற தடுப்புக் காவலைத் தாண்டியதாய் சூன்ய வெளியில் பறந்தவண்ணமிருந்தன. கிராமத்தில் அதிகாலைநேரத்தில் பச்சைபசேல் என்றிருக்கும் இளம் நெற்பயிரின் வாடை வெல்ட்டாவா நதியிலிருந்தது. கரையை ஒட்டிய ஆழ் நீரில் மின்சார விளக்குகள் சாமந்திப்பூக்களாக மாறியிருந்தன.

"என்ன பார்க்கிறீர்கள், புறப்படலாம், படகுத் துறைக்குபோக நேரம் சரியாக இருக்கும்" என்றார் பெண்மணி. இருவருமாக படகுத்துறையை நோக்கி சார்லஸ் வாயிலுக்குத் தெற்காக நதிக்கரையில் நடந்தார்கள்.

❍

அத்ரியானாவும் நானுமாக சார்லஸ் பாலத்தை நெருங்கியபோது இரவு நன்றாகக் குடைவிரித்திருந்தது. அடிவானத்தில் மஞ்சளும்

சிவப்புமாய் அந்தியின் அடையாளம் மிச்சமிருந்தது, மறுமுனையில் தொலைதூரத்திலேனும் விடியலைக் காணமுடிகிறதா எனப் பார்த்தேன். அங்கும் இருளைத்தவிர எதுவுமில்லை. ஒளி புகா இடங்களிலெல்லாம் மனிதர்களையும், கட்டிடங்களையும், மரங்களையும் விழுங்கியவாறு நெளிந்துகொண்டிருக்கும் இருள். இரண்டு மணிநேரத்திற்கு முன்புவரை வெளுத்திருந்த வானம், சட்டென்று கறுப்பு புர்க்காவில் பதுங்கிக்கொண்டது எப்படி நடந்ததென்று விளங்கவில்லை. ஒரு துண்டு நிலா, ஐந்தாறு நட்சத்திரங்கள், இரண்டொரு மின்மினிப்பூச்சிகள் என்றிருந்தால் கூட அந்த இரவின் மீது நம்பிக்கை துளிர்த்திருக்கும். எனக்கு முன்பாக ஓடிக்கொண்டிருக்கிற அத்ரியானாவின் ஞாபகம் வந்தது. மின்சார விளக்கின் ஒளியை விரும்பாதவள்போல இருட்டைத் தேடித் தேடி நடந்தாள். எனக்கு மூச்சுவாங்கியது. சார்லஸ் பாலத்தருகே நடக்கிற மனிதர்கள், எதிரில் சாலையில் செல்லும் வாகனங்ள், சார்லஸ் பாலத்தின் இடதுபக்கமிருக்கிற சிலையருகே பாப்கார்ன் விற்கிறவர் இவர்களையெல்லாம் நேற்றா, அதற்கு முந்தைய நாளா, அதற்கும் முன்பா எப்போதென்று உறுதியாக சொல்ல முடியாமற்போனாலும், கண்டிருக்கிறேன். சிலுசிலுவென்று அடிக்கும் காற்று, மனிதக் குரல்கள், ஜாஸ் இசை, படகுகளின் மெல்லிய உறுமல் அவ்வளவையும் கேட்டிருக்கிறேன் சார்லஸ் பாலத்தின் முகப்பில் இருந்தோம். எனக்கு மூச்சிறைத்தது. என்னால் அத்ரியானாவுடன் போட்டிபோட்டுக்கொண்டு ஓடமுடியவில்லை. நான்கைந்து நாட்களுக்கு முன்பு இருவருமாக நின்றிருந்த அதே இடம். ஆனால் அன்றைக்கிருந்த கோபம் அத்ரியானாவிடமில்லை.

"அறைக்குத் திரும்புவோம், கால்கள் வலிக்கின்றன" என்றேன்.

"எனக்குப் படகில் போகவேண்டும்" – அத்ரியானா.

"படகா, உனக்குத்தான் பிடிக்காதே!" – நான்.

"தற்போது பிடிக்கிறது, ஏன் எதற்குன்னு கேள்வி கேட்காம டிக்கெட் வாங்கிவா!" – அவள்.

"டிக்கெட்டை படகுத்துறையிலே கூட வாங்கிக்கலாம்.. பிரச்சினையில்லை. வா!" – நான்.

'படகுத்துறைக்குப் போகிறவழியில், நாய்க்குட்டி பிரச்சினைக்குத் தீர்வு காண்பது என்கிற முடிவோடு இருந்தேன். முதல் நாளே சனியனைத் தொலைத்து தலை முழுகியிருக்க

வேண்டும். ஒரு நாய்க்குட்டி கதை அளந்ததை நம்பி அதனிடம் அடிமைப்பட்டுக்கிடந்த என் புத்தியை எதால் அடிப்பது', என அலுத்துக்கொண்டு ஓடினேன்.

படகுத்துறையை நெருங்கும்போது, "படகு புறப்படப்போகிறது, சிறிது வேகமா நடந்து வாங்க!" என்றொரு குரல். பணத்தைக் கொடுத்து டிக்கெட்டை வாங்கிக்கொண்டு இருவருமாக படகில் ஏறினோம். கீழ்த்தளம் வெறிச்சோடிக்கிடந்தது. படகில் ஏறியவர்கள் அத்தனைபேரும் மேல் தளத்தில் இருப்பார்கள் போலிருக்கிறது.

"அத்ரியானா! எல்லோருமே மேல்தளத்தில் இருக்கிறார்கள், நீ என்ன நினைக்கிற?" என அவளிடம் கேட்டேன்.

"நாம இங்கே தனியா உட்கார்ந்து என்ன பண்ணப்போறோம், அன்றைக்குப்போல, மேற் தளத்திற்கே போவோம்" என்றாள்.

மேற்தளத்தை அடைந்தபோது, மகிழ்ச்சியும் கொண்டாட்டமு மாக இருந்தது. எல்லா மேசைகளிலும் ஆட்கள் இருந்தார்கள். சர்வரிடம், "நாங்கள் இரண்டுபேர்!" என்றேன். அவர் சிரித்தார். "உங்கள் நாய்க்குட்டியையும் கணக்கில் சேர்த்துக்கொண்டீர்களா? நல்லது!" எனக்கூறி, எங்களுக்கு வழிவிட்டார்.

மனிதர் கும்பலில் எங்களுடைய மேசை எதுவென்பதை அடையாளம் காண்பதில் சிரமங்கள் இல்லை. ஒரு புடவை கட்டிய பெண்மணியைப் பார்த்தேன். அவர் எதிரே ஓர் இந்தியர் உட்கார்ந்திருந்தார். இருவருக்குமிடையில் இரண்டு நாற்காலிகள். 'ஹலோ' சொல்லிவிட்டு உட்கார்ந்தேன். "அத்ரியானா, நீயும் உட்கார்" என்றேன். அவள் உட்காரவும் படகு ஒரு குலுக்கலுடன் முன்நோக்கி நகர ஆரம்பித்தது. எனதருகில் அமர்ந்திருந்த இந்தியரை, எங்கிருந்து வந்திருக்கிறீர்களென ஆங்கிலத்தில் கேட்டேன். ஐரோப்பியப் பெண்மணி, "உங்களுக்குத் தமிழ் வருமென்றால், தமிழில் பேசுங்கள். அவர் தமிழ்நாட்டுக்காரர்தான், எனக்கும் தமிழ் நன்றாக வரும்", என்றவர் சில நொடிகள் என்னை உற்றுப்பார்த்தார்:

"உங்களை ஒரு வாரத்திற்கு முன்பாக காஃப்கா வீட்டருகே பார்த்தேன். மனைவியைத் தேடிக்கொண்டிருப்பதாகச் சொன்னீர்கள். எனக்கொரு காவல்துறை அதிகாரியைத் தெரியும். இருவருமாகச் சென்று அவரைச் சந்திக்கலாம்" என்று கூறி வென்ஸ்லாஸ் சதுக்கத்தில் அப்பாயிண்ட்மெண்ட்

கொடுத்தேன். நீங்கள் வரவில்லை, அன்று காவல் நிலையத்திலும் வெகுநேரம் காத்திருந்தேன். என்ன நடந்தது? உங்கள் மனைவி கிடைத்தார்களா?" எனக்கேட்டார்.

"உஸ், மெதுவாப் பேசுங்க! அவள் காதிலே விழுந்துடபோவுது" பக்கத்துலே நாய்க்குட்டியாக மாறியிருந்த அத்ரியானாவைக் காட்டினேன்.

பெரியவரும் பெண்மணியும் அத்ரியானாவைப் பார்த்தார்கள். பெண்மணியின் முறுவலுக்கு அத்ரியானா வாலை அசைத்துச் சந்தோஷத்தைத் தெரிவித்தது. பெரியவருக்கு வணக்கம் தெரிவித்து விட்டு அவரிடம்:

"நீங்க எந்த ஊர்?" எனக்கேட்டேன்.

"புதுச்சேரிபக்கம் ஒரு கிராமம். நீங்க?" என்று என்னிடம் திருப்பிக் கேட்டார்.

"எனக்கும் புதுச்சேரிதான், பிரான்சுலே இருக்கோம். நானும் இவளுமா பிராஹாவைப் பார்க்கலாமென்று வந்தோம்."

பெரியவரிடம் எதிர்வினைகள் எதுவுமில்லை. பதிலாக அவருடன் இருந்த ஐரோப்பியப் பெண்மணி மூடிய உதடுகளைப் பிரிக்காமல் முறுவல் செய்தாள். ஷாம்பெய்ன் வந்தது. பெரியவர் தொடாமலிருந்தார். பிறகு சாசேஜ் சூப்பும், ரோலிக் பிரெட்டும், ஸ்வீச்கோவாவும் அன்றைக்குப்போலவே பயணிகளுக்குப் பறிமாறப்பட்டன. அத்ரியானாவைப் பார்த்தேன். நாற்காலியில் அமர்ந்தபடி எங்கள் மூவரையும் மாறி மாறிப் பார்த்துக்கொண்டிருந்தாள். படகு மெல்ல நகர்ந்துகொண்டிருந்தது. பெரியவரும் பெண்மணியும் உணவில் ஆர்வமின்றி வேடிக்கைப்பார்த்துக் கொண்டிருந்தார்கள். முதல்நாளைப் போலவே வரிசையாக நதிக்கரையில் சார்லஸ் பாலம், பிராகு கோட்டை, நேஷனல் தியேட்டர். . . கண்ணிற்பட்டன. ஒருநொடி, ஐம்பது நொடியென ஆரம்பித்து நிமிடங்களை உண்டு ஒரு பெயர் கண் சிமிட்டுகிறது, மீண்டும் ஒரு முறை படிக்கிறேன். வெள்ளைப் பதாகை விரித்ததுபோல பத்தடி நீளத்திற்கு ஒரு பெயர்ப்பலகை: 'காஃப்கா மியூசியம்' என்று எழுதியிருக்கிறது. திடீரென்று ஒருவித அச்சம் நெஞ்சை அடைத்தது. வெல்ட்டாவா நதிமீது கவிழ்ந்திருந்த இருள்மொத்தமும் எனது தொண்டையில் இறங்கியது.

நான் எதிர்பார்த்தது நடந்தது. அத்ரியானா படகின் கைப்பிடியை நெருங்கியிருந்தாள். ஓடிச்சென்று தடுப்பதற்கு

முன்னால் நீரில் பாய்ந்திருந்தாள். அன்றுபோலவே கொழுப்பெடுத்துப்போய் நீரில் குதித்துவிட்டு "பாலா என்னைக் காப்பாற்றுங்க! யாரையாவது கூப்பிடுங்க!", எனக் கூக்குரலிடுகிறாள். எதிர்பாராமல் நிகழ்ந்த இச்சம்பவத்தை எப்படி எதிர்கொள்வதென்ற குழப்பத்தில் வார்த்தைகள் விழுந்தன: "அத்ரியானா அத்ரியானா! என் நாய்க்குட்டி! எனக்கிருக்கும் ஒரே ஆதாரம்!" அழுகையும் ஆத்திரமும், என்னை மேலும் மேலும் பைத்தியக்காரனாக உருமாற்றியிருந்தது. சுற்றிலும் மனிதர்கள் எதுவுமே நடவாததுபோல சாப்பிட்டுக்கொண்டிருக்கிறார்கள். சந்தோஷமாக உரையாடுகிறார்கள். சிரிக்கிறார்கள். முத்தமிட்டுக் கொள்கிறார்கள். "தம்பி அவசரப்படாதீர்கள்!" – பெரியவர் குரல். காதில் வாங்காமல் நீரில் குதித்திருந்தேன் 'இருளா நீரா' எனத் தெரியாமல் மூழ்கிக்கொண்டிருக்கிறேன்.

❍

இரவு நீண்டுகொண்டுபோனது, குளிரில் சாமி நடுங்கினார். இரண்டு மணிநேரத்திற்கு முன்பிருந்த மனிதக்கூட்டமில்லை. போலீஸ் வாகனமும், ஆம்புலன்சும் நின்றிருந்தன. அதிர்ச்சியிலிருந்து மீளாமல் உறைந்திருந்தார். ஐரோப்பியப் பெண்மணியை விபத்து குறித்து போலீஸார் விசாரித்துக்கொண்டிருந்தார்கள். அவர்களிடத்திலிருந்து பார்வையை திருப்பியபொழுது, சார்லஸ் பாலத்தின் வடக்கு வாயில் இறக்கத்தில் தமிழ்ப் பெண்ணொருத்தி ஓரிரு வினாடிகள் இவரை அவதானிப்பதுபோலிருந்தது. பின்னர் தொடர்ந்து நடந்தாள். நடையில் முழுக்கவனத்தையும் செலுத்தாது இரண்டொருமுறை அவள் சாமியைத் திரும்பிப் பார்ப்பதுபோலிருந்தது. சிலகணமே என்றாலும் அவளிடம் இவர் கண்டது தேடுதல் பார்வை. "பைத்தியக்காரி! மனித மனத்திற்கு நிரந்தரமாக மகிழ்ச்சியை அளிக்கக்கூடிய எடை, உயரம், வடிவம்கொண்ட 'தேடுபொருள்' என்று ஒன்றிருக்கிறதா?" என தமிழ்ப்பெண் சென்ற திசையைப் பார்த்துக்கேட்டார்.

'என்னைப்போலவே தொலைதூரத்திலிருந்து வந்திருக்க வேண்டும். எத்தனை காலமாகத் தேடிக்கொண்டிருக்கிறாளோ? தேடுதல் இல்லையேல் மனிதச் சந்திப்புகளுக்குச் சாத்தியமுண்டா? அருகருகே வாழ்ந்தபோதும் பிறந்த மண்ணில் சந்திக்க முடியாத புதுச்சேரி இளைஞனை, பிராஹாவில் சந்திக்க முடிந்ததற்கு மனிதர்களை வழிநடத்தும் தேடல் என்ற மாயைதான் காரணம். பரம்பொருளுக்குத் தேடல் என்று பெயர் சூட்டினால் என்ன?' என்றெல்லாம் சாமியின் மனதிற் சிந்தனைகள் புரண்டன.

விசாரணைக்குப் பின் காவலர்களிடமிருந்து விடுபட்ட பெண்மணி அவர் பக்கத்தில் வந்து நின்றார். அவருக்கு ஆறுதல் சொல்வதுபோல தோளைத் தொட்டார்.

"பிரச்சினை இல்லை. அந்த இளைஞரைக் காப்பாற்றி விட்டார்கள், காவல்துறை அதிகாரி என்னிடம் தெரிவித்ததுபோல, அவருடைய மனைவி வெல்ட்டாவா நதியில் குதித்து உயிர் விட்டதைக் கண்டதில் புத்தி பேதலித்திருக்க வேண்டும். நேரமிருக்குமென்றால் மருத்துவமனைக்குச் சென்று நாளை மாலை பார்க்கலாம்."

பெண்மணி சொல்வதை ஆமோதிப்பதுபோல தலையாட்டினார். அவள் கையைப் பிடித்துக்கொண்டு எழுந்து நின்றார். எதிரே, நிலவொளியின் மடியில் வெல்ட்டாவா நதி ஆழ்ந்த நித்திரையில் இருந்தது. நாய்க்குட்டி கூட்டத்தில் ஓர் ஓரமாக நின்றுகொண்டிருந்தது.

◯

பிரெஞ்சு சொற்கள்

S'il te plaît, S'il vous plaît	– தயவு செய்து.
Pourquoi ce retard?	– ஏன் தாமதம்?
Nos Photos!	– நம்ம படம்.
Gare du Nord	– பாரீஸ் நகரின் நான்கு பெரிய இரயில் நகரங்களில் ஒன்று. பிரான்சு நாட்டின் வட பகுதிகளை இணைக்கும் இரயில்கள் இங்கிருந்தே செல்கின்றன. தமிழர் கடைகள் நிறைந்துள்ள லா ஷப்பெல் (*La chapelle*) என்கிற இடம் இதன் அருகில் உள்ளது.
Vin rouge bordeaux château	– பொர்தோ சிவப்பு ஒயின்.
Salade Marine	– கடலுணவில் தயாரிக்கப்பட்ட சாலட்.
Pavé de saumon	– சற்று பெரிய சால்மன் மீன் துண்டு.
Fromage blanc	– கிரீம் சீஸ்.
Je cherche sans relâche	– நானும் தேடிக்கொண்டுதான் இருக்கிறேன்.
Ça a été	– நன்றாக இருந்ததா?
C'était très bien	– மிக நன்றாக இருந்தது
Merci	– நன்றி
C'est Kamili	– அட கமிலி!
Assistante Sociale	– சமூக நலத்துறை ஊழியை.
Désolé	– வருந்துகிறேன்.
On y va	– போகலாமா?

Mademoiselle s'il vous plaît	–	(இந்த இடத்தில்) நீங்க போங்க முதலில்!
Pardon, suivez-moi!	–	மன்னிக்கணும், என்னைத் தொடர்ந்து வாங்க.
Bonne fête papa!	–	அப்பா தின வாழ்த்துகள்!
OFPRA - Office Français de protection des refugies et Apatrides	–	அகதிகள் மற்றும் அபார்தீட் எனும் இன ஒதுக்கலால் பாதிக்கப்பட்டோருக்கான பாதுகாப்பு அமைப்பு.
Commissariat	–	காவல் நிலையம்.
Entreprise	–	நிறுவனம்.
Bonjour!	–	வணக்கம்.
Ascenseur	–	லிப்ட்.
Zut ! Je m'excuse	–	தவறு நடந்திட்டது மன்னிக்கணும்.
Clandestin	–	களவாய் வசிப்பவர்கள், அனுமதியின்றி குடியேறிவர்கள்.
J'ai rendez-vous avec M. Antoine	–	அந்துவான் என்பவரிடம் எனக்கு அப்பாயிண்ட்மெண்ட் இருக்கிறது.
Découvert	–	ஓவர் டிராப்ட், மிகைப்பற்று.
C'est qui?	–	யார்?
Annuler	–	இரத்து செய்தல்.
Ce soir, je dine avec mon mec.	–	இன்றிரவு ஓர் ஆணுடன் எனக்கு டின்னர் இருக்கிறது.
C'est vrai ? C'est une bonne nouvelle alors.	–	உண்மையா? நல்ல சேதிதான்.
Passeur	–	பணம் பெற்றுக்கொண்டு மனிதர்களை கள்ளத்தனமாய் ஒரு நாட்டிற்குள் குடியேற உதவும் ஆசாமி.
On se voit à tout à l'heure	–	கொஞ்ச நேரத்தில் சந்திப்போம்.
Voici ma Carte!	–	என்னுடைய அடையாள அட்டை!
Vous avez votre carte d'identité sur vous?	–	உங்களுடைய ஐ.டி. கார்ட் கைவசம் இருக்கிறதா?
Pourtant, je t'ai prévenue, mais tu n'as pas écouté	–	இத்தனைக்கும் உங்கிட்ட தலைப்பாடா அடிச்சுகிட்டேன், எங்கே கேட்கிற?
Avec votre permission	–	உங்கள் அனுமதியுடன்.

காலச்சுவடு வெளியீடு

தத்துவத்தின் சித்திரவடிவம்
(கட்டுரைகள்)

நாகரத்தினம் கிருஷ்ணா

ரூ. 90

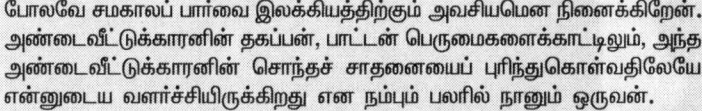

அல்பெர் காம்யூவையும் ஃபூகோவையும் தெரிந்துகொள்வது தேவைதான், ஆனால் அது கட்டாயமல்ல.

இளைஞர்களைத் தயார்படுத்த இன்றைக்கு என்ன நடக்கிறது என்கிற புரிதல் முக்கியம். பிறதுறைகளைப் போலவே சமகாலப் பார்வை இலக்கியத்திற்கும் அவசியமென நினைக்கிறேன். அண்டைவீட்டுக்காரனின் தகப்பன், பாட்டன் பெருமைகளைக்காட்டிலும், அந்த அண்டைவீட்டுக்காரனின் சொந்தச் சாதனையைப் புரிந்துகொள்வதிலேயே என்னுடைய வளர்ச்சியிருக்கிறது என நம்பும் பலரில் நானும் ஒருவன்.

உலக இலக்கியங்களில் தற்போது என்ன நடக்கிறதென்ற ஒப்பீடு மட்டுமே நவீனத் தமிழ் இலக்கியத்தை வளர்த்தெடுக்க உதவுமென்பது எனது நம்பிக்கை, அதன் அடிப்படையில் எழுதப்பட்டதே இத்தொகுப்பிலுள்ள கட்டுரைகள்.

(என்னுரையிலிருந்து)